ചലച്ചിത്ര വിജ്ഞാനം

INSIGHT PUBLICA®

Nadakkavu, Kozhikode, Kerala
Tel:0495–4020666
www. insightpublica. com
e-mail: insightpublica@gmail. com
Title: **Chalachithra Vijnanam**
(Malayalam)
Editors: **Dr. S Gopu, Dr. S sanjay**
First Edition: September2023

ISBN 978-93-5517-796-4
Printed and Published by
Insightinpublica Printers & Publishers Ltd.
₹390

ചലച്ചിത്ര വിജ്ഞാനം

എഡിറ്റേഴ്സ്:

ഡോ. എസ്. ഗോപു
ഡോ. എസ്. സഞ്ജയ്

INSIGHT PUBLICA®

ഉള്ളടക്കം

ആമുഖം

സിനിമയെന്ന കലയ്ക്ക് പുതിയ നൂറ്റാണ്ടിലെ മനുഷ്യജീവിതത്തിനു മേൽ സമഗ്രതല സ്പർശിയായിയായ സ്വാധീനമുണ്ട്. സാമൂഹികവും സാംസ്കാരികവും രാഷ്ട്രീയവുമായ ഭാവുകത്വ സംഘർഷങ്ങളിലും പരിണാമങ്ങളിലും സിനിമ ഇടപെടുകയും അഭിപ്രായം പറയുകയും ചെയ്യുന്നു. മാനവികമൂല്യങ്ങൾക്കൊപ്പം നിന്നുകൊണ്ട് മാറുന്ന കാലത്തെ പരുവപ്പെടുത്താനുള്ള ശ്രമമാണ് എല്ലാ ധാരയിലെയും മികച്ച സിനിമകൾ നടത്തുന്നത്. പ്രതിലോമകരമായ വിനിമയങ്ങളുടെ തിരയിടമാകുന്ന സിനിമകളും ധാരാളമാണ്. അതുകൊണ്ടുതന്നെ സിനിമയെക്കുറിച്ചുള്ള വിചാരങ്ങൾക്കും സംവാദങ്ങൾക്കും മുമ്പത്തെക്കാൾ പ്രസക്തിയുണ്ട്. ചലച്ചിത്ര വിശകലനം എന്ന നിലയിലുള്ള നിരൂപണങ്ങളും വിമർശനങ്ങളും ഏറെ ശ്രദ്ധനേടുന്നതും ഇക്കാരണത്താലാണ്. സോഷ്യൽ മീഡിയയുടെ വരവോടെ ചലച്ചിത്രസംബന്ധിയായ വിചാരങ്ങൾ അക്കാദമിക്ക് വ്യവഹാരം എന്നതിനപ്പുറം ജനകീയമായി. ഫേസ് ബുക്ക്, ബ്ലോഗ്, വാട്സ് ആപ്പ്, ക്ലബ്ബ് ഹൗസ്, വെബ്സീൻ തുടങ്ങിയ ഓൺലൈൻ സംവാദഭൂമികകളിലെയെല്ലാം പ്രധാന ആലോചനാ വിഷയങ്ങളിലൊന്ന് സിനിമയാണ്. വ്യക്തിഗതമായ ആസ്വാദനക്കുറിപ്പുകളും പ്രമോഷനുവേണ്ടിയുള്ള പെയ്ഡ് റിവ്യൂകളും ഗൗരവസ്വഭാവമുള്ള പഠനങ്ങളുമൊക്കെ ഇക്കൂട്ടത്തിലുണ്ട്. പുസ്തക/ലേഖനരൂപത്തിലുള്ള നിരൂപണങ്ങളുടെയും ചലച്ചിത്രമേഖലയിലെ ഗവേഷണങ്ങളുടെയും എണ്ണവും വർദ്ധിച്ചു വരുന്നു.

സ്കൂൾതലം മുതൽ യൂണിവേഴ്സിറ്റി തലംവരെ സിനിമ പാഠ്യപദ്ധതിയുടെ ഭാഗമാണ്. ഭാഷ, സാഹിത്യം, വിഷ്വൽ മീഡിയ, മാസ്

കമ്യൂണിക്കേഷൻ തുടങ്ങിയ കോഴ്സുകളുടെ അവിഭാജ്യഘടകമാണ് ചലച്ചിത്രപഠനം. മികച്ച സിനിമകൾ മുന്നോട്ടുവെയ്ക്കുന്ന സാമൂഹിക-രാഷ്ട്രീയ ബോധ്യങ്ങളുടെ വിനിമയം മാത്രമല്ല വിദ്യാലയങ്ങളിലെയും കലാലയങ്ങളിലെയും ചലച്ചിത്രപഠനത്തിന്റെ ലക്ഷ്യം. ചലച്ചിത്രമെന്ന മാധ്യമത്തിന്റെ ചരിത്രം, വികാസപരിണാമങ്ങൾ, സാങ്കേതിക-സൗന്ദര്യതലം, നിരൂപണം, ആസ്വാദനം തുടങ്ങിയവയെക്കുറിച്ച് ബോധ്യമുള്ള തലമുറയെ രൂപപ്പെടുത്തുക എന്ന ഉദ്ദേശ്യം കൂടി പാഠ്യപദ്ധതിയിലെ ചലച്ചിത്രപ്രവേശത്തിനുണ്ട്. വ്യത്യസ്ത തലത്തിലുള്ള വിദ്യാർത്ഥികളുടെ കൂട്ടായ്മയിൽ നിന്ന് ചെറുതും വലുതുമായ സിനിമകൾ രൂപപ്പെടുന്ന കാലം കൂടിയാണിത്. സിനിമയെ ഗൗരവത്തോടെ കാണുകയും ഉപയോഗിക്കുകയും ചെയ്യേണ്ട ഉത്തരവാദിത്തം പുതുതലമുറയ്ക്കുണ്ട്. ദൃശ്യങ്ങളുടെ പ്രളയകാലമാണിത്. ഗുണാത്മകവും ഋണാത്മകവുമായ ദൃശ്യങ്ങൾ നമുക്കു ചുറ്റും വന്നു നിറയുന്നു. ദൃശ്യങ്ങളാൽ ചുറ്റപ്പെട്ട തുരുത്തായി ജീവിതം മാറിയിരിക്കുന്നു. ദൃശ്യങ്ങളുടെ വിശ്വാസ്യത പോലും ചോദ്യം ചെയ്യപ്പെടുന്നു. കണ്ണിന്റെ ജൈവികമായ കാഴ്ചയും ക്യാമറയുടെ നിർമ്മിത കാഴ്ചയും തമ്മിലുള്ള വൈരുദ്ധ്യങ്ങൾ സാംസ്കാരികവ്യവഹാരങ്ങളെ സങ്കീർണ്ണമാക്കുന്നു. ഇക്കാലത്ത് ദൃശ്യങ്ങളുടെ സാകല്യമായ കലാമാധ്യമം എന്ന നിലയിൽ സിനിമയുടെ വിനിമയങ്ങൾ സൂക്ഷ്മമായ വിശകലനങ്ങൾക്കു വിധേയമാകേണ്ടതുണ്ട്. അതിനു സഹായകമായ രീതിയിലാണ് ചലച്ചിത്രപഠനം വിഭാവനം ചെയ്യപ്പെടേണ്ടത്.

മലയാളത്തിലെ സിനിമാ പഠനങ്ങൾ പലപ്പോഴും സാമൂഹിക-രാഷ്ട്രീയ വിശകലനം എന്ന നിലയിലാണ് നിർവഹിക്കപ്പെടുന്നത്. ചലച്ചിത്രത്തിന്റെ സൗന്ദര്യാത്മക തലത്തിന് ഊന്നൽ നൽകുന്ന വായനകളാണ് ഉണ്ടാവേണ്ടത്. തിരക്കഥയുടെ ഘടന, ദൃശ്യവിന്യാസക്രമം, ദൃശ്യസംയോജനരീതികൾ, ദൃശ്യപരിധി- കോൺ-ചലനം, ശബ്ദത്തിന്റെയും സംഗീതത്തിന്റെയും സാർത്ഥകമായ ഉപയോഗം തുടങ്ങി ചലച്ചിത്രഭാഷയെ നിർണ്ണയിക്കുന്ന വിവിധ ഘടകങ്ങളെ മുൻനിർത്തി സിനിമയുടെ ആഖ്യാനത്തെയും പരിചരണത്തെയും പഠിക്കാനുള്ള ശ്രമങ്ങൾ വിരളമാണ്. ഈ അവസ്ഥയ്ക്ക് മാറ്റം വരണമെങ്കിൽ സൗന്ദര്യാത്മക ഘടകങ്ങളെ സൂക്ഷ്മമായി പരിഗണിച്ചുകൊണ്ട് ചലച്ചിത്രത്തിന്റെ ഉള്ളടക്കത്തെ വിശദീകരിക്കാൻ കഴിയുന്ന ആസ്വാദകസമൂഹം രൂപപ്പെടണം. വിദ്യാലയങ്ങളിലെയും കലാലയങ്ങളിലെയും ചലച്ചിത്രവിദ്യാഭ്യാസം ഈ ലക്ഷ്യത്തിലേക്കുള്ള സുപ്രധാന ചുവടായി മാറേണ്ടതുണ്ട്. ചലച്ചിത്രപഠനവും

ഗവേഷണവും രൂപത്തിലൂന്നുന്ന ഭാവാന്വേഷണമായി മാറുമ്പോൾ ശരിയായ ദൃശ്യസംവേദനം സാധ്യമാകും.

സിനിമയുടെ സാങ്കേതികതലം, തിരക്കഥയുടെ രീതിശാസ്ത്രം, ചലച്ചിത്രചരിത്രം, ചലച്ചിത്രസിദ്ധാന്തങ്ങളുടെ പ്രസക്തി, ആസ്വാദനത്തിന്റെയും നിരൂപണത്തിന്റെയും വ്യതിരിക്തമാനങ്ങൾ, സാഹിത്യം ഉൾപ്പടെയുള്ള ഇതര മാധ്യമങ്ങളുമായി സിനിമയ്ക്കുള്ള ബന്ധം, സിനിമയുടെ രാഷ്ട്രീയം എന്നിങ്ങനെ വിവിധതലങ്ങളെക്കുറിച്ച് സമഗ്രമായ അറിവു നൽകുന്ന ഗ്രന്ഥങ്ങൾക്ക് ചലച്ചിത്രപഠനത്തിൽ നിർണ്ണായകമായ സ്ഥാനമുണ്ട്. സിനിമയെന്ന നിർമ്മിതകാഴ്ചയെ ചരിത്രം കൊണ്ട് അടയാളപ്പെടുത്താനും സാങ്കേതികമായി സമീപിക്കാനും രാഷ്ട്രീയമായി വായിക്കാനും സ്വതന്ത്രമായി ആസ്വദിക്കാനും പ്രേരണയും ഊർജവും നൽകുന്ന ഗ്രന്ഥങ്ങൾ അനിവാര്യമാണ് എന്ന ചിന്തയിൽ നിന്നാണ് 'ചലച്ചിത്രവിജ്ഞാനം' എന്ന ഈ ഗ്രന്ഥത്തിന്റെപിറവി. മുകളിൽ സൂചിപ്പിച്ച വ്യത്യസ്ത മേഖലകളെ അക്കാദമികമായി സമീപിക്കാനുതകുന്ന സഹായകഗ്രന്ഥം എന്ന നിലയിലാണ് 'ചലച്ചിത്രവിജ്ഞാനം' വിഭാവനം ചെയ്തിരിക്കുന്നത്. ഈ പുസ്തകത്തിലെ ഒമ്പതു പ്രബന്ധങ്ങൾ സിനിമയുടെ സാങ്കേതികവും സൗന്ദര്യപരവുമായ വശങ്ങളെയും ചലച്ചിത്രചരിത്രത്തെയും സമഗ്രമായ രീതിയിൽ വിശകലനം ചെയ്യുന്നു.

സിനിമയെന്ന മിശ്രകലയെ സാങ്കേതികതലത്തിൽ പരിശോധിക്കുന്ന പ്രബന്ധമാണ് ഡോ. എസ്. ഗോപുവിന്റെ 'സിനിമയുടെ സാങ്കേതികതലം'. കഥയെങ്ങനെ തിരക്കഥയാകുന്നു, ഷോട്ടുകളായി വിഭജിക്കപ്പെട്ട് അതെങ്ങനെ ചിത്രീകരിക്കപ്പെടുന്നു തുടങ്ങിയ വിഷയങ്ങൾ പ്രബന്ധകാരൻ വിശദീകരിക്കുന്നു. പ്രീ പ്രൊഡക്ഷൻ, പ്രൊഡക്ഷൻ, പോസ്റ്റ് പ്രൊഡക്ഷൻ എന്നീ ഘട്ടങ്ങൾ സമഗ്രമായും സംക്ഷിപ്തമായും പ്രതിപാദിയ്ക്കുന്നു.

'തിരക്കഥാ പഠനത്തിന്റെ രീതിശാസ്ത്രം' എന്ന പ്രബന്ധത്തിൽ ഡോ. ഡൊമിനിക് ജെ. കാട്ടൂർ സാഹിത്യപഠനത്തിൽ നിന്നു ഭിന്നമായ നിലയിൽ തിരക്കഥയെ എങ്ങനെ സമീപിക്കാം എന്നന്വേഷിക്കുന്നു. തിരക്കഥയുടെ വ്യാകരണം സംവിധായകന് ചലച്ചിത്രനിർമ്മിതിയ്ക്ക് ഉതകുന്നതെങ്ങനെയെന്നു പരിശോധിക്കുന്നതോടൊപ്പം ആഖ്യാനത്തിന്റെ പുതുസാധ്യതകൾ രൂപപ്പെടുന്നതിന്റെ സാധ്യതകളും ചർച്ച ചെയ്യുന്നു. തിരക്കഥയെ പ്രമേയം, കഥ, കഥാപാത്രങ്ങൾ, ഇതിവൃത്തം എന്നീ ഘടകങ്ങളെ മുൻനിർത്തി വിശകലനവിധേയമാക്കുന്നു. പശ്ചാത്തലം(Setting), അവസ്ഥ(Mood),

രൂപം(Format) എന്നിവയാണ് സിനിമയിലെ വിവിധ ഴാനറു (Genre) കളുടെ അടിസ്ഥാനം എന്ന് നിരീക്ഷിക്കുന്നു.

ചലച്ചിത്രസിദ്ധാന്തങ്ങളെ പരിചയപ്പെടുത്തുന്ന പ്രബന്ധമാണ് ഡോ. ടി. ജിതേഷിന്റെ 'ചലച്ചിത്രസിദ്ധാന്തങ്ങൾക്ക് ഒരാമുഖം'. സിദ്ധാന്തങ്ങളുടെ ചരിത്രപശ്ചാത്തലം വിശദമാക്കുകയും ചിഹ്ന ശാസ്ത്രം, ഘടനാവാദം, ഘടനാനന്തരവാദം, ഘടനാനന്തരവാദ മനഃശാസ്ത്രം എന്നിവ ചലച്ചിത്ര സിദ്ധാന്തങ്ങളെ രൂപപ്പെടുത്തിയ തെങ്ങനെയെന്നു പരിശോധിക്കുകയും ചെയ്യുന്നു. സിനിമയിലെ ആഖ്യാനത്തിന്റെ വീക്ഷണകോൺ, അനുഭവത്തെയും അബോധ ത്തെയും മുൻനിർത്തി എങ്ങനെ സംജാതമാകുന്നുവെന്ന് വിശകലനം ചെയ്യുന്നു.

'ലോകസിനിമയുടെ വികാസപരിണാമങ്ങൾ' എന്ന ഡോ. എസ്. സഞ്ജയ് യുടെ പ്രബന്ധം സിനിമയുടെ വികാസഘട്ടങ്ങളെ ചരിത്രപ രമായി വിശദീകരിക്കുന്നു. ലൂമിയർ സഹോദരന്മാർ രൂപപ്പെടുത്തിയ സിനിമാട്ടോഗ്രാഫിൽ ഷൂട്ട് ചെയ്ത ആദ്യസിനിമകളിൽ തുടങ്ങി വിവിധ പ്രസ്ഥാനങ്ങളിലൂടെയും സങ്കേതങ്ങളിലൂടെയും വളർന്ന്, ബഹുജനകലയായി മാറിയ സിനിമയെ ദേശഭേദങ്ങളെ മുൻനിർത്തി അപഗ്രഥിക്കുന്നു. സോവിയറ്റ് മൊണ്ടാഷ്, ജർമ്മൻ എക്സ്പ്രഷനിസം, ഇറ്റാലിയൻ നിയോറിയലിസം,ഫ്രഞ്ച് ന്യൂ വേവ്, സിനിമ നോവോ തുടങ്ങിയ വ്യത്യസ്ത പ്രസ്ഥാനങ്ങളെ പരിചയപ്പെടുത്തുന്നു. ലോക സിനിമയെ പുതുക്കിപ്പണിത ചലച്ചിത്ര പ്രതിഭകളെയും ക്ലാസിക്ക് സിനിമകളെയും വിശകലനം ചെയ്യുന്നു.

ജിതിൻ കെ.സി എഴുതിയ 'ഇന്ത്യൻ സിനിമയുടെ വൈവിധ്യ ങ്ങൾ' തമിഴ്, കന്നഡ, തെലുങ്ക്, ബംഗാളി, മറാത്തി സിനിമകളിലെ വൈവിദ്ധ്യങ്ങൾ വർത്തമാന ഇന്ത്യൻ സിനിമയുടെ രാഷ്ട്രീയത്തെ നിർണ്ണയിക്കുന്നതെങ്ങനെയെന്ന് വിശദീകരിക്കുന്നു. അധികാരവി മർശനം തമിഴ് സിനിമയുടെ പുതിയ രൂപ-ഭാവ നിർമ്മിതിയിൽ ചെലുത്തുന്ന സ്വാധീനം സമഗ്രമായി പ്രതിപാദിക്കുന്ന പ്രബന്ധം, ബോളിവുഡ് സിനിമകളുടെ ബോക്സോഫീസ് റെക്കോർഡുകൾക്ക് ഭീഷണിയാകുന്ന തെലുങ്ക്, കന്നഡ സിനിമകൾ കപട ദേശീയവാ ദത്തെയും വീരനായക സങ്കല്പങ്ങളെയും തകർക്കുന്നതായി വിലയി രുത്തുന്നു.

'മലയാള സിനിമ:ചരിത്രവും സമീപനങ്ങളും' എന്ന പ്രബന്ധത്തിൽ മലയാളസിനിമയുടെ ചരിത്രത്തെ സൂക്ഷ്മമായി വിശകലനം ചെയ്യുക യാണ് ഡോ. സ്റ്റാലിൻദാസ്. ആദ്യകാല സിനിമ, അമ്പതുകളുടെയും

അറുപതുകളുടെയും കാഴ്ചാഭിരുചികൾ, എഴുപതുകളിലെ നവസിനിമ, കാഴ്ചയുടെ പലമയായ എൺപതുകൾ, സംഘർഷങ്ങളും സന്നിഗ്ദ്ധതകളും നിറഞ്ഞ തൊണ്ണൂറുകൾ, ഇരുപത്തിയൊന്നാം നൂറ്റാണ്ടിന്റെ തുടക്കത്തിലെ വെല്ലുവിളികൾ, പുതുതലമുറ സിനിമയിലെ ഭാവുകത്വവ്യതിയാനങ്ങൾ എന്നിങ്ങനെ നമ്മുടെ സിനിമാചരിത്രത്തെ കൃത്യമായി അടയാളപ്പെടുത്താൻ പ്രബന്ധകാരന് സാധിച്ചിരിക്കുന്നു. മലയാളസിനിമയുടെ ഭൂപടത്തിൽ ഇടം നേടിയ വെല്ലുവിളികളെയും, സർഗത്മക മുന്നേറ്റങ്ങളെയും പ്രബന്ധം വിശകലനം ചെയ്യുന്നു.

ചലച്ചിത്രപഠനത്തിലെ സുപ്രധാന മേഖലകളിലൊന്ന് വിമർശനമാണ്. 'ചലച്ചിത്ര നിരൂപണം: പ്രസക്തിയും ധർമ്മവും' എന്ന പ്രബന്ധത്തിൽ ഫസൽ റഹ്മാൻ നിരൂപണപാഠവും പഠനവുമാണ് അവതരിപ്പിക്കുന്നത്. ചലച്ചിത്രനിരൂപണമെന്നാൽ ഒരു സിനിമയെ കുറിച്ചുള്ള പഠനം, വ്യാഖ്യാനം,വിലയിരുത്തൽ എന്നിവയോടൊപ്പം മാധ്യമചരിത്രത്തിൽ അതിനുള്ള സ്ഥാനമെന്ത് എന്ന അന്വേഷണം കൂടിയാണ്. നിരൂപണത്തിന്റെ പ്രസക്തി എന്തെന്ന് വിശദമാക്കുന്ന പ്രബന്ധം സിറ്റിസൺ കെയ്ൻ, റാഷമോൺ, പാൻസ് ലാബ്രിന്ത്, പുഴ എന്നീ സിനിമകളെ വിശകലനം ചെയ്ത് നിരൂപണമാതൃകകൾ മുന്നോട്ടു വെക്കുന്നു.

'ചലച്ചിത്രാസ്വാദനത്തിന്റെ സമകാലികത' എന്ന പ്രബന്ധത്തിൽ മമ്മദ് മൊണ്ടാഷ് ആസ്വാദനം എന്ന വ്യവഹാരത്തെ സൗന്ദര്യാത്മകമായി വിലയിരുത്തുന്നു. ചലച്ചിത്രഭാഷയും വ്യാകരണവും സിനിമയെന്ന കലാരൂപത്തിന്റെ ദർശനത്തെ നിർണ്ണയിക്കുന്നതെങ്ങനെയെന്ന് വിശദമാക്കുന്നു. ചലച്ചിത്രമെന്ന പാഠത്തിന്റെ(Text) അപഗ്രഥനത്തെ വാചികാപഗ്രഥനം, ഇഴ/ഘടനാപഗ്രഥനം, ആഖ്യാനാപഗ്രഥനം എന്നിങ്ങനെ തരം തിരിക്കുന്നു. സിനിമയുടെ പ്രത്യയശാസ്ത്രവും രാഷ്ട്രീയവും ആസ്വാദനത്തിന്റെ കേന്ദ്രസത്തയാണെന്ന് നിരീക്ഷിക്കുന്നു. ഫിലിം സൊസൈറ്റി പ്രസ്ഥാനവും ചലച്ചിത്രമേളകളും കാഴ്ചയെ/ആസ്വാദനത്തെ സ്വാധീനിച്ചതെങ്ങനെയെന്ന് പരിശോധിക്കുന്നു.

'സിനിമയും സാഹിത്യവും' എന്ന പ്രബന്ധത്തിൽ ഡോ. സെബാസ്റ്റ്യൻ കെ. ആന്റണി സിനിമയും സാഹിത്യവും തീർത്തും വ്യത്യസ്തമായ സ്വഭാവ ധർമ്മങ്ങൾ പുലർത്തുന്ന മാധ്യമങ്ങളാണെന്നു വ്യക്തമാക്കുന്നു. അനുരൂപണത്തിന്റെ പ്രശ്നങ്ങളെ വിലയിരുത്തുകയും മാധ്യമത്തിനനുസൃതമായ പൊളിച്ചെഴുത്ത് അനിവാര്യമാകുന്നതെങ്ങനെയെന്ന് വിശദമാക്കുകയും ചെയ്യുന്നു. ലോകസാഹിത്യത്തിൽ

നിന്ന് സിനിമയിലേക്ക് അനുരൂപണം ചെയ്ത കൃതികളെ വിശദ പഠനത്തിനു വിധേയമാക്കുന്നു. അനുരൂപണത്തിൽ മാധ്യമത്തിനനുസൃതമായി അവ എങ്ങനെ പരിവർത്തനം ചെയ്യപ്പെട്ടു എന്ന് സൗന്ദര്യാത്മകമായി പരിശോധിക്കുന്നു. സാഹിത്യകൃതികളിൽ നിന്ന് അവിസ്മരണീയമായ സിനിമകൾ സൃഷ്ടിച്ച സത്യജിത്ത് റായ്, കുറസോവ, അന്റോണിയോണി, ത്രൂഫോ, പസോളിനി, ഹിച്ച് കോക്ക് തുടങ്ങിയവർ സാഹിത്യത്തെ സ്വതന്ത്രമായി വ്യാഖ്യാനിച്ചതെങ്ങനെയെന്ന് അന്വേഷിക്കുന്നു.

കേരളത്തിൽ ചലച്ചിത്രം വ്യാപകമായി പഠനവിധേയമാകുന്ന ഇക്കാലത്തും അക്കാദമികമായി സിനിമയെ സമീപിക്കുന്ന മലയാളപുസ്തകങ്ങളുടെ അഭാവം അധ്യാപകരെയും വിദ്യാർത്ഥികളെയും അലട്ടുന്ന പ്രധാന പ്രശ്നമായി നിലനിൽക്കുന്നു. ഒന്നര പതിറ്റാണ്ടായി സിനിമ പഠിപ്പിക്കുന്ന അദ്ധ്യാപകർ എന്ന നിലയിൽ ഞങ്ങളും അഭിമുഖീകരിച്ച ഈ പ്രതിസന്ധിയെ മറികടക്കാനുള്ള ശ്രമം കൂടിയാണ് 'ചലച്ചിത്രവിജ്ഞാനം'. ഞങ്ങൾക്കൊപ്പം നിന്ന സുഹൃത്തുക്കൾക്കും ഇൻസൈറ്റ് പബ്ലിക്കയുടെ സാരഥി സുമേഷിനും നന്ദി. സിനിമയുടെ ചരിത്രം,സാങ്കേതികത, സിദ്ധാന്തം, ആസ്വാദനം, നിരൂപണം, അനുരൂപണം എന്നീ മേഖലകളെ അക്കാദമികമായി സമീപിക്കുന്ന ഈ ഗ്രന്ഥം ചലച്ചിത്രപഠനത്തെ ഗൗരവമേറിയ വ്യവഹാരമായി കാണുന്ന അധ്യാപകർക്കും വിദ്യാർത്ഥികൾക്കും മുതൽക്കൂട്ടാകുമെന്ന് പ്രത്യാശിക്കുന്നു.

ഡോ. എസ്. ഗോപു- ഡോ. എസ്. സഞ്ജയ്

1

സിനിമയുടെ സാങ്കേതികതലം

ഡോ. എസ്. ഗോപു

ഭാഷയാലോ ദേശത്താലോ അതിർത്തികൾ നിർണ്ണയിക്കാനാവാത്ത സാർവദേശീയ മാധ്യമവും സാങ്കേതിക കലയുമാണ് സിനിമ. ജീവിതവുമായും സംസ്കാരവുമായും ബന്ധപ്പെട്ട വൈവിധ്യം നിറഞ്ഞ അറിവുകളിലൂടെ മാത്രം വികാസം പ്രാപിക്കുന്ന മാനവികബോധ സാക്ഷരതയാണ് ചലച്ചിത്രത്തിന്റെ കാഴ്ചയിലൂടെ വിഭാവനം ചെയ്യപ്പെടുന്നത്. ലോകത്തിലെ മറ്റെല്ലാ ഭാഷകളെയും അതിശയിക്കുന്ന 'ദൃശ്യഭാഷ'യിലൂടെയാണ് സിനിമ ആശയവിനിമയം സാധ്യമാക്കുന്നത്. ദൃശ്യഭാഷയെ നിർണ്ണയിക്കുന്നതിൽ സംവിധാനം ചെയ്യുന്ന വ്യക്തിയുടെ സർഗാത്മകതപോലെത്തന്നെ സാങ്കേതികതയും സുപ്രധാനഘടകമായി വർത്തിക്കുന്നു. ദൃശ്യഭാഷയുടെ സാങ്കേതികത ക്യാമറ ഉൾപ്പടെയുള്ള ഉപകരണങ്ങളുമായോ സോഫ്റ്റ് വെയറുകളുമായോ മാത്രം ബന്ധപ്പെടുന്ന ഒന്നല്ല. തിരക്കഥാരചനയോടും സംവിധാനത്തോടുമെല്ലാം ഇഴചേർന്നു കിടക്കുന്ന ക്രിയാത്മകവും വ്യവസ്ഥാപിതവുമായ രൂപണപദ്ധതിയാണത്. ഒരു ആശയത്തിൽ നിന്ന് തിരക്കഥയുടെ പൂർണ്ണരൂപത്തിലേക്കുള്ള വികാസം, വാക്കിൽ നിന്ന് ദൃശ്യത്തിലേക്കുള്ള പരിണാമം, ദൃശ്യങ്ങളുടെ വ്യാഖ്യാനക്ഷമത ഇതെല്ലാം ചേർന്നാണ് കാഴ്ചയുടെ വ്യാകരണത്തെ നിർമ്മിച്ചെടുക്കുന്നത്. ഈ വ്യാകരണമാകട്ടെ ബഹുസ്വരവും പരിണാമക്ഷമവും അയവാർന്ന ഘടനയോടു കൂടിയതുമാണ്. അതിനാൽത്തന്നെ വൈവിധ്യമാർന്ന ആഖ്യാനരൂപങ്ങളെ സിനിമ ഉൾവഹിക്കുന്നു. സർഗാത്മകത സാങ്കേതികതയാൽ നയിക്കപ്പെടുകയും

സാങ്കേതികത സർഗാത്മകതയാൽ ജൈവികമായിത്തീരുകയും ചെയ്യുന്ന സവിശേഷവ്യവഹാരം എന്ന നിലയിലാണ് ചലച്ചിത്രം ഇതര കലാനിർമ്മിതികളിൽ നിന്ന് ഒറ്റതിരിഞ്ഞു നിൽക്കുന്നത്. തിരക്കഥ, സംവിധാനം എന്നിവയുമായി ബന്ധപ്പെട്ട സാങ്കേതിക ബോധ്യങ്ങൾ ചലച്ചിത്രാസ്വാദനത്തെ കേവലമായ കാഴ്ചയിൽ നിന്ന് മോചിപ്പിക്കുകയും ദാർശനികമാക്കുകയും ചെയ്യും. ചലച്ചിത്രം എന്ന കലയുടെ ആസ്വാദകരുടെയും പഠിതാക്കളുടെയും ഗവേഷകരുടെയും വിശകലനരീതികളെ നവീകരിക്കാൻ സാങ്കേതികമായ ജ്ഞാനത്തിനു സാധിക്കും. തിരക്കഥാ രചനയുമായും സംവിധാനവുമായും ബന്ധപ്പെട്ട സാങ്കേതിക കാര്യങ്ങളെ പ്രായോഗികതലത്തിൽ നിന്നുകൊണ്ട് വിശദീകരിക്കാനുള്ള ശ്രമമാണ് ഈ അദ്ധ്യായം.

I തിരക്കഥാരചന

പുസ്തകരൂപത്തിൽ ലഭ്യമാകുന്ന തിരക്കഥകൾ വായനാനുഭവത്തിന് പ്രാധാന്യം നൽകുന്ന നിലയിൽ, സിനിമയുടെ റിലീസിനു ശേഷം തയ്യാറാക്കപ്പെടുന്നവയാണ്. ഷൂട്ടിങ്ങിനായി തിരക്കഥാകൃത്ത് എഴുതുന്ന തിരക്കഥയുടെ രൂപഭാവങ്ങളും പരിഗണനകളും ഇതിൽ നിന്ന് പലനിലയിലും ഭിന്നമാണ്. പ്രീ ഷൂട്ടിങ്ങ്, ഷൂട്ടിങ്ങ്, പോസ്റ്റ് ഷൂട്ടിങ്ങ് എന്നിങ്ങനെ സിനിമയുടെ നിർമാണത്തെ മൂന്നു ഘട്ടമായി തിരിച്ചാൽ, തിരക്കഥാരചന പ്രീ ഷൂട്ടിങ്ങ് ഘട്ടവുമായി ബന്ധപ്പെട്ട വ്യവഹാരമാണ് എന്നു കാണാം. ചിത്രീകരണ പൂർവ്വഘട്ടത്തിലെ സുപ്രധാനമായ സർഗാത്മക പ്രവർത്തനമാണ് തിരക്കഥയുടെ നിർമ്മിതി. ഈ ഘട്ടത്തിൽ നടക്കുന്ന എല്ലാ തയ്യാറാടുപ്പുകളുടെയും അടിസ്ഥാനം തിരക്കഥയാണ്. പൂർണ്ണമായ തിരക്കഥയെ മുൻനിർത്തി ചിട്ടയോടെ നടത്തുന്ന ആസൂത്രണം ചലച്ചിത്രനിർമ്മാണ പ്രക്രിയയെ കൂടുതൽ കാര്യക്ഷമമാക്കും. 'തിരക്കഥയില്ലാതെ സിനിമ ചെയ്യാം' എന്ന് ചിലരൊക്കെ പറയാറുണ്ടെങ്കിലും വ്യക്തിപരമായ സർഗാത്മക സാഹസികതയ്ക്കപ്പുറം അത്തരം അഭിപ്രായങ്ങളെ മുഖവിലയ്ക്കെടുക്കാനാവില്ല. അവധാനതയോടെ യുക്തിഭദ്രമായി എഴുതുന്ന തിരക്കഥ സിനിമയുടെ കരുത്തും സൗന്ദര്യവുമാണ്. തിരക്കഥയുടെ രചനാവഴികളെ നാലു ഘട്ടങ്ങളായി തിരിക്കാം.

a. കഥയുടെ(Thread) കണ്ടെത്തൽ

ഏതു സിനിമയ്ക്കും ഒരു അടിസ്ഥാന പ്രമേയം ആവശ്യമാണ്. അതിനെ നമുക്ക് കഥ/ ത്രെഡ് എന്നു വിളിക്കാം. സാഹിതീയമായ

കഥ എന്ന പരികല്പനയുമായി ഇതിന് ബന്ധമില്ല. പ്രമേയകേന്ദ്രമായി നിൽക്കുന്ന ആശയത്തെയാണ് സിനിമയുടെ കഥ/ ത്രെഡ് എന്നതുകൊണ്ട് വിവക്ഷിക്കുന്നത്. ത്രെഡ് നിശ്ചയിക്കുന്നിടത്താണ് സിനിമയുടെ തുടക്കം. ത്രെഡിന്റെ വികാസമാണ് തിരക്കഥാരചനയിൽ സംഭവിക്കുന്നത്. ജീവിതനിരീക്ഷണവും സാമൂഹികബോധ്യവും ആലോചനയും വിശകലനവുമൊക്കെയാണ് തിരക്കഥാകൃത്തിനെ ത്രെഡിലേക്ക് നയിക്കുന്നത്. ത്രെഡായി ഒരു സാഹിത്യസൃഷ്ടിയെ തിരഞ്ഞെടുക്കുകയോ ചരിത്രം, പുരാണം, ഇതിഹാസം, മിത്ത് തുടങ്ങിയവയിൽ നിന്ന് കേന്ദ്രാശയം സ്വീകരിക്കുകയോ ചെയ്യാം.

b. സംക്ഷിപ്തരൂപം(Synopsis) തയ്യാറാക്കൽ

സിനിമയിലൂടെ ആവിഷ്കരിക്കാൻ ഉദ്ദേശിക്കുന്ന ആശയത്തിന് ആദിമധ്യാന്തമുള്ള ഏകദേശ രൂപം നൽകുകയാണ് ഈ ഘട്ടത്തിൽ ചെയ്യുന്നത്. സാഹിത്യത്തിലെ ചെറുകഥയെഴുത്തിന് സമാനമായ പ്രക്രിയയാണിത്. ചെറുകഥയുടെ ചമത്കാരഭംഗിയോ ധ്വനിസാധ്യതയോ ശില്പഭദ്രതയോ സിനോപ്സിസിന് ആവശ്യമില്ല. കണ്ട സിനിമയുടെ കഥ മറ്റൊരാൾക്ക് പറഞ്ഞു കൊടുക്കുന്ന രീതിയിലുള്ള ഭാഷയാണ് അഭികാമ്യം. കഥാപശ്ചാത്തലം, പ്രധാന കഥാപാത്രങ്ങൾ, വഴിത്തിരിവുകളിലൂടെ സംഭവിക്കുന്ന കഥാപരിണാമം, കഥാവസാനം ഇതെല്ലാം സംക്ഷിപ്തരൂപത്തിൽ വ്യക്തമാകണം. സിനിമ എവിടെ തുടങ്ങി ഏതെല്ലാം വഴികളിലൂടെ സഞ്ചരിച്ച് എവിടെ അവസാനിക്കും എന്നു കാണിക്കുന്ന രൂപരേഖയാണിത്. സാഹിത്യകൃതിയാണ് ചലച്ചിത്രത്തിന് ആധാരമെങ്കിൽ സിനോപ്സിസിന്റെ ആവശ്യമില്ല. പ്രസ്തുത കൃതിതന്നെ ആ ധർമ്മം നിർവഹിക്കും.

c. വൺലൈൻ എന്ന ഒറ്റവര

നിരവധി സന്ദർഭങ്ങളിലൂടെയാണ് സിനിമ വികസിക്കുന്നത്. ചലച്ചിത്രഭാഷയിൽ സന്ദർഭങ്ങളെ സീൻ എന്നു വിളിക്കാം. ഒരു ഇടത്തിൽ ഒരു സമയത്ത് നടക്കുന്ന സംഭവമാണ് ഒരു സീൻ. ഒട്ടനവധി സീനുകളുടെ സമാഹാരമാണ് സിനിമ. ഹ്രസ്വചിത്രത്തിന് വിരലിലെണ്ണാവുന്ന സീനുകൾ മതിയാകും. ഫീച്ചർ സിനിമയ്ക്ക് അതിന്റെ ദൈർഘ്യത്തിനനുസൃതമായി ഒട്ടനവധി സീനുകൾ ആവശ്യമാണ്. സീനുകൾ ഏതൊക്കെ എന്ന് നിശ്ചയിച്ച് ക്രമപ്പെടുത്തുന്ന പ്രക്രിയയാണ് വൺലൈൻ രചന. ഇത് തിരക്കഥയുടെ മുന്നോടിയാണ്. സിനോപ്സിസിലൂടെ വികസിപ്പിച്ച പ്രമേയത്തെ അവതരിപ്പിക്കാനുതകുന്ന സീനുകൾ ആലോചിച്ച് കണ്ടെത്തുന്നു. അവ ആദിമധ്യാന്തക്രമത്തിൽ ഓരോന്നായി എഴുതുമ്പോൾ വൺലൈൻ രൂപപ്പെടുന്നു.

വൺലൈനിൽ സംഭാഷണം വിശദമാക്കേണ്ടതില്ല(ചില സൂചനകൾ ആവാം). എന്താണ് ഓരോ സീനിലും നടക്കുന്നത് എന്ന് വാചകത്തിൽ എഴുതുകയാണ് പതിവ്. പ്രസ്തുത സന്ദർഭം നേരിൽ കാണുന്ന ഒരാൾ അത് വിവരിക്കുന്ന നിലയിലുള്ള ഭാഷ സ്വീകരിക്കുന്നതാണ് ഉചിതം. ഓരോ സീനും അത് ആവശ്യപ്പെടുന്ന നിലയിൽ വിശദീകരിക്കാം.

വൺലൈൻ രചന നിസാരമായ പ്രക്രിയയല്ല. പ്രമേയത്തെ ആവിഷ്കരിക്കാനുതകുന്ന സീനുകളെക്കുറിച്ചുള്ള ആലോചനയിൽ നൂറുകണക്കിന് സന്ദർഭങ്ങൾ തിരക്കഥാകൃത്തിന്റെ മനസിലേക്ക് കടന്നുവരും. അവയിൽ നിന്ന് തന്റെ സിനിമയുടെ ദൈർഘ്യത്തിനും സ്വഭാവത്തിനും പരിചരണരീതികൾക്കും ഇണങ്ങുന്ന നിലയിലാകണം സീനുകളുടെ തിരഞ്ഞെടുപ്പും ക്രമപ്പെടുത്തലും നടത്തേണ്ടത്. ആദ്യ സീൻ മുതൽ അവസാന സീൻ വരെ ഈ ജാഗ്രതയുടെ സംഘർഷം തിരക്കഥാകൃത്ത് അനുഭവിക്കുന്നുണ്ട്. തിരക്കഥയുടെ അന്തിമരൂപമല്ല വൺലൈൻ; അതിലേക്ക് നയിക്കുന്ന ആസൂത്രണരേഖ മാത്രമാണ്.

d.ഫൈനൽ സ്ക്രിപ്റ്റ്

വൺലൈൻ പൂർത്തിയായിക്കഴിഞ്ഞാൽ അതിലെ ഓരോ സീനിനെയും പ്രത്യേകമായായെടുത്ത് എല്ലാവിധ വിശദാംശങ്ങളോടും കൂടി വിപുലീകരിക്കുന്ന പ്രക്രിയയാണ് തിരക്കഥാരചനയുടെ അന്തിമഘട്ടം. പ്രേക്ഷകർ എന്തൊക്കെ കാണണം, എന്തൊക്കെ കേൾക്കണം എന്നതാണ് വിശദാംശങ്ങൾ എന്നതുകൊണ്ട് വിവക്ഷിക്കുന്നത്. എഴുതുന്ന കടലാസിനെ രണ്ടുഭാഗമായി തിരിച്ച് ഇടതുവശം ദൃശ്യപഥവും വലതുവശം ശബ്ദപഥവും എന്ന നിലയിൽ കാഴ്ചയും സംഭാഷണവും പ്രതിപാദിക്കുന്നു. ഇടതുവശത്തെ ദൃശ്യപഥത്തിന്റെ കോളത്തിനു മുകളിലായി ലൊക്കേഷൻ(സംഭവം നടക്കുന്ന സ്ഥലം) ഏതെന്നും വലതുവശത്തെ ശബ്ദപഥത്തിന്റെ കോളത്തിനു മുകളിൽ സംഭവം നടക്കുന്നത് രാത്രിയോ പകലോ/ അകത്തോ പുറത്തോ എന്നും രേഖപ്പെടുത്തുന്നു. ദൃശ്യപഥത്തിൽ പ്രസ്തുത സീനിലെ പശ്ചാത്തല കാഴ്ചകൾ, സമയസൂചനകൾ, അന്തരീക്ഷം, കഥാപാത്രങ്ങളുടെ ചലനങ്ങൾ, ഭാവപ്പകർച്ചകൾ, സന്ദർഭത്തിന്റെ വികാസം തുടങ്ങിയവയെല്ലാം വിശദമായി പ്രതിപാദിക്കുന്നു. ആവശ്യമുള്ളപ്പോൾ ശബ്ദപഥത്തിലേക്ക് സംഭാഷണങ്ങൾ എഴുതുന്നു. ഈ ഘടനയിൽ ഒരു സന്ദർഭത്തെ തുടർച്ചയായി/ചലനാത്മകമായി വിശദീകരിക്കുമ്പോൾ ആ സീനിന്റെ തിരക്കഥാരൂപം പൂർത്തിയായി എന്നു പറയാം. സാങ്കേതികമായ ബോധ്യങ്ങൾ മാത്രമല്ല സീനെഴുതുമ്പോൾ

തിരക്കഥാകൃത്തിനെ നയിക്കേണ്ടത്. ഓരോ സീനിനും സിനിമയിലുള്ള പ്രസക്തി, സിനിമയുടെ പൊതുസ്വഭാവവുമായി അതിനുണ്ടാവേണ്ട ചേർച്ച, കഴിഞ്ഞതും വരാനിരിക്കുന്നതുമായ സീനുകളുമായി അതിനുള്ള ബന്ധം തുടങ്ങിയ കാര്യങ്ങളെല്ലാം പരിഗണനാവിഷയമാകണം. വൺലൈനിലെ എല്ലാ സീനുകളും ഈ രൂപത്തിൽ തയ്യാറാക്കുന്നതോടെ സിനിമയുടെ തിരക്കഥ പൂർത്തിയാക്കാൻ സാധിക്കും. എന്നാൽ ഈ ഘട്ടത്തിൽ വൺലൈനിലെ സീനുകളെല്ലാം അതേ നിലയിൽ പരിഗണിക്കപ്പെടണം എന്നു നിർബന്ധമില്ല. കൂട്ടിച്ചേർക്കലുകളും ഒഴിവാക്കലുകളും സാധാരണമാണ്.

പ്രായോഗിക പരിശീലനം

സന്തോഷ് ഏച്ചിക്കാനത്തിന്റെ 'കൊമാല 'എന്ന കഥയെ മുൻനിർത്തി മുകളിൽ സൂചിപ്പിച്ച കാര്യങ്ങൾ പ്രായോഗികമായി മനസിലാക്കാം. 'കൊമാല' തിരക്കഥാകൃത്തിനെ ആകർഷിക്കുകയും പ്രസ്തുത കഥയെ മുൻനിർത്തി തിരക്കഥയെഴുതാൻ തീരുമാനിക്കുകയും ചെയ്തു എന്ന് കരുതുക. അതോടെ ആശയം കണ്ടെത്തിക്കഴിഞ്ഞു. ചെറുകഥ തന്നെ സിനോപ്സിസിന്റെ ധർമ്മം നിർവഹിക്കുമെന്നതിനാൽ അത് പ്രത്യേകം തയ്യാറാക്കേണ്ടതില്ല. 'കൊമാല'യെ മുൻനിർത്തി തയ്യാറാക്കാവുന്ന വൺലൈൻ, ഫൈനൽ സ്ക്രിപ്റ്റ് എന്നിവയുടെ മാതൃക താഴെ കൊടുക്കുന്നു.

കൊമാല- വൺലൈൻ

സീൻ- 1
വിശ്വൻ കണ്ടൂരിന്റെ വീടിനു മുൻവശം.

മങ്ങിയ വെളിച്ചമുള്ള പ്രഭാതം. വിശ്വൻ വീടിനു പുറത്തേക്ക് ഇറങ്ങി വരുന്നു. കൈയിൽ ഒരു ബോർഡുണ്ട്. അതിൽ എഴുതിയിരിക്കുന്നതെന്തെന്ന് വ്യക്തമല്ല. അയാൾ ബോർഡ് ഒരു പട്ടിക കഷ്ണവുമായി ചേർത്തു കെട്ടുന്നു. മുറ്റത്തിന്റെ അതിരിലായി കുഴി കുഴിച്ച് ബോർഡ് റോഡിനഭിമുഖമായി നാട്ടുന്നു. ഇപ്പോൾ അതിലെഴുതിയിരിക്കുന്നത് വ്യക്തമായി കാണാം. 'ഈ വരുന്ന ആഗസ്റ്റ് പതിനഞ്ചിന് ഞാനും കുടുംബവും ആത്മഹത്യചെയ്യാൻ തീരുമാനിച്ച വിവരം വ്യസനസമേതം അറിയിച്ചുകൊള്ളുന്നു.'

സീൻ- 2

ചാനലിന്റെ സ്റ്റുഡിയോ ഫ്ളോർ.

പ്രൈംടൈം ചർച്ച ആരംഭിക്കുന്നതിന്റെ അവസാന നിമിഷത്തിലെ തയ്യാറെടുപ്പിലാണ് ചാനൽ പ്രവർത്തകർ. അവരുടെ തിരക്കിനും വർത്തമാനങ്ങൾക്കുമിടയിൽ തല കുനിച്ചിരിക്കുന്ന വിശ്വൻ കുണ്ടൂർ. അയാളുടെ മുഖം സംഘർഷഭരിതമാണ്.

സീൻ- 3

ചാനൽ സ്ക്രീൻ

'ആത്മഹത്യയുടെ ദിശാഫലകങ്ങൾ' എന്ന തലക്കെട്ടോടെ പ്രൈം ടൈം ചർച്ച ആരംഭിക്കുന്നു. അവതാരകൻ വിശ്വനോട് ആത്മഹത്യക്ക് പ്രേരിപ്പിക്കുന്ന പശ്ചാത്തലത്തെക്കുറിച്ച് ചോദിക്കുന്നു. വിശ്വൻ ജപ്തിയിലേക്കെത്തിയ തന്റെ കുടുംബത്തിന്റെ അവസ്ഥ വിവരിക്കുന്നു. ബാങ്ക് മാനേജർ മാധവൻ നായർ, അഡ്വ. ഫാത്തിമ്മ ബീഗം, ഡോ. നന്ദകുമാർ, ക്രിമിനോളജിസ്റ്റ് അലക്സാണ്ടർ പുന്നൂസ് തുടങ്ങിയവർ ചർച്ചയുടെ പല ഘട്ടങ്ങളിലായി ഇടപെട്ട് ആത്മഹത്യയെ സംബന്ധിക്കുന്ന തങ്ങളുടെ നിരീക്ഷണങ്ങൾ വ്യക്തമാക്കുന്നു. 'പെഡ്രോപരാമ' എന്ന മെക്സിക്കൻ നോവൽ ഇതിനിടയിൽ പരാമർശ വിധേയമാകുന്നു. വൻകിട കമ്പനികളുടെ പരസ്യങ്ങളും ഇടവേളയിൽ കാണാം. 'വിശ്വൻ കുണ്ടൂർ ആത്മഹത്യ ചെയ്യുമോ, ഇല്ലയോ?' എന്ന ചോദ്യം അഭിപ്രായവോട്ടെടുപ്പിനു വിട്ട് ചർച്ച അവസാനിക്കുന്നു.

സീൻ- 4

വായനശാല

പിറ്റേന്ന് അഭിപ്രായവോട്ടെടുപ്പിന്റെ ഫലം അറിയാൻ വായനശാലയിലെത്തിയ വിശ്വൻ നാലഞ്ചുപേർക്കിടയിലിരുന്ന് വാർത്ത കാണുന്നു. എല്ലാവരുടെയും മുഖത്ത് ആകാംക്ഷ. തന്റെ പ്രശ്നത്തോട് വോട്ടിങ്ങിൽ ആരും പ്രതികരിച്ചില്ലെന്നറിഞ്ഞ് വിശ്വൻ നിരാശനാവുന്നു. അതുമായി ബന്ധപ്പെട്ട് അവിടെ ഇരുന്നവർ പറഞ്ഞ കമന്റുകളോട് അയാൾ പ്രതികരിക്കുന്നില്ല.

വായനശാലയുടെ സെക്രട്ടറി രമേശൻ വിശ്വനെ അകത്തെ മുറിയിലേക്ക് കൂട്ടിക്കൊണ്ടു പോകുന്നു.

സീൻ- 5

വായനശാലയുടെ ഓഫീസ് മുറി

പുസ്തകങ്ങൾ നിറഞ്ഞ ഷെൽഫുകൾക്കിടയിലിട്ടിരിക്കുന്ന മേശയ്ക്ക് ഇരുപുറവുമിരുന്ന് രമേശനും വിശ്വനും സംസാരിക്കുന്നു. തലേന്ന് ചാനൽ ചർച്ചയിൽ പരാമർശിക്കപ്പെട്ട 'പെഡ്രോപരാമ'യെക്കുറിച്ച് വിശ്വൻ ചോദിക്കുന്നു. ആ നോവൽ വായനശാലയിലുണ്ടെന്നറിയുമ്പോൾ വിശ്വന് കൗതുകമാകുന്നു. രമേശൻ ഷെൽഫുകൾക്കിടയിൽ പരതി അത് തപ്പിയെടുത്ത് വിശ്വന് നൽകുന്നു.

സീൻ- 6

വിശ്വന്റെ മുറി

ജനലിനു പുറത്ത് നനുത്ത് പെയ്യുന്ന മഴ. വിശ്വൻ 'പെഡ്രോപരാമ' വായിക്കുകയാണ്. ഭാര്യ ഇടയ്ക്ക് വന്ന് ചോദിക്കുന്ന കാര്യങ്ങൾക്ക് അയാൾ വ്യക്തമായി മറുപടി പറയുന്നില്ല. മഴ കനക്കുന്നു. അയാൾ വായന തുടരുന്നു.

(എഴുത്തു മാതൃക പരിചയപ്പെടുത്തുക മാത്രമാണ് ലക്ഷ്യം വെച്ചത്. തിരക്കഥാരചനയിൽ താത്പര്യമുള്ളവർക്ക് ഇനിയും ആവശ്യമുള്ളത്രയും സീനുകളെഴുതി ഈ വൺലൈൻ പൂർത്തിയാക്കാം)

സീനെഴുത്തു മാതൃക

മുകളിലെഴുതിയ വൺലൈനിലെ ആറാമത്തെ സീനിന് എല്ലാവിധ വിശദാംശങ്ങളോടെയും നൽകാവുന്ന അന്തിമരൂപം.

സീൻ- 6 **വിശ്വന്റെ മുറി** ഇടുങ്ങിയ മുറിയിൽ ഒരു തടിക്കട്ടിലും മേശയും കസേരയും. സാധനങ്ങളൊന്നും ഒതുക്കിവെച്ചിട്ടില്ല.	**രാത്രി/ അകം**

ജനലിനപ്പുറം നനുത്തു പെയ്യുന്ന മഴ.	
ഒരു ലുങ്കി മാത്രമുടുത്ത്, മേശപ്പുറത്ത് കത്തിച്ചുവെച്ച മണ്ണെണ്ണ വിളക്കിന്റെ വെളിച്ചത്തിൽ ചാരുകസേരയിലിരുന്ന് വിശ്വൻ കുണ്ടൂർ 'പെഡ്രോപരാമ' എന്ന നോവൽ വായിക്കുകയാണ്.	
കാറ്റിൽ വിളക്കിന്റെ നാളം ഉലയുന്നു.	
വിശ്വന്റെ മുഖത്ത് സംഘർഷം.	
ഭാര്യ വാതിൽക്കൽ വന്ന് വിശ്വനെത്തന്നെ നോക്കി കുറച്ചുനേരം നിന്നു.	
അല്പനേരത്തെ നിശബ്ദതയ്ക്കു ശേഷം ഭാര്യ:	പാതിരാത്രിയായിട്ടും കിടക്കാനായില്ലേ?
വിശ്വൻ അത് കേട്ട മട്ടില്ല.	
ഭാര്യ തുടരുന്നു:	ഇതെന്താ പതിവില്ലാത്തൊരു വായന. അതും ഈ കറണ്ടുപോയ നേരത്ത്.
അസ്വസ്ഥതയോടെ വിശ്വൻ:	നീ കിടന്നോ...രാവിലെ പറയാം...
ഭാര്യ:	ഒന്നും പറയണ്ട...എല്ലാം മനസില് വെച്ച് നടന്നോ. എന്തൊക്കെ പൊല്ലാപ്പാ ഉണ്ടാവാൻ പോവുന്നതെന്ന് ആർക്കറിയാം?
വിശ്വൻ:	ഉണ്ടായതിലും വലുതൊന്നും ഇനി ഉണ്ടാവാനില്ല...നീ ചെല്ല്...
വിശ്വനെ ഒന്ന് അർത്ഥം വെച്ച് നോക്കിയ ശേഷം ഭാര്യ പോകുന്നു. വിശ്വൻ വായന തുടരുന്നു. വിശ്വന്റെ മുഖം കൂടുതൽ വിഹ്വലമാകുന്നു.	

പുസ്തകത്തിന്റെ പേജുകൾ മറിയുന്നതിനൊപ്പം സമയം കടന്നു പോകുന്നു. ജനലിനു പുറത്ത് ഇപ്പോൾ മഴ തോർന്ന മട്ടാണ്. വിശ്വൻ പുസ്തകം അടച്ച് കുറച്ചു നേരം അതിനുമുന്നിൽ വികാരഭരിതനായിരിക്കുന്നു. പെട്ടെന്നടിച്ച കാറ്റിൽ വിളക്കു കെടുന്നു. ഇരുട്ട്. Cut to	

ഇതേ ഘടനയിൽ മുഴുവൻ സീനുകളും എഴുതിയാൽ ചിത്രത്തിന്റെ തിരക്കഥ പൂർത്തിയാകും. ഒരു സീൻ എഴുതാൻ പഠിച്ചാൽ ഒരു സിനിമയ്ക്ക് തിരക്കഥയെഴുതാൻ സാങ്കേതികമായി പഠിച്ചു എന്നു പറയാറുണ്ട്. തിരക്കഥാകൃത്തിന്റെ അനുഭവപരിചയവും അഭിരുചിയും ചലച്ചിത്രബോധ്യങ്ങളും സാമൂഹിക-രാഷ്ട്രീയധാരണകളും തിരക്കഥയ്ക്ക് നൂതനമായ മാനങ്ങൾ നൽകുന്നു. എല്ലാത്തിനുമുപരി പ്രതിഭയുടെ മഹാസ്പർശവും മികച്ച രചനകളിൽ തെളിഞ്ഞു നിൽക്കുന്നു. ദൃശ്യവിശദാംശങ്ങൾക്ക് കൂടുതൽ ഊന്നൽ നൽകുമ്പോഴാണ് മികച്ച തിരക്കഥകൾ ഉരുവമെടുക്കുന്നത്. ആവശ്യാനുസാരിയും ഉചിതവുമായ നിലയിലുള്ള സംഭാഷണങ്ങളുടെ വിന്യാസവും തിരക്കഥയുടെ മികവിന്റെ അടയാളമാണ്. ഏത് തരം സിനിമയ്ക്കു വേണ്ടിയാണ് എഴുതുന്നത് എന്നതിനനുസരിച്ച് പരിഗണനകൾ മാറാം. സമാന്തരസിനിമയും മധ്യവർത്തിസിനിമയും കച്ചവടസിനിമയും ഒരേ നിലയിലുള്ള പരിചരണരീതിയല്ല പിൻതുടരുന്നത്. ഴാനറുകൾക്കനുസരിച്ചും സിനിമയുടെ സ്വഭാവം പലതായി മാറുന്നു. തന്റെ തിരക്കഥയെ അടിസ്ഥാനമാക്കി നിർമ്മിക്കപ്പെടുന്ന സിനിമ ഏത് തരത്തിലും തലത്തിലും ഉൾപ്പെടുന്നതാണ് എന്ന കൃത്യമായ ബോധ്യത്തോടെയാണ് തിരക്കഥാകൃത്ത് രചന നിർവഹിക്കേണ്ടത്.

II സംവിധാനം

സിനിമാ നിർമ്മാണത്തിലെ രണ്ടാംഘട്ടമാണ് ചിത്രീകരണം (Shooting). സിനിമ ഉടനീളം സംവിധായകന്റെ സർഗശേഷിയുടെ

നിയന്ത്രണത്തിലാണെങ്കിലും അയാളുടെ/അവളുടെ പ്രതിഭ പരീക്ഷണ വിധേയമാകുന്നത് ചിത്രീകരണത്തിലാണ്. തിരക്കഥയിലെ സീനുകളെ ദൃശ്യങ്ങളിലൂടെ ആവിഷ്കരിക്കാനാവശ്യമായ ഘടകങ്ങളുടെ സംഘാടനത്തിലൂടെയാണ് സംവിധാനം എന്ന വ്യവഹാരം നിർവഹിക്കപ്പെടുന്നത്. സാങ്കേതിക ഉപകരണങ്ങൾ, അഭിനേതാക്കൾ, ചമയം, സംഗീതം, ശബ്ദം മറ്റ് സാമഗ്രികൾ എന്നിവയെല്ലാം ദൃശ്യഭാഷയുടെ നിർമ്മിതിക്ക് ബോധപൂർവം ഉപയോഗിക്കുന്നു. ഇവയുടെ സമന്വയത്തിലൂടെ ചലച്ചിത്രഭാഷയെ രൂപപ്പെടുത്തുന്നത് സംവിധാനം ചെയ്യുന്ന വ്യക്തിയുടെ സർഗാത്മക ബോധ്യങ്ങളാണ്.

a. ദൃശ്യഭാഷ

ഭാഷ ഒരു ജനതയോട് ബന്ധപ്പെട്ടു നിൽക്കുന്ന ചിഹ്നവ്യവസ്ഥയാണ്. വാക്കിനെ ആധാരമാക്കുന്ന സാഹിത്യം 'സ്വകാര്യ ദൃശ്യവ്യവസ്ഥ'യാണ് വായനക്കാരിൽ രൂപപ്പെടുത്തുന്നത്. 'ഖസാക്കി'ലെ ദേശവും കഥാപാത്രങ്ങളും ഇമേജുകളും ഓരാളിൽ നിന്ന് ഭിന്നമായാണ് മറ്റൊരാളിൽ നില നില്ക്കുന്നത്. ഭാഷ> ആന്തരികദൃശ്യം> ആസ്വാദനം എന്ന ശ്രേണീബദ്ധത സാഹിത്യത്തിലുണ്ട്. പല ജനതയ്ക്കുവേണ്ടി തയ്യാറാക്കുന്ന വിനിമയവ്യവസ്ഥയാണ് ദൃശ്യഭാഷ. സിനിമയുടെ കാഴ്ച 'പൊതുദൃശ്യവ്യവസ്ഥ'യെ അടിസ്ഥാനമാക്കിയാണ് നിർവഹിക്കപ്പെടുന്നത്. പൊതുദൃശ്യം> ആസ്വാദനം എന്നതാണ് വിനിമയക്രമം. എല്ലാവരും കാണുന്ന 'ഒന്നിൽ' നിന്ന് വ്യക്തിഗതഭിന്നമായ വായനകൾ ഉരുവമെടുക്കുന്നു. അടിസ്ഥാനപരമായ ഈ ബോധ്യം ദൃശ്യഭാഷയുടെ നിർമ്മിതിയിൽ സംവിധായകർക്ക് ഉണ്ടാവണം.

ചലച്ചിത്രത്തിലെ അർത്ഥപൂർണ്ണതയുള്ള അടിസ്ഥാന ഏകകമായ ദൃശ്യത്തെ നിർണ്ണയിക്കുന്ന നിരവധി ഘടകങ്ങളുണ്ട്. ദൃശ്യപരിധി, ചലനം, കാഴ്ചയുടെ കോൺ എന്നിവയാണ് ഇതിൽ പ്രധാനം. ഇവയോരോന്നും ആശയത്തെ വിനിമയം ചെയ്യുന്ന സൂചകങ്ങളായി പ്രവർത്തിക്കുന്നു. ഓരോ ദൃശ്യവും ചിത്രീകരിക്കുന്നതിന് മുമ്പ് ഈ മൂന്നു ഘടകങ്ങളെക്കുറിച്ചും വ്യക്തമായ ധാരണ രൂപപ്പെടുത്തിയിരിക്കണം. ഇവയുടെ സമന്വയമാണ് ദൃശ്യത്തെ ഭാഷയായി മാറ്റുന്നതിൽ നിർണ്ണായകമാകുന്നത്. ക്യാമറയുടെ സാധ്യതകളുമായി ബന്ധപ്പെട്ടാണ് ദൃശ്യനിയാമക ഘടകങ്ങളെ മനസിലാക്കേണ്ടത്. ക്യാമറ മനുഷ്യൻ തന്നെയാണ്. ക്യാമറയുടെ സ്റ്റാൻഡ് മനുഷ്യന്റെ ഉടലും,

നെക്ക് കഴുത്തും, ലെൻസ് കണ്ണുമാണ് എന്നു കരുതാം. ക്യാമറയ്ക്ക് പകർത്താവുന്ന ദൃശ്യങ്ങൾ നമ്മുടെ കണ്ണിന്റെ സാധ്യതകളുമായി ബന്ധപ്പെട്ടു തന്നെയാണ് വികസിച്ചിട്ടുള്ളത്. മനുഷ്യനേത്രങ്ങൾക്ക് സാധ്യമല്ലാത്ത അപൂർവ്വം കാഴ്ചകൾ(സൂം മൂവ്മെന്റ്സ്) ക്യാമറാക്കണ്ണിന് വിഭാവനം ചെയ്യാനാവും എന്നു മാത്രം.

ദൃശ്യങ്ങൾ അതിന്റെ കാഴ്ചാപരിധിക്കനുസരിച്ച് ക്ലോസ് അപ് ഷോട്ട്, മിഡ് ഷോട്ട്, ലോങ്ങ് ഷോട്ട് എന്ന് പ്രധാനമായും മൂന്നു ഗണത്തിൽ ഉൾപ്പെടുന്നു. ക്ലോസ് ഷോട്ടിന് എക്സ്ട്രീം ക്ലോസ് അപ്, മീഡിയം ക്ലോസ് അപ് എന്നും ലോങ്ങ് ഷോട്ടിന് എക്സ്ട്രീം ലോങ്ങ്, മീഡിയം ലോങ്ങ് എന്നും അവാന്തര വിഭാഗങ്ങളുണ്ട്. ഇവയെല്ലാം വ്യത്യസ്തമായ അർത്ഥസാധ്യകൾ നൽകുന്ന കാഴ്ചാപരിധികളാണ്. പാനിങ്ങ്, ടിൽറ്റ് അപ്- ഡൗൺ, ട്രാക്കിങ്ങ്, ഹാൻഡ് ഹെൽഡ്, ഏരിയൽ, സൂം ഇൻ- ബാക്ക് തുടങ്ങി വ്യത്യസ്തമായ ചലനസാധ്യതകളും ദൃശ്യങ്ങളിലേക്ക് ചേർത്തുവെക്കേണ്ടതുണ്ട്. ചലനരഹിതമായ സ്റ്റാറ്റിക്ക് അവസ്ഥയും ചലനം പോലെത്തന്നെ പരിഗണിക്കപ്പെടേണ്ടതാണ്. ഐ ലെവൽ, ഹൈ ആംഗിൾ, ലോ ആംഗിൾ എന്നിങ്ങനെ കാഴ്ചയുടെ കോൺ മാറ്റിയും അർത്ഥവിനിമയം സാധ്യമാക്കാം. സാധാരണവും സമാനവുമായ വീക്ഷണമാണ് ഐ ലെവൽ വിഭാവനം ചെയ്യുന്നത്. എന്നാൽ ലോ ആംഗിൾ അധീശത്വത്തിന്റെയും ഹൈ ആംഗിൾ വിധേയത്വത്തിന്റെയും ദൃശ്യസൂചകമാണ്. പരിധി, ചലനം, കോൺ എന്നിവയ്ക്കു പുറമേ സാധനസാമഗ്രികൾ, കഥാപാത്രങ്ങളുടെ ശരീരഭാഷ- സംഭാഷണം, പശ്ചാത്തല സംഗീതം, പശ്ചാത്തലശബ്ദം, നിശബ്ദത, നിറവിന്യാസം തുടങ്ങിയവയും ദൃശ്യത്തെ ആശയവിനിമയം സാധ്യമാക്കുന്ന സങ്കേതമായി വികസിപ്പിക്കുന്നുണ്ട്. സങ്കേതനപ്രക്രിയ ശ്രദ്ധാപൂർവ്വം നിർവ്വഹിക്കേണ്ട കലാപ്രവർത്തനമാണ്. ദൃശ്യനിയാമകഘടകങ്ങളുടെ തിരഞ്ഞെടുപ്പും സമന്വയവും സംവിധായകരുടെ സർഗശേഷിയുമായി ബന്ധപ്പെട്ടാണ് സാർത്ഥകമാകുന്നത്.

b. ഷൂട്ടിങ്ങ് സ്ക്രിപ്റ്റ്

തിരക്കഥയിലെ സീനുകളെ ദൃശ്യങ്ങളായി വിഭജിച്ച്, ഓരോ ദൃശ്യവും ഉചിതമായ നിലയിൽ ചിത്രീകരിച്ചെടുക്കുന്ന പ്രകിയയാണ് ഷൂട്ടിങ്ങ്. ഓരോ സീനും ഷോട്ട് ഡിവിഷൻ ചെയ്തു ശേഷമാണ് ചിത്രീകരണം നടത്തേണ്ടത്. സംവിധായകൻ/സംവിധായിക ഷോട്ട് ഡിവിഷൻ നടത്തിയ തിരക്കഥാരൂപമാണ് ഷൂട്ടിങ്ങ് സ്ക്രിപ്റ്റ്.

സീനുകളുടെ ഷോട്ട് ഡിവിഷൻ യാന്ത്രികമായി ചെയ്യാവുന്ന പ്രക്രിയയല്ല. പ്രേക്ഷകർക്കു നൽകാനുദ്ദേശിക്കുന്ന സിനിമ മനസിൽ കണ്ടുകൊണ്ടാണ് സംവിധായകർ ഷോട്ട് ഡിവിഷൻ നടത്തേണ്ടത്. ഇതൊരു സർഗാത്മകവൃത്തിയാണ്; ഏകാഗ്രമായിരുന്ന് ധ്യാനാത്മകമായി നിർവഹിക്കേണ്ട വ്യവഹാരം. തിരക്കഥയുടെ പകർപ്പിൽ ചുവന്ന മഷികൊണ്ട് വരച്ച്, ഷോട്ടുകൾ തിരിച്ച്, വിശദാംശങ്ങൾ (പരിധി, ചലനം, കോൺ തുടങ്ങിയവ) അടയാളപ്പെടുത്തുകയാണ് പതിവ്.

മാതൃക

സീൻ- 6 **വിശ്വന്റെ മുറി** ഇടുങ്ങിയ മുറിയിൽ ഒരു തടിക്കട്ടിലും മേശയും കസേരയും. സാധനങ്ങളൊന്നും ഒതുക്കിവെച്ചിട്ടില്ല. ജനലിനപ്പുറം നനുത്തു പെയ്യുന്ന മഴ. ഒരു ലുങ്കി മാത്രമുടുത്ത്, മേശപ്പുറത്ത് കത്തിച്ചുവെച്ച മണ്ണെണ്ണ വിളക്കിന്റെ വെളിച്ചത്തിൽ ചാരുകസേരയിലിരുന്ന് വിശ്വൻ കുണ്ടൂർ 'പെഡ്രോപരാമ' എന്ന നോവൽ വായിക്കുകയാണ്.	**രാത്രി/ അകം** M/S Panning R/L
കാറ്റിൽ വിളക്കിന്റെ നാളം ഉലയുന്നു.	C/S
വിശ്വന്റെ മുഖത്ത് സംഘർഷം.	C/S
ഭാര്യ വാതിൽക്കൽ വന്ന് വിശ്വനെത്തന്നെ നോക്കി കുറച്ചുനേരം നിന്നു.	M/S
അല്പനേരത്തെ നിശബ്ദതയ്ക്കു ശേഷം ഭാര്യ:	പാതിരാത്രിയായിട്ടും കിടക്കാനായില്ലേ? C/S
വിശ്വൻ അത് കേട്ട മട്ടില്ല. ഭാര്യ തുടരുന്നു: M/S അസ്വസ്ഥതയോടെ വിശ്വൻ:	ഇതെന്താ പതിവില്ലാത്തൊരു വായന. അതും ഈ കറണ്ടുപോയ നേരത്ത്. നീ കിടന്നോ...രാവിലെ പറയാം...

ഭാര്യ: S/S	ഒന്നും പറയണ്ട...എല്ലാം മനസില് വെച്ച് നടന്നോ. എന്തൊക്കെ പൊല്ലാപ്പാ ഉണ്ടാവാൻ പോവുന്നതെന്ന് ആർക്കറിയാം?
വിശ്വൻ: S/S	ഉണ്ടായതിലും വലുതൊന്നും ഇനി ഉണ്ടാവാനില്ല...നീ ചെല്ല്...
വിശ്വനെ ഒന്ന് അർത്ഥം വെച്ച് നോക്കിയ ശേഷം ഭാര്യ പോകുന്നു.	C/ S
വിശ്വൻ വായന തുടരുന്നു. വിശ്വന്റെ മുഖം കൂടുതൽ വിഹ്വലമാകുന്നു.	C/ S- Trolly (Frontal)
പുസ്തകത്തിന്റെ പേജുകൾ മറിയുന്നതിനൊപ്പം സമയം കടന്നു പോകുന്നു.	C/S + S/S (വിശ്വൻ/ പുസ്തകം)
ജനലിനു പുറത്ത് ഇപ്പോൾ മഴ തോർന്ന മട്ടാണ്.	M/S
വിശ്വൻ പുസ്തകം അടച്ച് കുറച്ചുനേരം അതിനുമുന്നിൽ വികാരഭരിതനായിരിക്കുന്നു.	M/S + C/S
പെട്ടെന്നടിച്ച കാറ്റിൽ വിളക്കു കെടുന്നു. ഇരുട്ട്. Cut to	C/S

ഛായാഗ്രഹണം, കലാസംവിധാനം, വസ്ത്രാലങ്കാരം, ചമയം, തുടങ്ങി വ്യത്യസ്ത ചുമതലകൾ നിർവഹിക്കുന്നവരുടെ സഹകരണത്തോടെ ഷൂട്ടിങ്ങ് സ്ക്രിപ്റ്റിലെ ഓരോ ദൃശ്യവും ചിത്രീകരിച്ചെടുക്കുക എന്നതാണ് ഷൂട്ടിങ്ങ് ദിനങ്ങളിൽ സംവിധാനം ചെയ്യുന്ന വ്യക്തിയുടെ ചുമതല. തിരക്കഥയിലെ ആദിമധ്യാന്ത ക്രമത്തിലല്ല സീനുകൾ ഷൂട്ട് ചെയ്യുന്നത്. ഒരു ലൊക്കേഷനിലെ സീനുകളെല്ലാം തുടർച്ചയായി ചിത്രീകരിക്കുക എന്നതാണ് രീതി. ഷൂട്ടിങ്ങ് സ്ക്രിപ്റ്റിലെ ഷോട്ട് ഓർഡറിലല്ല സീനുകളുടെ ചിത്രീകരണവും നടക്കുന്നത്. ലൊക്കേഷനിലെ സൗകര്യമനുസരിച്ച് ഏത് ക്രമത്തിൽ വേണമെങ്കിലും സീനിലെ ഷോട്ടുകൾ ഷൂട്ട് ചെയ്യാം. ചിത്രീകരണത്തിനായി

നിശ്ചയിച്ച ദിവസങ്ങൾക്കുള്ളിൽ ഷൂട്ടിങ്ങ് സ്ക്രിപ്റ്റിലെ മുഴുവൻ ദൃശ്യങ്ങളും പകർത്തിയെടുക്കുന്ന ദൗത്യത്തിന് എല്ലാ അർത്ഥത്തിലും നേതൃത്വം നൽകുന്നത് സംവിധാനം ചെയ്യുന്ന വ്യക്തിയാണ്. അയാളുടെ/അവളുടെ മനസിൽ രൂപപ്പെട്ട ദൃശ്യങ്ങളെ അവ ആവശ്യപ്പെടുന്ന പൂർണ്ണതയോടെ ചിത്രീകരിക്കാൻ സാധിക്കുമ്പോഴാണ് സംവിധാനം എന്ന വ്യവഹാരം സർഗാത്മകമാകുന്നത്.

III പോസ്റ്റ് പ്രൊഡക്ഷൻ

ചലച്ചിത്രനിർമ്മാണത്തിലെ അന്തിമഘട്ടമാണ് പോസ്റ്റ് പ്രൊഡക്ഷൻ. ചിത്രസംയോജനം(Editing), ശബ്ദലേഖനം(Dubbing, Re-recording, Sound effects), ശബ്ദമിശ്രണം(Mixing) എന്നിവയാണ് പ്രധാനപ്പെട്ട ചിത്രീകരണാനന്തര ജോലികൾ. നിരവധി സാങ്കേതികവിദഗ്ധരുടെ പ്രതിഭ പ്രയോജനപ്പെടുത്തിയാണ് ഇതെല്ലാം പൂർത്തിയാക്കുന്നത്. എങ്കിലും സംവിധായകന്റെ/ സംവിധായികയുടെ മേൽനോട്ടത്തിലും നിയന്ത്രണത്തിലുമാണ് സിനിമയുടെ ഫസ്റ്റ് കോപ്പി രൂപപ്പെടുന്നതുവരെയുള്ള എല്ലാത്തരം പ്രവർത്തനങ്ങളും നടക്കുന്നത്.

ക്രമരഹിതമായി ചിത്രീകരിക്കുന്ന സീനുകളെയും സീനുകളിലെ ഷോട്ടുകളെയും ക്രമപ്പെടുത്തുന്ന പ്രക്രിയയാണ് എഡിറ്റിങ്ങ്. റഫ് കട്ട്, ഫൈനൽ കട്ട് എന്നീ രണ്ടുഘട്ടങ്ങളിലായാണ് ചിത്രസംയോജനം പൂർത്തിയാകുന്നത്. തെറ്റായ നിലയിൽ ക്യാമറയിൽ പതിഞ്ഞ ഷോട്ടുകളെല്ലാം ഒഴിവാക്കി 'ഒ.കെ ഷോട്ടുകൾ' (ഏറ്റവും മികച്ചവ) മാത്രമെടുത്ത് ആദിമധ്യാന്ത നൈരന്തര്യത്തോടെ ചേർത്തുവെക്കുക എന്നതാണ് റഫ് കട്ട് എന്നതുകൊണ്ട് ഉദ്ദേശിക്കുന്നത്. ആദ്യ സീൻ മുതൽ അവസാന സീൻ വരെ, ഓരോ സീനിലെയും ഷോട്ടുകളെ ഈ നിലയിൽ പ്രാഥമികമായി ക്രമീകരിക്കുന്നു. സിനിമയുടെ ദൃശ്യരൂപം പൂർണ്ണമാകുന്നത് ഫൈനൽ കട്ടിലാണ്. ഷോട്ടുകളെ ട്രിം(വെട്ടിച്ചുരുക്കൽ) ചെയ്യുകയും സംയോജനരീതികൾ(എഡിറ്റിങ്ങ് ടെക്നിക്സ്) നിശ്ചയിക്കുകയും ചെയ്യുന്നത് ഈ ഘട്ടത്തിലാണ്. ഓരോ ദൃശ്യവും പ്രേക്ഷകരുടെ കണ്ണിൽ നിൽക്കുന്ന സമയം(Duration) എത്രയാണ് എന്ന തീരുമാനത്തിന്റെ അടിസ്ഥാനത്തിലാണ് ഷോട്ടുകളെ ട്രിം ചെയ്യുന്നത്. പ്രമേയപരിചരണം(Treatment), ആഖ്യാനത്തിന്റെ ചടുലത(Pace), സിനിമയുടെ സ്വഭാവം(Genre) എന്നിവയ്ക്കനുസൃതമായാണ് ഷോട്ട് ട്രിമ്മിങ്ങ് നടത്തേണ്ടത്. ദൃശ്യങ്ങളെ തമ്മിൽ ചേർക്കുന്നതിന് കട്ട്(സ്ട്രെയ്റ്റ് കട്ട്, പാരലൽ കട്ട്, ജംപ് കട്ട്), ഡിസോൾവ്, ഫെയ്ഡ് ഇൻ- ഔട്ട്, ഓവർലാപ്, സൂപ്പർ ഇംപോസ്, വൈപ്പ്,

മാറ്റിങ്ങ്, സ്പ്ലിറ്റ് സ്ക്രീൻ തുടങ്ങി വിവിധ ട്രാൻസിഷൻ ടെക്നിക്കുകൾ അവലംബിക്കാം. അർത്ഥവത്തായ ആലോചനയിലൂടെയാവണം ഇവ തിരഞ്ഞെടുക്കേണ്ടത്. എഡിറ്ററുടെ ബോധ്യങ്ങളും സമീപന രീതികളും ശൈലിയുമൊക്കെ ചിത്രസംയോജനത്തിൽ സ്വാധീനം ചെലുത്തും. എങ്കിലും ഡയറക്ടറുടെ അഭിരുചിക്കും അഭിപ്രായത്തിനും വിധേയമായാണ് എഡിറ്റർ പ്രവർത്തിക്കുന്നത്.

മൂന്നുതരം ശബ്ദങ്ങളാണ് സിനിമയിലുള്ളത്. കഥാപാത്രസംഭാഷണം, പശ്ചാത്തലശബ്ദങ്ങൾ, പശ്ചാത്തല സംഗീതം എന്നിവ. കഥാപാത്രങ്ങളുടെ ശബ്ദം ആലേഖനം ചെയ്യുന്ന പ്രക്രിയയാണ് ഡബ്ബിങ്ങ്. സൗണ്ട് സ്റ്റുഡിയോയിൽ വെച്ച് പൈലറ്റ് ട്രാക്ക്(ക്യാമറയിൽ പതിഞ്ഞ ശബ്ദം) കേട്ടശേഷം നടീനടന്മാരോ ഡബ്ബിങ്ങ് ആർട്ടിസ്റ്റുകളോ അതേ സംഭാഷണം ആവർത്തിക്കുകയും റെക്കോഡ് ചെയ്യുകയും ചെയ്യുന്നു. ലൊക്കേഷനിൽ നിന്ന് ഉപയോഗയോഗ്യമായ രീതിയിൽ, നേരിട്ട് ശബ്ദം റെക്കോർഡ് ചെയ്യുന്ന 'സിൻ സൗണ്ട് 'സംവിധാനങ്ങൾ ഇന്ന് നിലവിലുണ്ട്. എഡിറ്റിങ്ങിനു ശേഷമുള്ള ദൃശ്യരൂപം കണ്ടശേഷം സൗണ്ട് എഫക്ട് ചെയ്യുന്ന ടെക്നീഷ്യൻ പശ്ചാത്തലശബ്ദവും, മ്യൂസിക് ഡയറക്ടർ പശ്ചാത്തലസംഗീതവും തയ്യാറാക്കുന്നു. സംവിധായകന്റെ/ സംവിധായികയുടെ നിർദ്ദേശം സ്വീകരിച്ച്, ആവശ്യമായ ചർച്ചകൾ നടത്തിയാണ് ഇതെല്ലാം ചെയ്യുന്നത്. സൗണ്ട് സ്റ്റുഡിയോയിൽ വെച്ചാണ് പശ്ചാത്തല ശബ്ദവും സംഗീതവും ദൃശ്യങ്ങളിലേക്ക് ചേർത്തുവെക്കുന്നത്. മുകളിൽ സൂചിപ്പിച്ച മൂന്നുതരം ശബ്ദങ്ങളുടെയും മിശ്രണത്തോടെയാണ്(Mixing) ശബ്ദവുമായി ബന്ധപ്പെട്ട ജോലികൾ പൂർണ്ണമാകുന്നത്.

വിഷ്വൽ എഫക്ട്സ്, കളർ ഗ്രേഡിങ്ങ്, ടൈറ്റിലിങ്ങ്, സബ് ടൈറ്റിലിങ്ങ് തുടങ്ങിയവും പോസ്റ്റ് പ്രൊഡക്ഷന്റെ ഭാഗമാണ്. സിനിമയുടെ ഫസ്റ്റ് കോപ്പി തയ്യാറാകുന്നതോടെയാണ് ചിത്രീകരണാനന്തര ജോലികൾ അവസാനിക്കുന്നത്. സെൻസർ ബോർഡിനു മുമ്പാകെ സമർപ്പിച്ച് സർട്ടിഫിക്കറ്റ് നേടുന്നതോടെ സിനിമ റിലീസിന് സജ്ജമാകുന്നു. സെൻസർഷിപ്പിനോട് യോജിക്കാത്ത സംവിധായകർ തങ്ങളുടെ ചിത്രം സെൻസർ ചെയ്യാതെ സമാന്തരപ്രദർശനങ്ങൾ നടത്തുകയാണ് പതിവ്. ചലച്ചിത്രമേളകളിൽ പ്രദർശിപ്പിക്കാനും സെൻസർഷിപ്പ് നിർബന്ധമില്ല. റിലീസിനു മുമ്പ് ക്ഷണിക്കപ്പെട്ട സദസിനു മുന്നിൽ ആദ്യ പ്രദർശനം സംഘടിപ്പിക്കുന്ന രീതിയും കണ്ടു വരുന്നുണ്ട്. ഇത് പ്രിവ്യൂ എന്നറിയപ്പെടുന്നു.

ഫസ്റ്റ് ലുക്ക് പോസ്റ്റർ, ടീസർ, ട്രെയ്ലർ, വിവിധ മാധ്യമങ്ങളിലൂടെ നൽകുന്ന പരസ്യങ്ങൾ തുടങ്ങിയവ റിലീസിന്റെ മുന്നൊരുക്കങ്ങളാണ്. തീയറ്റർ റിലീസ് എന്ന സങ്കല്പത്തിന് മാറ്റം വന്ന കാലമാണിത്. ഒ.ടി.ടി പ്ലാറ്റ് ഫോമുകളിലൂടെയുള്ള റിലീസ് കോവിഡാനന്തര കാലത്ത് വ്യാപകമാവുകയാണ്. ഹ്രസ്വചിത്രങ്ങൾക്കും ഡോക്യുമെന്ററികൾക്കുമൊക്കെ ഓൺലൈൻ റിലീസിന്റെ സാധ്യതകൾ പ്രയോജനപ്പെടുത്തി കൂടുതൽ പ്രേക്ഷകരിലേക്കെത്താൻ സാധിക്കുന്നു എന്നത് ഗുണപരമായ മാറ്റമാണ്. ചലച്ചിത്രാസ്വാദനത്തെ പൊതു ഇടത്തിൽ നിന്ന് സ്വകാര്യ ഇടത്തിലേക്ക് മാറ്റുന്ന ഓൺലൈൻ സാധ്യതകൾ കാഴ്ചയുടെ നിർമ്മിതിയിലും ആസ്വാദനത്തിലും വരുത്തുന്ന പരിണാമം സിനിമയുടെ സമസ്തമേഖലകളെയും സ്വാധീനിക്കുന്നു.

2

തിരക്കഥാപഠനത്തിന്റെ രീതിശാസ്ത്രം

ഡോ. ഡൊമിനിക് ജെ. കാട്ടൂർ

ഒരു സിനിമയിൽ ഉൾക്കൊള്ളേണ്ട ഘടകങ്ങളെക്കുറിച്ചെല്ലാം വ്യക്തമായ ധാരണ പുലർത്തുകയും അതിന്റെ നിർമ്മാണത്തിൽ സംവിധായകന്റെ അഭിഷ്ടങ്ങളറിഞ്ഞ് ആ സിനിമയുടെ വ്യാകരണം കടലാസിൽ നിർമ്മിച്ചൊരുക്കുകയും ചെയ്യുന്ന വ്യക്തിയാണ് തിരക്കഥാകൃത്ത്. സ്ക്രീനിൽ പ്രത്യക്ഷമാകേണ്ട ദൃശ്യബിംബങ്ങളുടെ വിവരണങ്ങളടങ്ങിയ ഒരു മുൻപാഠം ഭാഷീയബിംബങ്ങളാൽ സൃഷ്ടിക്കുന്ന പ്രക്രിയയാണ് തിരക്കഥാരചന. സ്ക്രീനിൽ ആവിഷ്കൃതമാകുന്നതിനു മുൻപുതന്നെ ചലച്ചിത്രത്തെ ഒരു പൂർണ്ണരൂപമായി കാണുന്ന സംവിധായകന്റെ/സംവിധായികയുടെ ഭാവനാത്മകതയും ദൃശ്യബോധവും മനസ്സിലാക്കാൻ തിരക്കഥാകൃത്തിനു കഴിയണം. മനസ്സിൽ രൂപം കൊള്ളുന്ന സിനിമയുടെ പ്രാഥമികരൂപം വാക്കുകളിലൂടെ തിരക്കഥയായും ക്യാമറയിലൂടെ ദൃശ്യങ്ങളായും എഡിറ്റിംഗിലൂടെ നിയതമായ ഘടന കൈവരിച്ച ശബ്ദലേഖനത്തിലൂടെ സജീവമായും പ്രേക്ഷകരുടെ മുമ്പിലേക്കെത്തുകയാണ്. കലാത്മകതയുടെ പലവിധ പടവുകളിലൂടെയും സാങ്കേതികപ്രവർത്തനങ്ങളിലൂടെയും വെള്ളിത്തിരയിലെത്തുന്ന സിനിമ സംഘടിതമായ അധ്വാനം ആവശ്യപ്പെടുന്ന ഒരു സാങ്കേതിക കലയാണ്. സിനിമയുടെ നിർമ്മിതിയിൽ പങ്കാളികളാകുന്ന എല്ലാ വിദഗ്ധരും അവരവരുടെ ജോലികൾ അവധാനതയോടെ നിർവ്വഹിക്കുകയും കലാസൃഷ്ടി എന്ന നിലയിൽ തങ്ങൾ

ത്രപപ്പെടുത്തുന്ന ആഖ്യാനത്തിന്റെ വ്യവഹാരസാധ്യതകൾ മനസ്സിലാക്കിയിരിക്കുകയും വേണം.

സാഹിത്യവും തിരക്കഥയും

വാക്കുകൾ മനസുമായുള്ള സംവാദത്തിലേക്കു കടക്കുകയാണ് സാഹിത്യത്തിൽ. അവിടെ വായനക്കാർ തങ്ങളുടെ പൂർവ്വപരിചയങ്ങളിലും ഭാവനാപരിധിയിലും നിലയുറപ്പിച്ചുകൊണ്ട് വാക്കുകൾക്ക് ദൃശ്യവ്യാഖ്യാനം നിർവ്വഹിക്കുകയാണു ചെയ്യുന്നത്. അത് തികച്ചും സ്വതന്ത്രവും വായനക്കാരുടെ ആത്മമണ്ഡലവുമായി ചേർന്നുനിൽക്കുന്നതുമാണ്. വാക്കുകളിലൂടെ സ്വയം നിർമ്മിച്ചെടുക്കുന്ന ഈ ലോകം വായനക്കാരന്റെ സ്വകാര്യലോകമാണ്. അതെങ്ങനെ ത്രപപ്പെടുന്നു എന്നോ ഏതു രീതിയിൽ വളരുന്നു എന്നോ ആ ദൃശ്യങ്ങളുടെ പരിധി എവിടെ അവസാനിക്കുന്നു എന്നോ മറ്റാർക്കും മനസ്സിലാക്കാൻ കഴിയില്ല. "സ്വന്തം അമ്മയുടെ മടിയിലേയ്ക്കു തിരിച്ചെത്തിയ അനുഭവമാണ് തന്റെ മാതൃവിദ്യാലയത്തിന്റെ മുറ്റത്തേയ്ക്കു കടന്നപ്പോൾ അയാളെ ആശ്ലേഷിച്ചത്" എന്ന വാക്യം നാം വായിക്കുന്നത് ഹൃദയംകൊണ്ടാണ്; പാണ്ഡിത്യം കൊണ്ടല്ല. അതിൽ നിരക്കുന്ന വാക്കുകൾ ഓരോരുത്തരോടും സംവദിക്കുന്നത് പ്രതിവ്യക്തിഭിന്നമായ ദൃശ്യബോധങ്ങളിലൂടെയാവും. 'സ്വന്തം അമ്മ' എന്ന പ്രയോഗത്തിൽ തുടങ്ങുന്നു ഈ വ്യത്യസ്തത. വായനാവേളയിൽ അവരവരുടെ അമ്മയെ ഓരോരുത്തരും മനസ്സിലേക്കു കൊണ്ടു വരുന്നു. അമ്മയുടെ മടിത്തട്ടിൽ കിടക്കുന്ന തന്നെത്തന്നെ സങ്കല്പിക്കുന്നു. തുടർന്ന് അവരവർ പഠിച്ച വിദ്യാലയത്തിലേക്കു നമ്മുടെ മനസ്സുകൾ സഞ്ചരിക്കുന്നു. തന്റെ പഠനകാലത്തെ, മറക്കാനാവാത്ത ബഹുവർണ്ണത്രപികളായ അനുഭവപരമ്പരകളെ ധാരാളമായി പ്രത്യക്ഷപ്പെടുത്തുകയാണ് അടുത്ത ഘട്ടത്തിൽ. ഓടിക്കളിക്കുന്ന കുട്ടികളും സ്കൂൾ അങ്കണവും ക്ലാസ് മുറികളും സ്കൂൾ കെട്ടിടങ്ങളും അധ്യാപകരും സഹപാഠികളും താൻ പഠിച്ച കാലത്തെ സ്കൂളിന്റെ മുഴുവൻ അനുഭവലോകവും പ്രത്യക്ഷമാകുന്നു. തുടർന്നുള്ള ഘട്ടങ്ങളിൽ ഓരോരുത്തർക്കും അവരവരുടെ അനുഭവലോകങ്ങളോടു ചേർത്തുനിർത്തി ദൃശ്യമണ്ഡലങ്ങൾ നിർമ്മിക്കാനും ആസ്വദിക്കാനും പുനർനിർമ്മിക്കാനുമുള്ള സ്വാതന്ത്ര്യം സാഹിത്യകൃതികൾ വായനക്കാരനു സമ്മാനിക്കുന്നു.

ചില സാഹിത്യകൃതികൾ കാലാതിവർത്തികളാകുന്നതിനു കാരണം ഓരോ കാലത്തെയും മനുഷ്യസമൂഹത്തിന്റെ അവസ്ഥകളോടു സംവദിക്കാൻ അതിനു കരുത്തുള്ളതുകൊണ്ടാണ്. ഒരു കൃതി

ക്ലാസിക്കാവുന്നതും ഉദാത്തസാഹിത്യമാതൃകകളായി കാലത്തെ അതിജീവിക്കുന്നതും കാലങ്ങളിലൂടെ സഞ്ചരിച്ച് വായനക്കാരുടെ ഹൃദയങ്ങളിൽ പുതിയ ആശയലോകങ്ങൾ നിർമ്മിച്ചെടുക്കുന്നതും അതുകൊണ്ടാണ്. ഇവിടെ സ്വകാര്യമായ ആസ്വാദനം സാധ്യമാകുന്നതിനാൽ മറ്റൊരാളോട് വിശദമാക്കിക്കൊടുക്കാൻ കഴിയാത്ത ദൃശ്യലോകങ്ങൾ വായനക്കാരൻ തന്റെ മനസ്സിന്റെ തിരശ്ശീലയിൽ ആവിഷ്കരിക്കുന്നു. ഈ ആവിഷ്കരണസാധ്യതയുടെ വലിപ്പമാണ് വായനക്കാരുടെയും കൃതിയുടെയും ബന്ധത്തെ നിർണ്ണയിക്കുന്നത്. സാഹിത്യകൃതിയുടെ ഉൾമണ്ഡലങ്ങളിൽ കവി വിന്യസിച്ചിട്ടുള്ള ഘടകങ്ങളെല്ലാം ഈ ദൃശ്യവത്കരണത്തിനു പിന്നാലെ സഹൃദയ ഹൃദയങ്ങളിൽ ഇടം പിടിക്കുന്നു. അവതരണകലകൾ, ചിത്രകല, ശില്പം, ചലച്ചിത്രം തുടങ്ങിയ കലകൾക്കൊന്നും സാധ്യമാകാത്ത ഈ അത്ഭുതകരമായ സാധ്യതയാണ് സാഹിത്യത്തിന്റെ അനന്യത എന്നു നിസംശയം പറയാം.

സിനിമയുടെ നിർമ്മിതിക്കു മുന്നോടിയായി രചിക്കപ്പെടുന്ന തിരക്കഥ സാഹിത്യമെന്നപോലെ വാക്കുകൾകൊണ്ടാണ് രചിക്കപ്പെടുന്നത്. സ്ക്രീനിൽ ആവിഷ്കൃതമാകേണ്ട ദൃശ്യങ്ങളുടെ സൂചന നൽകലാണ് തിരക്കഥാകൃത്തിന്റെ ചുമതല. സംവിധായകന്റെ നിർമ്മിതിയാണ് സിനിമ എന്ന യാഥാർത്ഥ്യം ഉൾക്കൊണ്ട് ഓരോ ദൃശ്യഖണ്ഡത്തിലും കടന്നുവരേണ്ട ദൃശ്യങ്ങളെ തിരക്കഥാകൃത്ത് പകർത്തിവെയ്ക്കുന്നു. ക്രിയകളുടെ പൂർത്തീകരണത്തിനായി സംഭാഷണങ്ങളെ ഉൾപ്പെടുത്തുന്ന ഒരു ചലച്ചിത്രത്തെ സംബന്ധിച്ച് സംഭാഷണങ്ങൾ അനിവാര്യമാണ് എന്നു പറയാൻ കഴിയില്ല. ദൃശ്യങ്ങൾക്കു വിവരിക്കാൻ കഴിയാത്തതിനെ പൂരിപ്പിക്കുക എന്ന ചുമതലയാണ് സംഭാഷണങ്ങൾക്കുള്ളത്. "തിരക്കഥാരചന കടലാസിലെ സിനിമാസൃഷ്ടിയാണ്" (The Tools of Screen Writng - എന്ന കൃതിയിൽ ഉദ്ധരിച്ചത്) എന്ന് ഫ്രാങ്ക് ഡാനിയൽ പറയുന്നത് ഈ അർത്ഥത്തിലാണ്. തിരക്കഥാരചനയുടെ എല്ലാ ഘട്ടത്തിലും സംവിധായകന്റെ ഇടപെടൽ പ്രത്യക്ഷമായോ പരോക്ഷമായോ ഉണ്ടായിരിക്കും. താൻ നിർമ്മിക്കാൻ ഉദ്ദേശിക്കുന്ന സിനിമയുടെ എല്ലാ മണ്ഡലങ്ങളും സാധ്യതകളും പരിമിതികളുമെല്ലാം അയാൾ/ അവൾ തിരക്കഥാകൃത്തിനോടു പങ്കുവച്ചുകൊണ്ടിരിക്കും. അതുകൊണ്ടുതന്നെ സംവിധായകന്റെ താല്പര്യമനുസരിച്ച് അതിനനുസൃതമായി ദൃശ്യങ്ങൾ വിന്യസിക്കാൻ തിരക്കഥാകൃത്ത് നിർബന്ധിതനാകും. തന്മൂലം പൂർണ്ണാർത്ഥത്തിൽ ഒരു സർഗാത്മകകൃതിയായി തിരക്കഥയെ

വിലയിരുത്തുക അസാധ്യമാണ്. തിരക്കഥാകൃത്ത് സംവിധായക മനസിന് അനുസൃതമായി വിധേയകർത്തൃത്വത്തിന് അടിപ്പെടുന്ന തിരക്കഥാരചനയിൽ എന്നു പറയാം. എന്നാൽ ചലച്ചിത്രത്തിന്റെ കർത്തൃത്വം വഹിക്കുന്ന സംവിധായകൻ നിൽക്കുന്നതു മുൻകൂട്ടി തയ്യാറാക്കപ്പെട്ട തിരക്കഥയുടെ അടിത്തറയിലാണ്. സംവിധായകന്റെ പ്രതിഭയും ഭാവനയും നിർദ്ദേശങ്ങളും തിരക്കഥയിലേക്കു വ്യാപിക്കുന്നുണ്ടെങ്കിലും തിരക്കഥാകൃത്ത് എന്ന വ്യക്തി മാധ്യമം കല്പിക്കുന്ന പാരതന്ത്ര്യങ്ങൾക്കുള്ളിൽത്തന്നെ സ്വാതന്ത്ര്യം അനുഭവിക്കുന്നുമുണ്ട്. എന്നാൽ സാഹിത്യകാരനെപ്പോലെ ഭാവനയുടെ വിശാലലോകത്തു കൂടി സഞ്ചരിക്കാനോ ഏകാന്തനിമിഷങ്ങളുടെ സുഖം നുകരാനോ ഉൾത്തടങ്ങളിൽ നിന്ന് അനർഗളം പ്രവഹിക്കുന്ന പദാവലികളെ ഇഷ്ടാനുസരണം കടലാസിലേക്കു പകർത്താനോ അയാൾക്ക് അവകാശമില്ല താനും.

സിനിമയുടെ രൂപവത്കരണത്തിന് തിരക്കഥ അനിവാര്യം എന്നതുപോലെ സിനിമാവത്കരണത്തിലൂടെയാണ് തിരക്കഥയും സഫലമായിത്തീരുന്നത് എന്നു പറയാം. സിനിമയിൽ എന്തൊക്കെയുണ്ടാവുമോ അതായിരിക്കും തിരക്കഥയിലും കാണുക. കാഴ്ചക്കാരൻ സ്ക്രീനിൽ കാണേണ്ട കാര്യങ്ങൾ മുൻകൂട്ടി മനസ്സിൽ രൂപപ്പെടുത്തുന്ന തിരക്കഥാകൃത്ത് അവയെല്ലാം മുൻകൂറായി കടലാസ്സിൽ പകർത്തിവെയ്ക്കുന്നു. "തിരക്കഥയുടെ എല്ലാ അംശങ്ങളും - കഥ, കഥാപാത്രം, ക്രിയ, സെറ്റിംഗ് തുടങ്ങിയവയെല്ലാം പ്രേക്ഷകർ കാണുകയും കേൾക്കുകയും ചെയ്യുന്നവയിൽ നിന്നാണ് ഉയിർക്കൊള്ളുന്നത്" എന്ന് റിച്ചാർഡ് വാൾട്ടർ (Screen Writing) പറയുന്നു. പ്രേക്ഷകർ കാണുകയും കേൾക്കുകയും ചെയ്യുന്നതെന്തൊക്കെയാവണമോ അതൊക്കെ നിശ്ചയിക്കാനും എഴുതിച്ചേർക്കാനുമുള്ള ബാധ്യത തിരക്കഥാകൃത്തിൽ വന്നുചേരുന്നു. അതിനാൽ സിനിമയുടെ മുൻഉപാധിയായി രചിക്കപ്പെടുന്ന തിരക്കഥയെ സിനിമ എന്ന ദൃശ്യാഖ്യാനത്തോട് ബന്ധിപ്പിച്ചും അതിന്റെ സാധ്യതകളെയും പരിമിതികളെയും മനസ്സിലാക്കിക്കൊണ്ടും മാത്രമേ വായിക്കുകയും അപഗ്രഥിക്കുകയും ചെയ്യാനാവൂ. ഒരു തിരക്കഥ ദൃശ്യവ്യാഖ്യാനം കൈവരിക്കുന്നതുവരെ അപൂർണ്ണമായിത്തന്നെ നിൽക്കും. സമകാലിക അക്കാദമികരംഗത്ത് തിരക്കഥയെ സാഹിത്യരൂപമായി പരിഗണിച്ചു പഠിക്കുന്നവർ ഈ വസ്തുത കാര്യമായി ശ്രദ്ധിക്കുന്നില്ല. നാടകത്തിനു നാടകകൃതി എന്നതുപോലെയോ കഥകളിക്ക് ആട്ടക്കഥ എന്നതുപോലെയോ ആണു സിനിമയ്ക്കു തിരക്കഥ എന്നു സ്ഥാപിക്കുമ്പോൾ തിരക്കഥയ്ക്കുള്ളിലെ

സാങ്കേതികപദാവലികൾ സാഹിതീയാസ്വാദനത്തിനു തടസം നിൽക്കുന്നു എന്ന പരമാർത്ഥത്തെ പലരും അറിയാതെ പോകുന്നു. അതുകൊണ്ടുതന്നെ സിനിമയുടെ രൂപരേഖ എന്ന നിലയിൽ മാത്രം തിരക്കഥയെ പഠനത്തിനായി സ്വീകരിക്കുകയാവും ഉചിതം.

സംവിധായകന്റെ ഭാവനയെ സംബന്ധിച്ചും ദൃശ്യവത്കരണം നടത്തി പൂർണ്ണവത്ക്കരിക്കാനുമുള്ള ചാതുര്യത്തെ സംബന്ധിച്ചും ധാരണയുള്ളവനായ തിരക്കഥാകൃത്ത്, സന്ദർഭങ്ങളും ക്രിയകളും എങ്ങനെ ദൃശ്യവത്ക്കരിക്കാം എന്നതിനെക്കുറിച്ച് തിരക്കഥയിൽ സൂചനകൾ നൽകുന്നു. ദൃശ്യങ്ങളുടെ വിവരണം നൽകുമ്പോൾ കഥ ഭ്രമാത്മകതയുടെ തലത്തിലാണോ യാഥാർത്ഥ്യത്തിന്റെ തലത്തിലാണോ നിലകൊള്ളുന്നതെന്നു സൂചിപ്പിക്കുന്നു. സീനുകൾക്കുള്ളിലും സീനുകൾ തമ്മിലും ഉള്ള പരിണാമങ്ങളെ വെളിപ്പെടുത്താനുള്ള സങ്കേതങ്ങളെ രേഖപ്പെടുത്തുന്നു. കളറിൽനിന്നു ബ്ലാക്ക് ആന്റ് വൈറ്റിലേയ്ക്ക്, ശബ്ദകോലാഹലത്തിൽ നിന്നു നിശ്ശബ്ദതയിലേയ്ക്ക്, ഭാവഗീതാത്മകതയിൽ നിന്നും സാധാരണതയിലേയ്ക്ക് എന്നിങ്ങനെ. ഇതിലുപരിയായി രംഗവിവരണഭാഗത്തു തിരക്കഥാകൃത്ത്, കഥയുടെ ഗതിവേഗ(pace)ത്തിന്റെയും താള(rythm)ത്തിന്റെയും മാറ്റങ്ങളെ സൂചിപ്പിക്കേണ്ടതുണ്ട്. അതിൽ രംഗത്തിന്റെ ഭൗതികമായ ലൊക്കേഷൻ, കഥാലോകത്തെക്കുറിച്ചുള്ള സൂചനകൾ, കഥാപാത്രങ്ങളെക്കുറിച്ചുള്ള വിവരണങ്ങൾ, അവരുടെ ക്രിയകൾ, ഇമേജിന്റെ വലിപ്പം, ക്യാമറാചലനങ്ങൾ, കഥാശൈലി, പ്രകാശം, നിറം എന്നിവയെ സംബന്ധിച്ച സൂചനകൾ, കോസ്റ്റ്യൂം ഡിസൈനർ, പ്രൊഡക്ഷൻ ഡിസൈനർ, ഹെയർഡ്രസർ, ലാന്റ്സ്കേപ്പർ എന്നിവർക്കുള്ള നിർദേശങ്ങൾ എന്നിവയെല്ലാം ഉൾപ്പെടുത്തുന്നു. കഥാസന്ദർഭങ്ങളെ വർത്തമാനകാലത്തിന്റെ പരിധിയിലേക്കാനയിച്ച് (ഫ്ളാഷ് ബാക്ക് കഥ അവതരിപ്പിക്കുമ്പോഴും) തിരക്കഥയുടെ ഭാഷ വർത്തമാനകാലത്തിന്റേതായേ മതിയാകൂ. അവൻ പോയി, അവർ വന്നു എന്നോ അല്ല അവൻ പോകുന്നു, അവർ വരുന്നു എന്ന രീതിയിലുള്ള സൂചനകളേ തിരക്കഥയിൽ നൽകാവൂ. അങ്ങനെ സാമാന്യ സാഹിത്യം നിശ്ചയിച്ചിട്ടുള്ള വഴികളിൽ നിന്നും തിരക്കഥ ബഹുദൂരം മാറിനിൽക്കുകയും കൂടിയാട്ടത്തിനും കഥകളിക്കും മറ്റും രചിക്കുന്ന ആട്ടപ്രകാരങ്ങൾപോലെ സാങ്കേതികസൂചനകൾ നിറഞ്ഞ പാഠമായി അവതരിപ്പിക്കപ്പെടുകയും ചെയ്യുന്നു. അതുകൊണ്ട് ചലച്ചിത്രത്തിലെ ദൃശ്യസൂചനകളുടെ സമാഹാരം എന്ന നിലയിൽ തിരക്കഥയെ 'ദൃശ്യപ്രകാരം' എന്നു വിളിക്കാം. അതു ശുദ്ധസാഹിത്യത്തിന്റെ

കീഴ്വഴക്കങ്ങളെ അതിലംഘിക്കുന്നു. "ഇതിന് (തിരക്കഥയ്ക്ക്) രൂപ ഭാവങ്ങൾ ഉദ്ദേശിക്കപ്പെട്ടിട്ടില്ല എന്നു മാത്രമല്ല, അങ്ങനെ എന്തെങ്കിലും കൈ വന്നാൽ അത് അപവാദമായി കണക്കാക്കുകയും വേണം. തിരക്കഥയ്ക്ക് അതിന്റേമേൽ പിന്നീട് പടുത്തുയർത്തേണ്ട സിനിമയുടെ ശില്പത്തിൽനിന്നും വേറിട്ടുള്ള ഒരു നിലനിൽപ്പൊട്ടില്ലതാനും. വില്പനയ്ക്കായുദ്ദേശിച്ച് പുസ്തകരൂപത്തിൽ പ്രകാശിതമാകാറുള്ള തിരനാടകങ്ങളുടെ കഥ മറന്നിട്ടല്ല ഇപ്പറയുന്നത്. സ്റ്റേജ് നാടകങ്ങളെ നിരവധി ചെറുരംഗങ്ങളാക്കി വിഭജിച്ച് അനവധി ലൊക്കേഷനുകളിലേക്കു പരത്തിയാൽ തിരനാടകമായി എന്ന ധാരണയിൽ എഴുതപ്പെടുന്ന വയാണ് അവയിൽ ഒട്ടുമുക്കാലും. സാധാരണക്കാരനായ അനുവാചകനുപോലും വായിച്ചു മനസ്സിലാക്കാൻ ഇവ യോഗ്യമാകുന്നതും അതുകൊണ്ടാണ്" എന്ന് വിശദമാക്കുന്ന അടൂർ ഗോപാലകൃഷ്ണൻ (സിനിമയുടെ ലോകം) സാഹിത്യവും തിരക്കഥയും തമ്മിലുള്ള അനുരഞ്ജനമില്ലാത്ത വൈജാത്യത്തിലേക്കാണ് വിരൽചൂണ്ടുന്നത്.

തിരക്കഥയുടെ വ്യാകരണം

ഭാഷയുടെ സംവേദനരീതികളുടെ വ്യവസ്ഥപ്പെടുത്തലാണ് വ്യാകരണനിയമങ്ങളിലുള്ളത്. വ്യാകരണബോധം ഭാഷാപ്രയോഗത്തിന് അനിവാര്യമാണ്. പരിഷ്കൃതജനസമൂഹം അവരുടെ ഭാഷയ്ക്കു കൃത്യമായ ഒരു വ്യാകരണവ്യവസ്ഥ രൂപപ്പെടുത്തിയിരിക്കും. സാഹിത്യകാരൻ ഭാഷയുടെ അടിസ്ഥാനവ്യാകരണവ്യവസ്ഥ മനസിലാക്കുന്നതോടൊപ്പം താൻ കൈകാര്യം ചെയ്യുന്ന സവിശേഷമേഖലയുടെ വ്യാകരണവ്യവസ്ഥയും അറിഞ്ഞിരിക്കണം. അതു പൂർണ്ണമായും മുൻകൂട്ടി നിശ്ചയിക്കപ്പെട്ടതും വ്യവസ്ഥാപിതവുമായ ഘടനയല്ലെങ്കിലും ചാടാൻ ഒരു വളയം ഉണ്ടാകണം. നോവലിനെ നോവലാക്കുന്നതും കവിതയെ കവിതയാക്കുന്നതും ചെറുകഥയെ ചെറുകഥയാക്കുന്നതും അതാതു രൂപങ്ങളുടെ വ്യാകരണവ്യവസ്ഥയാണ്. സാഹിത്യരൂപങ്ങൾ നിർമ്മിക്കപ്പെടുന്നതും അവയ്ക്കോരോന്നിനും ഇതരസാഹിത്യരൂപങ്ങളുടെ കൂട്ടത്തിൽ സ്വതന്ത്രമായ അസ്തിത്വം നൽകുന്നതും ഈ രൂപം/വ്യാകരണവ്യവസ്ഥയാണെന്നു ചുരുക്കം. സാഹിത്യകൃതികളിൽ വ്യാകരണം പ്രയുക്തമാകുന്നതു വാക്കുകളുടെ സംയോജനഘട്ടത്തിലാണെങ്കിൽ തിരക്കഥാകൃത്തു വ്യാകരണം ഉപയോഗിക്കുന്നതു പ്രതിബിംബസൂചനകൾ നൽകുമ്പോഴാണ് (തിരക്കഥയെഴുതാൻ ഉപയോഗിക്കുന്ന ഭാഷയെക്കുറിച്ചല്ല സൂചന, തിരക്കഥയിൽ വിശദീകരിക്കപ്പെടുന്ന ഘടകങ്ങളുടെ ഭാഷയെക്കുറിച്ചാണ്).

തിരക്കഥാരൂപവത്കരണത്തിന്റെ ഭാഷയും വ്യാകരണവും പരിപൂർണ്ണമായും ചലച്ചിത്രഭാഷയുമായി ബന്ധപ്പെട്ടിരിക്കുന്നു.

ആവിഷ്കരിക്കപ്പെടുന്ന എല്ലാ പ്രതിബിംബങ്ങളും ചലച്ചിത്രത്തിന്റെ അസംസ്കൃത വസ്തുക്കളാണ്. അവയിൽ അർത്ഥങ്ങൾ ആരോപിച്ചുകൊണ്ടാണ് ഒരു ആശയത്തെ സംവേദനം ചെയ്യുക. സിനിമയിൽ ഉൾപ്പെടുന്ന വീടുകൾ, മരങ്ങൾ, വഴികൾ, പ്രകാശം, വീക്ഷണകോൺ, ദൃശ്യത്തിന്റെ ആംഗിൾ, ചലനത്തിന്റെ വികാരം, നിശ്ചലത, ഒഴുക്ക്, വേഗത എല്ലാം അർത്ഥസംവേദനം സാധ്യമാക്കണം. ഭാഷാവ്യാകരണത്തിൽ നാമം, കൃതി, നാമവിശേഷണം, ക്രിയാവിശേഷണം, ഗതി, ഘടകം എന്നിവയുള്ളതു പോലെ ചലച്ചിത്രഭാഷയിലും ഒട്ടേറെ ഘടകങ്ങളുണ്ട്. ഈ ചലച്ചിത്രഭാഷയെ കൃത്യതയോടെ അവതരിപ്പിക്കുന്നത് അതിന്റെ വ്യാകരണക്രമീകരണത്തിലൂടെയാണ്. ഒരു ദൃശ്യത്തിൽ അവതരിപ്പിക്കുന്ന പ്രതിബിംബങ്ങളുടെ ക്രമീകരണം ഒരു വാക്യത്തിന്റെ സ്ഥാനം വഹിക്കുകയും അർത്ഥവിനിമയം സാധ്യമാക്കുകയും ചെയ്യുന്നു. അർത്ഥസംവേദനക്ഷമമായ ഷോട്ടുകളെ വാക്കുകളായും ഷോട്ടുകളിലൂടെ രൂപം കൊണ്ട സീനിനെ വാക്യമായും കരുതാം. വാക്കുകളുടെ ക്രമീകരണത്തിലൂടെ ഉരുത്തിരിയുന്ന ഖണ്ഡികകളായി സീക്വൻസുകളെയും പരിഗണിക്കാം.

ക്യാമറാ ആംഗിളുകൾ കൂടി സൂചിപ്പിക്കാൻ ചില തിരക്കഥാകൃത്തുക്കൾ ശ്രമിക്കാറുണ്ട്. തിരക്കഥയുടെ വ്യാകരണത്തിൽ അതിനു സവിശേഷസ്ഥാനമുണ്ട്. ഓരോ ക്യാമറാ ആംഗിളും ചലനവും ഒട്ടേറെ അർത്ഥങ്ങൾ വിശദീകരിക്കുന്നുണ്ട്. വ്യത്യസ്തമായ ഷോട്ടുകൾ ഏതുതരം അർത്ഥമാണു വിനിമയം ചെയ്യുന്നതെന്നു തിരക്കഥാകൃത്തു മനസിലാക്കിയിരിക്കണം. അയാൾ/ അവൾ തന്റെ രചനയിൽ ദൃശ്യങ്ങളെക്കുറിച്ചുള്ള വിവരണത്തോടൊപ്പം ദൃശ്യവത്കരണത്തിൽ സ്വീകരിക്കേണ്ട രീതികളെ സംബന്ധിച്ചും സൂചനകൾ നൽകുന്നു. സ്ഥലം, കാലം, കഥാപാത്രങ്ങൾ, അവരുടെ പ്രായം, വേഷം, രൂപം എന്നിവയൊക്കെ വിശദീകരിക്കുന്നതോടൊപ്പം ചില ചുരുക്കെഴുത്തുകളിലൂടെ സിനിമാ ചിത്രീകരണത്തിൽ കൈക്കൊള്ളേണ്ട രീതികളെക്കുറിച്ചു നിർദ്ദേശങ്ങൾ നൽകുന്നു. വിശാലമായ അർത്ഥത്തിൽ അതു തന്നെയാണു തിരക്കഥയുടെ വ്യാകരണം.

തിരക്കഥ എന്ന ആഖ്യാനം

ഒരേസമയം ലിഖിതഭാഷയിൽ വ്യവഹരിക്കുകയും സിനിമ എന്ന

ദൃശ്യകലയ്ക്ക് മുൻപാഠമായി (ദൃശ്യപ്രകാരമായി) വർത്തിക്കുകയും ചെയ്യുന്ന തിരക്കഥയെ എങ്ങനെ പഠനവിധേയമാക്കാം എന്നൊരു ചോദ്യം തിരക്കഥാപഠനസന്ദർഭത്തിൽ ഉയർന്നു കേൾക്കാറുണ്ട്. സാഹിത്യത്തെ പഠിക്കാനുള്ള മാർഗ്ഗങ്ങളിലൂടെയാണ് പലപ്പോഴും നാം തിരക്കഥയെ സമീപിക്കുന്നത്. തിരക്കഥ സിനിമ എന്ന കലാരൂപത്തിന്റെ അസംസ്കൃത ഘടകമായിരിക്കുന്നതോടൊപ്പം ഒരു ആഖ്യാനത്തിന്റെ സവിശേഷതകൾ ഒത്തിണങ്ങുന്ന ലിഖിത രൂപമാണെന്നു കൂടി പരിഗണിച്ചാൽ തിരക്കഥാപഠനത്തിനായി ഒരു രീതിശാസ്ത്രം സ്വരൂപിക്കാൻ കഴിയും. ആഖ്യാനാത്മകരൂപം എന്ന നിലയ്ക്കുള്ള സമീപനമാണ് തിരക്കഥാപഠനത്തെ കൂടുതൽ സമഗ്രമാക്കുക. സിനിമ എന്ന സാംസ്കാരികകലയെ സാങ്കേതികത യുടെ സമീപനങ്ങളെല്ലാം വെടിഞ്ഞ് സാഹിത്യ സമീപനത്തിനുള്ള മാനദണ്ഡങ്ങൾ മാത്രം ഉപയോഗിച്ച് പഠനത്തിനു വിധേയമാക്കു മ്പോൾ സംഭവിക്കുന്ന അബദ്ധങ്ങളും അപകടങ്ങളും തിരക്കഥയെ പഠിക്കുമ്പോഴും സംഭവിക്കുന്നുണ്ട്. നിർഭാഗ്യവശാൽ നമ്മുടെ അക്കാദമികമണ്ഡലം തിരക്കഥയെ സാഹിത്യപഠനത്തിന്റേയോ, ദൃശ്യകലാസാഹിത്യത്തിന്റേയോ പരിധിയിലുൾപ്പെടുത്തി തിരക്കഥാ പഠനത്തിനായുള്ള ഉപകരണങ്ങൾ(Tools) ഒഴിവാക്കി വിശകലനം ചെയ്യുന്ന രീതിയാണ് പൊതുവിൽ അനുവർത്തിച്ചുപോരുന്നത്. എന്നാൽ തിരക്കഥാപഠനത്തിന് അതിന്റേതായ ഒരു രീതിശാസ്ത്രം അവതരിപ്പിക്കാനാണ് ഈ പഠനം ലക്ഷ്യംവയ്ക്കുന്നത്.

ഫിലിപ്പ് പാർക്കർ 'തിരക്കഥാരചനയുടെ കലയും ശാസ്ത്രവും' എന്ന ഗ്രന്ഥത്തിൽ തിരക്കഥകളെ ആഖ്യാനകലയുമായി ബന്ധിപ്പിച്ചുകൊ ണ്ടു സമീപിക്കാനുള്ള ഒരു രീതിശാസ്ത്രം മുമ്പോട്ടു വയ്ക്കുന്നുണ്ട്. സിനി മാപഠനത്തിനെന്നപോലെ തിരക്കഥാപഠനത്തിനും ഒരു സമീപനം ഉണ്ടാവണം എന്നുള്ള ബോധ്യം പാശ്ചാത്യലോകം തിരിച്ചറിഞ്ഞിട്ടു ണ്ട്. പ്രമേയതലത്തിൽ മാത്രം പലപ്പോഴും ഒതുങ്ങിനിൽക്കുന്ന മലയാ ളചലച്ചിത്രപഠനമണ്ഡലം തിരക്കഥാപഠനത്തെയും ആ മേഖലയിൽ നിന്നു വിമോചിപ്പിക്കാൻ ശ്രമിക്കുന്നില്ല. സാഹിത്യാസ്വാദകർക്കെ ല്ലാം സിനിമയും തിരക്കഥയും ആസ്വദിക്കാമെന്നിരിക്കേ സാഹി ത്യാസ്വാദനത്തിനുള്ള മാനദണ്ഡങ്ങൾ മാത്രം മതി അതിന്റെയും ആസ്വാദനപൂർത്തിക്ക് എന്ന നിശ്ചയം അബദ്ധജടിലമാണെന്നു പറയണം. അതുകൊണ്ട് ഫിലിപ്പ് പാർക്കറുടെ നിരീക്ഷണങ്ങളെ മുൻനിർത്തിക്കൊണ്ട് തിരക്കഥാപഠനത്തിന് ഒരു രീതിശാസ്ത്രം വിശദീകരിക്കുകയാണ് ഇവിടെ.

തിരക്കഥയെ ചലച്ചിത്രത്തിന്റെ മുൻപാഠമായി അംഗീകരിക്കു മ്പോൾ തന്നെ ഒരു ആഖ്യാനത്തിന്റെ പരിധിയിൽ നിലനിർത്തി ക്കൊണ്ടു പഠിക്കുകയാണെങ്കിൽ അതിന്റെ സർവ്വതലസ്പർശിയായ ഒരു അപഗ്രഥനം സാധ്യമാകും. ഇംഗ്ലീഷിലെ നരേറ്റീവ് (Narrative), നരേഷൻ (Narration) എന്നിവയ്ക്കു തുല്യമായി മലയാളത്തിൽ 'കഥ പറച്ചിൽ"ആഖ്യാനം' എന്നീ പദങ്ങളാണുപയോഗിക്കുന്നത്. "ഒരു കഥയോ കഥാഭാഗമോ പറയുന്നതാണ് ആഖ്യാനം" എന്ന് ആബട്ട് എച്ച്. പോർട്ടർ ഇതിനെ നിർവ്വചിക്കുന്നുണ്ട് (The Cambridge Introduction to Narrative)). ആഖ്യാനത്തിൽ കഥ(story)യുടെയും വ്യ വഹാര(discourse)ത്തിന്റേതുമായ രണ്ടു തലങ്ങൾ ഉണ്ടാവും. അവിടെ സംഭവങ്ങളുടെ കേവല വിവരണങ്ങൾക്കപ്പുറം ആഖ്യാതാവ് കഥയെ സ്വീകർത്താവിന് മനസ്സിലാകുന്ന രീതിയിൽ വിന്യസിച്ചിരിക്കണം. അവിടെ സംഭവങ്ങളുടെ കേവലവിവരണങ്ങൾ മാത്രം പോര. ക്രി യാരഹിതമായ കേവലപ്രസ്താവനകൾ ആഖ്യാനമാവുന്നില്ല. സംഭവ ങ്ങളുടെ ഒരു ക്രമം രൂപീകൃതമാവുകയും അത് വ്യവഹാരതലത്തിൽ ശ്രോതാവിന്/ വായനക്കാരന്/പ്രേക്ഷകന് സുവ്യക്തമാവുകയും വേണം. (ഈ കഥയെയും വ്യവഹാരത്തെയുമാണ് ഫ്രഞ്ചു പണ്ഡി തന്മാർ യഥാക്രമം ഫാബുല (Fabula)എന്നും സുഷേ (Sjuzhette) എന്നും വിളിക്കുന്നത്). ആശയങ്ങൾ അതിന്റെ രൂപത്തിൽ കഥ മാത്രമായി നിൽക്കുന്നു. അത് മറ്റൊരാളിലേക്കു പകരുമ്പോൾ വ്യവഹാരതലത്തിൽ പൂർണ്ണത നേടുകയും ചെയ്യുന്നു. ഒരു പ്രത്യേക ആഖ്യാനം അവതരിപ്പിക്കുന്ന വ്യക്തി, കഥ പറയുന്ന രീതി, സ്ഥലം, കാലം, കഥയിലെയും വ്യവഹാരത്തിലെയും ക്രിയകൾ, സംഭവ ങ്ങൾ, ആഖ്യാതാവിന്റെ സ്ഥാനം, ആഖ്യാനത്തിനുള്ളിലെ ഭാഷ എന്നിങ്ങനെ എല്ലാ ഘടകങ്ങളും ആഖ്യാനവിശകലനത്തിനുള്ള ഉപാധികളാണ്.

"കഥാചിത്രങ്ങൾ ആഖ്യാനങ്ങളാണ്. അവ കഥ പറയുന്നു. യഥാർത്ഥ സംഭവങ്ങളെ അടിസ്ഥാനമാക്കിയ സിനിമകൾ പോലും നാടകീയത സൃഷ്ടിക്കുന്നതിനും കാലത്തെ ടെലിസ്കോപ്പ് ചെയ്യുന്ന തിനും ചെറിയ കഥാപാത്രങ്ങളുടെ ധാരാളിത്തത്തെ ഒഴിവാക്കുന്ന തിനും അല്ലെങ്കിൽ കൂടുതൽ ആസ്വാദ്യമാക്കുന്നതിനും അവയെ കഥാവത്കരിക്കുന്നു." എന്ന് ഗ്രേം ടർണർ (Film as Social Practice) നിരീക്ഷിക്കുന്നുണ്ട്. ചലച്ചിത്രത്തെ ഒരു ആഖ്യാനമായി കാണുകയും ആഖ്യാനങ്ങളുടെ ലോകത്ത് അതിനു തനതായ അസ്തിത്വവുമുണ്ട് എന്ന് വ്യക്തമാക്കുകയും ചെയ്യുകയാണദ്ദേഹം. മറ്റ് ആഖ്യാനങ്ങളുടെ

ഭാഷയെ ഉൾക്കൊള്ളുമ്പോൾപ്പോലും തനതായ ഭാഷാഘടനയിലേക്ക് സിനിമ ഓരോന്നിനെയും പരിവർത്തിപ്പിക്കുന്നു. സിനിമ എന്ന ഭാഷാവ്യവസ്ഥ അതിന്റേതു മാത്രമായ സൂചക(signifire) സൂചിത(signified) വ്യവസ്ഥയെ നിർമ്മിച്ചുകൊണ്ടാണ് ഇതു സാധ്യമാക്കുന്നത്. അതുകൊണ്ടാണ് "വാചികമായ ചൊല്ലുകളിൽ നിന്നു വ്യത്യസ്തമായ ഒരു വ്യവസ്ഥയ്ക്കുള്ളിൽ സൂചിതാംശങ്ങളെ ക്രമീകരിക്കുന്നിടത്തോളം സിനിമയെയും ഒരു ഭാഷയായി കണക്കാക്കാം" എന്ന് ക്രിസ്റ്റ്യൻ മെറ്റ്സ് (Film Language: A Semiotics of Cinema) അഭിപ്രായപ്പെടുന്നത്.

സാങ്കേതിക വിദഗ്ധരുടെ കരങ്ങളിലൂടെ വ്യവഹാരസജ്ജമാകുന്ന സിനിമ ആഖ്യാനാത്മകകലയുടെ പ്രത്യേകതകളെല്ലാം ഉൾവഹിക്കുന്നതിനാൽ സിനിമയുടെ അടിത്തറയായ തിരക്കഥയും ആഖ്യാനാത്മകമാണെന്നു കാണാം. കഥ(fabula)യെ സവിശേഷമായ ഘടനയിലൂടെ വ്യവഹാരത്തിലേക്കെത്തിച്ച് ആഖ്യാനം നിർവ്വഹിക്കുകയാണ് സിനിമയും അതിന്റെ മുൻപാഠമായ തിരക്കഥയും ചെയ്യുന്നത്. ആഖ്യാനപ്രക്രിയയിൽ പ്രമേയം, പ്രമേയത്തിൽ നിന്നു വികസിക്കുന്ന കഥ(story) - ഇതിന് കഥാതലം അഥവാ ഫാബുല എന്ന വിശാലമായ അർത്ഥമില്ല - ഇതിവൃത്തം (plot), ഴാനർ(genre), രൂപം(form), ശൈലി(style) എന്നീ ഘടകങ്ങൾ ഉൾപ്പെടുന്നുണ്ട്. അതായത് തിരക്കഥയും അതിന്റെ ആവിഷ്കൃതരൂപമായ ചലച്ചിത്രവും ഈ ആഖ്യാനഘടകങ്ങളുടെ സാന്നിധ്യത്തിലൂടെയും സഹകരണത്തിലൂടെയുമാണ് ആഖ്യാനപ്രക്രിയ പൂർണ്ണമാക്കുന്നത് എന്നർത്ഥം. തിരക്കഥയിലൂടെ വ്യക്തമാക്കപ്പെട്ട ആഖ്യാനത്തെ ചിത്രീകരണസമയത്തും എഡിറ്റിംഗ് വേളയിലുമൊക്കെ പരിവർത്തിപ്പിച്ചു എന്നുവരാം. സ്ക്രീനിൽ സിനിമയായി അവതരണം കൊള്ളുമ്പോഴേക്കും മാറ്റങ്ങൾ സ്വാഭാവികമാണ്. അതുകൊണ്ടുതന്നെ സിനിമയുടെ ചിത്രീകൃതരൂപത്തെയും തിരക്കഥയെയും വ്യത്യസ്ത ആഖ്യാനങ്ങളായി കാണേണ്ടിവരും.

പ്രമേയം (Theme)

"കഥാവസ്തു ഉപയോഗിച്ച് എന്താശയമാണ് എന്റെ പ്രേക്ഷകനുമായി ഞാൻ പങ്കിടാനുദ്ദേശിക്കുന്നത്? അതിനുള്ള ഉത്തരം എന്റെ പക്കലുണ്ടെങ്കിൽ അതാണ് പ്രമേയം" എന്ന് അടൂർ ഗോപാലകൃഷ്ണൻ (കഥാപുരുഷൻ - അവതാരിക) പറയുന്നു. തിരക്കഥയ്ക്കുള്ളിൽ നിന്ന് നാം കണ്ടെടുക്കേണ്ട ഒന്നാണ് പ്രമേയം. എഴുത്തുകാരൻ

വായനക്കാരനോട് തന്റെ തിരക്കഥയുടെ പ്രമേയമെന്തെന്ന് പ്രത്യക്ഷമായി പറഞ്ഞുകൊള്ളണം എന്നില്ല. മനുഷ്യജീവിതത്തിന്റെ സംഘർഷങ്ങളിൽനിന്നും അനുഭവങ്ങളിൽ നിന്നുമാണ് തിരക്കഥാകൃത്ത് പ്രമേയങ്ങൾ കണ്ടെടുക്കുന്നത്. എഴുത്തുകാരന്റെ വീക്ഷണം അയാൾ തന്റെ രചനയിൽ ഉപയോഗിക്കുന്ന പ്രമേയവുമായി ബന്ധപ്പെട്ടാണു വ്യക്തമാവുന്നത്. ഒരു ശക്തമായ പ്രമേയം എന്നു പറയുന്നത് മനുഷ്യന്റെ ശക്തമായ അനുഭവം ഉൾക്കൊള്ളുന്നതാണ്. അതു കാഴ്ചക്കാരന്റെ ജീവിതസാഹചര്യവുമായി ചേർന്ന് അനുഭവവേദ്യമാകണം. മനുഷ്യാനുഭവങ്ങൾ സാർവത്രികമായതിനാൽ പ്രമേയങ്ങൾക്ക് സാർവത്രികവും സാർവകാലികവുമായ അസ്തിത്വമുണ്ട്. ഫിലിപ്പ് പാർക്കർ സിനിമകളിൽ പ്രത്യക്ഷപ്പെടുന്ന പ്രമേയങ്ങളെ പ്രധാനമായും ഏഴായി തിരിക്കുന്നു. അവ; സ്നേഹത്തിനായുള്ള അന്വേഷണം, നീതിക്കായുള്ള അഭിവാഞ്ഛ, ക്രമീകൃതമാക്കാനോ ചിട്ടപ്പെടുത്താനോ ഉള്ള ആഗ്രഹം, വിനോദത്തെ അനുഗമിക്കൽ, വ്യക്തിയുടെ ധാർമ്മികത, അറിയപ്പെടാത്ത ഭയം, സ്വന്തമാക്കാനുള്ള ആഗ്രഹം എന്നിവയാണ് (The Art and Science of Screen Play Writing). സാധാരണ സിനിമകളിൽ കണ്ടുമുട്ടുന്ന പ്രമേയങ്ങളെല്ലാം ഈയൊരു വിഭജനക്രമത്തിൽ ഉൾപ്പെടുന്നു എന്നു നിരീക്ഷിക്കുന്നു അദ്ദേഹം.

ഒരു തിരക്കഥയിൽ ഒന്നിലേറെ പ്രമേയങ്ങൾ കണ്ടു എന്നുവരാം. തിരക്കഥാകൃത്ത് ഒരിക്കലും തന്റെ ആഖ്യാനത്തിൽ പ്രമേയങ്ങൾ എന്തെന്ന് സംഭാഷണങ്ങളിലൂടെ വ്യക്തമാക്കാറില്ല. മറിച്ച്; കഥാപാത്രങ്ങളെയും കഥാ സാഹചര്യങ്ങളെയും സൃഷ്ടിച്ചതിനുശേഷം തന്റെ പ്രമേയത്തെ ഗൂഢമായി വിശകലനം ചെയ്യുകയാണ് ചെയ്യാറുള്ളത്. പരകോടി(climax)യും പരിസമാപ്തി(resolution)യും നിർമ്മിച്ചുകൊണ്ട് കഥയിലേക്കു പ്രമേയത്തെ സൂക്ഷ്മമായി തിരക്കഥാകൃത്ത് നിക്ഷേപിക്കുന്നു. പ്രമേയം തിരക്കഥയുടെ സമ്പൂർണ്ണതയിലാണ് പ്രയുക്തമായിരിക്കുന്നത്; മുഖ്യ കഥാപാത്രത്തിലോ ഏതെങ്കിലും സംഭവത്തിൽ മാത്രമോ അല്ല. എല്ലാ കഥാപാത്രങ്ങളും എല്ലാ സംഭവങ്ങളും തിരക്കഥാകൃത്തിന്റെ പ്രമേയവിശകലനത്തിൽ സംഭാവനകൾ അർപ്പിക്കുന്നുണ്ട്. ആഖ്യാനം പൂർണ്ണമാകുമ്പോഴാണ് അതിന്റെ പ്രമേയം/പ്രമേയങ്ങൾ എന്തായിരുന്നു എന്ന് ആസ്വാദകന് ബോധ്യമാവുക. വ്യക്തമായിപ്പറഞ്ഞാൽ പരകോടിയുടെയും പരിസമാപ്തിയുടെയും ഘട്ടത്തിൽ. അതുവരെ കൃത്യമായി ഇഴപിരിച്ചു വ്യക്തമാക്കാതിരുന്ന പ്രമേയം ഈ ഘട്ടത്തിൽ അനുവാചകനു

മുമ്പിൽ മറനീക്കി വെളിപ്പെടുന്നു. അനുഭവത്തിന്റെ തലത്തിലേയ്ക്ക് അനുവാചക മനസ്സിനെ പ്രമേയം ആനയിക്കുകയും ആഖ്യാനവുമായി അയാളെ ബന്ധിപ്പിക്കുകയും ചെയ്യും.

കഥ (Story)

തിരയാഖ്യാനത്തിലെ ഫാബുല(fabula)യുടെ തലത്തിൽ കഥയ്ക്കുള്ള പ്രാധാന്യത്തെ എം.ടി.വാസുദേവൻനായർ ഇങ്ങനെ വിശദീകരിക്കുന്നു. "ചലച്ചിത്രത്തിന് ഒരു കഥ വേണം. കഥ ആദി മധ്യാന്തമുള്ളതാവാം. തലമുറകൾ പ്രത്യക്ഷപ്പെടുന്നതാവാം. ഒരു വ്യക്തിയുടെയാവാം. ഒരന്തരീക്ഷത്തിന്റെയോ നിമിഷത്തിന്റെയോ ആവാം. ചിലന്തിവലയെ വർണ്ണം പിടിപ്പിക്കുന്ന അന്തിക്കതിരു പോലെ അത്ര സൂക്ഷ്മവും ലോലവും ആകാം. പക്ഷേ, സകലതും കഥ എന്ന വകുപ്പിൽപ്പെടുന്നു. അതു മീഡിയത്തിന്റെ ഘടകങ്ങൾ ഉപയോഗിച്ചു പറയുമ്പോൾ തിരക്കഥയാകുന്നു. പ്രകടവും മൂർത്തവുമായ ചലനം, വാക്ക്, ശബ്ദം, നിശ്ശബ്ദത, സംഗീതം പ്രേക്ഷകനു സ്വന്തം മനസിന്റെ ആലയിൽവച്ചു സൃഷ്ടി നടത്താൻ വീടുന്ന വിഭവങ്ങൾ എന്നീ ഘടകങ്ങൾ വച്ചുകൊണ്ടാണു സ്ക്രീൻപ്ലേ രചയിതാവ് പുതിയ മീഡിയത്തിലേക്കു പകർത്തുന്നത്" (എം.ടി.യുടെ തിരക്കഥകൾ). തിരക്കഥയിൽ/സിനിമയിൽ കഥ അനിവാര്യമാണെന്നും സകല ഘടകങ്ങളും കഥയിൽ ഉള്ളടങ്ങുന്നു എന്നും ഈ പ്രസ്താവനയിലൂടെ എം.ടി.വ്യക്തമാക്കുന്നു. തിരക്കഥയെ ഒരു ആഖ്യാനമായി പരിഗണിച്ചുപഠിക്കുമ്പോൾ, കഥ തിരക്കഥയുടെ സമസ്ത മേഖലകളെയും സ്വാധീനിക്കുന്ന ഒരു തലമാണ് എന്നു കരുതാൻ വയ്യ. ആഖ്യാനത്തിന്റെ ഉൾപ്പിരിവുകളിൽ പ്രധാനം എന്നു ഗണിക്കുകയാവും യുക്തം. എന്നാൽ തിരക്കഥയുടെ ഗതിയെ നിർണ്ണയിക്കുന്നതിലും നിയന്ത്രിക്കുന്നതിലും കഥയ്ക്കുള്ള പ്രാധാന്യം ഒട്ടും ചെറുതല്ലതാനും. ക്യാമറയിലൂടെ പകർത്തപ്പെട്ട ദൃശ്യങ്ങൾ തിരശ്ശീലയിൽ അഭിരമിക്കുന്നത് അതിൽ ഒരു കഥയുടെ അനുസ്യൂതി നിലനിൽക്കുന്നതുകൊണ്ടാണ്. പരസ്യചിത്രങ്ങളിലും ഡോക്യുമെന്ററികളിലും ഒരു കഥാപ്രപഞ്ചത്തിന്റെ സൂക്ഷ്മമായ വിന്യസനം നമുക്ക് കാണാൻ കഴിയും.

കഥാപാത്രങ്ങൾ: തിരക്കഥാകൃത്ത്/സംവിധായകൻ തന്റെ സൃഷ്ടി അനുവാചകനു പകർന്നുകൊടുക്കുന്നത് കഥാപാത്രങ്ങളുടെ ക്രിയകളിലൂടെയും സംഭാഷണങ്ങളിലൂടെയുമാണ്. സവിശേഷമായ ക്രിയകളിലൂടെ കഥയെ വ്യാഖ്യാനിക്കുക എന്ന ധർമ്മമാണ് കഥാപാത്രത്തിനുള്ളത്. തിരക്കഥയിലെ കഥാപാത്രസൃഷ്ടി

സാഹിത്യത്തിലേതിൽനിന്നും വ്യത്യസ്തമാണ്. സാഹിത്യകാരനെപ്പോലെ തിരക്കഥാകാരന് തന്റെ കഥാപാത്രങ്ങളെ അലങ്കാരബഹുലമായ പദാവലികളിലൂടെ വിശദീകരിക്കുക സാധ്യമല്ല (ക്രിയാവിശകലനത്തിലൂടെയും സംഭാഷണങ്ങളിലൂടെയുമുള്ള അവതരണമാണ് തിരക്കഥയിൽ കാണുന്നത്). തിരക്കഥയിലെ കഥാപാത്രങ്ങൾ ഇനിയും വളർച്ച പ്രാപിക്കേണ്ട അവസ്ഥയിലാണ് നിലകൊള്ളുന്നത്. പല കാര്യങ്ങളിലും അവർ അപൂർണ്ണരാണ്. തിരക്കഥയിൽ കടന്നുവരുന്ന കഥാപാത്രങ്ങൾ ശരീരം ധരിച്ച് സ്ക്രീനിൽ പ്രത്യക്ഷപ്പെടുന്നു. അഭിനേതാവിന്റെ രൂപഭാവങ്ങളും ശൈലിയും കഥാപാത്രസ്വത്വത്തിൽ വിലയിക്കുന്നു. കഥാപാത്രത്തിന്റെ ബാഹ്യരൂപങ്ങളും ഭാവപ്രകടനരീതികളും മനോഘടനയും പ്രതികരണശൈലിയും ഒക്കെ മനസ്സിലാക്കിവേണം തിരക്കഥാകൃത്ത് അവതരണം നടത്തുവാൻ. കഥാപാത്രത്തിന്റെ വ്യക്തിത്വം, കുടുംബസാഹചര്യങ്ങൾ, പൂർവ്വകാലങ്ങൾ തുടങ്ങി എല്ലാ വിവരങ്ങളും അറിഞ്ഞിരുന്നാൽ മാത്രമേ പ്രസ്തുത കഥാപാത്രത്തിന് പൂർണ്ണമായ വ്യക്തിത്വം നൽകാൻ തിരക്കഥാകൃത്തിന് സാധിക്കൂ.

തിരക്കഥയിലെ കഥയുടെ വളർച്ചയിൽ കഥാപാത്രങ്ങളാണ് ഏറ്റവും ശക്തമായ സാന്നിധ്യമാകുന്നത്. അതോടൊപ്പം പശ്ചാത്തലവും കടന്നുവരുന്നുണ്ടെങ്കിലും അവയൊക്കെയും കഥാപാത്രവളർച്ചയുടെ പോഷകഘടകങ്ങൾ മാത്രമാണെന്നു കാണാം. മിക്കഘട്ടങ്ങളിലും കഥാപാത്രങ്ങളിൽ നിന്ന് ഒരു മുഖ്യ കഥാപാത്രത്തെ നിർണ്ണയിക്കുകയും അയാളുടെ/അവളുടെ ലക്ഷ്യത്തിലേക്കുള്ള സഞ്ചാരമായി ആഖ്യാനം മാറുകയും ചെയ്യുന്നു. ചിലപ്പോൾ കഥയ്ക്കു കൂടുതൽ പ്രാധാന്യം നൽകിക്കൊണ്ട് കഥാപാത്രങ്ങളെ കഥയോടൊപ്പം ചലിപ്പിക്കുന്നു. ഏതായാലും കഥയും കഥാപാത്രങ്ങളും തമ്മിൽ കൃത്യമായി നിർണ്ണയിക്കപ്പെട്ട ബന്ധം ഉണ്ടായിരുന്നേ മതിയാവൂ. അതിനായി കഥയുടെ വളർച്ചയിൽ നിരവധി ഘടകങ്ങൾ തിരക്കഥാകൃത്തിന് ഇണക്കിച്ചേർക്കേണ്ടതുണ്ട്. ആഖ്യാനത്തെ പ്രേക്ഷകമനസ്സുമായി ഗാഢമായി ബന്ധിപ്പിക്കുന്നതും ഓർമ്മയിൽ സൂക്ഷിക്കാൻ പാകത്തിൽ അനുസ്യൂതമായ രീതി ക്രമീകരിക്കുന്നതും കഥാരൂപീകരണത്തിന്റെ വേളയിലാണ്. "കഥ തിരക്കഥയുടെ അസ്ഥിവാരമാണ്. കഥാപാത്രവും ക്രിയയുമായിരിക്കാം സകലതിനെയും ഒട്ടിച്ചുനിർത്തുന്ന പശ. കഥയുടെ സാഹചര്യത്തിലാണ് അതെല്ലാം ആരംഭിക്കുന്നത്" എന്ന് സെയ്ദ് ഫീൽഡ് നിരീക്ഷിക്കുന്നത്(Selling A Screen Play) തിരക്കഥയിൽ കഥയ്ക്കുള്ള പ്രാധാന്യം മനസിലാക്കിക്കൊണ്ടാണ്.

ഇതിവൃത്തം (Plot)

ഒരു പ്രത്യേക ആഖ്യാനത്തിനുള്ളിൽ ഒരു കഥയെ എങ്ങനെ രസകരമായ രീതിയിൽ ഏതുവഴിയിലൂടെ പറയാം എന്നതിന്റെ ഉത്തരമാണ് ഇതിവൃത്തം. തിരക്കഥാകൃത്ത് രചനയ്ക്കുപയുക്തമായ ഒരു പ്രമേയത്തെ കണ്ടെത്തി, അതിനെ കഥയുടെ തലത്തിലേയ്ക്കു വളർത്തിക്കഴിഞ്ഞാൽ കെട്ടുറപ്പോടെ അതിനെ ആഖ്യാനം ചെയ്യുന്നതിനുള്ള ഇതിവൃത്തം രൂപപ്പെടുത്തുന്നു. "കഥയിലെ സംഭവവികാസങ്ങളുടെ കാര്യകരണസഹിതമുള്ള ആസൂത്രണരേഖയാണ് ഇതിവൃത്തം" എന്ന് അടൂർ ഗോപാലകൃഷ്ണൻ പറയുന്നു (കഥാപുരുഷൻ - അവതാരിക). ഇതിവൃത്തമാണു തിരക്കഥയുടെ സൗന്ദര്യവും കെട്ടുറപ്പും നിർണ്ണയിക്കുന്നത്. പരന്നുകിടക്കുന്ന കഥയിലെ അനാവശ്യഭാഗങ്ങൾ ഒഴിവാക്കി, ഉചിതമായവ മാത്രം നിലനിർത്തി, രൂപത്തികവുള്ള കഥാരൂപമാക്കി ആഖ്യാനത്തെ ക്രമപ്പെടുത്തുന്നതും സംഭവങ്ങൾ, ക്രിയകൾ, പ്രവൃത്തികൾ എന്നിവയ്ക്കെല്ലാം സമയക്രമത്തിൽ അടുക്കും ചിട്ടയും നൽകുന്നതും ഇതിവൃത്തമാണ്. തിരക്കഥയുടെ ഘടനയും സൗന്ദര്യവത്തായ വ്യവസ്ഥയുമാണ് ഇതിവൃത്തം എന്നു ചുരുക്കിപ്പറയാം. അതുകൊണ്ടുതന്നെ സിനിമയുടെയും തിരക്കഥയുടെയും ആഖ്യാനത്തെ സംബന്ധിച്ചുള്ള പഠനങ്ങളിൽ ഇതിവൃത്താപഗ്രഥനത്തിനു സവിശേഷമായ സ്ഥാനം നൽകിപ്പോരുന്നു. അതു കഥയുടെ അവതരണത്തിനുവേണ്ട സുപ്രധാനമായ പല ഘടകങ്ങളെയും ഉൾവഹിക്കുന്നു. പ്രമേയത്തിൽ നിന്നു കഥയിലേക്കും കഥയിൽ നിന്ന് ഇതിവൃത്തത്തിലേക്കുമുള്ള ക്രമമായ വളർച്ച കഥാചിത്രങ്ങൾ(Feature film)ക്ക് അനിവാര്യമാണ്. പ്രേക്ഷകനുമായി സിനിമ സംവേദനം ചെയ്യണമെങ്കിൽ തിരക്കഥയിൽത്തന്നെ കെട്ടുറപ്പുള്ള ഇതിവൃത്തം രൂപപ്പെടുത്തണം.

പാശ്ചാത്യ-പൗരസ്ത്യ നാടകസൈദ്ധാന്തികർ ഇതിവൃത്തത്തിന്റെ പ്രാധാന്യത്തെക്കുറിച്ച് ആഴത്തിൽ ചിന്തിച്ചിട്ടുണ്ട്. (ഭരതന്റെ 'നാട്യശാസ്ത്ര'ത്തിലും അരിസ്റ്റോട്ടിലിന്റെ 'പോയറ്റിക്സി'ലും ഇതിവൃത്തത്തെക്കുറിച്ചുള്ള പരാമർശങ്ങൾ കാണാം). എന്നാൽ തികച്ചും നവീനശാഖയായ ചലച്ചിത്രമേഖല ഇതിവൃത്തപഠനത്തെ പൗരാണികസൈദ്ധാന്തികരുടെ കാഴ്ചപ്പാടുകളെ പൂർണ്ണമായും പിൻപറ്റിക്കൊണ്ടല്ലെങ്കിലും സ്വീകരിക്കുന്നുണ്ട്. ചലച്ചിത്രത്തിന്റെ/തിരക്കഥയുടെ ഇതിവൃത്തത്തെ ആദി, മധ്യം, അന്ത്യം എന്ന രീതിയിൽ വിഭജിച്ചുകൊണ്ടുള്ള ഒരു ത്രയാങ്കഘടന (Three Act Structure) ആണ് പുതിയ സൈദ്ധാന്തികർ അംഗീകരിക്കുന്നത്. 90 മിനിറ്റ് ദൈർഘ്യമുള്ള ഒരു

ചലച്ചിത്രാഖ്യാനത്തിനുവേണ്ടി തയ്യാറാക്കുന്ന തിരക്കഥയെ ഇതിവൃത്തത്തിനുള്ളിലെ ക്രിയാംശത്തെയും കഥാപാത്രാവിഷ്കാരത്തെയും ആസ്പദമാക്കി വിഭജിക്കുമ്പോൾ വ്യക്തമായ മൂന്നങ്കങ്ങൾ ചലച്ചിത്ര പഠിതാക്കൾ സൂചിപ്പിക്കുന്നു.

ഒന്നാമങ്കം (First Act): 90 മിനിറ്റുള്ള തിരക്കഥാഖ്യാനത്തിലെ ആദ്യത്തെ 30 മിനിറ്റിലാണ് ഒന്നാമങ്കം നിബന്ധിക്കുന്നത്. കഥയിലെ പ്രാഥമികമായ വഴിത്തിരിവും പ്രതിസന്ധിയും ആരംഭിക്കുന്നത് ഒന്നാമങ്കത്തിലാണ്. ഒട്ടേറെ കണ്ണികളി(Hook)ലൂടെ കഥയുടെ ചുരുൾ നിവരാൻ തുടങ്ങുന്നു. ഇതിവൃത്തത്തിനുള്ളിൽ ഉപഇതിവൃത്തം(Sub plot) രൂപപ്പെടുന്നു. പ്രധാന കഥാപാത്രങ്ങളെ പ്രേക്ഷകർക്കു താല്പര്യം ജനിപ്പിക്കത്തക്കരീതിയിൽ അവതരിപ്പിക്കുന്നതും കഥയിലെ പ്രശ്നങ്ങൾ ആരംഭിക്കുന്നതും ഈ അങ്കത്തിലാണ്. മുഖ്യകഥാപാത്രത്തെ പ്രഖ്യാപിക്കുകയും വെല്ലുവിളികൾ സ്വീകരിക്കാൻ ആ കഥാപാത്രത്തെ ഒരുക്കുകയും ചെയ്യും. കഥാഗതിയോടു പ്രേക്ഷകൻ പൊരുത്തപ്പെടുകയും കഥയിലേക്കു മുഴുകാൻ പ്രേരിതരാവുകയും ചെയ്യുന്നത് ഈ ഘട്ടത്തിലാണ്. അതിനുവേണ്ടി മുഖ്യകഥാപാത്രത്തിന്റെ ജീവിതത്തിലെ ചില സ്ഥിതി വിപര്യയങ്ങളെ തിരക്കഥാകൃത്ത് കൂട്ടിക്കൊണ്ടുവരുന്നു. ഈ അങ്കത്തിന്റെ അവസാനഘട്ടം/പരകോടി (Climax) ആകുമ്പോഴേക്കും കഥാപാത്രത്തിന്റെയോ കഥാഗതിയുടെയോ മുമ്പോട്ടുള്ള അവതരണം തടസ്സപ്പെടുന്ന പ്രതീതി ഉണ്ടാകുന്നു.

രണ്ടാമങ്കം (Second Act): ഇതിവൃത്തത്തെ മുപ്പതാം മിനിറ്റിൽ നിന്നു എഴുപതാം മിനിറ്റിലേക്ക് കൊണ്ടുവരുന്ന നാല്പതോളം മിനിറ്റുകളുടെ ദൈർഘ്യമാണ് രണ്ടാമങ്കത്തിനുള്ളത്. ഇവിടെ മുഖ്യകഥയുടെ പശ്ചാത്തലം വിവരിക്കപ്പെടുകയും മുഖ്യ കഥാപാത്രത്തിന്റെ വെല്ലുവിളികൾ ശക്തമാവുകയും ചെയ്യും. ഉപ ഇതിവൃത്തങ്ങളിൽ ചിലത് ആരംഭിക്കുകയും പര്യവസാനിക്കുകയും ചെയ്യാം. ഒരു പ്രതിസന്ധിയിലായിരിക്കും ഈ അങ്കം അവസാനിക്കുന്നത്. രണ്ടാമങ്കത്തിൽ, മൂന്നാമങ്കത്തിൽ പരിഹരിക്കേണ്ടതായ പ്രശ്നങ്ങളുടെ ഭൂമിക ഒരുങ്ങുന്നു. കഥാന്ത്യം നടക്കുന്നു എന്ന ധാരണ തന്നെ ചിലപ്പോൾ ഉണ്ടായി എന്നു വരാം. മുഖ്യകഥാപാത്രത്തിന്റെ ക്രിയകളിൽ നിർണ്ണായകമായ വഴിത്തിരിവുണ്ടാകുന്ന ഘട്ടമാണിത്. അയാളുടെ/ അവളുടെ പ്രശ്നങ്ങൾ പുനർനിർവചിക്കപ്പെടുകയും ഒട്ടേറെ വൈകാരികപ്രശ്നങ്ങൾ അഭിമുഖീകരിക്കാൻ മുഖ്യകഥാപാത്രം ബാധ്യസ്ഥമാവുകയും ചെയ്യും. പഴയ ജീവിതസാഹചര്യങ്ങൾ പുനർവ്യാഖ്യാനിക്കപ്പെടും.

പുതിയ കഥാപാത്രങ്ങൾ പ്രത്യക്ഷപ്പെടാനും സാധ്യതയുണ്ട്. മുഖ്യ കഥയുമായോ പ്രതിനായക കഥാപാത്രങ്ങളുമായോ മുഖ്യകഥാപാത്രം ബന്ധപ്പെട്ടും. പ്രേക്ഷകരെ കഥയുമായി കൂടുതൽ അടുപ്പിക്കുന്ന തരത്തിൽ ത്രസിപ്പിക്കുന്ന സംഭവങ്ങൾ ഉൾക്കൊള്ളിക്കാൻ തിരക്കഥാകൃത്ത് ഈ ഘട്ടത്തിൽ ശ്രദ്ധിക്കുന്നു. ഒന്നാമങ്കത്തിൽ ഉന്നയിക്കപ്പെട്ട ചോദ്യങ്ങൾക്കു മുകളിൽ പുതിയ ചോദ്യങ്ങൾ അവതരിപ്പിച്ചുകൊണ്ട് വ്യക്തവും വ്യത്യസ്തവുമായ അന്തരഫലങ്ങൾക്കു രണ്ടാമങ്കം വഴി തുറന്നുകൊടുക്കുന്നു.

മൂന്നാമങ്കം (Third Act): 90 മിനിറ്റുള്ള ആഖ്യാനത്തിലെ അവസാനത്തെ ഇരുപതോളം മിനിറ്റു വരുന്ന ഭാഗമാണു മൂന്നാമങ്കം. സിനിമയുടെ മൊത്തത്തിലുള്ള ദൈർഘ്യത്തെ അടിസ്ഥാനമാക്കി അങ്കങ്ങളുടെ സമയത്തിൽ വ്യത്യാസം വരാറുണ്ട്. ഈ അങ്കത്തിൽ സീനുകളെ ഏതെങ്കിലും മൂല്യത്തിൽ സ്ഥാപിക്കുന്നതിനുള്ള ശ്രമം നടക്കുന്നു. ചലനവേഗത വർദ്ധിക്കുന്നു. ക്രിയാവതരണം ശക്തമാകുന്നു. പ്രേക്ഷകരുടെ പ്രതീക്ഷകളെ അട്ടിമറിക്കുന്ന തരത്തിലുള്ള ഒരന്ത്യം ഉൾക്കൊള്ളിക്കുന്നു. ഒരു കഥയെക്കുറിച്ചു താൻ മനസ്സിൽ ഒരുക്കി വച്ചിട്ടുള്ള ഒരന്ത്യം നിഷേധിച്ച് തന്നെ അത്ഭുതപ്പെടുത്തുന്ന ഒരന്ത്യം കാണാനാണ് ഓരോ പ്രേക്ഷകനും ആഗ്രഹിക്കുന്നത്. കഥയിലെ സംഘർഷങ്ങളെ മുഴുവൻ ഉച്ചസ്ഥായിയിലെത്തിച്ച് നിർവ്വഹണം അല്ലെങ്കിൽ പരകോടി (Climax) സൃഷ്ടിച്ചെടുക്കുന്നത് ഈ അങ്കത്തിലാണ്. പിന്നീടു കഥാപാത്രങ്ങളുടെ ആന്തരികസംഘർഷങ്ങൾ പ്രേക്ഷകനു വിട്ടുകൊടുത്തുകൊണ്ടു പരിസമാപ്തി(Resolution)യും രചിക്കപ്പെടുന്നു. മൂന്നാമത്തെ അങ്കത്തിൽ ആഖ്യാനത്തെ ഉപസംഹാരത്തിലേക്കു കൊണ്ടുവരുന്നു. അങ്ങനെ പര്യവസാനം എന്ന ബോധം ഉണ്ടാകുന്നു. തനിക്കു ചുറ്റും വിഘടിച്ചുകൊണ്ടിരിക്കുന്ന ലോകത്തെ മുഖ്യ കഥാപാത്രം പരിപൂർണ്ണമായി അഭിമുഖീകരിക്കുന്നതും ഉപഇതിവൃത്തം മുഖ്യഇതിവൃത്തവുമായി പൂർണ്ണമായി ഇഴുകിച്ചേരുന്നതും മൂന്നാമങ്കത്തിലാണ്.

പ്രമേയത്തിൽനിന്നും കഥയുടെ തലത്തിലേക്കും അവിടെനിന്നും ഇതിവൃത്തത്തിന്റെ തലത്തിലേക്കും നീളുന്നതാണ് തിരക്കഥയിലെ ഫാബുലയുടെ തലം. ഇതിവൃത്ത രൂപീകരണത്തിലൂടെ തിരക്കഥയിലെ ഫാബുലയ്ക്ക് വ്യക്തമായ ഘടനയുണ്ടാകുന്നു. പ്രമേയം, കഥ, ഇതിവൃത്തം എന്നിവ ആഖ്യാനത്തിന്റെ ആന്തരഭ്രമികയെ നിശ്ചയിക്കുന്നവയാണ്. കഥാപാത്രങ്ങൾ, കഥാസന്ദർഭങ്ങൾ, കഥാകാലം എന്നീ ഘടകങ്ങളൊക്കെത്തന്നെ ഇതിവൃത്തരൂപീകരണവേളയിൽ

പ്രധാനമായിത്തീരാറുണ്ട്. എന്നാൽ തിരക്കഥയെ സംബന്ധിച്ചിടത്തോളം അത്തരം ഘടകങ്ങളെ ആഖ്യാനത്തിലെ മറ്റു വിഭാഗങ്ങൾക്കു വിട്ടുകൊടുത്തുകൊണ്ട് ത്രയാങ്കഘടനയിൽ നിന്ന് ഇതിവൃത്തത്തെ അറിയുകയാവും യുക്തം. പ്രമേയം> കഥ> ഇതിവൃത്തം എന്ന രീതിയിൽ ഫാബുലയുടെ തലം പൂർണ്ണതയിൽ എത്തിക്കഴിഞ്ഞാൽ തിരക്കഥാഖ്യാനം സൂഷേയുടെ തലത്തിലേക്കു കടക്കുന്നു. ഴാനർ> രൂപം> ശൈലി എന്നിവയിലൂടെ ആ തലവും തിരക്കഥാകൃത്ത് പൂർത്തിയാക്കുന്നു

ഴാനർ (Genre)

"സ്ക്രീൻ വർക്കിനെ വ്യാഖ്യാനിക്കുന്നതിന് തിരക്കഥാകൃത്തുക്കളും പ്രേക്ഷകരും അംഗീകരിക്കുകയും ഉപയോഗിക്കുകയും ചെയ്യുന്ന മാതൃകകളുടെ ഒരു കൂട്ടവും ആഖ്യാനങ്ങളുടെ സംയോജനവുമാണ് ഴാനറുകൾ" എന്ന് ഫിലിപ്പ് പാർക്കർ(The Art and Science of Screen Play Writing) പറയുന്നു. വ്യത്യസ്തമായ ചലച്ചിത്രങ്ങളെ നാം തിരിച്ചറിയുന്നതും ആസ്വദിക്കുന്നതും ഴാനറുകളിലൂടെയാണ്. സാഹിത്യപഠനശാഖയിൽ നിന്നും കടമെടുത്ത ഒരു ഫ്രഞ്ച് പദമാണിത്. ഇനം, വിഭാഗം, തരം എന്നൊക്കെയാണ് ആ പദത്തിന്റെ അർത്ഥം. സിനിമയിൽ ഴാനർ കോഡുകളുടെയും ദൃശ്യശൈലികളുടെയും ഒരു വ്യവസ്ഥയായി വർത്തിക്കുന്നു. അതു പ്രേക്ഷകനെ താൻ കാണുന്ന ചലച്ചിത്രം അർഹിക്കുന്ന പരിഗണനയോടെ കാണാൻ പ്രേരിപ്പിക്കുന്നു. പശ്ചാത്തലം (setting), അവസ്ഥ (mood), രൂപം (format) എന്നിവയെ അടിസ്ഥാനമാക്കി മൂന്നുതരം ഴാനറുകളാണ് പൊതുവെ ഉള്ളത്.

പ്രേക്ഷകർ ഒരു സിനിമ കാണുന്നത് മുമ്പു കണ്ടിട്ടുള്ള സിനിമയുടെ അടിത്തറയിൽ നിലയുറപ്പിച്ചുകൊണ്ടാവും. മുമ്പു കണ്ടിട്ടുള്ള സിനിമയും അപ്പോൾ കാണുന്ന സിനിമയും തമ്മിൽ പശ്ചാത്തലത്തിലും അവസ്ഥയിലും രൂപത്തിലുമുള്ള വിവേചനം ആ ഘട്ടത്തിൽ പ്രേക്ഷകർ മനസ്സിലാക്കുന്നു. ഏതു ഴാനറിൽപ്പെട്ട ചലച്ചിത്രമാണ് അതെന്നുള്ള തിരിച്ചറിവിലേക്ക് പ്രേക്ഷകരെ നയിക്കുന്ന ആദ്യ ഘട്ടമാണിത്. ആ രണ്ടു ചിത്രങ്ങളും തമ്മിലുള്ള പാഠാന്തരത പ്രേക്ഷകർ ഈ ഘട്ടത്തിൽ മനസ്സിലാക്കുന്നു. അന്തസത്തയുടെയും ആവിഷ്കാരത്തിന്റെയും മേഖലയിൽ ഓരോ സിനിമയും പുലർത്തുന്ന വ്യതിരിക്തത ഴാനർ അടയാളപ്പെടുത്തുന്നു. തരം എന്നർത്ഥമാണ് ഴാനറിനുള്ളത് എന്നു സൂചിപ്പിച്ചുകൊണ്ട് 'ഫിലിംതിയറി' എന്ന

ഗ്രന്ഥത്തിൽ നീൽ സ്റ്റീവ് ഇങ്ങനെ വിശദീകരിക്കുന്നു. "സാധാരണമായി പാശ്ചാത്യം, ഗംഗ്സ്റ്റർ ഫിലിം, സംഗീതാത്മക ഫിലിം, ഹൊറർ ഫിലിം, മെലോഡ്രാമ, കോമഡി തുടങ്ങിയവയിലാണ് അത് ഉദാഹരിക്കപ്പെടുന്നത്. ചിലപ്പോഴൊക്കെ സബ് ഴാനർ എന്ന പദവും ഉപയോഗിച്ചുവരുന്നുണ്ട്. മേൽപ്പറഞ്ഞ ഴാനറുകളിലെ ഉപവിഭാഗങ്ങളെ സൂചിപ്പിക്കാനാണ് അതുപയോഗിക്കുന്നത്."

ഏറെ വിജയകരമായിത്തീർന്ന ഴാനറുകൾ വീണ്ടും വീണ്ടും അവതരിപ്പിക്കാനുള്ള ശ്രമം സിനിമാവ്യവസായത്തിന്റെ മേഖലയിൽ കാണാം. സിനിമാലോകം മിക്കപ്പോഴും ഴാനറുകളോടു ബന്ധിപ്പിച്ചാണ് സിനിമകളെപ്പറ്റി ചർച്ചചെയ്യുന്നത് (കോമഡി, ഹൊറർ, ആക്ഷൻ എന്നിങ്ങനെ). സാമ്പ്രദായികമായി പിന്തുടരുന്ന മാർക്കറ്റിംഗ് തന്ത്രങ്ങൾ ചലച്ചിത്രത്തിന്റെ ഴാനർ നിശ്ചയിക്കുന്ന വേളയിൽ പ്രസക്തമാകുന്നു. പ്രേക്ഷകർ ചലച്ചിത്രത്തെ തിരഞ്ഞെടുക്കുന്നതിന്റെ പിന്നിലും ഴാനറിനു പ്രസക്തിയുണ്ട്. എല്ലാ ഴാനറുകൾക്കും അതതിന്റേതായ പ്രക്ഷേകസമൂഹം ഉണ്ടായിരിക്കും. പക്ഷേ സാഹചര്യങ്ങൾക്കും കാലാകാലങ്ങളിൽ കടന്നുവരുന്ന അവസ്ഥകൾക്കും അനുസൃതമായി ചില ഴാനറുകളോട് താല്പര്യം വർദ്ധിക്കുക സ്വാഭാവികമാണ്. ഏതുതരം സിനിമയാണ് പ്രേക്ഷകർ ഇഷ്ടപ്പെടുന്നത് എന്നതിനെ ആശ്രയിച്ചാണു സിനിമാ വിപണിയിൽ തിരഞ്ഞെടുപ്പു നടക്കുന്നത്. മലയാളസിനിമയിൽ ചില കോമഡിചിത്രങ്ങൾ വിജയിച്ചപ്പോൾ പിന്നാലെ അതേ ഴാനറിൽപ്പെട്ട നിരവധി ചിത്രങ്ങൾ അവതരിപ്പിക്കപ്പെട്ടത് ഉദാഹരണം. ഒരു പ്രത്യേക ഴാനറിന് പ്രത്യേക ഘട്ടത്തിലുണ്ടായ പ്രചാരമാണതിനു കാരണം.

സിനിമാവ്യവസായത്തിന്റെയും ചലച്ചിത്രത്തിന്റെ കാഴ്ചയുടെയും തലത്തിൽ മാത്രമല്ല തിരക്കഥാപാഠത്തിന്റെ രചനയിലും ഴാനർ പ്രസക്തമാകുന്നുണ്ട്. ചലച്ചിത്രത്തിനുവേണ്ടി ഒരുക്കിയെടുത്ത മുൻപാഠമെന്ന നിലയിൽ തിരക്കഥയുടെ രചനാവേളയിൽത്തന്നെ ഴാനർ ഏതെന്ന തീരുമാനത്തിലെത്തുന്നു. ആഖ്യാനത്തിനായി ഒരുക്കിയെടുത്ത കഥ ഏതു മാർഗ്ഗത്തിലൂടെ വ്യവഹാരതലത്തിലേക്കുയർത്തണം എന്ന ചിന്തയുടെ ആദ്യ പടിയാണ് ഴാനറിന്റെ തിരഞ്ഞെടുപ്പ്. പ്രേമം എന്ന വിഷയത്തെ ഉദാഹരിക്കാം. അതിനെ കോമഡിയിലൂടെ പറയാം. ട്രാജഡിയോ ഹൊററോ ആക്ഷനോ ആ വിഷയം അവതരിപ്പിക്കാൻ സ്വീകരിക്കാം. പ്രമേയമോ ഇതിവൃത്തമോ മാറുന്നില്ല. ഴാനറിനനുസൃതമായി കഥയിൽ മാറ്റം ഉണ്ടായി എന്നു വരാം. എങ്കിലും ഇതിവൃത്തത്തിന്റെ അടിത്തറ ഇളകുന്നില്ല.

ഒരു ആഖ്യാനം പൂർണ്ണമാകുന്നതു കഥയോടൊപ്പം വ്യവഹാരവും കൂടിച്ചേരുമ്പോഴാണ്. ചലച്ചിത്രാഖ്യാനത്തെ വ്യവഹാരതലത്തിലെക്കുയർത്തുന്ന പ്രഥമഘടകം ഴാനറാണ്. ഏതു ഴാനറാണു തിരഞ്ഞെടുക്കേണ്ടതത് എന്ന തീരുമാനത്തിനുശേഷം മാത്രമേ രൂപവും ശൈലിയും നിശ്ചയിക്കുകയുള്ളൂ. കാരണം, രൂപവും ശൈലിയും സൂക്ഷ്മാർത്ഥത്തിൽ ഴാനറിന്റെ അനുബന്ധങ്ങളാണ്. തിരക്കഥാരചനയുടെ വേളയിലാണ് ഴാനറിന്റെ തിരഞ്ഞെടുപ്പ് പ്രധാന പ്രശ്നമായി വരുന്നത്. ഴാനറിനനുസൃതമായി കഥാരൂപീകരണം നടക്കേണ്ടത് അവിടെയാണ്. തിരക്കഥയിൽത്തന്നെ ഴാനർ നിശ്ചയിക്കപ്പെടുന്നതുകൊണ്ട് - പാഠം നിർമ്മിക്കപ്പെടുന്നതുകൊണ്ട് - അനന്തരഘടകങ്ങൾ മാത്രം സംവിധായകൻ ശ്രദ്ധിച്ചാൽ മതിയാകും. തിരക്കഥയെ/ചലച്ചിത്രത്തെ വ്യവഹാരപൂർണ്ണതയിലേക്കു കൊണ്ടുപോകുന്നതിൽ പ്രധാനഘടകമായ ഴാനറിനെക്കുറിച്ചുള്ള പഠനം തന്മൂലം തിരക്കഥാപഠനത്തിൽ അനിവാര്യമാണ്.

രൂപം (Form)

കവിതയുടെ രൂപം നിർണ്ണയിക്കുന്നത് താളം, വൃത്തം, ശ്ലോകഘടന എന്നിവയാണെങ്കിൽ തിരക്കഥയുടെ രൂപം നിർണ്ണയിക്കുന്നത് അതിന്റെ ഉള്ളടക്കത്തിന്റെ ഘടനയാണ്. എന്നാൽ ആന്തരികതലത്തോടൊപ്പം ബാഹ്യതലവും രൂപത്തെ സ്വാധീനിക്കുന്നുണ്ട്. തിരക്കഥയുടെ ബാഹ്യരൂപം പേപ്പറിൽ എഴുതപ്പെട്ട അതിന്റെ ഘടനയും രചനയിൽ സ്വീകരിച്ചിട്ടുള്ള ആഖ്യാനതന്ത്രങ്ങളുമാണ്. ആന്തരികരൂപമാകട്ടെ തിരക്കഥാഖ്യാനത്തിനുള്ളിൽ ക്രമീകരിച്ചിരിക്കുന്ന സ്ഥലകാലക്രിയകളുടെ വ്യവസ്ഥപ്പെടുത്തലാണ്. ആഖ്യാനത്തിന്റെ ഘടനതന്നെയാണ് രൂപം. ബാഹ്യമായും ആന്തരികമായും ആ ഘടന കൃത്യമായി ക്രമീകരിക്കുമ്പോൾ തിരക്കഥാഖ്യാനം സിനിമാവത്കരണത്തിന് പ്രാപ്തമാകുന്നു. തിരക്കഥയെ പരമാവധി നാടകീയമാക്കുന്നതും ആസ്വാദകരെ അതിലേക്കാകർഷിക്കുന്നതും രൂപത്തെ അടിസ്ഥാനപ്പെടുത്തി എഴുത്തുകാർ കൈക്കൊള്ളുന്ന നിലപാടുകളാണ്.

തിരക്കഥാഖ്യാനത്തിന്റെ വിശകലനത്തെ സമഗ്രമാക്കാൻ ദൈർഘ്യ(Length)വും ഘടന (Structure)യും സ്ഥലകാലക്രിയകളും (space, time and action) ഒരുമിച്ചെടുക്കേണ്ടിവരും. ഒരു ആഖ്യാനം എത്ര സമയം നിലനിൽക്കുന്നു എന്നത് ഏറെ പ്രസക്തമാണ്. അത് ഒരു നിമിഷമാകാം, ഒരു മണിക്കൂറാകാം, മൂന്നു മണിക്കൂറാകാം.

കൃത്യമായി നിശ്ചയിക്കപ്പെട്ട ദൈർഘ്യപരിധി ഉള്ളതിനാൽ തിരക്കഥയ്ക്കുള്ളിൽ ഒട്ടേറെ കഥകൾ ആവിഷ്കരിക്കാൻ പ്രയാസമാണ്. അതുകൊണ്ടു പ്രധാന കഥയും അതിനെ വ്യവസ്ഥപ്പെടുത്തുന്നതിനായി ഒന്നോ രണ്ടോ അനുബന്ധകഥകളും മാത്രമേ സാധാരണ ഗതിയിൽ ഉൾപ്പെടുത്താറുള്ളൂ, ചിലപ്പോൾ അനുബന്ധകഥകൾ ഉണ്ടായില്ലെന്നും വരും. കാലഘട്ടത്തിനും അഭിരുചികൾക്കും അനുസൃതമായി തിരക്കഥയിലെ പ്രമേയങ്ങൾക്ക് അതർഹിക്കുന്ന ദൈർഘ്യം നൽകേണ്ടിവരും. യുദ്ധം പ്രമേയമാകുന്ന ഒരാഖ്യാനം ആവിഷ്കരിക്കാനുപയോഗിക്കുന്ന ദൈർഘ്യം ഭക്ഷണം പ്രമേയമാകുമ്പോൾ സ്വീകരിക്കണമെന്നില്ല. മുൻകൂട്ടി നിശ്ചയിക്കപ്പെട്ട സമയപരിധിയിലേക്ക് ആഖ്യാനങ്ങളെ ചുരുക്കേണ്ടിവരികയോ ചിലപ്പോൾ നീട്ടേണ്ടിവരികയോ ചെയ്യാറുണ്ട്.

തിരക്കഥയിൽ സ്ഥലകാല ക്രിയകൾ ക്രമീകരിക്കുന്നതു സീനുകളിലാണ്. സീനുകളെന്നാൽ തിരക്കഥ എന്ന ആഖ്യാനത്തെ കഥാഗതിക്കനുസൃതമായി മുറിക്കുന്ന രംഗങ്ങളാണ്. "നിരവധി ദൃശ്യങ്ങൾ(shots) കൊണ്ടു പൂർത്തിയാക്കാവുന്ന തുടർന്നുനിൽക്കുന്ന ക്രിയ ഉൾക്കൊള്ളുന്നതാണ് സീൻ. ഓരോ സീനും കഥയെ ഓരോ ചുവട് മുമ്പോട്ടുചലിപ്പിക്കുന്നു" (Screen writing for the 21st century) എന്ന് പാറ്റ് സിൽവറും ലാസ്കിയും സൂചിപ്പിക്കുന്നു. കഥാഖ്യാനത്തിലും കഥാപാത്രവികസനത്തിലും ഓരോ സീനും വ്യക്തമായ സംഭാവനകൾ അർപ്പിക്കുന്നുണ്ട്. തിരക്കഥാകൃത്ത് തന്റെ രംഗവിവരണങ്ങളിൽ സന്ദർഭങ്ങളെയും ക്രിയകളെയും രേഖപ്പെടുത്തിവയ്ക്കുന്നു. സീനിന്റെ ഭൗതികമായ ലൊക്കേഷൻ, കഥാപാത്രങ്ങളെക്കുറിച്ചുള്ള സൂചനകൾ, ദൃശ്യങ്ങളുടെ വലിപ്പം, സീനുകൾക്കുള്ളിലെ വൈരുദ്ധ്യങ്ങൾ, ചലനവേഗം, താളം എന്നിവയെക്കുറിച്ചുള്ള വിവരണങ്ങൾ, രാത്രി, പകൽ തുടങ്ങിയ കാലസൂചനകൾ, പ്രകാശം, നിറം, ഇഴയടുപ്പം, വസ്തുനിഷ്ഠവും ആത്മനിഷ്ഠവുമായ ശബ്ദങ്ങളുടെ വിവരണങ്ങൾ, വസ്ത്രാലങ്കാരം, മേക്ക്-അപ്പ് എന്നിവയെ സംബന്ധിച്ചുള്ള നിർദ്ദേശങ്ങൾ തുടങ്ങിയവയെല്ലാം തിരക്കഥയിൽ ഉൾപ്പെടുത്താറുണ്ട്. മാത്രമല്ല, ഓരോ ഷോട്ടിലും കടന്നുവരുന്ന സംഭവങ്ങളുടെ കൃത്യമായ വിവരണവും തിരക്കഥാകൃത്തിന്റെ ചുമതലയിൽപ്പെടുന്നു. ഷോട്ട് > സീൻ> സീക്വൻസ് എന്ന ക്രമത്തിൽ വിശദീകരിക്കപ്പെടുന്ന തിരക്കഥയുടെ ബാഹ്യരൂപമാണ് ആദ്യം തിരക്കഥാകൃത്ത് ശ്രദ്ധിക്കേണ്ടത്. ഇതിൽ ഷോട്ട് (shot) ക്യാമറയിലൂടെ കാണുന്ന പൊട്ടിപ്പോകാത്ത ഒറ്റ ദൃശ്യമാണ്. അത് സമീപദൃശ്യം, വിദൂരദൃശ്യം, മധ്യദൂരദൃശ്യം

എന്നിങ്ങനെ വിവിധ രീതിയിൽ സന്നിവേശിക്കപ്പെടുന്നു. അത് ഒരു നിമിഷമാവാം. മണിക്കൂറുകൾ തന്നെയാവാം. നിരവധി ഷോട്ടുകൾ കൊണ്ടാണ് ഒരു സീൻ നിർമ്മിച്ചെടുക്കുന്നത്. സ്ഥലത്തിനു മാറ്റം സംഭവിക്കാതെ കഥയുടെ ഏതെങ്കിലും ഘട്ടം അവതരിപ്പിക്കുന്നതാണു സീൻ (scene). എപ്പോഴെങ്കിലും കട്ട് ചെയ്ത് കഥാസ്ഥലം മാറുന്നു എങ്കിൽ സീനും മാറുന്നു. സീനുകൾ കൂട്ടിച്ചേർത്താണ് സീക്വൻസുകൾ നിർമ്മിക്കുന്നത്. കഥയുടെ പരിവർത്തനത്തിലേക്കോ കഥാപാത്രത്തിന്റെ പരിണാമത്തിലേക്കോ നയിക്കുന്ന രംഗങ്ങളുടെ പരമ്പരയാൽ നിർമ്മിതമാണ് സീക്വൻസ്. അങ്ങനെയുള്ള സീക്വൻസുകളാവും കഥയെ നിശ്ചയിക്കുന്നതും നിയന്ത്രിക്കുന്നതും.

സ്ഥലം: നിശ്ചിതമായ ഏതെങ്കിലും സ്ഥലത്താണ് ചലച്ചിത്രത്തിലെ കഥ അരങ്ങേറുന്നത്. ക്യാമറയ്ക്കുമുമ്പിൽ കടന്നുവരേണ്ട വസ്തുക്കളെയും സംഭവങ്ങളെയും വാക്കുകളിലൂടെ വിന്യസിക്കുകയാണ് തിരക്കഥാകൃത്തിന്റെ ദൗത്യം. ഈ വസ്തുക്കൾ ജീവനുള്ളവയും ചലിക്കുന്നവയുമാകാം. നിർജ്ജീവഘടകങ്ങളാവാം. ഏതായാലും ക്യാമറയ്ക്കു മുമ്പിൽ വസ്തുക്കളെ അണിനിരത്തുമ്പോൾ ഉചിതമായ രീതിയിൽ പശ്ചാത്തല(back ground)ങ്ങളും പൂർവ്വതലങ്ങളും (fore ground) നിർമ്മിക്കേണ്ടതുണ്ട്. ഏതു രീതിയിലായാലും ആഖ്യാനത്തിൽ അവതരിപ്പിക്കപ്പെടുന്ന സ്ഥലങ്ങൾ കഥാഗതിയെ നിയന്ത്രിക്കുന്നു. സ്ഥലമെന്നതു ചലച്ചിത്രത്തെ സംബന്ധിച്ചിടത്തോളം ദ്രവാവസ്ഥ(fluid)യിലാണ്. കഥാപാത്രങ്ങളുടെ മനോഭാവത്തിനും ചലനങ്ങൾക്കും അനുസൃതമായി കഥയുടെ സ്ഥലപരിധിയും മാറിക്കൊണ്ടിരിക്കും.

തിരക്കഥയിൽ കഥ ആവിഷ്കരിക്കപ്പെടുന്ന സ്ഥലമാണ് ആഖ്യാനസ്ഥലം (Narrative space). വളരെ വേഗം പരിവർത്തനങ്ങൾക്കു വിധേയമാകുന്ന ഒന്നായിരിക്കും അത്. "ആളൊഴിഞ്ഞ ഭാഗത്തു വാഹനം നിർത്തി അയാൾ പുറത്തിറങ്ങി" എന്ന് ഒരു സാഹിത്യകൃതിയിൽ ചേർത്തിട്ടുള്ളതിനെ തിരക്കഥയിലേക്കു രൂപാന്തരപ്പെടുത്തുമ്പോൾ ആഖ്യാനസ്ഥലത്തെ സംബന്ധിച്ച് എന്തൊക്കെ കാര്യങ്ങൾ ശ്രദ്ധിക്കണമെന്നു നോക്കാം. ആൾത്തിരക്കുള്ള തെരുവിന്റെ ദൃശ്യവും അവിടുത്തെ വാഹനങ്ങളുടെ ബാഹുല്യവും കഥാപാത്രത്തിന്റെ വാഹനം ആ തിരക്കിനിടയിലൂടെ കടന്നുവരുന്നതിനെ ഫോക്കസ് ചെയ്യുന്നതും നിരവധി ഷോട്ടുകളിലൂടെ അവതരിപ്പിച്ചശേഷം ആളൊഴിഞ്ഞ ഒരു ഭാഗം കാട്ടിത്തരുന്നു. തുടർന്ന് കാർ അവിടെ വന്നു നിൽക്കുന്നതും അയാൾ പുറത്തിറങ്ങുന്നതും തിരക്കഥാകൃത്തും

തുടർന്ന് സംവിധായകനും വിവിധ വീക്ഷണകോണുകളിലൂടെ അവതരിപ്പിക്കുന്നു. ആഖ്യാനസ്ഥലത്തിന്റെ വേഗതയിലുള്ള പരി വർത്തനം ചലച്ചിത്രകലയുടെ പ്രത്യേകതയാണ്. ആഖ്യാനം എന്ന നിലയിൽ തിരക്കഥയെ പഠിക്കുമ്പോൾ അതിൽ പ്രത്യക്ഷമാകുന്ന എല്ലാ തരത്തിലുമുള്ള സ്ഥലസൂചനകളെയും വിശകലനം ചെയ്യേണ്ട തുണ്ട്.

കാലം: "തിരക്കഥാകൃത്ത് മനസ്സിലാക്കേണ്ട ഒരു പ്രധാന കാര്യം സമയം ക്ലിപ്തമായ അളവുകോലല്ലെന്നും അതിന് അയവുണ്ടെന്നും ആണ്" എന്ന് പറയുന്ന വുൾഫ് റില്ല (Writer and the Screen) സിനിമയിൽ അവതരണം കൊള്ളുന്ന കാലസങ്കല്പത്തിന്റെ അയഞ്ഞ അവസ്ഥയിലേക്ക് ശ്രദ്ധ പതിപ്പിക്കുകയാണ്. നിത്യജീവിതത്തിൽ നാം നിരന്തരം ബന്ധപ്പെടുന്ന കാലത്തെ സിനിമയിൽ വ്യത്യസ്തമായ രീതിയിൽ വിന്യസിക്കുന്നു. ഒരു എഞ്ചിനീയർ പേപ്പറിൽ ഒരു കെട്ടി ടത്തിന്റെ പ്ലാൻ വരയ്ക്കുന്നു എന്നു കരുതുക. പേപ്പറിൽ ലംബരേഖകളും തിരശ്ചീനരേഖകളും അളവനുസരിച്ച് വരച്ച് പ്ലാൻ പൂർത്തിയാക്കാൻ ഏറെ സമയം വേണ്ടിവരും. ചിലപ്പോൾ മണിക്കൂറുകളും ദിവസങ്ങ ളും തന്നെ ആ ജോലിക്കായി നീക്കിവയ്ക്കേണ്ടിവരും. അഞ്ചു മണിക്കൂർ കൊണ്ടാണ് എഞ്ചിനീയർ ഈ കൃത്യം നിർവ്വഹിച്ചതെങ്കിൽ ചിലപ്പോൾ രണ്ടു മിനിറ്റിന്റെ സമയപരിധിക്കുള്ളിൽ ഈ ജോലി തിരക്കഥയിൽ അവതരിപ്പിക്കാൻ തിരക്കഥാകൃത്ത് നിർബന്ധിത നാകും. ഈ പ്രവൃത്തിക്കു വേണ്ടിവരുന്ന യഥാർത്ഥസമയം സ്ക്രീനിൽ അവതരിപ്പിച്ചാൽ പ്രേക്ഷകനു മുഷിയും. അതുകൊണ്ടാണ് പരിമി തമായ ഷോട്ടുകളിലൂടെ ഈ ദൃശ്യം അവതരിപ്പിക്കേണ്ടിവരുന്നത്. അതിനാൽ എഞ്ചിനീയർ വരയ്ക്കുന്ന ഏതാനും ഷോട്ടുകൾ മാത്രം സൂചിപ്പിച്ചതിനുശേഷം മറ്റൊരു ക്രിയയിലേക്ക് ഇന്റർകട്ട് ചെയ്യാനോ ഈ ക്രിയയുടെ സമയത്തെ സ്ക്രീനിലെ സമയത്തിനനുസൃതമായി ചുരുക്കാനോ തിരക്കഥാകൃത്ത് ബാധ്യസ്ഥനാകുന്നു. സമയത്തെ സംബന്ധിച്ചുള്ള പ്രേക്ഷകരുടെ ധാരണകളെ പുനഃക്രമീകരിക്കാനും സ്ക്രീനിൽ അവതരിപ്പിക്കാനുദ്ദേശിക്കുന്ന സമയസങ്കല്പത്തിലേക്കു പ്രേക്ഷകമനസ്സിനെ അടുപ്പിക്കാനും തിരക്കഥാകൃത്തിന് ഉത്തരവാ ദിത്വമുണ്ട്. അതുകൊണ്ട് എൻജിനീയർ പ്ലാൻ വരയ്ക്കാൻ തുടങ്ങുന്ന തിന്റെ ചില ദൃശ്യങ്ങൾ സൂചിപ്പിക്കുന്നു. പിന്നീട് അവിടവിടെയായി ചില രേഖകൾ വരയ്ക്കുന്നതായി പരാമർശിക്കുന്നു. സമയഭ്രംശ(Time laps)ത്തിനുള്ള ചില മാർഗങ്ങൾകൂടി തിരക്കഥാകൃത്ത് ക്രമീകരിച്ചു കഴിയുമ്പോൾ കെട്ടിടത്തിന്റെ പ്ലാൻ പൂർത്തിയായിക്കഴിഞ്ഞു എന്ന

നാം മനസ്സിലാക്കുന്നു. യഥാർത്ഥത്തിൽ അഞ്ചു മണിക്കൂർ സമയം ആവശ്യമായ ഒരു പ്രവൃത്തിയെ സ്ക്രീനിൽ രണ്ടു മിനിറ്റായി തിരക്കഥാകൃത്ത് ചുരുക്കുന്നു. പിന്നീട് വിവിധ തരത്തിലുള്ള ക്യാമറാചലനങ്ങളുപയോഗിച്ചും വിദഗ്ധമായ എഡിറ്റിംഗിലൂടെയും സംവിധായകൻ സമയത്തിന്റെ സമഗ്രതയെ പുനർനിർമ്മിക്കുകയും നഷ്ടപ്പെട്ട സമയത്തിന്റെ വിടവു(gap)കളെക്കുറിച്ചുള്ള ബോധം തകർത്തുകളയുകയും ചെയ്യുന്നു.

തിരക്കഥാരചനയിലും സിനിമാചിത്രീകരണത്തിലും മൂന്നുതരം കാലങ്ങളെയാണു സാധാരണ ഉപയോഗിച്ചു പോരുന്നത്. യഥാർത്ഥ സമയം (Real time), സ്ക്രീൻസമയം (Screen time), സമയഘടന(Time frame) എന്നിങ്ങനെ. ഒരു പ്രവൃത്തി നടക്കാൻ യഥാർത്ഥത്തിൽ എടുക്കുന്ന സമയപരിധിയാണു യഥാർത്ഥസമയം. ഒരു പ്രവൃത്തി സ്ക്രീനിൽ അവതരിപ്പിക്കാൻ എടുക്കുന്ന സമയമാണു സ്ക്രീൻ സമയം. പ്രേക്ഷകർക്കു മുൻകൂട്ടി കാണാവുന്ന ഒരു പ്രവൃത്തിയുടെ അന്ത്യത്തെ അല്ലെങ്കിൽ അതിർത്തിരേഖയെ ആണു സമയഘടന എന്നുപറയുന്നത്. ഒരു കഥാപാത്രം തിരുവനന്തപരുത്തുനിന്നും കൊല്ലത്തേക്കു പോകുന്ന സീൻ തിരക്കഥയിൽ അവതരിപ്പിക്കുന്നു എന്നു കരുതുക. കഥാപാത്രം യാത്രയ്ക്കായി തിരുവനന്തപുരത്തുനിന്നും തിരിക്കുന്ന സമയം യഥാർത്ഥ സമയദൈർഘ്യം ഉപയോഗിച്ചുതന്നെ ചിത്രീകരിക്കുന്നു. യാത്രയുടെ ഏതാനും ഷോട്ടുകൾ വേണമെങ്കിൽ ഉപയോഗിക്കുന്നു. അടുത്ത ഷോട്ടിൽ കൊല്ലത്തെത്തി നടന്നുപോകുന്ന ദൃശ്യമായിരിക്കും അവതരിപ്പിക്കുക. ഇതിനിടയ്ക്കുള്ള സമയം ഫേയ്ഡ് ഇൻ (Fade in), ഫേയ്സ് ഔട്ട് (Fade out), ഡിസോൾവ് (Dissolve) തുടങ്ങിയ ഒപ്റ്റിക്കൽ ഉപാധികളിലൂടെയോ സമയത്തെ ചാടിക്കടക്കാനുള്ള തന്ത്രങ്ങളുപയോഗിച്ചോ അതിജീവിക്കുന്നു. എന്നാൽ സ്ക്രീനിൽ സംഭവിക്കുന്ന പ്രവൃത്തികൾക്കു യഥാർത്ഥ സമയം തന്നെ ഉപയോഗിക്കുകയും ചെയ്യുന്നു. യഥാർത്ഥ പ്രവൃത്തികൾക്ക് അതിനുവേണ്ടുന്ന സമയം തന്നെ ഉപയോഗിച്ചു സ്ക്രീൻ സമയത്തിനനുസൃതമായി സമയദൂരത്തെ അതിക്രമിക്കുന്ന ഈ രീതിക്ക് നിരാസം (Ellipse) എന്നുപറയാം.

യഥാർത്ഥസമയം സ്ക്രീൻ സമയത്തിനനുസൃതമായി വർദ്ധിപ്പിക്കുന്ന ചില സന്ദർഭങ്ങളുണ്ട്. സിനിമയിൽ ഉദ്വേഗവും സംഘർഷവും വളർത്തുന്നതിനാണ് ഇതുപയോഗിക്കുന്നത്. രാത്രിയിൽ ഒരാളെ വധിക്കാനായി ഒരു കൊലയാളി ഒരു മുറിയിൽ പ്രവേശിക്കുന്നു എന്നു കരുതുക. കൊലയാളി അവിടെ പ്രവേശിക്കുന്നതും കട്ടിലിൽ

ഉറങ്ങിക്കിടക്കുന്ന ആളെ വധിക്കുന്നതും വളരെ വേഗത്തിലായിരിക്കും. കാഴ്ചക്കാരുടെ ഉദ്വേഗം വർദ്ധിപ്പിച്ചുകൊണ്ടുവരാനുള്ള സാധ്യതകൾ ഒരുക്കാൻ ബാധ്യസ്ഥനായ തിരക്കഥാകൃത്ത് ആരംഗം ആസൂത്രണം ചെയ്യുന്നതു വളരെ ശ്രദ്ധയോടെയായിരിക്കും. കൊലയാളി മുറിക്കുള്ളിൽ പ്രവേശിച്ചു കഴിഞ്ഞാൽ അയാളുടെ മുഖത്തുണ്ടാകുന്ന ഭാവവ്യതിയാനങ്ങളിൽ ആഖ്യാതാവു ശ്രദ്ധിക്കുന്നു. അയാൾ എളിയിൽ തിരുകിയിരിക്കുന്ന കത്തി വലിച്ചൂരുന്നതും പതുങ്ങിപ്പതുങ്ങി നീങ്ങുന്നതും നെറ്റിയിൽ വിയർപ്പു പൊടിയുന്നതും അവതരിപ്പിക്കും. ക്രോസ് കട്ടിങ്ങിലൂടെ, വധിക്കപ്പെടേണ്ട ആൾ ഉറങ്ങിക്കിടക്കുന്ന ദൃശ്യം അവതരിപ്പിക്കും. കാറ്റിലിളകുന്ന ജനൽകർട്ടനും ഭിത്തിയിലെ ക്ലോക്കും ആകാംക്ഷയെ ത്വരിപ്പിക്കുന്ന മറ്റു ഘടകങ്ങളും കാട്ടിത്തരും. ചില സന്ദർഭങ്ങളിൽ ദൃശ്യത്തോടു പ്രത്യക്ഷബന്ധമില്ലാത്ത മറ്റു ഘടകങ്ങളും കൂട്ടിച്ചേർത്തു എന്നു വരാം. വീടിനു വെളിയിലെ നിരത്തിലൂടെ പാഞ്ഞുപോകുന്ന കാർ, മുറ്റത്ത് അണച്ചുകൊണ്ടു കിടക്കുന്ന നായ എന്നിങ്ങനെ പലതും. ഈ ഘട്ടത്തിൽ പ്രേക്ഷകർ ഉദ്വേഗത്തിന്റെ മുൾമുനയിൽ ബന്ധിക്കപ്പെടുന്നു. യഥാർത്ഥസമയത്തെ സ്ക്രീൻ സമയത്തിനനുസൃതമായി ദീർഘവത്കരിക്കുന്ന ഈ പ്രക്രിയയെ വിപുലീകരണം(Elaboration) എന്നു പറയുന്നു.

ചലച്ചിത്രത്തിന്റെ വ്യാകരണവുമായി ബന്ധപ്പെട്ടാണു സമയപരിഗണന നിലനിൽക്കുന്നത് എന്നു വ്യക്തമാക്കുന്ന എം.ടി. ചലച്ചിത്രത്തിൽ ബാഹ്യസമയവും ആന്തരസമയവും ഉണ്ടെന്ന് നിരീക്ഷിക്കുന്നു. "ഓരോ ചലച്ചിത്രരംഗത്തിനും അതിന്റെ ആന്തരസമയവും ബാഹ്യസമയവും ഉണ്ട്. ആന്തരസമയം സാമാന്യമായി മനുഷ്യരുടെ സ്വാഭാവിക ചലനങ്ങൾക്കൊക്കുന്ന സമയവുമായി ബന്ധപ്പെട്ടിരിക്കുന്നു. കുന്നിൻപുറത്തുനിന്നും കല്ലിറക്കിക്കൊണ്ടുവരുന്ന ഒരു തൊഴിലാളിയുടെ ഒരു ദിവസത്തെ അധ്വാനം ചിത്രീകരിക്കുമ്പോൾ അയാളുടെ ഒരു നട വിശ്വസ്തതയോടെ ആന്തരസമയം പാലിച്ചു കാട്ടേണ്ടിവരും. നാല്പതോ അൻപതോ തവണയാണ് അയാൾ ഒരു ദിവസം ഇതു ചെയ്യുന്നതെന്നു വിചാരിക്കുക. അമ്പതു തവണ ഇതു ചെയ്തു തീർന്നു പ്രവൃത്തി ദിവസം അവസാനിക്കുന്നുവെന്ന് ഒന്നോ, രണ്ടോ നടകാട്ടി വരുത്തിത്തീർക്കുന്നതാണ് ബാഹ്യസമയം" (എന്റെ പ്രിയപ്പെട്ട തിരക്കഥകൾ). എം.ടി. സൂചിപ്പിക്കുന്ന ആന്തരസമയം മുമ്പു വിശദീകരിച്ച യഥാർത്ഥ സമയവും, ബാഹ്യസമയം സ്ക്രീൻസമയവും ആണെന്നു വ്യക്തം. ഏതായാലും തിരക്കഥയിലും സിനിമയിലും ആ കലയുടേതു

മാത്രമായ ഒരു സമയ സങ്കല്പമുണ്ടെന്ന തീർച്ച. ആ സമയ സങ്കല്പത്തിന്റെ പരിധിയിലും വിശാലതയിലും നിന്നുകൊണ്ടാണ തിരക്കഥ/സിനിമ പ്രേക്ഷകർക്ക് അനുഭവവേദ്യമാകുന്നതും കലയെന്നുള്ള നിലയിൽ അതിന്റെ അസ്ഥിത്വം പ്രഖ്യാപിക്കുന്നതും.

ക്രിയയും കഥാപാത്രങ്ങളും: ഒരു തിരക്കഥാഖ്യാനത്തിന്റെ രൂപതലത്തിൽ കഥാപാത്രങ്ങൾക്ക് പ്രധാനപ്പെട്ട പങ്കുണ്ട്. തിരശ്ശീലയിൽ മൂർത്തമാകുന്ന കഥയെ മനസ്സിൽ കാണുന്ന തിരക്കഥാകൃത്ത് കഥാപാത്രങ്ങളുടെ ചലനങ്ങളിലൂടെയാണ് ആഖ്യാനത്തിൽ ക്രിയകളെ നിബന്ധിക്കുന്നത്. കഥയിലെ ഓരോ ഘട്ടത്തിലും കഥാപാത്രങ്ങൾ വളരുന്നുണ്ട്. തങ്ങളുടെ ക്രിയകളിലൂടെ സ്വയം വളർന്നും കഥയെ വളർത്തിയും അവർ മുന്നേറണം. ഒരു കഥാപാത്രം ആസ്വാദകന്റെ മനസിൽ മായാതെ നിൽക്കുന്നത് അയാൾക്ക് ആദ്യം തിരക്കഥാകൃത്തും പിന്നീട് സംവിധായകനും പകർന്നുനൽകിയ സവിശേഷ വ്യക്തിത്വത്താലും ക്രിയാധിഷ്ഠിതമായ ശക്തികൊണ്ടുമാണ്. കഥാപാത്രങ്ങൾക്കു വ്യക്തിത്വം നൽകി പ്രകാശിപ്പിക്കുന്ന ഈ പ്രക്രിയയ്ക്ക് കഥാപാത്രവത്കരണം (Characterisation) എന്നു പറയുന്നു.

തിരക്കഥാകൃത്ത് തന്റെ ആഖ്യാനത്തിൽ കഥാപാത്രങ്ങളുടെ ഓരോ ചലനവും വ്യക്തമായി രേഖപ്പെടുത്തുന്നു. വർത്തമാനകാലത്തിൽ ക്രിയകളെ നിബന്ധിച്ച് അവരുടെ ബാഹ്യമായ ചേഷ്ടാവിശേഷങ്ങളിലൂടെ കഥയുടെ ഉള്ളിലേക്കു കടക്കുന്നു. കഥാപാത്രത്തിന്റെ ബാഹ്യപ്രകടനങ്ങളും സംഭാഷണങ്ങളും മാത്രമാണ് ആ കഥാപാത്രത്തിന്റെ ആന്തരികതലത്തെ വിവരിക്കാൻ ആഖ്യാതാവിനുള്ള ഉപാധി. മനഃസ്ഥോഭങ്ങളോരോന്നും കഥാപാത്രം പ്രകടിപ്പിക്കേണ്ടതു സവിശേഷമായ ക്രിയകളിലൂടെയാണ്. കഥാപാത്രത്തിന്റെ മാനറിസങ്ങൾ, ശീലങ്ങൾ, ശരീരഭാഷ മറ്റു കഥാപാത്രങ്ങളിൽനിന്നും വ്യതിരിക്തമായി ചലനങ്ങളിലും പെരുമാറ്റങ്ങളിലും പുലർത്തുന്ന സവിശേഷതകൾ, സംഭാഷണം നടത്തുമ്പോൾ സ്വീകരിക്കുന്ന ഭാവങ്ങൾ, കഥാപാത്രത്തിന്റെ പ്രായം, വേഷം, തൊഴിൽ സവിശേഷതകൾ (അംഗവൈകല്യം, അസാധാരണമായ പൊക്കം, പൊക്കക്കുറവ്, വലിപ്പം, വൈരൂപ്യം എന്നിങ്ങനെ) തുടങ്ങിയവയെല്ലാം തിരക്കഥാകൃത്ത് വ്യക്തമായി രേഖപ്പെടുത്തുന്നു. അങ്ങനെ കഥാപാത്രങ്ങളുടെ ബാഹ്യരൂപത്തിൽ തന്നെ കഥാഖ്യാനത്തിലെ പ്രധാനപ്പെട്ട ഒരു തലം അനാവരണം ചെയ്യപ്പെടുന്നു.

കഥാപാത്രവത്കരണം നിർവ്വഹിക്കുമ്പോൾ ഓരോ കഥാപാത്രത്തിന്റെയും ആന്തരികസ്വത്വ(Innder self)വും അയാളുടെ/

അവളുടെ വ്യക്തിപരമായ ബന്ധങ്ങളും സമൂഹത്തോടും ഭൗതിക പരിതസ്ഥിതിയോടും പുലർത്തുന്ന സമീപനങ്ങളും തിരക്കഥാകൃത്ത് വ്യക്തമാക്കിയിരിക്കണം. കഥാപാത്രങ്ങളുടെ ചിന്തകൾ, മനസിന്റെ പ്രവർത്തനരീതി, വികാരങ്ങളുടെ മേലുള്ള നിയന്ത്രണം, വിശ്വാസങ്ങൾ, ഭയങ്ങൾ, ഇഷ്ടാനിഷ്ടങ്ങൾ, നന്മകൾ, തിന്മകൾ തുടങ്ങിയവയെല്ലാം ആന്തരികസ്വത്വത്തിൽ ഉൾപ്പെടുന്നു. മറ്റുള്ളവരുമായുള്ള ബന്ധം, പെരുമാറ്റം, കുടുംബവുമായുള്ള വിനിമയം, എന്നിവയൊക്കെ വ്യക്തിപരമായ ബന്ധങ്ങളിൽപ്പെടുന്നു. തനിക്കു ചുറ്റുമുള്ള ലോകത്തോട് കഥാപാത്രം നടത്തുന്ന പ്രതികരണങ്ങളാണു മൂന്നാമത്തെ ഭാഗത്തുള്ളത്. സമൂഹത്തിൽ കഥാപാത്രത്തിനുള്ള സ്ഥാനവും ഓരോ ഘട്ടത്തിലും അയാൾ/ അവൾ സ്വീകരിക്കുന്ന സമീപനത്തിനും സാഹചര്യത്തിനുംമേൽ പശ്ചാത്തലങ്ങൾക്കുള്ള സ്വാധീനവും ഇവിടെ വിശദീകരിക്കപ്പെടും. അതിനായി തിരക്കഥാകൃത്ത് സവിശേഷമായ ക്രിയകൾ വിന്യസിക്കും. സംഭാഷണങ്ങൾ കഥാപാത്രത്തെ വിശദമാക്കാൻ ഉപയോഗിക്കുമെങ്കിലും ക്രിയകൾക്കാണു മുൻതൂക്കം.

തിരക്കഥയിലെ കഥാപാത്രങ്ങൾ പരസ്പരം ബന്ധപ്പെടുന്നതിന്റെയും കഥയുടെ ഗതിയെ നിർണ്ണയിക്കുന്നതിന്റെയും അടിസ്ഥാനത്തിൽ കഥാപാത്രങ്ങളെ പൊതുവെ പ്രധാന കഥാപാത്രങ്ങൾ, ഉപകഥാപാത്രങ്ങൾ, ചെറുകഥാപാത്രങ്ങൾ, യാദൃച്ഛിക കഥാപാത്രങ്ങൾ എന്നിങ്ങനെ നാലായി തിരിക്കുന്നു. "തിരക്കഥയുടെ മർമ്മപ്രധാനമായ ആഖ്യാനവിഷയത്തിൽ പൂർണ്ണസ്വാധീനം ചെലുത്തുന്ന കഥാപാത്രങ്ങളാണു പ്രധാന കഥാപാത്രങ്ങൾ. പ്രധാന കഥാപാത്രങ്ങൾക്കു പിന്നാലെ തനതായ വ്യക്തിത്വത്തോടെ അവതരിപ്പിക്കുന്ന കഥാപാത്രങ്ങളാണ് ഉപകഥാപാത്രങ്ങൾ. ഉപകഥാപാത്രങ്ങൾക്കു പിന്നാലെ തിരക്കഥയിലെ മൂന്നാംനിരക്കാരായി കടന്നുവരുന്ന കഥാപാത്രങ്ങളാണ് ചെറു കഥാപാത്രങ്ങൾ. ബുദ്ധികൊണ്ടോ പ്രവർത്തനംകൊണ്ടോ സജീവ സാന്നിധ്യമായിത്തീരാത്ത കഥാപാത്രങ്ങളെയാണു യാദൃച്ഛിക കഥാപാത്രങ്ങളെന്നു വിളിക്കുന്നത്. കഥാപാത്രങ്ങളുടെ ക്രിയകളിലൂടെയാണ് ആഖ്യാനം രൂപതലത്തിൽ പൂർണ്ണത പ്രാപിക്കുന്നത്. പ്രധാന കഥാപാത്രങ്ങളിൽത്തന്നെ മുഖ്യകഥാപാത്ര(Protogonist)വും പ്രതിനായകകഥാപാത്ര(Antagonist)വും ഉണ്ടാകും. മുഖ്യകഥാപാത്രത്തിന്റെ സഞ്ചാരഗതികളിലൂടെയാവും കഥയുടെ ക്രിയാംശം വ്യക്തമാക്കപ്പെടുക. മുഖ്യ കഥാപാത്രത്തിന്റെ സ്വച്ഛന്ദഗതിയെ തടസ്സപ്പെടുത്തുന്ന വ്യക്തിയായിരിക്കും

പ്രതിനായകകഥാപാത്രം. മുഖ്യകഥാപാത്രവും മറ്റു കഥാപാത്രങ്ങളും തമ്മിലുള്ള സംഘർഷങ്ങളെ വ്യക്തമാക്കുന്നതിനും വിരുദ്ധകാഴ്ചപ്പാടുകളും വിരുദ്ധ ബന്ധങ്ങളും സൃഷ്ടിക്കുന്നതിനുമുള്ള മാർഗ്ഗമായാണ് പ്രതിനായകകഥാപാത്രത്തിന്റെ രൂപീകരണം. മിക്ക കഥകളിലും മറ്റൊരു വ്യക്തിയായിരിക്കും പ്രതിനായക കഥാപാത്രം. എന്നാൽ ചില ചലച്ചിത്രങ്ങളിൽ മുഖ്യ കഥാപാത്രത്തിന്റെ പ്രധാന പ്രതിയോഗി ആ വ്യക്തിയിൽത്തന്നെ കുടി കൊണ്ടിരിക്കും. അപ്പോൾ സംഘർഷം വ്യക്തിയിൽ ആരംഭിക്കുകയും വിപുലമാകുകയും അവസാനിക്കുകയും ചെയ്യും.

കഥാപരിവർത്തനത്തിനനുസൃതമായി കഥാപാത്രങ്ങളെ തിരക്കഥാകൃത്ത് സമയബന്ധിതമായി, വിശ്വാസയോഗ്യമായി ചിത്രീകരിക്കുന്നു. ഈ പരിവർത്തനങ്ങൾ സംഭാഷണങ്ങളിലൂടെയും ദൃശ്യവിവരണങ്ങളിലൂടെയും തിരക്കഥാകൃത്ത് ആഖ്യാനത്തിൽ ഉൾച്ചേർക്കുന്നു. ഏറ്റവും നിർണ്ണായകമായ കഥാപാത്ര പരിവർത്തനങ്ങൾ പ്രധാന ക്രിയാബിന്ദുക്കളിൽ നിന്നാണ് ഉണ്ടാകുന്നത്. കഥാഘടനയ്ക്കനുസൃതമായി കഥാപാത്രത്തെ വികസിപ്പിക്കുമ്പോൾ എഴുത്തുകാർ കഥാപാത്രത്തിന്റെ ദൃശ്യാത്മക പരിണാമത്തെ ഉറപ്പിക്കുന്നു. ക്രിയകൾ കഥാപാത്രത്തിന്റെ സ്വഭാവത്തെ അനാവൃതമാക്കുകയും സംഘർഷങ്ങളെ വെളിപ്പെടുത്തുകയും ചെയ്യുന്നു. ഓരോ കഥാ ബിന്ദുവിനുമൊപ്പം ആഖ്യാനത്തെ സംബന്ധിച്ച് ആസ്വാദകനുള്ള ബോധം വർദ്ധിക്കുകയും ആഖ്യാനത്തിലേക്കുള്ള പ്രവേശനം സുഗമമാവുകയും ചെയ്യും.

ശൈലി (Style)

ഒരു ആഖ്യാനത്തിന്റെ അവതരണപ്രകാരമാണ് ശൈലി. ആഖ്യാതാവ് തന്റെ ആശയത്തെ മാധ്യമത്തിലൂടെ പകർന്നു നൽകാൻ സ്വീകരിക്കുന്ന നിലപാടുകളും മാർഗങ്ങളുമൊക്കെ ശൈലിയുടെ ഭാഗമായി വരും. ദൃശ്യമാധ്യമമായ സിനിമയുടെ മുൻപാഠമായി തയ്യാറാക്കുന്ന തിരക്കഥയിൽ സിനിമ ആവശ്യപ്പെടുന്ന ശൈലീ ഉപകരണങ്ങളെ തിരക്കഥാകൃത്ത് ഉൾപ്പെടുത്തുന്നു. കഥാവസ്തു ആഖ്യാനക്ഷമമാകണമെങ്കിൽ ശൈലീഘടകങ്ങൾ കൃത്യമായി പാലിക്കപ്പെട്ടേ മതിയാകൂ. കഥാസ്ഥലം, കഥാപാത്രവത്കരണം, സംഭാഷണം, വീക്ഷണകോൺ, എഡിറ്റിംഗ്, സ്പെഷ്യൽ ഇഫക്ട് എന്നിവയെല്ലാം ശൈലീഘടകങ്ങളുടെ ഭാഗമായി വരും. അവയിൽ ചിലത് മറ്റു മേഖലയിൽ വിശദീകരിക്കപ്പെട്ടതിനാലും എഡിറ്റിംഗ് അടക്കമുള്ള ശൈലീഘടകങ്ങളുടെ ക്രമീകരണത്തിൽ സാങ്കേതികത

പ്രധാനമായതിനാലും സംഭാഷണം, വീക്ഷണകോൺ എന്നിവയെയാണ് ഇവിടെ പ്രധാനമായും വിശദീകരിക്കാൻ ശ്രമിക്കുന്നത്.

സംഭാഷണം: തിരക്കഥാരചനയിലെ സുപ്രധാനമായ ഒരു പടവാണ് സംഭാഷണരചന. ഒരു ആഖ്യാനമെന്ന നിലയിൽ കഥയുടെ മുമ്പോട്ടുള്ള ഗതിയെ നിർണ്ണയിക്കുന്നതിൽ സംഭാഷണങ്ങൾക്കു വളരെ പ്രാധാന്യമുണ്ട്. കഥയെക്കുറിച്ച് വിശദീകരണം നൽകുകയും കഥാപാത്രങ്ങളെ നിർവചിക്കുകയും ചെയ്യുന്നതു മിക്ക അവസരങ്ങളിലും സംഭാഷണങ്ങളായിരിക്കും. സിനിമയിലെ ക്രിയാഘടനയുമായി അഭേദ്യമായി ബന്ധപ്പെടുന്ന തരത്തിലുള്ള സംഭാഷണങ്ങൾ ഉപയോഗിക്കുന്നതാണു യുക്തം. ഓരോ സംഭാഷണവും കഥയുടെ നാടകീയതയെ കൂടുതൽക്കൂടുതൽ ജ്വലിപ്പിക്കുകയും പ്രേക്ഷകപങ്കാളിത്തത്തെ വർദ്ധിപ്പിക്കുകയും വേണം. "സംഭാഷണത്തിലൂടെ ആഖ്യാനത്തിന്റെ നാടകീയതയ്ക്കു പിരിമുറുക്കമുണ്ടാവണം. അതായതു കേൾക്കുന്ന മാത്രയിലുണ്ടാകുന്ന രസത്തിനപ്പുറം ധ്വന്യാത്മകതയും ഭാവപുഷ്ടിയും അതിനു സ്വന്തമായുണ്ടാവണം. കേൾവിക്കാരനിൽ പുതുതായി ഒരറിവുണ്ടാക്കാൻ കഴിവുണ്ടാകണം" എന്ന് അടൂർ ഗോപാലകൃഷ്ണൻ (കഥാപുരുഷൻ-മുഖവുര) പറയുന്നു. ക്രിയാംശത്തിനു പ്രാധാന്യം നൽകിക്കൊണ്ട് അവശ്യഘട്ടങ്ങളിൽ മാത്രമേ തിരക്കഥകളിൽ സംഭാഷണം ഉൾപ്പെടുത്താവൂ. നാടകത്തിൽ ആഖ്യാനത്തിന്റെ മുഖ്യഭാഗം സംഭാഷണങ്ങളിൽ അധിഷ്ഠിതമായിരിക്കും. സിനിമയിൽ ആഖ്യാനത്തിന്റെ ഒരു ഭാഗം മാത്രമേ ആകുന്നുള്ളൂ അത്. ഈ സത്യം അറിഞ്ഞുകൊണ്ടുവേണം തിരക്കഥാകൃത്ത് രചന നിർവ്വഹിക്കേണ്ടത്.

നാടകങ്ങളിൽ സംഭാഷണങ്ങൾക്കു പരിമിതിയുണ്ട്. വലിയ ഒരു സദസിനെ മുമ്പിൽക്കണ്ടു രചിക്കപ്പെടുന്ന നാടകങ്ങളിൽ ഉറക്കെ വിളിച്ചുപറയേണ്ട സംഭവങ്ങളാവും അധികവും. നാടകത്തിന്റെ അടിസ്ഥാന ഘടകങ്ങളായ വിമർശം, മൂർദ്ധന്യം, നിർവ്വഹണം എന്നിവയുടെ സ്ഥൂലപ്രകാശനം സംഭാഷണങ്ങളിലൂടെയാണ് സാധ്യമാകുന്നത്. അതു മാത്രമല്ല ഏക ഉപാധിയെങ്കിലും സംഭാഷണത്തിനു നാടകത്തിൽ അനിഷേധ്യമായ സ്ഥാനം ഉണ്ടെന്നുള്ളതു തീർച്ചയാണ്. അതു നാടകബീജം, പാത്രങ്ങൾ, സംഘട്ടനങ്ങൾ എന്നിവയെ ഉൾക്കൊള്ളുകയും ധ്വനിപ്പിക്കുകയും വേണം. നാടകകൃത്തു കഥാബീജത്തിൽനിന്നു കഥാപാത്രത്തിലേക്കും അവിടെനിന്നു സംഘട്ടനത്തിലേക്കും അവയെയെല്ലാം വിശകലനം ചെയ്യാൻ സംഭാഷണത്തിലേക്കും എത്തിച്ചേരുന്നു. പ്രേക്ഷകനാകട്ടെ അതിനു

വിരുദ്ധമായ രീതിയിലാണ നാടകാസ്വാദനം നിർവ്വഹിക്കുന്നത്. സംഭാഷണം, സംഘട്ടനം, കഥാപാത്രം, കഥാബീജം എന്നിങ്ങനെ.

ഇത്തരത്തിലുള്ള നിയമങ്ങൾ ചലച്ചിത്രത്തെ സ്വാധീനിക്കുന്നില്ല. ക്രിയാംശത്തിന്റെ അനുബന്ധഘടകം മാത്രമേ ആകുന്നുള്ളൂ അവിടെ സംഭാഷണങ്ങൾ. വലിയ അലർച്ചമുതൽ നേരിയ മന്ത്രിക്കൽ വരെ സിനിമയിൽ ക്രിയാഘടനയുടെ ഭാഗമായി പ്രത്യക്ഷപ്പെടാം. ജീവിതരീതിയെ പ്രതിഫലിപ്പിക്കുന്ന സ്വാഭാവികത അവയിലുണ്ടാകണം. സ്വാഭാവികതകൊണ്ടും ദൃശ്യഘടകങ്ങളുടെ സഹായം ഉള്ളതുകൊണ്ടും നാടകസംഭാഷണങ്ങളെക്കാൾ സിനിമയിലെ സംഭാഷണങ്ങൾക്ക് അർത്ഥവിനിമയക്ഷമത ഏറി നിൽക്കുന്നു. തിരക്കഥ ഇതിവൃത്തപ്രധാനമാകുമ്പോൾ സംഭാഷണങ്ങൾ അത്യാവശ്യമായി വരികയും കഥയുടെ പുരോഗതി ശബ്ദമേഖലയെ ആശ്രയിക്കുകയും ചെയ്യുന്നു. എത്രമാത്രം മിതമായി സംഭാഷണങ്ങൾ ഉപയോഗിക്കുന്നവോ അതനുസരിച്ച് ക്രിയകളുടെ പ്രാധാന്യം വർദ്ധിക്കുന്നു. സിനിമ ക്രിയാപ്രധാനമാകുമ്പോൾ സ്വാഭാവികമായും സംഭാഷണങ്ങൾ കുറയുന്നു. തിരക്കഥാഖ്യാനത്തിൽ സംഭാഷണം ക്രിയകളുടെ അനുബന്ധം മാത്രമാണെന്ന ധാരണ എല്ലാ ഘട്ടത്തിലും തിരക്കഥാകൃത്തിനുണ്ടാവണം. സംഭാഷണം ഉൾപ്പെടുത്തുമ്പോൾ ഒന്നിൽനിന്നു മറ്റൊന്നിനെ വ്യത്യാസപ്പെടുത്തുക എന്ന ധർമ്മമാണ നടക്കുന്നത്. അതായതു സംഭാഷണത്തെ ഒരു ചിഹ്നമാക്കി ക്രിയയ്ക്കു വിരാമമുണ്ടാകുന്ന സന്ദർഭത്തിൽ നിവേശിപ്പിക്കുന്നു. അപ്പോൾ സംഭാഷണം ക്രിയയ്ക്കു പകരമായി മാറുന്നു. ക്രിയയെ സംഭാഷണങ്ങൾക്കൊണ്ടു വ്യക്തമാക്കുകയോ സംഭാഷണത്തിലൂടെ വ്യക്തമാക്കിയ കാര്യങ്ങൾ ക്രിയയിലൂടെ തെളിയിക്കുകയോ ചെയ്യേണ്ടതില്ല. ക്രിയയുടെ ഗതിവേഗത്തെ മാറ്റി ആ ധർമ്മം മറ്റൊരു തരത്തിൽ നിർവ്വഹിക്കുയാണ സംഭാഷണം ചെയ്യുന്നത്. അങ്ങനെ കഥയ്ക്കു താളാത്മകമായ ഘടന പ്രദാനം ചെയ്യാൻ സംഭാഷണങ്ങൾക്കു കഴിയുന്നു.

തിരക്കഥയിൽ സംഭാഷണം ഉൾക്കൊള്ളിക്കുമ്പോൾ മൂന്നു പരിഗണനകൾ ഉണ്ടായിരിക്കണം എന്നു വുൾഫ്റില്ല പറയുന്നു. “(1) ഇതിവൃത്ത വളർച്ചയിൽ ഇതിന്റെ ചുമതല; (2) താളത്തിനും വേഗതയ്ക്കും ഇതിന്റെ സംഭാവന; (3) ചലനത്തിലും നിശ്ചലതയിലും ഇതിനുള്ള വ്യത്യാസം” (Writer and Screen). ഈ കാര്യങ്ങളുടെ വ്യവസ്ഥപ്പെടുത്തലിലൂടെയാണ് സംഭാഷണത്തെ ആഖ്യാനത്തിലെ പ്രധാന ഘടകമാക്കിത്തീർക്കുന്നത്. ഒരു സംഭാഷണവും വെറുതെയാകരുത്. ഇതിവൃത്തവളർച്ചയെ ഓരോ ഘട്ടത്തിലും അതു

ത്വരിതപ്പെടുത്തണം. കഥയുടെ വേഗതയെ നിർണ്ണയിക്കണം. കഥ അമിതമായ മുറുക്കത്തിലോ അത്യന്തം അയഞ്ഞ അവസ്ഥയിലോ ഉൾപ്പെടാതെ നോക്കണം. സാമാന്യഭാഷയോടു ബന്ധപ്പെട്ടതും അതേസമയം ആഖ്യാനത്തിന്റെ സ്വഭാവത്തോടു പൊരുത്ത പ്പെടുന്നതുമായ സംഭാഷണങ്ങളാണ് നല്ല തിരക്കഥാകൃത്തുക്കൾ തിരക്കഥയിൽ ഉൾപ്പെടുത്തുക. "സംഭാഷണങ്ങൾ പ്രായോഗിക മായിരിക്കണം" എന്ന് വാൾട്ടർ ബേൺസ്റ്റൈൻ (The Tools of Screen Writing എന്ന കൃതിയിൽ ഉദ്ധരിച്ചത്) പറയുന്നത് ഈ അർത്ഥത്തിലാണ്. സിനിമയുടെ സ്വച്ഛമായ പ്രവാഹത്തെ സംഭാ ഷണങ്ങൾ എങ്ങനെയാണ് സ്വാധീനിക്കുക എന്ന് തിരക്കഥാകൃത്ത് വ്യക്തമായി മനസ്സിലാക്കിയിരിക്കണം. നാടകത്തിലും മറ്റു കലക ളിലുമെന്നപോലെ കൃത്യമായ സ്ഥലപരിധിയിൽ സംഭാഷണം അരങ്ങേറണമെന്ന വ്യവസ്ഥ സിനിമയിലില്ല. സാഹിത്യകൃതിക ളിലെപ്പോലെ അതിനു വ്യാപ്തി ഏറെയാണ്. ഒരു സംഭാഷണം വീട്ടിൽ ആരംഭിക്കാം, വഴിയിൽ അതു തുടരാം, റെസ്റ്റോറന്റിൽ വച്ച് പരകോടിയിലെത്താം, കലാപരമായ പരിവർത്തനമുണ്ടാകുന്ന മറ്റൊരു ഘട്ടത്തിൽ പര്യവസാനിപ്പിക്കാം. സ്ഥലകാലങ്ങളുടെ പരിധികൾക്കും പരിമിതികൾക്കും അതീതമായി ഈ സംഭാഷണ ങ്ങൾ ഒഴുകുന്നു. സംഭാഷണങ്ങൾ സാഹചര്യങ്ങളെ ആശ്രയിച്ചാണ് നിലകൊള്ളുന്നത് എന്ന യാഥാർത്ഥ്യം തിരക്കഥാകൃത്തു മറന്നുകൂടാ. അതുകൊണ്ട് അവയെ ശരിയായ രീതിയിൽ തിരഞ്ഞെടുക്കണം. ഉചിതമായ രീതിയിൽ ക്രമീകരിക്കണം. സീക്വൻസിന്റെ ഘടനയെ പൂർണ്ണമായും ഉൾക്കൊണ്ടാവണം സംഭാഷണരചന നിർവഹിക്കേ ണ്ടത്. തുടർച്ചയായി കടന്നുവരുന്ന സംഭാഷണങ്ങൾക്ക് ഒന്നിനോ ടൊന്ന് പൊരുത്തവും അനർഗളസ്വഭാവവും ഉണ്ടായിരിക്കണം.

കഥാപാത്രങ്ങളെ നമ്മുടെ മനസ്സിൽ ഉറപ്പിച്ചുനിർത്തുന്നതിൽ സിനിമയിലെ സംഭാഷണങ്ങൾക്കു വളരെ പ്രാധാന്യമുണ്ട്. സംഭാ ഷണങ്ങളിൽനിന്നു കഥാപാത്രത്തിനുള്ള പ്രത്യേകതകൾ മാത്രമല്ല അയാളുടെ/ അവളുടെ ചുറ്റുപാടുമുള്ള ലോകവും ആന്തരികജീവിതവും വ്യക്തമാകണം. അതുകൊണ്ട് കഥാപാത്രത്തെക്കൊണ്ട് എങ്ങനെ, എന്തു സംസാരിപ്പിക്കണം എന്നതു തിരക്കഥാകൃത്തിനു പ്രശ്നമായി ത്തീരുന്നു. കഥാപാത്രത്തിന്റെ വ്യക്തിത്വപ്രകാശനമാണ് സംസാ രത്തിന്റെ താളത്തിലും ഭാഷാപ്രയോഗത്തിലും പ്രകടമാകുന്നത്. സാവധാനം സംസാരിക്കുന്ന ഒരാൾ സാധാരണ ഗതിയിൽ ഖണ്ഡി തമായ ജീവിതശൈലി സ്വീകരിക്കാറില്ല. പ്രവർത്തനനിരതനായ

മനുഷ്യൻ ദീർഘമായ സംഭാഷണം നടത്താറില്ല. ഒരിക്കലും ഒരു കഥാപാത്രവും ഒരുപോലെ സംസാരിക്കാറില്ല. 'എങ്ങനെയെങ്കിലും ഒന്നു ചത്തൊടുങ്ങിയാൽ മതി' എന്നായിരിക്കും അശുഭാപ്തിവിശ്വാസിയായ ഒരാൾ തന്നെക്കുറിച്ചുതന്നെ വിലയിരുത്തുക. മറ്റൊരാളാവട്ടെ 'ജീവിതം എത്ര വിരസമാണ്' 'എന്നായിരിക്കും പറയുക. വേറെ ഒരാളാവട്ടെ ജീവിതക്ലേശങ്ങളെ തത്ത്വചിന്താപരമായി വ്യാഖ്യാനിച്ചു വിലയിരുത്താനാവും ശ്രമിക്കുക. ഏതുതരത്തിലായാലും കഥാപാത്രം സംഭാഷണവിനിമയത്തിനായി ഉപയോഗിക്കുന്ന ശൈലിയിലൂടെ ആ കഥാപാത്രത്തെ പിന്തുടരാനും പാത്രവ്യക്തിത്വത്തെ മനസ്സിലാക്കാനും സാധിക്കും.

വിവരം നൽകൽ, കഥയെ മുമ്പോട്ടു നയിക്കൽ, കഥാപാത്രത്തിന്റെ ഉൾക്കാഴ്ചകൾ വെളിവാക്കൽ തുടങ്ങിയവ അനിവാര്യമായി വരുമ്പോഴാണു തിരക്കഥയിൽ സംഭാഷണങ്ങൾ നിബന്ധിക്കേണ്ടത്. അപ്പോൾ മാത്രമേ അത് ആഖ്യാനത്തിന്റെ ശൈലീ ഉപകരണമായി മാറുന്നുള്ളൂ. അനാവശ്യമായി സംഭാഷണങ്ങൾ കുത്തിച്ചെലുത്തിയാൽ അത് ആഖ്യാനത്തെ നശിപ്പിച്ചുകളയും. സിനിമ ദൃശ്യമാധ്യമമാണ്. പറയുന്നതിലും കൂടുതൽ കാണിക്കുക എന്നതാണ് അതിന്റെ ലക്ഷ്യം. പ്രവൃത്തി ഫലപ്രദമാകുന്നിടത്തു സംഭാഷണം അനാവശ്യമാണ്. ക്രിയകൾക്കൊണ്ടു വിനിമയം അസാധ്യമാകുന്നിടത്തു മാത്രമേ അതുപയോഗിക്കാവൂ. സംഭാഷണം ജീവത്താകുന്നതു തിരക്കഥയുടെ താളിൽ വച്ചല്ല; സംവിധായകന്റെ നിർദ്ദേശപ്രകാരം അഭിനേതാവിന്റെ പ്രതിഭയ്ക്കനുസൃതമായി അവതരണം കൊള്ളുമ്പോഴാണ്. നടീനടന്മാരുടെ സാന്നിധ്യവും ശബ്ദവും കൊണ്ടു സംഭാഷണത്തെ പല തരത്തിൽ അവതരിപ്പിക്കാം. അഭിനേതാവ് സ്വീകരിക്കുന്ന ഭാവങ്ങൾക്കനുസൃതമായി സംഭാഷണത്തിലെ ഓരോ വാക്കിനും പുതിയ അർത്ഥങ്ങൾ സൃഷ്ടിക്കപ്പെടാം; കഥാപാത്രത്തിന്റെ ആന്തരികതലം കൂടുതൽ വെളിപ്പെട്ടു എന്നുവരാം. ഏതായാലും ക്രിയയ്ക്കനുസൃതമായി തിരക്കഥാഖ്യാനത്തെ ബലപ്പെടുത്തുന്ന സംഭാഷണം ഏറ്റവും പ്രധാനപ്പെട്ട ശൈലീ ഉപകരണമാണ് എന്നു നിസംശയം പറയാം.

വീക്ഷണകോൺ: ഒരു പ്രത്യേക കഥാപാത്രത്തിന്റെയോ സംവിധായകന്റെയോ കണ്ണിലൂടെ ഒരു രംഗത്തെ അവതരിപ്പിക്കുന്ന ക്യാമറാഷോട്ടാണു സിനിമയെ സംബന്ധിച്ചിടത്തോളം വീക്ഷണകോൺ(Point of view). ഒരു രംഗം അവതരിപ്പിക്കാനുള്ള സിനിമാതന്ത്രത്തിന്റെ ഭാഗമാണിത്. അതുവഴി പ്രേക്ഷകർക്ക് ഒരു പ്രത്യേക കഥാപാത്രത്തിന്റെ കണ്ണുകളിലൂടെ ആ രംഗം കാണാൻ കഴിയും.

അതില്പരി, പ്രേക്ഷകർക്ക് അതേ പ്രതികരണം അനുഭവിക്കാൻ കഴിയുന്ന തരത്തിൽ കഥാപാത്രത്തിന്റെ വൈകാരിക പ്രതികരണ ത്തെ പ്രേക്ഷേപണം ചെയ്യാനുള്ള മാർഗ്ഗമാണിത്. പ്രേക്ഷകനെയും ആഖ്യാനത്തെയും തമ്മിൽ ബന്ധിപ്പിക്കുന്ന സുപ്രധാന ശൈലീഘട കമാണ് വീക്ഷണകോൺ. കഥാവികസനത്തിന്റെ ഓരോ ഘട്ടത്തി ലും നടക്കുന്ന സംഭവങ്ങൾ ആരുടെയെങ്കിലും വീക്ഷണകോണിലൂടെ യാവും പ്രേക്ഷകർ കാണുന്നത്. സാഹിത്യത്തിൽ ഉപയോഗിക്കുന്ന വീക്ഷണകോണുമായി സിനിമയിലെ വീക്ഷണകോണിനെ പ്രത്യ ക്ഷത്തിൽ ബന്ധപ്പെടുത്തിക്കൂടാ. നേരിയ സാമ്യം ആരോപിക്കാം എന്നേയുള്ളൂ.

തിരക്കഥാഖ്യാനത്തിലും കഥാപാത്രത്തിന്റെ/സംവിധായകന്റെ കാഴ്ചയെ ആശ്രയിച്ചാണ് വീക്ഷണകോണുകൾ നിശ്ചയിക്കപ്പെ ടുന്നത്. "ഏതു വീക്ഷണകോണിൽ നിന്ന് ആഖ്യാനം കാണപ്പെ ടണം എന്ന തീരുമാനവും അതു സ്ക്രീനിൽ എങ്ങനെ പ്രതിനിധാനം ചെയ്യണം എന്നതും വളരെ നിർണ്ണായകമായ ശൈലീതീരുമാ നമാണ്" എന്നു ഫിലിപ്പ് പാർക്കർ (The Art and Science of Screen Play Writing) പറയുന്നു. അദ്ദേഹം തുടരുന്നു: "ഷോട്ടുകളെ സംബന്ധിച്ചും ഇതു വളരെ പ്രധാനമാണ്. പ്രേക്ഷകരെ ക്രിയയോട് അടുപ്പിച്ചോ വിദൂരമാക്കിയോ നിർത്തുക, കഥാപാത്രത്തെ ഒറ്റയ്ക്ക് ചെറുതോ വലുതോ ആയ ഇടത്തിൽ നിർത്തുകയോ അല്ലെങ്കിൽ ആൾക്കൂട്ടത്തിൽപ്പെടുത്തുകയോ ചെയ്യുക, തുടങ്ങിയവയ്ക്കെല്ലാം ഈ നിമിഷത്തിലെ വികാരത്തിന്റെ മേൽ വലിയ സ്ഥാനമുണ്ട്. എന്നാൽ ക്യാമറാഷോട്ടുകൾ കൊണ്ട് തിരക്കഥ നിറയ്ക്കുക എന്നല്ല, ക്യാമറാസ്ഥാനത്തിന്റെ തിരഞ്ഞെടുപ്പ് വ്യക്തമാകുന്ന തരത്തിൽ പ്രതിബിംബങ്ങളെ വിശദീകരിക്കുക എന്നാണിതിനർത്ഥം."

ആഖ്യാനങ്ങളെല്ലാം ആരുടെയെങ്കിലും വീക്ഷണതലത്തിലാണ് പിറക്കുന്നത്. ഒന്നുകിൽ അവതരിപ്പിക്കുന്നയാളിന്റെ അഥവാ ഉത്ത മപുരുഷന്റെ; അല്ലെങ്കിൽ ആഖ്യാനത്തിൽ അവതരിപ്പിക്കപ്പെടുന്ന ഒരാളിന്റെ അഥവാ പ്രഥമപുരുഷന്റെ. എന്നാൽ ചലച്ചിത്രാഖ്യാനത്തി ലേക്കു കടക്കുമ്പോൾ ആഖ്യാനാരംഭത്തിൽ ഉത്തമപുരുഷനു പകരം സംവിധായകനാകുന്ന ആഖ്യാതാവ് (ഏതെങ്കിലും കഥാപാത്രം കഥ പറഞ്ഞുകൊണ്ടാരംഭിച്ച് അയാളുടെ/ അവളുടെ അനുഭവത്തിലൂടെ കഥ രൂപം കൊള്ളുന്ന ചില സന്ദർഭങ്ങളൊഴികെ). ഡോക്യുമെന്ററികൾ മിക്കവാറും പൂർണ്ണമായും സംവിധായകന്റെ വീക്ഷണകോ ണിലൂടെയായിരിക്കും വിവരണങ്ങൾ നിർവ്വഹിക്കുക. അവയിൽ

ശബ്ദരേഖ(Voice over)യിലൂടെ അവതാരകന്റെ സാന്നിധ്യം അവതരിപ്പിക്കുമ്പോഴോ നിശബ്ദമായി സംഭവവിവരണം നിർവ്വഹിക്കുമ്പോഴോ സംവിധായകന്റെ വീക്ഷണകോൺ വ്യക്തമാകുന്നു. സിനിമയിൽ കഥ അവതരിപ്പിക്കാനായി ചില ദൃശ്യങ്ങൾ നിരനിരയായി പ്രദർശിപ്പിക്കാറുണ്ട്. അവയെല്ലാം നമുക്കു മുമ്പിൽ പകർന്നു നല്കുന്നതു സംവിധായകന്റെ വീക്ഷണ കോണിലൂടെയാണ്. അതു പ്രേക്ഷകർ കാണുന്ന കാഴ്ച തന്നെയാണ്. സംവിധായകൻ തന്റെ ദൃശ്യപഥത്തിലേക്കു പ്രേക്ഷകരെ വലിച്ചുടുപ്പിക്കുകയാണ് ഈ ഘട്ടത്തിൽ ചെയ്യുന്നത്.

അഭിനേതാവിന്റെ വീക്ഷണകോണിലൂടെ കഥ പറയുന്ന രീതിയാണ് അടുത്തത്. കഥാപാത്രത്തെ സ്ക്രീനിൽ ടൈറ്റ് ക്ലോസപ്പിൽ അവതരിപ്പിച്ചു കഴിഞ്ഞാൽ പിന്നെ കാണുന്ന ദൃശ്യം ആ കഥാപാത്രത്തിന്റെ വീക്ഷണകോണിലായിരിക്കും. അത്രയും സമയം കഥ പറഞ്ഞുകൊണ്ടിരുന്ന സംവിധായകനിൽ ആവേശിച്ചിരുന്ന പ്രേക്ഷകന്റെ കാഴ്ച അതിവേഗം കഥാപാത്രത്തിലേക്കു സംക്രമിക്കുന്നു. അതിനു ബദലായി മറ്റൊരു കഥാപാത്രം വന്നാൽ അതിലേക്കാവേശിക്കുന്നു. ആ കഥാപാത്രങ്ങൾ രണ്ടും മധ്യദൂരദൃശ്യ(Mid shot)ത്തിലേക്കോ വിദൂരദൃശ്യ(Long shot)ത്തിലേക്കോ മാറിക്കഴിഞ്ഞാൽ വീണ്ടും സംവിധായകന്റെ വീക്ഷണകോണിലേക്കു പ്രേക്ഷകർ മടങ്ങിവരുന്നു. അങ്ങനെ നോക്കുമ്പോൾ, ചലച്ചിത്രാഖ്യാനം സാഹിത്യത്തെപ്പോലെ ഒരൊറ്റ വീക്ഷണകോണിൽ നിൽക്കുന്നില്ല എന്നു കാണാം. സാഹിത്യത്തിലെപ്പോലെ ആദിമധ്യാന്തം ഒരേയൊരു വീക്ഷണകോൺ നിലനിർത്താൻ ചലച്ചിത്രത്തിനോ തിരക്കഥയ്ക്കോ സാധ്യവുമല്ല. പ്രേക്ഷകർ ആഖ്യാനം അനുഭവിക്കുമ്പോഴാണു ചലച്ചിത്രത്തിൽ വീക്ഷണകോൺ പ്രസക്തമാകുന്നത്. എന്നാൽ സാഹിത്യത്തിലാകട്ടെ ആഖ്യാതാവ് തന്റെ വീക്ഷണകോണിനെ ആഖ്യാനത്തിൽ ഉറപ്പിച്ചു നിർത്തുകയാണ്. ക്യാമറക്കണ്ണിലൂടെ മാത്രം എല്ലാം കാണുന്ന പ്രേക്ഷകർ സംവിധായകന്റെയും കഥാപാത്രത്തിന്റെയും വീക്ഷണകോണിലേക്കു സദാസമയവും തങ്ങളുടെ ദൃശ്യാനുഭവത്തെ മാറ്റി പ്രതിഷ്ഠിച്ചുകൊണ്ടിരിക്കുന്നു. ചലച്ചിത്രത്തിൽ ഉപയോഗിക്കേണ്ട വീക്ഷണകോണുകൾ തിരക്കഥാകൃത്ത് അറിയുകയും ഉൾക്കൊള്ളുകയും ചെയ്യണം.

സിനിമാപ്രേക്ഷകർ/തിരക്കഥാ വായനക്കാർ എപ്പോഴും വീക്ഷണകോണിനെ അറിഞ്ഞുകൊണ്ടാണ് അതാസ്വദിക്കുന്നതെന്നു പറയാൻ കഴിയില്ല. അങ്ങനെയല്ലെങ്കിലും അതു പ്രവർത്തിച്ചല്ലേ

മതിയാകൂ. ശരിയായ തരത്തിൽ വീക്ഷണകോൺ ഉപയോഗിച്ചിട്ടുള്ള ഒരു സിനിമ/തിരക്കഥ ഉന്നതമായ ശൈലിയെയാണ് വഹിക്കുന്നത്. കാരണം, ആഖ്യാനവേളയിൽ പ്രേക്ഷകരുമായി/വായനക്കാരുമായി അവർ പോലുമറിയാതെ നടത്തുന്ന ഹൃദയാന്തര സംവാദമാണത്. ആഖ്യാനവുമായി ആസ്വാദകരെ അടുപ്പിച്ചു നിർത്തുകയും അതിൽ അഭിരമിപ്പിക്കുകയും ചെയ്യുക എന്നതു കലയുടെ പ്രാഥമികധർമ്മമാണല്ലോ.

പ്രേക്ഷകർക്കു മുമ്പിലെ സ്ക്രീനിൽ ആവിഷ്കൃതമാകുമ്പോഴാണ് സിനിമ കലാസൃഷ്ടി എന്ന നിലയിൽ പൂർണ്ണമാകുന്നത്. തിരക്കഥാകൃത്തിന്റെയോ സംവിധായകന്റെയോ മനസ്സിൽ കഥാബീജം പിറവി കൊള്ളുന്നതുമുതൽ അന്തിമഘട്ടത്തിലെ അവതരണംവരെ നിരവധി പടവുകളുണ്ട്. അതിൽ ഏറ്റവും പ്രധാനപ്പെട്ട ഒരു ഘട്ടമാണ് തിരക്കഥാനിർമ്മാണത്തിന്റേത്. സ്ക്രീനിൽ പൂർത്തിയാവേണ്ട സിനിമയെ മനസിന്റെ തിരശീലയിൽ മുൻകൂട്ടി അവതരിപ്പിച്ച് സാധ്യതകളും പരിമിതികളും അന്വേഷിക്കേണ്ട വലിയ ഉത്തരവാദിത്തം തിരക്കഥാകൃത്തിനുണ്ട്. സംവിധായകനോടു ചേർന്നുനിന്നുകൊണ്ട് അയാളുടെ/അവളുടെ ദൃശ്യബോധത്തെയും പ്രതിഭയെയും ഉൾക്കൊണ്ട്, ചിത്രീകരിക്കാൻ കഴിയുന്നതും പ്രേക്ഷക മനസ്സിന് ഉൾക്കൊള്ളാൻ പാകത്തിലുള്ളതുമായ ദൃശ്യങ്ങളെ കടലാസ്സിൽ എഴുതിയുണ്ടാക്കുക എന്ന വലിയ ദൗത്യമാണ് തിരക്കഥാകൃത്ത് ഏറ്റെടുക്കുന്നത്. തന്റെ ഭാവനാസഞ്ചാരങ്ങളെ നിയന്ത്രിച്ച്, പ്രായോഗികമാക്കാൻ കഴിയുന്നതും ക്യാമറാക്കണ്ണിന് ഒപ്പിയെടുക്കാൻ സാധിക്കുന്നതുമായ കാഴ്ചകളെക്കുറിച്ച് വിശദീകരിക്കുകയാണ് തിരക്കഥാകൃത്തിന്റെ ദൗത്യം. ചിത്രീകരിക്കാൻ സാധിക്കാത്ത ഘടകങ്ങളെ സംഭാഷണത്തിനായി മാറ്റിവച്ച് ക്രിയാംശത്തെയും പൂർവ്വ-പശ്ചാത്തലങ്ങളെയും നിർമ്മിച്ചെടുക്കുകയാണ് അയാൾ ചെയ്യുന്നത്. അങ്ങനെ സാഹിത്യത്തിൽ നിന്നും തികച്ചും വ്യത്യസ്തമായ രചനാരീതികൾ പിൻപറ്റുന്ന തിരക്കഥയെ സമീപിക്കാനും വിലയിരുത്താനും സാഹിത്യപഠനത്തിന്റെ രീതികൾ പിൻപറ്റുന്നത് ഉചിതമല്ല. അതിനായി പ്രത്യേക രീതിശാസ്ത്രം സ്വീകരിച്ചേ മതിയാകൂ. ആ അന്വേഷണത്തിൽ നിന്നാണ് തിരക്കഥയെ ഒരു ആഖ്യാനമെന്ന നിലയിൽ വിലയിരുത്താം എന്ന തീരുമാനത്തിലേക്കെത്തുന്നതും അതിനായുള്ള വഴിത്താരകൾ ആരായുന്നതും. സാഹിത്യപഠനത്തിനുള്ള മാനദണ്ഡങ്ങൾ ഉപേക്ഷിച്ച്, അശാസ്ത്രീയരീതികൾ കൈവെടിഞ്ഞ് തിരക്കഥാപഠനത്തിന് അതിന്റേതായ പഠനസമ്പ്രദായം കൈക്കൊള്ളണം. തിരക്കഥയിലെ

കഥാതല(Fabula)ത്തെയും വ്യവഹാര(Sjuzhette) തലത്തെയും മുൻനിർത്തിയുള്ള പഠനസമ്പ്രദായം മുമ്പോട്ടുവച്ചത് അതിനായാണ്. പ്രാമാണികരായ തിരക്കഥാ പഠിതാക്കളുടെ ബുദ്ധിപരമായ പിന്തുണ ഈ രീതിശാസ്ത്രത്തിന്റെ രൂപീകരണത്തിനു പ്രേരണയായിട്ടുണ്ട്. തിരക്കഥാപഠനത്തിനുള്ള വിവിധ വഴികളിൽ പ്രധാനപ്പെട്ട ഒന്നായി ഈ മാർഗത്തെ അക്കാദമികലോകം കൈക്കൊള്ളും എന്നു പ്രത്യാശിക്കുന്നു.

ഉപാദാനഗ്രന്ഥങ്ങൾ

1.എം.ടി.യുടെ തിരക്കഥകൾ, എം.ടി.വാസുദേവൻനായർ, ഡി.സി. ബുക്സ്, കോട്ടയം, 1978

2.എന്റെ പ്രിയപ്പെട്ട തിരക്കഥകൾ, എം.ടി.വാസുദേവൻനായർ, കറന്റ് ബുക്സ്, കോട്ടയം, 1983

3.കഥാപുരുഷൻ (തിരക്കഥ), അടൂർ ഗോപാലകൃഷ്ണൻ, കേരള ഭാഷാ ഇൻസ്റ്റിറ്റ്യൂട്ട്, തിരുവനന്തപുരം, 2001

4.സിനിമയുടെ ലോകം, അടൂർ ഗോപാലകൃഷ്ണൻ, കേരള ഭാഷാ ഇൻസ്റ്റിറ്റ്യൂട്ട്, തിരുവനന്തപുരം, 1999

5. A Dictionary of Narratology, Gerald Prince, Scholar Press, (Alder Shot), 1998

6. Film As Social Practice - Graem Turner, Routledge, London and Newyork, 2001

7. Film Language: A Semiotics of Cinema, Christian Metz, translation – Michael Taylor, Oxford University Press, New York, 1974

8. Film Theory Vol II. Neale Steve, Philip Simpson (Ed.), Routledge, London, 2004

9. Screen Writing, Walter Richard, Plum Books, USA, 1988

10. Screen Writing for the 21st Century, Pat Silver Lasky, BT Batsford, London, 2004

11. Selling a Screen Play, Syed Field, Dell Publishing, New York, 1989

12. The Art and Science of Screen Pla y Writing, Philip Parker, Intellect Books, Eneter, England, 1999

13. The Cambridge Introduction to Narrative, Abbot H. Porter,

Cambridge University Press, 2002

14. The Major Film Theories, An Introduction, Dudley Andrew, Oxford University Press, New York, 1976

15. The Tools of screen writing, Howard David & Edward Mabley, St.Martin's Griffin, New York, 1993

16. Writer and Screen, Wolf Rilla, W.H.Allen & Co Ltd., London and Newyork, 1973

3

ചലച്ചിത്രസിദ്ധാന്തങ്ങൾക്ക് ഒരാമുഖം

ഡോ. ടി. ജിതേഷ്

ചലച്ചിത്രസിദ്ധാന്തങ്ങൾക്ക് സംവേദനവുമായാണ് ബന്ധം. സംവേദനമെന്നാൽ ആശയതലത്തിലുള്ള പരസ്പരവിനിമയ മാണ്. നിർമ്മിതിയുടെ ഉദ്ദേശ്യവും കലാസ്വാദനത്തിന്റെ തലവും തമ്മിൽ സാധ്യമാകുന്ന കൈമാറ്റങ്ങളാണ് ഇവിടെ അർത്ഥമാകു ന്നത്. സിനിമയെ ആഖ്യാനമായി എടുത്താൽ ഏറ്റവും സമർത്ഥവും ശക്തവുമായി സംവദിക്കുന്നതെങ്ങനെയെന്ന ചിന്തയ്ക്കായിരിക്കും പ്രാധാന്യം. തീയേറ്റർ, ടെലിവിഷൻ, സ്മാർട്ട് ഡിവൈസുകൾ എന്നി വയിലൂടെ ആസ്വാദകർക്കു മുന്നിലെത്തുന്ന സിനിമയെ സ്വീകരിക്കു ന്നതെങ്ങനെയെന്നും ആഖ്യാനത്തെ ഫലപ്രദമായ വിനിമയമാക്കി ക്രമപ്പെടുത്തുന്നതെങ്ങനെയെന്നും പഠിക്കുമ്പോൾ സാങ്കേതികമായ നിരവധി ഘടകങ്ങൾ പരിഗണിക്കണം. ഈ രീതിയിൽ പരിശോധി ക്കുകയും വിലയിരുത്തുകയും ചെയ്യുമ്പോഴാണ് സിദ്ധാന്തങ്ങൾ രൂപ പ്പെടുന്നത്. അവിടെ ഓരോ കാലത്തെയും സാമൂഹ്യസവിശേഷത കൾ, ഓരോ പ്രദേശത്തെയും സാംസ്കാരികവിശേഷങ്ങൾ, വ്യക്തി പരമായ ധാരണകൾ, സിനിമയെ പ്രത്യക്ഷമായും പരോക്ഷമായും സ്വാധീനിക്കുന്ന ഇസങ്ങൾ, സിനിമാസങ്കേതങ്ങളുമായി ബന്ധപ്പെട്ട ന്ന അറിവ്, നിരൂപണങ്ങൾ, വിമർശനങ്ങൾ, സിനിമാവാർത്തകൾ, പരസ്യങ്ങൾ തുടങ്ങിയ ഒട്ടനവധി കാര്യങ്ങൾ ഉപയോഗപ്പെടുത്തു ന്നു. ചലച്ചിത്രസിദ്ധാന്തങ്ങളെ സംബന്ധിക്കുന്ന പഠനമേഖല വളരെ വലിയതും നിരവധി അടരുകൾ ഉള്ളതുമാണ്. അതുകൊണ്ടുതന്നെ

ഈ പ്രബന്ധത്തിൽ അതിന്റെ പ്രധാന ശാഖകളെ പരാമർശിക്കുകയും വിശദീകരണങ്ങൾക്കോ കൂടുതൽ വായനകൾക്കോ ഉള്ള സാധ്യതകൾ തുറന്നിടുകയുമാണ് ഉദ്ദേശിക്കുന്നത്.

ആത്യന്തികമായി ചലച്ചിത്രം, ചലിക്കുന്ന ചിത്രമാണ്. നിശ്ചലചിത്രങ്ങളുടെ ശ്രേണി നിർമ്മിക്കുന്ന തുടർച്ചകളുടെ കാഴ്ച. കണ്ണിൽനിന്ന് തലച്ചോറിലേക്കെത്തുന്ന പ്രകാശം രൂപീകരിക്കുന്ന തോന്നലുകളാണിവ. വിഭ്രമാത്മകചിത്രങ്ങളോടുള്ള മനുഷ്യമസ്തിഷ്കത്തിന്റെ പ്രതികരണവും താല്പര്യവുമാണ് സിനിമാസ്വാദനം സാധ്യമാക്കുന്നത്. നിരന്തരം പ്രതിപ്രവർത്തിക്കുന്ന (ചുറ്റുപാടുകൾ, വ്യക്തിപരമായ ധാരണകൾ, സിനിമകൾ നിർമ്മിക്കുന്ന ചട്ടക്കൂട് എന്നിവ തമ്മിൽ) ഇവ ദൃശ്യ-ശ്രവ്യാനുഭവമെന്ന മായാവലയത്തെ രൂപപ്പെടുത്തുന്നു. സിനിമയെ മാധ്യമമായി കണ്ടുകൊണ്ട് സാമൂഹ്യ-സാംസ്കാരിക-ജ്ഞാനമേഖലകളിൽ ഇടപെടുന്ന സവിശേഷതയെ പഠിക്കുമ്പോൾ സൈദ്ധാന്തികപശ്ചാത്തലം നിർമ്മിക്കാനാവും. അങ്ങനെ നിർമ്മിക്കപ്പെടുന്ന മേഖലയെക്കുറിച്ചാണ് ഇവിടെ ചർച്ച ചെയ്യുന്നത്.

സിദ്ധാന്തങ്ങൾക്ക് അടിസ്ഥാനമായിത്തീരുന്ന ആവിഷ്കാരരീതികൾ

ദൃശ്യ-ശ്രവ്യമാധ്യമമായ സിനിമ സാങ്കേതികവികാസത്തെ അടിസ്ഥാനമാക്കി നിരന്തരം പരിഷ്കരിക്കപ്പെട്ടുകൊണ്ടിരിക്കുന്ന കലയാണ്. നിർമ്മാണത്തിലും ആസ്വാദനത്തിലും ഈ മാറ്റം കാണാനാവും. ഒരേസമയം നിരവധി സങ്കേതങ്ങളെ ഏകീകരിക്കുകയും പ്രേക്ഷകരെ സ്വാധീനിക്കുകയും ചെയ്യുന്നതിനുള്ള കഴിവാണ് സിനിമയുടെ വീക്ഷണത്തെ രൂപപ്പെടുത്തുന്നത്. ദൃശ്യം, ശബ്ദം എന്നിവയാണ് കാതൽ. കാണുന്നതിന് പ്രത്യേകിച്ച് നിയമാവലികളുടെ ആവശ്യമൊന്നുമില്ല. കാഴ്ച പ്രേക്ഷകരെ സ്വാധീനിക്കുന്നത് അവരുടെ അറിവിന്റെയും ആസ്വാദനശേഷിയുടെയും അടിസ്ഥാനത്തിലാണ്. ദർശനമായി പരിണമിക്കുന്ന ഇത് സിദ്ധാന്തതലത്തിലേക്ക് കൊണ്ടുവരികയാണ് വേണ്ടത്. ദൃശ്യബോധത്തിനാണ് പ്രാധാന്യം കൽപ്പിക്കേണ്ടത്. ബിംബങ്ങൾ, പ്രതീകങ്ങൾ, പ്രകൃതിദൃശ്യങ്ങൾ, ആചാരസമ്പ്രദായങ്ങൾ, ചരിത്രം, ജീവിതാനുഭവങ്ങൾ എന്നിവ വിശകലനശേഷിയെ നിയന്ത്രിക്കുന്നു. ആശയവിനിമയത്തിലെ വ്യത്യസ്തധാരകൾ രൂപപ്പെടുന്നത് അങ്ങനെയാണ്. ആശയവിനിമയമെന്നത് വക്താവും സ്വീകർത്താവും ഉൾപ്പെടുന്നതും ഒരു

മാധ്യമത്തിന്റെ സഹായത്തോടെ സംഭവിക്കുന്നതുമായ ഒന്നാണ്. ഇവിടെ പ്രേക്ഷകന്റെ സൗന്ദര്യാനുഭൂതിയെക്കൂടി ഉൾച്ചേർക്കുമ്പോൾ ദൃശ്യവിനിമയമെന്ന ആശയത്തെ ഉൾക്കൊള്ളാനാവും.

സിദ്ധാന്തങ്ങളുടെ ചരിത്രപശ്ചാത്തലം

1890കളുടെ മധ്യത്തോടെയാണ് സിനിമാചരിത്രം ആരംഭിക്കുന്നത്. നിശ്ശബ്ദചിത്രങ്ങൾ കടന്നുവരുന്നതോടൊപ്പംതന്നെ വിമർശനപദ്ധതികളുമുണ്ടായി. ആവിഷ്കാരത്തിലെ പരീക്ഷണങ്ങളും സാമൂഹികമാനവും സിദ്ധാന്തങ്ങളെ സ്വാധീനിച്ചു. വിനോദോപാധി എന്ന നിലയിൽനിന്നും പുതിയൊരു മാധ്യമത്തിന്റെ ആവിർഭാവം എന്ന നിലയിലേക്ക് സിനിമ വികസിക്കുകയായിരുന്നു. ദൃശ്യകലയെന്ന നിലയിൽ സിനിമയെ വിലയിരുത്തുന്നതിനുമുള്ള ശ്രമം 1910കളോടെ ആരംഭിക്കുന്നു. ഹെന്റി ബെർഗ്സണിന്റെ Matter and Memory എന്ന പഠനം പുതിയ മാധ്യമത്തെക്കുറിച്ചു പഠിക്കേണ്ടതിനെക്കുറിച്ചു സൂചിപ്പിക്കുന്നുണ്ട്. തലച്ചോറിലെ സ്മൃതിമേഖലയാണ് പഠനവിഷയം. നാഡീവ്യവസ്ഥയും ഓർമ്മകളും മറ്റും ഇവിടെ പഠിക്കപ്പെടുന്നു. ഇതിന് ചലച്ചിത്രസംവേദനവുമായി ബന്ധമുണ്ട്. ചലനം, ഇമേജ് എന്നിവയെ ബന്ധിപ്പിക്കുന്ന ബെർഗ്സണിന്റെ നിരീക്ഷണങ്ങൾ ശ്രദ്ധേയവും പല സൈദ്ധാന്തികർക്കും പ്രേരകവുമായി.

ആദ്യമായി ചലച്ചിത്രസിദ്ധാന്തം ചർച്ച ചെയ്യുന്നത് 1915-ൽ മനശ്ശാസ്ത്രപണ്ഡിതനായ ഹ്യൂഗോ മ്യൂൺസ്റ്റർബെർഗാണ്. The Photo play: A Psychological Study എന്ന പുസ്തകത്തിൽ സിനിമ നാടകത്തിൽനിന്നും വ്യത്യാസപ്പെടുന്നതിനെക്കുറിച്ച് വിവരിക്കുന്നു. നാടകത്തിലെ കഥ, കഥാപാത്രങ്ങൾ, പശ്ചാത്തലം, പശ്ചാത്തലസംഗീതം, ചമയം, ഇരുട്ടിന്റെയും വെളിച്ചത്തിന്റെയും ഉപയോഗം എന്നിവ സിനിമയിലുള്ളതിനാൽ സിനിമ സ്വതന്ത്രകലയല്ല എന്ന് ഇർവിൻ പാനോഫ്സ്കി പറയുന്നു. അടുത്തഘട്ടത്തിൽ വ്യത്യസ്തധാരകളിലേക്ക് വികസിക്കുന്ന സൈദ്ധാന്തികദർശനങ്ങൾ രൂപപ്പെട്ടു. സിനിമാനിർമ്മാതാക്കൾ പുതിയ മാധ്യമത്തിന്റെ സാങ്കേതികവശങ്ങളെ ഉപയോഗപ്പെടുത്താൻ തുടങ്ങി. കട്ടിംഗ്, ലൈറ്റിംഗ്, ക്യാമറാചലനങ്ങൾ എന്നിങ്ങനെ അവയെ വർഗ്ഗീകരിച്ചു. നാടകത്തിൽനിന്നു വ്യത്യസ്തമായ ചലനം, ലൊക്കേഷൻ എന്നിവ യാഥാർത്ഥ്യബോധം നൽകുന്നുവെന്ന കണ്ടെത്തലാണിത്. വില്യം ഫ്രീസ്ഗ്രീനിന്റെ സംഭാവനകൾ, ലൂമിയർ സഹോദരന്മാരുടെ കണ്ടെത്തലുകൾ, ജോർജെ

മെലിസിന്റെ കഥാചിത്രങ്ങൾ എന്നിവ സിനിമാചരിത്രത്തിലെ നാഴികക്കല്ലുകളാണ്.

റുഡോൾഫ് അൺഹീമിന്റെ Film as Art (1932) എന്ന കൃതി നിശ്ശബ്ദചിത്രങ്ങളുടെ സംവേദനക്ഷമത, അതിന്റെ നിലനിൽപ്പിനെക്കുറിച്ചുള്ള നിർമ്മാതാക്കളുടെ വിശ്വാസം എന്നിവ സൂചിപ്പിക്കുന്നുവെങ്കിലും ശബ്ദചിത്രങ്ങൾ പിന്നീട് പ്രചാരം നേടുകയും നിശ്ശബ്ദചിത്രങ്ങൾ ഏറെക്കുറെ ഇല്ലാതാവുകയുമാണുണ്ടായത്. ആദ്യകാലത്ത് ശബ്ദത്തിന്റെ വരവിനെ കലാരംഗത്തുള്ളവരും നിരൂപകരും എതിർത്തിരുന്നു. ദൃശ്യങ്ങളുടെ ഭാവാത്മകത, ദൃശ്യബിംബങ്ങൾ, ദൃശ്യസന്നിവേശം എന്നിവയ്ക്കുള്ള പ്രാധാന്യം തുടങ്ങിയവ ആഴത്തിൽ പഠിക്കപ്പെട്ടു. 1940-കളാവുമ്പോഴേയ്ക്കും ശബ്ദസിനിമയെ അടിസ്ഥാനമാക്കിയുള്ള സിദ്ധാന്തങ്ങളിലേക്ക് ചർച്ചകൾ വഴിമാറുകയും ചെയ്തു.

ഇവിടെ ശ്രദ്ധിക്കേണ്ടത്, ഓരോ കാലത്തെയും സാങ്കേതികവികാസത്തിനും ഭാവുകത്വപരിണാമത്തിനും അനുസൃതമായി സിനിമാപഠനത്തിൽ വരുന്ന മാറ്റങ്ങളാണ്. ക്ലാസിക് കലകളും ഫോക് രൂപങ്ങളും മറ്റും പുലർത്തുന്ന തനിമാസങ്കല്പം സിനിമയെക്കുറിച്ച് പറയുമ്പോൾ തീരെയില്ലെന്നുതന്നെ വിചാരിക്കണം. കാലത്തിനനുസരിച്ച് മാറ്റങ്ങൾ സ്വീകരിക്കാനും ആസ്വാദനരീതികളിലെ പുതുമയായി ചേർക്കാനും സിനിമയ്ക്ക് സാധിക്കുന്നത് അതിന്റെ പുരോഗമനപരമായ നിലപാടിനെ കാണിക്കുന്നു.

രണ്ടാം ലോകയുദ്ധത്തോടുകൂടി മറ്റേതൊരു കലയെയും അപേക്ഷിച്ച് സിനിമയുടെ പ്രചരണശേഷി കൂടുതലാണെന്ന് തിരിച്ചറിയുന്നു. യുദ്ധക്കെടുതികളും കാരണങ്ങളും സിനിമയിലെ വിഷയമായിത്തീരുകയും നാസികളുടെ ക്രൂരതകൾ ആളുകളിലേക്കെത്തുകയും ചെയ്തു. സാങ്കേതികവിദ്യയിൽ അധിഷ്ഠിതമായ സിനിമയെന്ന കലാരൂപം ആകർഷകമാകുന്നത് എങ്ങനെയെന്ന് യുദ്ധാനന്തരം ഗവേഷകർ പഠിക്കാനാരംഭിച്ചു. മനശ്ശാസ്ത്രതലത്തിലും സാമൂഹിക-സാംസ്കാരിക-രാഷ്ട്രീയതലങ്ങളിലും പഠനങ്ങൾ നടന്നു. ത്രില്ലർ സിനിമകളെ വിശേഷിപ്പിക്കാൻ ഫിലിം നോവ(film noir) എന്ന പദം ഫ്രഞ്ചുചലച്ചിത്രനിരൂപകർ ഉപയോഗിച്ചു. രാഷ്ട്രീയമായ അസ്ഥിരതയാണ് ഇത്തരം സിനിമകളുടെ പ്രേചോദനമെന്ന് വിലയിരുത്തപ്പെടുന്നു. നാല്പതുകൾക്കുശേഷം അമേരിക്കയിൽനിന്നും പ്രദർശനത്തിനെത്തിയ സിനിമകളാണിവ. രാഷ്ട്രങ്ങൾ യുദ്ധത്തെ മഹത്വവൽക്കരിക്കുകയാണ് ചെയ്തത്. 1941 മുതൽ 1958വരെയുള്ള കാലത്തുനടന്ന രണ്ടാംലോകയുദ്ധം, ശീതസമരം എന്നിവ കുടുംബബന്ധങ്ങളിലും

മറ്റും തകർച്ചയുണ്ടാക്കി. അടുത്ത തലമുറ അനുഭവിക്കേണ്ടതായ അനാഥത്വവും ദാരിദ്ര്യവും വീക്ഷണത്തിൽ മാറ്റങ്ങളുണ്ടാക്കി. മനുഷ്യന്റെ വേദനയെന്ന പൊതുചിന്തയിലേക്ക് വർഗ്ഗവ്യത്യാസങ്ങൾക്കപ്പുറം ആളുകൾ ചിന്തിച്ചുതുടങ്ങിയിരുന്നു. യാഥാർത്ഥ്യബോധത്തോടെ രംഗാവതരണം നടത്തുന്നതിനും മനുഷ്യരനുഭവിക്കുന്ന വേദനകളിലേക്ക് ക്യാമറ തിരിക്കുന്നതിനുമുള്ള ശ്രമം ഇറ്റാലിയൻ നിയോറിയലിസമാണ് തുടങ്ങിവച്ചത്. ആവർത്തനങ്ങൾ മാത്രമായിരുന്ന പ്രമേയങ്ങളോടുള്ള എതിർപ്പായിരുന്നു ഇറ്റാലിയൻ നിരൂപകനായിരുന്ന ആംബർട്ടോ ബാർബറോ നിയോറിയലിസത്തിലൂടെ സാധ്യമാക്കിയത്. സമകാലികരീതികൾ മാറേണ്ടതിനെക്കുറിച്ചാണ് ചർച്ചകൾ നടന്നത്. ബർട്ടോലൂച്ചിയെപ്പോലുള്ളവർ ഫാസിസത്തിനെതിരെ സംസാരിക്കുന്നതിന് സിനിമയെ ഉപയോഗിച്ചു. കൺഫോമിസ്റ്റ് എന്ന സിനിമ ശക്തമായി ഈ പ്രമേയം അവതരിപ്പിക്കുന്നു. യഥാർത്ഥജീവിതം, നൈസർഗ്ഗികമായ അഭിനയം, സാധാരണക്കാരായ അഭിനേതാക്കൾ തുടങ്ങിയവ പുതിയ സിനിമകൾക്ക് കൂടുതൽ ഊർജ്ജം നൽകി. ആധുനിക സങ്കല്പങ്ങൾക്കനുസരിച്ച മാറ്റം സിനിമാവതരണത്തിൽ കാണാമെങ്കിലും സങ്കേതബദ്ധമായ ആഖ്യാനരീതിയിൽ മാറ്റമുണ്ടാകുന്നില്ല. അക്രമം, ഭയം, ലൈംഗികത, പ്രണയം, സാങ്കേതികമേന്മ എന്നിവയിൽ ഏതിന് ഊന്നൽ നൽകിയാലും അവതരണസങ്കേതങ്ങളിലോ കാഴ്ചപ്പാടിലോ കാര്യമായ മാറ്റങ്ങൾക്കുവേണ്ടി സിനിമകൾ പരിശ്രമിക്കുന്നില്ല. Lifestyle, Technology എന്നിവയിലെ മാറ്റം സ്വീകരിക്കുന്നുവെന്നുമാത്രം.

ഫെർഡിനാന്റ് ഡി സൊസ്യൂർ തുടക്കമിട്ട ഫ്രഞ്ച് ഘടനാവാദസിദ്ധാന്തങ്ങളോടെ അമ്പതുകളിൽ ചലച്ചിത്രചിഹ്നശാസ്ത്രം എന്ന പഠനമേഖലയുണ്ടായി. ആശയവിനിമയത്തിന്റെ സവിശേഷരീതികളാണ് ഘടനാവാദത്തിൽ വിഷയമാകുന്നത്. ഭാഷ ചിഹ്നങ്ങളുടെ വ്യവസ്ഥയാണെന്നും അവയാണ് ഘടനകൾ നിർമ്മിക്കുന്നതെന്നും വിലയിരുത്താം. ചിഹ്നങ്ങൾ തമ്മിലുള്ള ബന്ധങ്ങൾ സംവേദനം സാധ്യമാക്കുന്നതിനാൽ ഈ ഘടകങ്ങൾ ദൃശ്യഭാഷയിലെത്തുന്നത് എങ്ങനെയെന്ന് അന്വേഷിക്കാനാവും. ചിഹ്നശാസ്ത്രവുമായി ബന്ധപ്പെട്ട റൊളാങ് ബാർത്തിന്റെ നിരീക്ഷണങ്ങൾ പാഠപരതയെക്കുറിച്ചു പറയുന്നു. പാഠപരതയ്ക്ക് സാംസ്കാരികസവിശേഷതകളുമായി ബന്ധമുണ്ട്. രചയിതാവിനോ കൃതിക്കോ പകരം പാഠമാണ് സംവദിക്കുന്നത്. ഭാഷയെക്കുറിച്ച് വ്യാകരണതലത്തിൽ പഠിക്കുന്നതിൽനിന്നു വ്യത്യസ്തമാണിത്. ഭാഷാപഠനത്തിലെ സവിശേഷപാഠങ്ങൾ ബഹുസ്വരത,

സാർവലൗകികത എന്നിവ ഉൾക്കൊള്ളുന്നു. അതിനാൽ സാഹിത്യ-കലാപ്രരൂപങ്ങൾ ഉപരിതലത്തിൽ മാത്രമൊതുങ്ങുന്ന വീക്ഷണങ്ങൾ അവതരിപ്പിക്കുകയും ചെയ്യാറുണ്ട്. സിനിമാ നിരൂപണ/വിമർശനങ്ങളിൽ പലപ്പോഴും ഇത്തരം വഴുതൽ ദൃശ്യമാണ്. ഇമേജുകൾ, പ്രതിനിധാനം എന്നിവ ചിഹ്നവ്യവസ്ഥയുമായി ബന്ധപ്പെടുത്തി വിശദമാക്കുകയാണ് ക്രിസ്റ്റ്യൻ മെറ്റ്സ് ചെയ്യുന്നത്. കാലം, സ്ഥലം എന്നിവ അവതരിപ്പിക്കാൻ സിനിമകൾ പൊതുവെ പരിചിതമായ ചില സങ്കേതങ്ങളാണ് ഉപയോഗിക്കുക.

ചിഹ്നശാസ്ത്രമാണ് അറുപതുകളുടെ അവസാനത്തോടെ ചലച്ചിത്ര സിദ്ധാന്തങ്ങളെ പുനർനിർവചിച്ചത്. ഇതേസമയത്ത് യൂറോപ്പിലും അമേരിക്കയിലുമുണ്ടായ രാഷ്ട്രീയമാറ്റങ്ങൾ, നവോത്ഥാനസങ്കല്പങ്ങൾ, വ്യാവസായികപുരോഗതി, സമാധാനപ്രവർത്തനങ്ങൾ, മൂന്നാംലോക സ്വാതന്ത്ര്യവാദം, സ്ത്രീവാദം എന്നിവ കലാസാംസ്കാരികരംഗത്ത് നിർണായകമായ സ്വാധീനമുണ്ടാക്കി. സിനിമയും ഇതിന് വിധേയമാണ്. തൊണ്ണൂറുകൾ സിനിമയിൽ മറ്റൊരു രീതിയിൽ ഇടപെടുന്നു. ഡിജിറ്റൽ സാങ്കേതികവിദ്യയുടെ അരങ്ങേറ്റം സിനിമയോടുള്ള സമീപനത്തിൽ മാറ്റങ്ങളുണ്ടാക്കി. സിനിമയുടെ നിർമ്മാണഘട്ടത്തിലാണ് ഇവയേറെയും സ്വാധീനം ചെലുത്തുന്നത്. സെല്ലുലോയ്ഡിൽനിന്നും ഡിജിറ്റൽ മൂവിക്യാമറകളിലേക്കുള്ള മാറ്റവും പുതിയ ഉപകരണങ്ങളുടെ ഉപയോഗവും കഥാവതരണത്തിലും എഡിറ്റിംഗിലും വ്യത്യാസങ്ങൾ കൊണ്ടുവന്നിട്ടുണ്ട്. ഇമേജുകൾക്കുള്ള കൂടിയ വ്യക്തത, കൂട്ടിച്ചേർക്കലുകൾ നടത്തുന്നതിനുള്ള സൗകര്യം, അനിമേഷൻ, ഗ്രാഫിക്സ് സാങ്കേതികത, ഡ്രോണുകൾ എന്നിവ ഡിജിറ്റൽവിദ്യയെ വ്യത്യസ്തമാക്കുന്നു. സാധാരണ തീയേറ്റർ പ്രദർശനം മാത്രമല്ല, മൾട്ടിപ്ലെക്സ് പ്രദർശനം, ഡിവിഡി, ഡിജിറ്റൽ ശബ്ദസംവിധാനം, ഒടിടി പ്ലാറ്റ്ഫോമുകൾ തുടങ്ങിയവയെല്ലാം കാഴ്ചയെ മാറ്റിത്തീർത്തു. ദൃശ്യസംസ്കാരത്തിൽ ഇവയും സ്വാധീനമുണ്ടാക്കി.

ആദ്യകാലത്ത് യുദ്ധത്തിന്റെ പശ്ചാത്തലത്തിൽ ദൃശ്യപരിചരണവും പ്രമേയവും തിരിച്ചറിവുകളും ഫിലിംനോയർ പോലെയുള്ളവയ്ക്ക് കാരണമായെങ്കിൽ സാങ്കേതികവിദ്യയിലുണ്ടായ പുരോഗതിയാണ് ദൃശ്യപരിചരണത്തെ പിന്നീട് വ്യത്യസ്തമാക്കിയത്. ഇതേപോലെ ഒരു മാറ്റമാണ്, ദൃശ്യപരിചരണത്തിലും പ്രമേയസ്വീകരണത്തിലും പ്രേക്ഷകരോടുള്ള നിലപാടിലും മനുഷ്യസമൂഹം മറ്റൊരു ദുരന്തത്തെ അഭിമുഖീകരിക്കുന്ന, കൊവിഡ്-19 മഹാമാരിയുടെ കാലത്ത്

കാണുന്നത്. സാങ്കേതികവിദ്യയിലെ മാറ്റത്തെ സാഹചര്യത്തിന് അനുകൂലമായി പ്രയോഗിക്കാനാവുമെന്ന് തെളിയിക്കുകയാണിവ. ഉയർന്ന ദൃശ്യബോധവും ചലച്ചിത്രസാക്ഷരതയും ഇത് സാധ്യമാക്കു ന്ന ഘടകങ്ങളാണ്.

സിദ്ധാന്തങ്ങൾ അടിസ്ഥാനമാക്കുന്ന വിക്ഷണവും വ്യാഖ്യാനവും

യഥാതഥ ആവിഷ്കാരത്തിന് സഹായിക്കുന്ന ഉപകരണങ്ങളുടെ (ക്യാമറ/പ്രൊജക്റ്റർ) പ്രവർത്തനം ആസ്പദമാക്കി ഉപകരണ/അപ്പാരട്ടസ് സിദ്ധാന്തം സിനിമയെ സമീപിക്കുന്നു. സിനിമയും പ്രേക്ഷകരുടെ കാഴ്ചയും തമ്മിലുള്ള ബന്ധം നിർണ്ണയിക്കാൻ ഇവ സഹായിക്കുമെന്നാണ് നിലപാട്. പ്രേക്ഷകരുടെ ആവശ്യമറിയാനും തിരിച്ച്, സിനിമ തങ്ങളെ കാണുന്നതെങ്ങനെയെന്ന് തിരിച്ചറിയാനും ഉപകരണം സഹായിക്കും. യഥാതഥ അനുഭവത്തിന് സഹായിക്കുന്ന ഉപകരണമായതിനാൽ വ്യാഖ്യാനങ്ങൾ പ്രത്യയശാസ്ത്രതലത്തിലേക്ക് കടക്കുമെന്ന് നേരത്തേ സൂചിപ്പിച്ചതാണല്ലോ. മാർക്സിയൻ സിദ്ധാന്തങ്ങൾ, മനോവിശകലനപഠനം എന്നിവയുമായി ചേർത്ത് എഴുപതുകളിലാണ് ഈ ആശയമുണ്ടാകുന്നത്. സിനിമയും പ്രേക്ഷകരും തമ്മിലുള്ള ബന്ധമാണ് അടിസ്ഥാനം. പ്രമേയത്തെ ആസ്പദിച്ച് പ്രരൂപ(genre)മെന്നനിലയിൽ ത്രില്ലർ, രാഷ്ട്രീയം, പ്രണയം, കോമഡി തുടങ്ങിയ നിരവധി തരംതിരിവുകൾ കാണാനാവും. മുഖ്യധാരാ സിനിമകൾ, കലാസിനിമകൾ, അവാന്ത് ഗാർദെ സിനിമകൾ തുടങ്ങിയ വർഗീകരണങ്ങളുമുണ്ട്. സിനിമയുടെ രാഷ്ട്രീയനിലപാട്, ദാർശനികചിന്ത, രൂപഘടന, മാനസികപ്രതികരണം എന്നിവയെ ആശ്രയിച്ചാണ് വിശകലനങ്ങളുണ്ടാവുക.

ഭാഷ, കലാരൂപങ്ങൾ എന്നിവയിലെ എല്ലാത്തരം ചിഹ്നങ്ങളെയും ചിഹ്നശാസ്ത്രത്തിന്റെ മേഖലയിലേക്ക് കൊണ്ടുവരാനാവും. ചിഹ്നശാസ്ത്രം സാംസ്കാരികവീക്ഷണത്തിൽ മാറ്റങ്ങളുണ്ടാക്കുന്നു. സാംസ്കാരികചിഹ്നങ്ങളെന്ന കാഴ്ചപ്പാട് നിലവിൽ പരിഗണിച്ചിരുന്ന പൊതുനിലപാടുകളെ മാറ്റിത്തീർത്തു. കഥാപാത്രങ്ങൾ, പ്രമേയം, പരിസരം എന്നിവയുടെ പ്രതിനിധാനം (representation) നിരൂപകർ അന്വേഷിച്ചുതുടങ്ങി. പ്രേക്ഷകർ സിനിമയെ സമീപിക്കുന്നത് അവരുടെ അറിവിനും താല്പര്യങ്ങൾക്കും അനുസരിച്ചാണ് എന്ന നിഗമനം 'ഗ്രന്ഥകർത്താവിന്റെ മരണം' എന്ന ബാർത്തിന്റെ

നിലപാടുതന്നെയാണ്. പ്രേക്ഷകന് ദൃശ്യവുമായി താദാത്മീകരണമുണ്ടാകുന്നു എന്ന ചർച്ചയിലും പ്രേക്ഷകപക്ഷത്തിനാണ് പ്രസക്തി.

ഉത്തരാധുനിക കാഴ്ചപ്പാടുകൾ വരേണ്യതാസങ്കല്പനവും ഴാനറുകളിലെ വ്യത്യസ്തതയും പരിഗണിക്കുന്നില്ല. ഇത് പാസ്റ്റിഷ്, പാരഡി, കൊളാഷ്, ഐറണി മുതലായവക്ക് ഊന്നൽ നൽകുകയും ജീവിതത്തിലെ ഇരുണ്ട വശങ്ങളിലേക്കുകൂടി നോട്ടമെത്തിക്കുകയും മറ്റു പരിഗണനകളില്ലാതെ അവതരിപ്പിക്കുകയുമാണ്. വ്യക്ത്യനുഭവമല്ല, പ്രശ്നപരിസരങ്ങളാണ് ചർച്ചയിലെത്തുക. അതിനുവേണ്ടി ചിഹ്നങ്ങളെ പുതിയ രീതിയിൽ വ്യാഖ്യാനിക്കുകയാണ്. സിനിമയാവട്ടെ, ഗ്രാഫിക്സുകളും അനിമേഷനും ചേർത്ത് സവിശേഷമായ കാഴ്ചകൾ ഒരുക്കുകയാണ്. കഥാപശ്ചാത്തലവും കഥാപാത്രങ്ങളും ഗ്രാഫിക്സുകളിലൂടെ യാഥാർത്ഥ്യത്തെ വെല്ലുന്ന മനോഹാരിതയോടെ ആകർഷകമായി അവതരിപ്പിക്കുന്നു. പ്രേക്ഷകർ ഇതിലേക്ക് സമരസപ്പെടുകയും ആസ്വാദനത്തിന്റെ പുതിയ തലമായി സ്വീകരിക്കുകയുമാണ്.

സിനിമയെന്ന കലയ്ക്ക് മറ്റു കലകളുമായുള്ള ബന്ധം പരിശോധിക്കപ്പെടുന്നു

ചലിക്കുന്ന ഫോട്ടോകൾ സാധ്യമാക്കുന്ന മാധ്യമമെന്നാണ് സിനിമയെക്കുറിച്ച് ആദ്യകാലം വിലയിരുത്തിയത്. അതുകൊണ്ടു തന്നെ യഥാതഥമായ ആവിഷ്കാരസാധ്യതകളെക്കുറിച്ചുള്ള കൂടുതൽ അന്വേഷണങ്ങളിലേക്ക് അതെത്തിയില്ല. ചിത്രകലയിലും മറ്റും നടന്നതുപോലെയുള്ള കലാപരതയുമായി ബന്ധപ്പെട്ട കൂടുതൽ അന്വേഷണങ്ങൾക്ക് പ്രേരകമായ വ്യാവഹാരികതലം സിനിമയിലുണ്ടായിരുന്നു. നാടകം, ശില്പം, ചിത്രം, നാടൻകലകൾ തുടങ്ങി നിലവിലുണ്ടായിരുന്ന കലാരൂപങ്ങളിൽനിന്നു കടംകൊണ്ട സങ്കല്പനങ്ങളാണ് ഉണ്ടായത്. നോവലുകളുമായി താരതമ്യം ചെയ്യുമ്പോൾ മാധ്യമത്തിലെ മാറ്റം മാത്രമാണ് പരിഗണിക്കപ്പെട്ടത്. അതിങ്ങനെയാണ്: ഒന്നിൽ ഭാഷയുപയോഗിക്കുന്നു; മറ്റൊന്നിൽ ദൃശ്യങ്ങളും. ശബ്ദവും രംഗവും സജീവം/പ്രത്യക്ഷം എന്ന നിലയിൽ സ്റ്റേജ് നാടകത്തിൽ കാണാനാവുമെന്നാണ് വിലയിരുത്തൽ. നാടകത്തിൽനിന്നാണ് സിനിമയുണ്ടായതെന്നു വിചാരിക്കണം. ആംഗിളുകൾ, ഷോട്ടുകൾ എന്നിവയിലൂടെ വികാരത്തെ കൂടുതൽ ശക്തമായി പ്രകടിപ്പിക്കാനാവുമെന്ന തിരിച്ചറിവ് നിലപാടുകളെ വ്യത്യസ്തമാക്കി.

ഗ്രിഫിത്ത് അവതരിപ്പിച്ച പുതിയ കാഴ്ചാശീലങ്ങൾ

സിനിമ സ്വയം പ്രകടിപ്പിച്ച ശേഷിതന്നെയാണ് സർഗാത്മക സൃഷ്ടിയെന്നതരത്തിൽ വികസിക്കാൻ അതിനെ സഹായിച്ചത്. വികാരങ്ങളെ അടുത്തറിയാൻ പ്രേക്ഷകരെ സഹായിക്കുന്ന സവി ശേഷഘടന സിനിമയ്ക്കുണ്ടെന്ന് ഗ്രിഫിത്ത് തെളിയിച്ചു. ജോർജെ മെലിസിന്റെ ആദ്യകാലകഥാചിത്രങ്ങളിൽനിന്നു വ്യത്യസ്തമായി സിനിമയുടെ കലാപരതയെ ചൂണ്ടിക്കാണിച്ചതും പരീക്ഷണങ്ങൾ നടത്തിയതും ഗ്രിഫിത്താണ്. അഡ്വഞ്ചേഴ്സ് ഓഫ് ഡോളി (1908) എന്ന ഒൻപതു മിനിറ്റ് ദൈർഘ്യമുള്ള സിനിമയിലൂടെ ഗ്രിഫിത്ത് ആസ്വാദകരെ അത്ഭുതപ്പെടുത്തി. നിരവധി ഹ്രസ്വചിത്രങ്ങൾ അദ്ദേഹത്തിന്റേതായിട്ടുണ്ട്. ക്ലോസപ്പുകളിലൂടെ അഭിനേതാവിന്റെ വികാരപ്രകടനം പ്രേക്ഷകരിൽ നേരിട്ടെത്തിക്കാൻ കഴിയുമെന്ന് ആഫ്റ്റർ മെനി ഇയേഴ്സ് (1908) എന്ന സിനിമ കാണിച്ചുതന്നു. ക്ലോസപ്പിനൊപ്പം എഡിറ്റുചെയ്തു ചേർത്ത മറ്റു ദൃശ്യങ്ങൾ മാനസി കതലത്തിൽ സംവദിച്ചു. ലൈറ്റിംഗ്, കണ്ടിന്യുയിറ്റി, എഡിറ്റിംഗ്, അഭിനയം തുടങ്ങിയവയെ മാധ്യമസവിശേഷതയായി കണ്ട് പരീ ക്ഷണങ്ങൾ നടത്തിയത് ഗ്രിഫിത്താണ്. എ കോർണർ ഇൻ വീറ്റ് (1909), ഫൈറ്റിംഗ് ബ്ലഡ്(1911), അണ്ടർ ബേണിംഗ് സ്കൈസ്(1912) തുടങ്ങിയ സിനിമകൾ ഗ്രിഫിത്തിന്റെ ശൈലി വ്യക്തമാക്കി. സംഘർ ഷഭരിതമായ അവസ്ഥ രൂപപ്പെടുത്തുന്നതിനുള്ള ക്രോസ് കട്ടിംഗുകൾ, വിശദാംശങ്ങളുടെ അവതരണം എന്നിവ പ്രധാനമാണ്. സിനിമ കൈകാര്യം ചെയ്യേണ്ടത് സാമൂഹികപ്രശ്നങ്ങളാണെന്ന് അദ്ദേഹം കണക്കാക്കി. ബർത്ത് ഓഫ് എ നേഷൻ (1915) എന്ന സിനിമ ഏറെ പ്രാധാന്യമുള്ളതാണ്. ഇതിനെ വിമർശിച്ചവരോടുള്ള മറുപടി ഇൻടോളറൻസ്(1916)-ലെ ആഖ്യാനതലത്തിൽ ചേർത്ത സങ്കീർ ണതകളിലുണ്ട്. നാലു വ്യത്യസ്തങ്ങളായ കഥകൾ ചേർക്കുകയാണി തിൽ. ബ്രോക്കൺ ബ്ലോസംസ്(1919), വേ ഡൗൺ ഈസ്റ്റ്(1920) തുടങ്ങിയവ ഗ്രിഫിത്തിനെ കൂടുതൽ പ്രശസ്തനാക്കി. ചലച്ചിത്രഭാഷ പഠിക്കാനും പരീക്ഷണങ്ങൾ നടത്താനുമാണ് ഗ്രിഫിത്ത് ശ്രമിച്ചത്. സിനിമ കലാത്മകമാകുന്നത് സ്വാഭാവികദൃശ്യങ്ങൾ പകർത്തുന്നതി ൽനിന്നു വ്യത്യസ്തമായി പകർപ്പെടുക്കലിലെ സവിശേഷരീതികളി ലാണെന്ന് ഗ്രിഫിത്ത്, മാക് സെന്നറ്റ് എന്നിവർ അവകാശപ്പെട്ടു. ക്യാമറയുടെ മുന്നിലുള്ള ദൃശ്യങ്ങൾ അതേപടി പകർത്തുന്നതിനെ അവരെതിർത്തു. ക്യാമറയുടെ ആംഗിൾ, സങ്കലനം എന്നിവയിൽ ശ്ര ദ്ധിച്ച് ഓരോ ഷോട്ടും സംയോജിപ്പിക്കുമ്പോൾ കൂടുതൽ സാധ്യതകൾ

കണ്ടെത്താനാവുമെന്ന് വിലയിരുത്തി.

സൗന്ദര്യാത്മകതയെന്നാൽ രൂപഘടനയുടേതുകൂടിയാണ്

ചലച്ചിത്രസൗന്ദര്യം കണ്ടെത്തേണ്ടത് അതിന്റെ രൂപഘടനയിലാണ്. നോവലിനെക്കുറിച്ച് ഐ. എ. റിച്ചാർഡ്സ് പറയുന്നത് സിനിമയ്ക്കും യോജിക്കും. കലാപരമായ സംവേദനത്തിന് സുഘടിതമായ സമഗ്രഭാവം വേണം. വാക്കുകളും വാചകങ്ങളും പരസ്പരം ബന്ധപ്പെട്ടുകൊണ്ട് പദാർഥങ്ങൾക്കും വാക്യാർഥങ്ങൾക്കും അപ്പുറത്തുള്ള ഒരു ഏകീഭാവം കൈക്കൊള്ളുമ്പോഴാണ് നോവലിന് സമഗ്രതയുണ്ടാകുന്നത്. സിനിമയിൽ ഓരോ ഷോട്ടും പരസ്പരം ബന്ധപ്പെടുന്നതിലൂടെയാണ് അർത്ഥം പൂർണ്ണതയിലെത്തുന്നത്. സൃഷ്ടിപരമായ എഡിറ്റിംഗാണ് ഇത് സാധ്യമാക്കുന്നത്. ഐസൻസ്റ്റീനാണ് ഇതിന്റെ ഉപജ്ഞാതാവ്. സാധാരണയിൽനിന്നു വ്യത്യസ്തമായ ചലനം, വികാരതീവ്രമായ മുഹൂർത്തങ്ങൾ എന്നിവ ഈ രീതിയിൽ സൃഷ്ടിക്കാനായി. പരമ്പരാഗതകലയിൽനിന്നും വിഭിന്നമായി സിനിമ യാഥാർഥ്യത്തോട് അടുത്തുനിൽക്കുന്നുവെന്ന് ആന്ദ്രേബാസിനെപ്പോലുള്ളവർ പറയുന്നു. റിയലിസ്റ്റ് ചിന്താഗതിയുടെ വക്താവായിട്ടാണ് ബാസിനെ പരിഗണിച്ചിരുന്നത്. ഇരുപതുകളിൽ ഡിസീഗാ വെർടോവ്, മുപ്പതുകളിൽ ജീൻ വിഗോ, ജോൺ ഗ്രിയേർസൺ, നാൽപ്പതുകളിൽ റോബർട്ടോ റോസെല്ലിനി, സീസർ സവാറ്റിനി എന്നിവർ യഥാതഥവാദത്തിന് ഊന്നൽ നൽകി.ഇരുപതാംനൂറ്റാണ്ടിന്റെ രണ്ടാംദശകത്തിൽ സൈദ്ധാന്തികർ സിനിമയുടെ അടിസ്ഥാനസങ്കേതങ്ങളെക്കുറിച്ച് കൂടുതൽ വിശകലനബുദ്ധിയോടെ ചിന്തിക്കുന്നു. ക്യാമറയുടെ ആംഗിൾ, ദൃശ്യവുമായുള്ള അകലം (ക്ലോസ്-അപ്/ലോംഗ്/മീഡിയം ഷോട്ടുകൾ), ക്യാമറാചലനങ്ങൾ (ട്രാക്കിംഗ്/ടിൽറ്റിംഗ്/പാനിംഗ്), എഡിറ്റിംഗിന്റെ വ്യത്യസ്ത സങ്കേതങ്ങൾ തുടങ്ങിയവ ചർച്ച ചെയ്യപ്പെട്ടു. ഷോട്ട്, എഡിറ്റിംഗ് എന്നിവയിലെ കണ്ടെത്തലുകളിൽ ഇടപെട്ടത് റഷ്യൻ സൈദ്ധാന്തികരാണ്. 1920-30 കാലത്തുതന്നെ ഐസൻസ്റ്റീൻ ഇതുമായി ബന്ധപ്പെട്ട് ലേഖനങ്ങൾ എഴുതിയിരുന്നു. വ്യത്യസ്തതരം മൊണ്ടാഷ് സങ്കേതങ്ങളെക്കുറിച്ച് അദ്ദേഹം വ്യക്തമാക്കുന്നുണ്ട്. അതിൽ ഏറ്റവും മികച്ചതായി ആന്ദ്രേബാസിൻ നിർദേശിക്കുന്നത് അബ്സ്ട്രാക്ട് മൊണ്ടാഷ് എന്നറിയപ്പെടുന്ന എഡിറ്റിംഗ് സംവിധാനത്തെയാണ്. വ്യത്യസ്ത ആംഗിളുകളിൽനിന്ന് ഒരേ സംഭവത്തെ നോക്കിക്കാണുന്നതാണിത്.

ഒരു സീക്വൻസിന്റെ ഫലപ്രദമായ അവതരണത്തിന് ഈ രീതി വളരെ സഹായകമാണ്. അപ്രതീക്ഷിതമായ രംഗാനുഭവം നൽകുന്ന അബ്സ്ട്രാക്ട് മൊണ്ടാഷിന് സിനിമയുടെ ആവിഷ്കാരസാധ്യതകൾ മെച്ചപ്പെടുത്താൻ കഴിയുമെന്ന് ബാസിൻ പറയുന്നു.

റഷ്യൻ ഫോർമലിസ്റ്റ് സാഹിത്യസൈദ്ധാന്തികർ ചലച്ചിത്രഘടനയെക്കുറിച്ച് ചർച്ച ചെയ്തു. ഇതിന് ഉപോൽബലകമായത് ഐസൻസ്റ്റീനിന്റെ ചിന്തകളാണ്. ദൃശ്യ-ശ്രാവ്യ മാധ്യമത്തെ നിരവധി തലങ്ങളിൽ വിശകലനം ചെയ്യേണ്ടതുണ്ടെന്ന് അദ്ദേഹം കണക്കാക്കുന്നു. ബാസിന് രൂപഘടന പ്രശ്നമായിരുന്നില്ല. കഥപറച്ചിലിന്റെ പരമ്പരാഗതരീതികളാണ് അദ്ദേഹം പരിശോധിക്കുന്നത്. യാഥാർത്ഥ്യത്തെ അവതരിപ്പിക്കുന്ന കാഴ്ചപ്പാടാണ് ഇതെന്നും സിനിമയുടെ ജനകീയതയ്ക്ക് കാരണമിതാണെന്നും ബാസിൻ സൂചിപ്പിക്കുന്നു. മാർക്സിസ്റ്റ് സൈദ്ധാന്തികരാവട്ടെ, സിനിമയിലെ അധികാരവ്യവസ്ഥയെയും വർഗ്ഗവിഭജനങ്ങളെയും വിലയിരുത്തുന്നു. ഈ സൈദ്ധാന്തികധാരയിലെ അടിസ്ഥാനപരമായ കാഴ്ചപ്പാടുകൾ ചലച്ചിത്രസങ്കല്പനങ്ങളിൽ ഉണ്ടാകുന്നതെങ്ങനെ എന്നാണ് പരിശോധിക്കുന്നത്. ഫെമിനിസ്റ്റ് കാഴ്ചപ്പാടുകൾ സിനിമയിലെ സ്ത്രീപ്രതിനിധാനങ്ങളെക്കുറിച്ചാണ് കൂടുതലും ചർച്ച ചെയ്യുന്നത്. ലോറ മൽവിയുടെ Visual pleasure and narrative cinema പ്രസക്തവും കൂടുതൽ സംവാദവും ആവശ്യപ്പെടുന്ന മേഖലയിലേക്കുള്ള ചർച്ചയാണ്. വിഷയിയെന്നതിലപ്പുറം സ്ത്രീയെ ലിംഗപരമായിത്തന്നെ അടയാളപ്പെടുത്തുകയാണ് സിനിമകളെന്നു കാണാനാവും. ക്യാമറയുടെ പുരുഷനോട്ടവും മറ്റും വിലയിരുത്തുന്നത് ഇത്തരം സന്ദർഭങ്ങളിലാണ്.

ചിഹ്നവ്യവസ്ഥയുമായി ബന്ധപ്പെടുത്തി ചലച്ചിത്രസൗന്ദര്യശാസ്ത്രം ചർച്ച ചെയ്യുന്നത് 1960-കളിലാണ്. നവതരംഗപ്രസ്ഥാനമാണ് മാറ്റങ്ങൾക്കു കാരണമായത്. ഫ്രാൻസ്വാ ത്രൂഫൊ, അലെൻ റെനെ, ഗൊദാർദ്, മാർസൽ കാമു, എറിക് റോമർ, ജാക്വിസ് റിവിറ്റെ മുതലായവർ നവതരംഗപ്രസ്ഥാനത്തിനു തുടക്കമിട്ടു. പ്രകൃതിയിലേക്ക് നേരിട്ടുള്ള ഇടപെടൽ, ബൗദ്ധികാന്വേഷണം എന്നിവ ഇതിന്റെ പ്രത്യേകതകളാണ്. അർത്ഥം സാധ്യമാക്കുന്നതെങ്ങനെ എന്ന അന്വേഷണമാണിത്. 1980കളിൽ ആംഗ്ലോ-അമേരിക്കൻ എഴുത്തുകാരനായ സെയ്മർ ചാറ്റ്മാൻ ചലച്ചിത്രകഥനത്തിന്റെ സിദ്ധാന്തങ്ങൾ അവതരിപ്പിക്കുന്നു. സിനിമയിലെ ആഖ്യാനമാതൃകകളും അഖ്യാനേതരമാതൃകകളും സിദ്ധാന്തങ്ങളുടെ സഹായത്തോടെ ഡേവിഡ് ബോർഡ്വെല്ലും ക്രിസ്റ്റിൻ തോംപ്സണും അവതരിപ്പിക്കുന്നു. രൂപത്തെ അടിസ്ഥാനമാക്കിയാണ് സിനിമയെ ഇവിടെ

വർഗ്ഗീകരിക്കുന്നത്. ചലച്ചിത്രസങ്കേതങ്ങളെ കാവ്യസങ്കേതങ്ങളുമായി ബന്ധപ്പെടുത്തുന്നത് യൂറി ടൈനിനോവാണ്. ഷോട്ടുകളെ പദ്യത്തിലെ വരികളുമായി ബന്ധപ്പെടുത്തുകയാണ് ഇദ്ദേഹം. ചലച്ചിത്രഘടനയെ വാക്യം, വാചകം എന്നിവയോട് സാദൃശ്യപ്പെടുത്തുന്ന രീതിയാണ് ഐസൻസ്റ്റീൻ, വെർട്ടോവ്, കുലെഷോവ്, പുഡോവ്കിൻ എന്നിവരുപയോഗിച്ചത്. കഥപറച്ചിലിനുള്ള ഘടകങ്ങൾ എന്ന അർത്ഥത്തിലാണ് ഇത്തരം നിഗമനങ്ങൾ ഉണ്ടാകുന്നത്. റഷ്യൻ ഫോർമലിസമാണ് ചർച്ചകൾക്ക് അടിസ്ഥാനമായത്.

സിനിമയിലെ ആഖ്യാനവും ചിഹ്നസങ്കല്പവും ചേരുമ്പോൾ

കാലക്രമമനുസരിച്ച് സംഭവങ്ങളെ ചേർത്ത് അവതരിപ്പിക്കുന്നതിനെയാണ് ആഖ്യാനം എന്നുപറയുന്നത്. ആഖ്യാനത്തിനുപയോഗിക്കുന്ന മാധ്യമത്തിന്റെ സ്വഭാവമനുസരിച്ച് ആവിഷ്കാരരീതി മാറുന്നു. ഇമേജുകൾ സംവദിക്കുന്നതെങ്ങനെയെന്ന അന്വേഷണമാണ് സിനിമയിൽ പ്രധാനം. സാംസ്കാരികവും സാമൂഹികവുമായ പ്രത്യേകതകൾ ആവിഷ്കാരത്തെ നിയന്ത്രിക്കുന്നുവെന്നുപറയാം. വ്യത്യസ്ത ഇമേജുകൾ ചേരുന്ന വ്യവഹാരമാണ് അർത്ഥസൃഷ്ടി നടത്തുന്നത്. പ്രേക്ഷകരുടെ അറിവിനും ധാരണകൾക്കുമനുസരിച്ച് വ്യാഖ്യാനഭേദങ്ങൾ ഉണ്ടാവാം. എങ്കിലും കേന്ദ്രാശയത്തിലേക്ക് അവരെ കടത്തിവിടാൻ അവതരണരീതിക്ക് സാധിക്കും. (സിനിമയിൽനിന്ന് നേരിട്ടോ മറ്റു വിവരങ്ങളുടെ അടിസ്ഥാനത്തിലോ കേന്ദ്രാശയത്തിലേക്ക് എത്തിച്ചേരാനുള്ള സാധ്യതകളുണ്ട്.)

കർതൃത്വം, പ്രേക്ഷകാനുഭവം, താദാത്മീകരണം എന്നിവ ചലച്ചിത്രസിദ്ധാന്തങ്ങളുടെ അടിസ്ഥാനതലത്തിലുള്ള അന്വേഷണമേഖലയായി കാണണം. ഇവയെ ആശ്രയിച്ചാണ് സിദ്ധാന്തങ്ങൾ രൂപപ്പെടുത്തുന്നതെന്നുസാരം. ഒന്നാമത്തേത് ആശയവിനിമയ പ്രക്രിയയിൽ സമൂഹത്തിലേക്കു പ്രക്ഷേപിക്കുന്ന ഒന്നിന്റെ നിർമ്മാണപ്രക്രിയയാണ്. രണ്ടാമത്തേത് നിർമ്മിക്കപ്പെട്ടതിൽനിന്ന് സ്വീകർത്താവിന്റെ അനുഭവതലത്തിലേക്ക് കടക്കുന്ന നിർമ്മിതിയുടെ സാധ്യതകളാണ്. മൂന്നാമത്തേതാവട്ടെ, ഇവ രണ്ടിനെയും പരസ്പരം ബന്ധിക്കുന്ന അനുഭവത്തെ കാണിച്ചുതരുന്നു. ആദ്യത്തേതും രണ്ടാമത്തേതും പരസ്പരം ബന്ധപ്പെടുന്നത് അഥവാ അനുഭവപ്പെടുന്നത് എങ്ങനെയെന്ന മേഖലയാണല്ലോ ഇത്. ഇങ്ങനെയുള്ള മൂന്ന് തലത്തിൽ നിന്നുകൊണ്ടാണ് ചലച്ചിത്രവിശകലനം/വിമർശനം

സാധ്യമാവുക. (ചലച്ചിത്ര വിമർശനമാണ് ഇവിടെ ചർച്ച ചെയ്യുന്നത്; നിരൂപണമല്ല. വിമർശനം, നിരൂപണം എന്നിവ തമ്മിലുള്ള വ്യത്യാസം ശ്രദ്ധിക്കുക.) സമൂഹത്തിൽനിന്നുള്ള അനുഭവം എന്ന നിലയിൽ സിനിമയെ പ്രേക്ഷകർ കാണുകയാണ്. സിനിമ കാണാൻ പ്രേരിപ്പിക്കുന്ന അറിയിപ്പ് (ടീസറുകൾ, ട്രെയിലറുകൾ, പരസ്യങ്ങൾ മുതലായവ), കാണുന്നതിനുള്ള മാധ്യമം (തീയേറ്റർ, ടെലിവിഷൻ, ഒടിടി റിലീസ്, സ്മാർട്ട്ഫോൺ), സ്ക്രീനിലെ ഇമേജുകൾ (ദൃശ്യപരിധിയിൽ വരുന്നവയും അതുമായി ചേർത്തു കാണാനാവുന്ന മറ്റ് അറിവുകളും), പരസ്പരബന്ധിതമായ കഥാപാത്രങ്ങൾ, അവ നിർമ്മിക്കുന്ന ശ്രേണി, എഡിറ്റിംഗ്, ഗ്രാഫിക്സ്, അനിമേഷൻ, എഴുത്തുകൾ/പശ്ചാത്തലവിവരണം, ഴാനറുകൾ എന്നിവ സിനിമയെ സങ്കീർണ്ണ ഘടനയുള്ള വ്യവസ്ഥയാക്കി മാറ്റുന്നു. കർതൃത്വം, പ്രേക്ഷകാനുഭവം, താദാത്മീകരണം എന്നീ ഘടകങ്ങൾ പരസ്പരം ബന്ധിക്കപ്പെടുകയും ഒരൊറ്റ ഏകകമായിത്തീരുകയും ചെയ്യുന്നു.

താദാത്മീകരണവുമായി ബന്ധപ്പെട്ട ചർച്ചയിൽ സിനിമയുടെ നിർമ്മാണഘടകമായി അതിനെ പരിഗണിക്കുന്നില്ല. പ്രേക്ഷകരുടെ മാനസികനിലയുമായി ബന്ധപ്പെട്ട് അനുനിമിഷം മാറിക്കൊണ്ടിരിക്കുന്ന ഒന്നായി താദാത്മീകരണത്തെ വിലയിരുത്തുന്നുണ്ട്. താദാത്മീകരണം അനുകരണമല്ല, അനുരൂപമാക്കലാ(assimilation)ണെന്ന് ഫ്രോയ്ഡ് പറയുന്നു. സിനിമയുമായി മാത്രം ബന്ധപ്പെട്ട സങ്കൽപ്പനമല്ല താദാത്മീകരണം. വിഷയവും വിഷയിയും തമ്മിലുള്ള എല്ലാ ഇടപെടലുകളിലും അതിനു സ്ഥാനമുണ്ട്. സിനിമയിലെ വ്യക്തിത്വനിർമിതിയുടെ അടിസ്ഥാനമായി താദാത്മീകരണത്തെ മനോവിശ്ലേഷണപഠനങ്ങൾ കാണുന്നു. സ്വത്വത്തെ മറ്റുള്ളതിൽ നിന്നും തിരിച്ചറിയുന്ന പ്രവർത്തനമാണിത്. ദൃശ്യപരതയോടുള്ള സമീപനമാണിത്. സിനിമയുടെ പൊതുഘടനയിൽ ചേർന്ന്/വേറിട്ട് നിൽക്കുന്ന ഇതരസൂചകങ്ങൾ ദൃശ്യത്തെ സ്വാധീനിക്കുന്നതിനാൽ വ്യാഖ്യാനങ്ങളിലേക്ക് ഉത്തരാധുനികകാലം മറ്റൊരുതരത്തിലാണ് വരുന്നത്. ഇതരപാഠങ്ങളിലേക്കും നേരത്തേ ഉണ്ടായ വിലയിരുത്തലുകളിലേക്കും (ഒരേ സിനിമയെക്കുറിച്ചുണ്ടായ ഇതര നിരൂപണങ്ങൾ, വിമർശനങ്ങൾ, ടീസറുകൾ, ട്രെയിലറുകൾ, പഠനങ്ങൾ) കടന്നുചെന്ന് അവയുടെ സമീപനരീതികളെക്കൂടി ചേർത്ത്/വിമർശിച്ച് സിനിമയെക്കുറിച്ചുള്ള അഭിപ്രായം രൂപപ്പെടുത്തുന്നു. ആധുനിക സാങ്കേതികവിദ്യയുടെ ലഭ്യതയും സൗകര്യവുമാണ് ഈ രീതിയിലുള്ള വീക്ഷണത്തിന് സഹായകമാകുന്നത്. ട്രോളുകൾ പോലെയുള്ളവ (ചിത്രങ്ങൾ/വീഡിയോ) ഉണ്ടാകുന്നത് സാങ്കേതികസൗകര്യം,

സർഗ്ഗാത്മകത എന്നിവയുടെ പ്രേരണയിലാണ്. സൈബറിടത്തിലാണ് ഇവ ഏറ്റവുമധികം പ്രാധാന്യത്തോടെ കൈമാറ്റം ചെയ്യപ്പെടുന്നത്.

സ്ക്രീനിലെ കാഴ്ചയെ ആസ്പദമാക്കി വിലയിരുത്തലുകൾ നടക്കുന്നുണ്ട്. ദൃശ്യവിസ്മയങ്ങളുടെ ആസ്വാദനം, അനുഭവം എന്നിവ പ്രേക്ഷകരിൽ നടക്കുന്നതിനെക്കുറിച്ച് അന്വേഷിക്കുകയാണിത്. ജന്നൽക്കാഴ്ചയെത്തന്നെ ഉദാഹരണമായി എടുക്കാം. കണ്ണിന് പരമാവധി എത്തിച്ചേരാവുന്ന മേഖലകൂടി ജന്നലിലെ കാഴ്ചയിൽ അർത്ഥമാക്കുന്നു. ഈ വിശാലതയും ആഴവും ഉദ്ദേശിച്ചുകൊണ്ട് യഥാതഥവാദിയായ ആന്ദ്രേബാസിൻ സ്ക്രീനിനെ ജാലകം എന്നു പറയുന്നു. ഐസൻസ്റ്റീൻ നിശ്ചിത അതിരിനുള്ളിൽ ഒതുങ്ങുന്നത് എന്ന അർത്ഥത്തിൽ ചട്ടക്കൂട് എന്ന് സൂചിപ്പിച്ചു. ജാക്വിസ് ലകാൻ സ്ക്രീനിനെ കണ്ണാടിയെന്ന് പറയുന്നു. കണ്ണാടിയുടെ പ്രതിഫലനസ്വഭാവമാണിവിടെ ലക്ഷ്യമാക്കുന്നത്. യഥാർത്ഥ്യത്തെ അതേ രീതിയിൽ കാണിക്കുകയല്ല, പ്രതിഫലിപ്പിക്കുകയാണ് തിരശ്ശീല ചെയ്യുന്നതത്രേ.

ക്യാമറയുമായി ബന്ധപ്പെട്ട കോമ്പസിഷൻ നിയമങ്ങളാണ് ദൃശ്യാനുഭവത്തെ സഫലമാക്കുന്നത്. കാഴ്ചയിലെ സവിശേഷതകൾക്കാണ് പ്രാധാന്യം. ഫ്രെയ്മിനകത്തുവരുന്ന വസ്തുക്കളുടെ വിന്യാസം പ്രേക്ഷകരുടെ ശ്രദ്ധയെ ആവശ്യമുള്ളിടത്തേക്ക് കേന്ദ്രീകരിക്കുന്നതിന് സഹായിക്കും. അപ്പോൾ വ്യക്തിപരമായ ധാരണകളും കാഴ്ചാശീലങ്ങളും സമൂഹനിയമങ്ങളും ഇടപെടുകയും മാനസികതലത്തിൽ സംവദിക്കുകയുമാണ്. സിനിമയുടെ നിർമ്മാണം, ആസ്വാദനം എന്നിവയിൽ മാനസികതല(അബോധതലമെന്ന് ഫ്രോയ്ഡ്)ത്തിലെ പ്രവർത്തനങ്ങളെ ഉന്നംവയ്ക്കുന്നു. ഇച്ഛ(desire) യുടെ പൂർത്തീകരണത്തിനുള്ള ശ്രമമാണ് വ്യക്തിയുടേത്. സാമൂഹ്യധാരണകളുടെ അടിസ്ഥാനത്തിൽ ഇവ പരിമിതപ്പെടുന്നു. അതിനാൽ മാനസികവ്യാപാരങ്ങൾ പൂർണ്ണമാക്കപ്പെടുന്നില്ല. പൂർത്തീകരിക്കപ്പെടാനാവാത്ത ഇച്ഛകൾ ഫാന്റസികളിലേക്കു മാറുന്നിടത്ത് കലയും സാഹിത്യവും ഇടപെടുന്നു. സിനിമയിൽ ഇമേജുകൾ ഈ പ്രവർത്തനം നിർവ്വഹിക്കുന്നു. പ്രേക്ഷകൻ തന്റെ ഇച്ഛകളുടെ താല്പര്യാനുസരണം ഇമേജുകളെ ക്രമീകരിക്കുകയും വിലയിരുത്തുകയുമാണു ചെയ്യുന്നതെന്നു മെറ്റ്സ് പറയുന്നു. സിനിമ കാണാൻ പ്രേരിപ്പിക്കുന്ന ഘടകങ്ങൾക്കാണ് മെറ്റ്സ് പ്രാധാന്യം നൽകുന്നത്. മനോവിശ്ലേഷണത്തിനു ഫ്രോയ്ഡ് നല്കിയ സംഭാവനകളും പിന്നീടു ലകാനും

മെലാനി ക്ലൈനും കൂട്ടിച്ചേർത്തതുമായ അപഗ്രഥനങ്ങളും മെറ്റ്സ് ഉപയോഗിക്കുന്നു. സിനിമാറ്റിക് ഇമേജിനെ അപഗ്രഥിക്കുകയാണ് അദ്ദേഹം ചെയ്യുന്നത്. ഇതിൽനിന്ന് ഇച്ഛകളിലേക്കെത്തുന്നു. മറ്റു കലകളിൽനിന്നു വ്യത്യസ്തമായ സിനിമയുടെ സവിശേഷതയാണ് സൂചിപ്പിക്കുന്നത്. ഒരിടത്തുവെച്ച ചിത്രീകരിച്ച ഇമേജ്/ക്രിയ/ സംഭവം അതായത്, സ്ഥലം, കാലം എന്നിവയെ മറ്റൊരു സ്ഥലത്തും സമയത്തും ഉപയോഗിക്കുന്ന സിനിമയുടെ പ്രത്യേകത. ഇങ്ങനെ നോക്കുമ്പോൾ യഥാർത്ഥ വിഷയിയെയല്ല, പ്രതിബിംബത്തെയാണ് ആസ്വദിക്കുന്നത് എന്നു വിലയിരുത്തുന്നു. യഥാർത്ഥ ദൃശ്യത്തെ പ്രതിഫലിപ്പിക്കുന്ന കണ്ണാടിയിൽ രൂപപ്പെടുന്ന മറ്റൊരു കണ്ണാടി. ഇതാവട്ടെ, സ്ഥലം, കാലം, മാനസികാവസ്ഥ എന്നിവയുമായി ചേർന്ന് സംവേദനം നടത്തുന്നു. ഇന്ദ്രിയാനുഭവത്തിന് പ്രധാന്യമുള്ളതിനാൽ യാഥാർത്ഥ്യത്തിന്റെ അസാന്നിധ്യത്തിലും ഇമേജിന് സംവേദനക്ഷമതയുണ്ടാകും. അതിനാൽ യാഥാർത്ഥ്യത്തെയല്ല, ഇമാജിനറിയെയാണ് പ്രേക്ഷകൻ സ്വീകരിക്കുന്നതെന്ന് മെറ്റ്സ് എടുത്തുകാണിക്കുന്നു.

അനുഭവത്തെ പ്രേക്ഷകരുടേതാക്കി മാറ്റുന്നു

ദൃശ്യങ്ങളെ ഫാന്റസിയെന്ന നിലയിൽ കണ്ടുകൊണ്ടിരിക്കുന്ന പ്രേക്ഷകർ അനുഭവത്തെ സാങ്കല്പികമായ ഭൂമികയിലേക്ക് പ്രതിഷ്ഠിക്കുകയാണ്. നേരെ മുന്നിലില്ലാത്ത മായികമായ ദൃശ്യാനുഭവമാണത്. അതുകൊണ്ടുതന്നെ പ്രേക്ഷകർ ദൃശ്യബിംബങ്ങളോട് താദാത്മീകരിക്കപ്പെടുകയല്ല, സമാനമായ മാനസികാനുഭവത്തിലേക്ക് കടക്കുകയാണ്. പ്രേക്ഷകരുടെ അറിവിന്റെയും അനുഭവങ്ങളുടെയും അടിസ്ഥാനത്തിൽ തന്റേതായ സംഘർഷ/സംഘർഷരഹിതബോധത്തിലേക്ക് കാഴ്ചയെ തുലനം ചെയ്യുകയാണ്. അത്തരമൊരു മാനസികാവസ്ഥയിലാണ് ചലച്ചിത്രാനുഭവം ഫാന്റസികളിലേക്ക് വികസിക്കുന്നത്. മനശ്ശാസ്ത്രസമീപനത്തിൽ പൊതുവെ സിനിമയിലെ കഥാപാത്രങ്ങൾ, ക്യാമറയുടെ ആംഗിൾ, ഷോട്ടുകൾ, ചലനം എന്നിവയുടെ പ്രത്യേകതകളാണ് കടന്നുവരിക. ഇവ പ്രേക്ഷകരിലേക്കെത്തുന്നതെങ്ങനെയെന്നും പ്രതികരണമുണ്ടാക്കുന്നതെങ്ങനെയെന്നും വിലയിരുത്തുന്നു. ക്യാമറയുടെ ആംഗിൾ, ചലനം എന്നിവ മനസ്സിന്റെ ചലനം, പ്രതികരണം എന്നിവയായിത്തീരുകയാണ്. നേരത്തേ സൂചിപ്പിച്ച മൂന്നു ഘടകങ്ങളുടെ (കർതൃത്വം, പ്രേക്ഷകാനുഭവം, താദാത്മീകരണം) അടിസ്ഥാനത്തിൽ സിനിമ

വിലയിരുത്തപ്പെടുന്നു. ഇത് ഒരിക്കൽക്കൂടി പരിശോധിക്കാം. കർതൃത്വം എന്നതിൽ സിനിമാനിർമ്മാണവുമായി ബന്ധപ്പെട്ട പ്രവൃത്തികൾ ചേർത്തുവയ്ക്കാം. സിനിമ എന്തായിരിക്കുമെന്നും അതിന്റെ അവതരണമെങ്ങനെയായിരിക്കുമെന്നും മറ്റു ഘടകങ്ങൾ, സൈദ്ധാന്തികചർച്ചകൾ, ഴാനറുകൾ എന്നിവ ചലച്ചിത്രകാരന്റെ താല്പര്യങ്ങളുടെയും നിലപാടുകളുടെയും ഭാഗമാകുന്നതെങ്ങനെയെന്നും പരിശോധിക്കപ്പെടുന്നു. പ്രേക്ഷകാനുഭവം എന്നതിൽ കഥാപാത്രങ്ങളുടെയും കഥാതന്തുവിന്റെയും ദൃശ്യപരിചരണത്തിന്റെയും ഭൗതിക-മാനസികാനുഭവങ്ങളിലേക്ക് പ്രേക്ഷകർ എത്തിച്ചേരുന്ന സവിശേഷത വിലയിരുത്തുന്നു. സാമൂഹിക-സാംസ്കാരികഘടകങ്ങൾക്കും പ്രാധാന്യം ലഭിക്കുന്നു. പ്രേക്ഷകരിൽ രൂപപ്പെടുന്നു എന്നുകരുതുന്ന അപരസ്വത്വത്തെ അതേപടി സ്വീകരിക്കുകയല്ല, അതിനോടുള്ള സമീപനമെന്ത് എന്ന നിലയിലേക്ക് മാറുകയാണു വേണ്ടതെന്ന് താദാത്മീകരണം ചൂണ്ടിക്കാണിക്കുന്നു. ചലച്ചിത്രകാരന്റെ ധാരണകളിലേക്ക് പ്രേക്ഷകർ തങ്ങളെ തുലനം ചെയ്യുകയാണ് എന്ന് അർത്ഥമാക്കാം.

സിനിമയിൽ അവതരിപ്പിക്കുന്ന സംഭവം, കഥാപാത്രത്തിന്റെ പ്രസക്തി, കഥയുടെ കേന്ദ്രാശയം, വിഷയത്തോടുള്ള സമീപനം എന്നിവ പ്രേക്ഷകരിലേക്ക് എത്തിക്കുന്നതെങ്ങനെ എന്ന ചലച്ചിത്രകാരന്റെ ചിന്തയാണ് സിനിമയുടെ ആഖ്യാനസവിശേഷതയായി മാറുന്നത്. യഥാർത്ഥത്തിൽ പ്രേക്ഷകരിൽ ഏറ്റവും സമർത്ഥമായി പ്രവർത്തിക്കുന്ന ആഖ്യാനകങ്ങളെ തെരഞ്ഞെടുക്കുകയാണ് ചലച്ചിത്രകാരന്റെ ചുമതല. കഥയുടെ/സംഭവത്തിന്റെ/ആഖ്യാനത്തിന്റെ സ്വഭാവത്തിന് അനുസൃതമായ രൂപവും പശ്ചാത്തലവും സ്വീകരിക്കുന്നു; ഇവയെ പരിചിതവും സംവേദനാത്മകവുമായ രീതികളുടെ അടിസ്ഥാനത്തിൽ ചിട്ടപ്പെടുത്തുന്നു. സംഭാഷണം, എഡിറ്റിംഗ് എന്നിവയൊക്കെ ഇതിനെ അനുകൂലിക്കുന്നു. ഇരുണ്ട പശ്ചാത്തലത്തിനു സ്വാഭാവികമായി സൃഷ്ടിക്കാൻ കഴിയുന്ന ഭയം (കാലം മാറുന്നതിനനുസരിച്ച്, വെളിച്ചത്തിന്റെ ലഭ്യത കൂടിയതോടെ അർദ്ധരാത്രി എന്നത് ഭയാനകമായ അനുഭവമാകാൻ സാധ്യതയില്ലല്ലോ. എഴുപതുകളിലെയും എൺപതുകളിലെയും ഇരുട്ട് ഇരുപത്തൊന്നാം നൂറ്റാണ്ടിന്റെ രണ്ടാം ദശകത്തിൽ, വൈദ്യുതവിളക്കുകളുടെ കൂടിയ ലഭ്യതയിലും 24 മണിക്കൂർ പ്രവർത്തിക്കുന്ന ടെലിവിഷന്റെയും രാത്രിയാത്രകളുടെയും ആഘോഷങ്ങളുടെയും ഇന്റർനെറ്റ് ഉപയോഗത്തിന്റെയും കാലത്ത് സാധ്യമാണോ എന്നു സംശയം തോന്നിയേക്കാം), താഴ്ന്ന ദിശയിൽനിന്ന് മുകളിലേക്കുള്ള കാഴ്ച സൃഷ്ടിക്കുന്ന

അമാനുഷികത, ദൃശ്യങ്ങൾക്കൊപ്പം കൂട്ടിച്ചേർക്കുന്ന മറ്റു ഗ്രാഫിക് സവിശേഷതകൾ ഉൾക്കൊള്ളുന്ന സൈക്കോളജിക്കൽ എഡിറ്റിംഗ്, പ്രകാശക്രമീകരണത്തിലെ സാധ്യതകൾ, കീ-ലൈറ്റുകൾ തുടങ്ങിയവ മാനസികതലത്തിലുള്ള വ്യവഹാരത്തെയും സ്വാധീനത്തെയുമാണ് കാണിക്കുന്നത്. ദൃശ്യത്തിന്റെ ടോൺ (നിറത്തിന്റെ അടിസ്ഥാനത്തിലുള്ള പശ്ചാത്തലസംവിധാനം) അവതരണശൈലി തന്നെയായി സ്വീകരിക്കപ്പെടുന്നു. കഥയല്ല, ദൃശ്യ-ശ്രവ്യവിനിമയമായ സിനിമ നിർമ്മിക്കുന്ന വ്യവഹാരതലം ഉൾക്കൊള്ളുന്ന മാനസികഭാവമാണ് വിലയിരുത്തേണ്ടത്. ഈ പ്രവർത്തനങ്ങൾ അബോധതലത്തിലാണ് നടക്കുന്നത്. വിവിധ തരത്തിലുള്ള പ്രതിനിധാനങ്ങളിലൂടെ ഇത് രൂപപ്പെടുന്നു. സിനിമയിൽ വസ്തുവിന്റെ പൂർണ്ണമായ രൂപം കാണിച്ചില്ലെങ്കിലും കാണുന്ന ഭാഗത്തിന് പ്രതിനിധാനം നിർവഹിക്കാനാവും. ചിത്രങ്ങളിലും ഇത് സാധ്യമാണല്ലോ.

അബോധത്തിലെ താരതമ്യവും ആകാംക്ഷാപൂർത്തിയും കഥ/ പശ്ചാത്തലവുമായി ചേർക്കുകയാണ് ചെയ്യുന്നത്. ഡിസോൾവ്, ഫെയ്ഡ്-ഇൻ എന്നിവയിലേക്ക് ഇമേജുകൾ ചേർന്നു മാറിവരുമ്പോൾ അർത്ഥതലത്തിൽ മാറ്റമുണ്ടാകുന്നു. വേഷം, ബ്ലാക്ക്-വൈറ്റ് ചിത്രം, ചരിത്രമോർമ്മിപ്പിക്കുന്ന പശ്ചാത്തലം, ഉപകരണങ്ങൾ എന്നിവ കാലത്തെ അടയാളപ്പെടുത്തുന്നവയാണ്. ലളിതമായ രീതിയാണിതെങ്കിലും വിനിമയപ്രക്രിയ സങ്കീർണ്ണവും പല തലങ്ങളിലുള്ള വിശകലനങ്ങൾക്ക് സാധ്യത നൽകുന്നതുമാണ്. ദൃശ്യത്തിലുള്ളവ മാത്രമല്ല അതിൽ വിട്ടുകളയുന്നവയും അർത്ഥകല്പനകളിലേക്ക് നയിക്കും. ഫിലിം നോയറിനെക്കുറിച്ച് ആദ്യമേതന്നെ സൂചിപ്പിച്ചിരുന്നല്ലോ. സാംസ്കാരികനിർമ്മിതികളിലെന്നല്ല, ഉത്തരാധുനികപരിസരത്തിൽ ചർച്ച ചെയ്യുന്ന ദൃശ്യബിംബങ്ങളിൽപ്പോലും ഇതിന്റെ സ്വാധീനം കാണാനാവും. അങ്ങനെ നോക്കുമ്പോൾ ആദ്യകാലത്ത് ചർച്ച ചെയ്ത രൂപസവിശേഷതകളിൽത്തുടങ്ങി ഏറ്റവും പുതിയ കാലത്ത് മനോവിശകലനവുമായി ബന്ധപ്പെടുത്തി വികസിച്ചുവന്ന സിദ്ധാന്തങ്ങളെല്ലാം പരസ്പരപൂരകവും പ്രസക്തവുമായ കാഴ്ചപ്പാടുകൾ ചലച്ചിത്രസിദ്ധാന്തങ്ങൾക്ക് നൽകുന്നുണ്ടെന്ന് വിലയിരുത്താനാവും. മനുഷ്യമസ്തിഷ്കത്തിന്റെ പ്രവർത്തനവും ഭൗതികപരിസരവും തമ്മിൽ ബന്ധിക്കുന്ന കോഗ്നിറ്റീവ് സിദ്ധാന്തം സിനിമയുടെ കാഴ്ചയെ വിലയിരുത്തുന്ന സവിശേഷപ്രവർത്തനമായി കാണാനും വ്യക്ത്യധിഷ്ഠിതമായ സങ്കല്പനങ്ങൾ കാഴ്ചയെ നിയന്ത്രിക്കുന്നതെങ്ങനെ എന്നു വിലയിരുത്താനും കഴിയും.

ഫിലിം എന്ന പ്രയോഗം യഥാർത്ഥത്തിൽ മെഷിനറിയുടെ ഘടകമായി നിൽക്കുന്നു. ഫിലിമിൽ പകർത്തുന്ന ചിത്രത്തിൽനിന്ന് വ്യത്യസ്തമാണ് ഡിജിറ്റൽ സാങ്കേതികവിദ്യയിലൂടെ നിർമ്മിക്കപ്പെടുന്നവ. 4കെ, 8കെ, എച്ച്ഡി എന്നൊക്കെയുള്ള റെസല്യൂഷനുകളിലേക്ക് മാറുന്ന കാഴ്ചാശീലത്തിനാണ് പ്രാധാന്യമുള്ളത്. മെഷീനുകളുണ്ടെങ്കിലും ഫിലിമെന്ന ഭൗതികസാന്നിധ്യം ഡിജിറ്റൽവിദ്യയിൽ ഇല്ല. ഫിലിമിൽ പകർത്തുന്നതും പ്രയോഗിക്കുന്നതും അടിസ്ഥാനമാക്കിയാണ് സിനിമയുടെ കണ്ടുപിടുത്തത്തിന്റെ ആദ്യകാലം വികസിക്കുന്നത്. 1895-ലെ ലൂമിയർ സഹോദരന്മാരുടെ ഫിലിം പ്രൊജക്ഷനെ ഇന്നത്തെ സാങ്കേതികവിദ്യ മറ്റൊന്നാക്കിയിരിക്കുന്നു. തീയില്ലെങ്കിലും ട്രെയിനെന്ന പ്രത്യേക അർത്ഥത്തെ കുറിക്കുന്ന തീവണ്ടി എന്നതുപോലെ ഫിലിം എന്നത് പ്രയോഗം മാത്രമായിരിക്കുന്നു. അതിനാൽ എഡിറ്റിംഗ് വിദ്യയെക്കുറിച്ചും സാങ്കേതികസൗകര്യങ്ങളെക്കുറിച്ചും പറയുമ്പോൾ പുതിയ വിദ്യകൾകൂടി ചേർത്തുകാണേണ്ടിവരും. സിനിമയുടെ ടെക്നിക് അനുനിമിഷം വികസിക്കുന്ന ഒന്നാണെങ്കിലും ഭാവുകത്വത്തിന്റെ അടിസ്ഥാനതലത്തിന് മാറ്റമില്ല. ഭാവുകത്വത്തിലേക്ക് പുതിയ കണ്ണികൾ ചേർക്കപ്പെടുന്നുവെന്നുമാത്രം. അതായത് ഭാവുകത്വപരിസരത്തിൽ മുമ്പുണ്ടായിരുന്നതിൽനിന്നു വ്യത്യസ്തമായ പുതിയ രീതികൾ വരികയും അവയെക്കൂടി ആസ്വാദനതലത്തിലേക്ക് സ്വീകരിക്കുകയുമാണ്. അതുകൊണ്ടുതന്നെ പുതിയ ആവിഷ്കാരരീതികൾ, ദൃശ്യപരിചരണം എന്നിവ നിരന്തരം പുതിയ വാക്കുകളെന്നതുപോലെ പുതിയ സമീപനങ്ങൾ ചലച്ചിത്രസിദ്ധാന്തങ്ങളിലേക്ക് ചേർത്തുകൊണ്ടിരിക്കുന്നു. ക്രെയിൻഷോട്ട് ഉപയോഗിച്ചിരുന്ന സന്ദർഭത്തിലേക്ക് ഡ്രോൺഷോട്ട് വരുമ്പോൾ കാഴ്ചയിലെ ആഴവും പരപ്പും മാറുന്നതുപോലെ സിനിമയുമായി ബന്ധപ്പെട്ട എല്ലാ മേഖലയിലും പുതിയ ശീലങ്ങൾ ഉണ്ടായിക്കൊണ്ടിരിക്കുന്നു. ഇവയുടെ അടിസ്ഥാനത്തിൽ നിരന്തരം പുതുക്കിപ്പണിതുകൊണ്ടിരിക്കുന്ന, പുതുക്കിപ്പണിയേണ്ട മേഖലയാണ് ചലച്ചിത്രസിദ്ധാന്തങ്ങളുടേത്. പീറ്റർ മാർക്ക് റോഗറ്റ് കണ്ണിന്റെ സമഞ്ജനക്ഷമത(persistence of vision)യെക്കുറിച്ചും വില്യം ഫ്രീസ് ഗ്രീൻ മൂവി ക്യാമറയെക്കുറിച്ചും ചിന്തിച്ചതിലെ ശാസ്ത്രീയത തന്നെയാണ് സോഫ്റ്റ്‌വെറുകൾ നിർമ്മിക്കുന്ന വീഡിയോകളിൽ ഫ്രെയിം റേറ്റും പിക്സലുകളുമായി മാറുന്നത്. ചലനചിത്രത്തിന്റെ അടിസ്ഥാനതലത്തിന് മാറ്റമില്ലെന്നുചുരുക്കം. അതായത്, സിനിമ സഞ്ചരിച്ച വഴികളോരോന്നും ഓർമ്മിച്ചുകൊണ്ട് സൂക്ഷ്മതലത്തിൽ നിർവ്വഹിക്കുന്ന പഠനങ്ങളാണ് എക്കാലത്തേക്കും അടയാളപ്പെടുന്നതാവുക. ത്രീ-അയേൺ (2004) എന്ന കിംകിഡുക്

സിനിമയിലെ അവസാനസീനിലെ എഴുത്ത് ഇങ്ങനെയാണ്: "It is hard to tell that the world we live in is either a reality or a dream." സിനിമയും എക്കാലവും പലരുടെയും കൗതുകം നിറഞ്ഞ ചിന്തകളിലുണ്ടായതും പല പല തോന്നലുകളായി ഓരോരുത്തരിലേക്കും എത്തിയതുമാണ്. തോന്നലുകളുമായുള്ള അവിഭാജ്യമായ ബന്ധംകൊണ്ടാണ് സിനിമയിൽ ഉണ്ടാകുന്ന എന്തിനെയും താരങ്ങളെപ്പോലെ കാണുന്നത്. നക്ഷത്രത്തിളക്കംപോലെ ഓരോ കാലത്തേക്കും തിളങ്ങിനിൽക്കുന്നവ. കാലത്തിനപ്പുറത്തേക്ക് ഇവയെ കടത്തിവിടുന്നത് പലപ്പോഴും പുസ്തകങ്ങളും ടെലിവിഷനും ഇതര സൈബർമാധ്യമങ്ങളുമാണ്. നക്ഷത്രങ്ങൾ അവയുടെ കുറഞ്ഞ കാലത്തേക്ക് നിൽക്കുകയും പിന്നീട് ഉണ്ടായി എന്ന് അടയാളപ്പെട്ടുകയും ചെയ്യുന്നതുപോലെ ഇതര ആഖ്യാനങ്ങൾ മാത്രമാണ് സിനിമയിലെ നക്ഷത്രവിചാരങ്ങളെ ശാശ്വതസത്യത്തിലേക്ക് അടുപ്പിക്കുന്ന മാപിനിയായി നിൽക്കുന്നത്. അവിടെയാണ് സൈദ്ധാന്തികദർശനങ്ങളുടെ സ്ഥാനം. അവ മാറ്റങ്ങൾക്കൊപ്പം സഞ്ചരിച്ചുകൊണ്ടേയിരിക്കുന്നു.

4
ലോകസിനിമയുടെ വികാസപരിണാമങ്ങൾ

ഡോ. എസ്. സഞ്ജയ്

സിനിമ എന്ന വാക്ക് ഉണ്ടായത് കിനിമ (Kinema) അഥവാ ചലനം എന്ന വാക്കിൽ നിന്നാണ്. കൗതുകമായിട്ടാണ് സിനിമ എന്ന കല ആരംഭിച്ചതെങ്കിലും അത് വളർന്നത് ആവേശവും ലഹരിയുമായിട്ടാണ്. സിനിമയുടെ ചരിത്രം പരിശോധിക്കുമ്പോൾ പല കാലങ്ങളിൽ പലപ്പോഴായി നടന്ന അന്വേഷണങ്ങളുടെ ഒടുവിലാണ് സിനിമയെന്ന മാധ്യമത്തിലേക്ക് എത്തപ്പെട്ടത് എന്ന് മനസ്സിലാക്കാൻ കഴിയും. മിശ്രകലയാണ് സിനിമ. ഇന്ന് ലോകത്തുള്ള സമസ്ത കലാരൂപങ്ങളെയും ഇനി വരാനിരിക്കുന്ന കലാരൂപങ്ങളെയും സിനിമ ഉൾക്കൊള്ളുന്നുണ്ട്. ഇക്കാരണത്താലാണ് സിനിമ പുതിയ നൂറ്റാണ്ടിന്റെ കലയാണെന്ന് പറയുന്നത്. മറ്റു ശാസ്ത്രീയ കണ്ടുപിടിത്തങ്ങളിൽ നിന്നും തികച്ചും വ്യത്യസ്തമാണ് സിനിമയുടെ കണ്ടുപിടിത്തം. മറ്റുള്ള കണ്ടുപിടിത്തങ്ങളുടെ ഉത്തരവാദിത്തം വ്യക്തികളിലധിഷ്ഠിതമാണെങ്കിൽ സിനിമയെ സംബന്ധിച്ചിടത്തോളം അതു സാധ്യമല്ല. പല കാലഘട്ടങ്ങളിൽ പല രാജ്യങ്ങളിൽ നടന്ന വ്യത്യസ്തവും സമാനവുമായ ചെറിയ ചെറിയ കണ്ടുപിടിത്തങ്ങളിൽ നിന്നാണ് സിനിമ എന്ന കലയിലേക്കുള്ള പരിണാമമുണ്ടായത്. ചലച്ചിത്രത്തിന്റെ ഉപജ്ഞാതാക്കളെന്ന രീതിയിൽ എഡിസന്റെയും ലൂമിയർ സഹോദരന്മാരുടെയും പേരുകൾ ഉന്നയിക്കപ്പെടുന്നെങ്കിലും അവർ മറ്റു പലരെയും പോലെ ചലച്ചിത്രപരിണാമത്തിലെ കണ്ണികൾ മാത്രമാണ്.

ചലനചിത്രത്തിന്റെ ചരിത്രമാരംഭിക്കുന്നത് നൂറ്റാണ്ടുകൾക്കു മുമ്പാണ്. ഇറ്റലിക്കാരനായ ഗിരോ ലാമാ ഗാർഡനോ ചുമരിലെ ദ്വാരത്തിലൂടെ ലെൻസു വഴി പുറത്തുള്ള ദൃശ്യചലനങ്ങൾ മുറിയ്ക്കകത്ത് ചുമരിലേക്ക് പ്രതിഫലിപ്പിക്കുന്ന വിദ്യ പരീക്ഷിച്ചു. പിന്നീട് വിവിധ ലെൻസുകൾ അടുക്കി ഒരു പെട്ടിയിൽ ഘടിപ്പിച്ച് പ്രതിഫലിപ്പിക്കുന്ന Camera Obscura നിലവിൽ വന്നു. ഡച്ചുശാസ്ത്രകാരനായ ക്രിസ്ത്യൻ ഹെയ്ഗൻസ് തന്റെ Magic Lantern-ലൂടെ ഗ്ലാസിൽ ചിത്രങ്ങൾ വരച്ച് വലുതാക്കി പ്രോജക്റ്റ് ചെയ്യാൻ തുടങ്ങി. ഇന്നുള്ള സിനിമാ പ്രോജക്ടുകളുടെ ഒരു പ്രാഗ്രൂപമായിരുന്നു ഇത്. 1841-ൽ ഫോട്ടോഗ്രാഫി ശാസ്ത്രീയമായി നിർവചിയ്ക്കപ്പെട്ടതോടെ ഇത്തരം ശ്രമങ്ങളുടെ ആക്കം കൂടി. Phata Scope, strobo Scope, Zoetrope എന്നിങ്ങനെ വിവിധങ്ങളായ ചലനചിത്ര യന്ത്രപരീക്ഷണങ്ങളുണ്ടായി.

ഒരു നിശ്ചലദൃശ്യം തുടർച്ചയായി പല തവണ ആവർത്തിച്ചു കണ്ടുകൊണ്ടിരുന്നാൽ ആ ദൃശ്യം ചലിക്കുന്നതായി അനുഭവപ്പെട്ടും - ഇതാണല്ലോ സിനിമയിൽ സംഭവിക്കുന്നത്. അതായത് ഒരു സെക്കന്റിൽ 24 ഫ്രെയിമുകൾ - നിശ്ചല ദൃശ്യങ്ങൾ തുടർച്ചയായി കടന്നുപോകുന്നതിനാൽ അവ ചലിക്കുന്നതായി തോന്നുന്നു. 1824 ഡിസംബർ 5 ന് ഈ സിദ്ധാന്തം Persistence of vision എന്ന പേരിൽ പീറ്റർ മാർക്ക് റോജറ്റ് എന്നയാൾ ഇംഗ്ലണ്ടിലെ റോയൽ സൊസൈറ്റിക്ക് മുമ്പാകെ സമർപ്പിച്ചു. ബ്രിട്ടീഷുകാരനായ ഡോ. ജെ. എ. പാരീസ് തന്റെ Traumatrop എന്ന കണ്ടുപിടിത്തത്തിലൂടെ ഇത് ശാസ്ത്രീയമായി തെളിയിക്കുകയും ചെയ്തു. സിനിമയുടെ ചരിത്രത്തിൽ ഛായാഗ്രഹണരംഗത്ത് അത്ഭുതം സൃഷ്ടിച്ച ദ്വാഗ്വിര്യോടൈപ്പ് എന്ന സാങ്കേതികവിദ്യ കണ്ടുപിടിച്ച ലൂയി ഷാക് മാൻഡേ ദ്വാഗിരെയെ(1829) യും കിനിമാതോസ്കോപ്പ് (1860)കണ്ടുപിടിച്ച കോൾമാൻ സെല്ലെഴ്സിനേയും മറക്കാനാകില്ല. ചലച്ചിത്രകലയുടെ ഉത്ഭവകാലത്തെ രണ്ടു രക്തസാക്ഷികളാണ് ബെൽജിയംകാരനായ ജെ. എ.എഫ് പ്ലാറ്റോയും ഇംഗ്ലീഷുകാരനായ ഫ്രീസ് ഗ്രീനും. സൂര്യനെ നോക്കി പരീക്ഷണം നടത്തി കാഴ്ചശക്തി നഷ്ടപ്പെട്ടയാളാണ് പ്ലാറ്റോ. എന്നാൽ ഇതു വകവയ്ക്കാതെ ഭാര്യയുടെ സഹായത്തോടെ നിരന്തരം പരീക്ഷണം നടത്തി 1883-ൽ ഫിനാകിറ്റോസ്കോപ്പ് എന്നൊരുപകരണം കണ്ടുപിടിച്ചു അദ്ദേഹം. ഫ്രീസ് ഗ്രീനാകട്ടെ സ്വന്തമായി വരുമാനമില്ലാതെ പണം കടം വാങ്ങി ഗവേഷണം നടത്തി. ഒടുവിൽ ജയിൽവാസമനുഭവിക്കുകയും ശേഷം ദരിദ്രനായി ജീവിതകാലം മുഴുവൻ കഴിയേണ്ടി വരികയും ചെയ്തു. രണ്ടു സിലണ്ടറുകളുടെ ഇടയിലൂടെ കടന്നുപോകുന്ന പ്രതിരൂപങ്ങൾ

പതിപ്പിക്കാവുന്ന സെല്ലുലോയ്ഡിന്റെ കണ്ടുപിടിത്തമാണ് ഫ്രീസ് ഗ്രീൻ നടത്തിയത്. ഒരുനേരത്തെ ഭക്ഷണത്തിനു വേണ്ടി തന്റെ ക്യാമറ കൂടി വില്ക്കേണ്ടി വന്നു അദ്ദേഹത്തിന്. സിനിമ വലിയ കലാരൂപമെന്ന രീതിയിൽ ജനപ്രീതി നേടിയ വേളയിൽ തന്റെ സംഭാവനകളെ അനുമോദിക്കാൻ കൂടിയ സദസ്സിൽ പ്രസംഗിച്ചു നിൽക്കുമ്പോൾ ഹൃദയം തകർന്ന് ഫ്രീസ് ഗ്രീൻ മരിച്ചു.

മറ്റൊരു പരീക്ഷണമായിരുന്നു 1872-ൽ നടന്ന മെയ്ബ്രിഡ്ജ് പരീക്ഷണം. ചലച്ചിത്രകലയിലെ വലിയൊരു നാഴികക്കല്ലായിരുന്നു ഇത്. കാലിഫോർണിയയിലെ ഗവർണറായിരുന്ന ലേലൻഡ് സ്റ്റാൻഫോർഡ് ഒരു പന്തയത്തിലേർപ്പെട്ടു. പന്തയക്കുതിര കുതിച്ചു പായുന്ന സമയത്ത് അതിന്റെ നാലു കാലുകളും ഒരേ സമയം തൊടുകയില്ലെന്നതായിരുന്നു പന്തയ വിഷയം. ഇതു തെളിയിക്കാനായി അക്കാലത്തെ പ്രശസ്ത ഫോട്ടോഗ്രാഫറായിരുന്ന എഡ്വാർഡ് മെയ്ബ്രിഡ്ജ് എന്നയാളുടെ സഹായം തേടി ഈ വെല്ലുവിളിയേറ്റെടുത്ത മെയ്ബ്രിഡ്ജ് പന്തയക്കുതിര പായുന്ന വഴിയിൽ 24 സ്റ്റിൽ ക്യാമറകൾ തുല്യ അകലത്തിൽ നിരത്തിവച്ചു.വഴിയ്ക്കു കുറുകെ അവയുടെ ക്ലിക്ക് ബട്ടണുകളിൽ ചരടുകൾ ഘടിപ്പിച്ചിരുന്നു. കുതിര പായുമ്പോൾ ഇവയിൽ തട്ടി ക്യാമറകൾ ഓണാകും. റോൾ ഫിലിമും മൂവി ക്യാമറയുമൊന്നും കണ്ടുപിടിച്ചിട്ടില്ലാതിരുന്ന അക്കാലത്ത് ഇതൊരു പുതുമയേറിയ പരീക്ഷണമായിരുന്നു. ഈ പരീക്ഷണം സൂപ്രാക്സിനോസ്കോപ്പ് (Zoopraxinoscope) എന്ന പേരിൽ പൊതുപ്രദർശന സംവിധാനമായി മാറുകയുണ്ടായി. മെയ്ബ്രിഡ്ജ് എടുത്ത 24 നിശ്ചലദൃശ്യങ്ങൾ വൃത്താകൃതിയിലുള്ള ഒരു ഗ്ലാസ്സിനു ചുറ്റുമൊട്ടിച്ച് വിളക്കിനു മുൻപിൽവെച്ച് വട്ടത്തിൽ കറക്കി ചലനചിത്രമുണ്ടാക്കി. 1881-ൽ മെയ്ബ്രിഡ്ജ് ചലച്ചിത്രം കണ്ട എറ്റിനേ ജൂൾസ് മാരി ചിന്തിച്ചത് എന്തിന് വിവിധ ക്യാമറകൾ ഉപയോഗിച്ച് ചിത്രീകരിക്കുന്നു എന്നതാണ്. ഒരൊറ്റ ക്യാമറയിലൂടെത്തന്നെ ചലനചിത്രങ്ങൾ ചിത്രീകരിക്കുന്നതിനായുള്ള അദ്ദേഹത്തിന്റെ പരീക്ഷണങ്ങൾ വിജയിച്ചത് ഫോട്ടോഗ്രാഫിക് റിവോൾവർ എന്ന ഉപകരണത്തിന്റെ നിർമ്മിതിയിലാണ്. കാഞ്ചി വലിക്കുമ്പോൾ ക്യാമറയിലെ ഒരു ഷട്ടർ നിരന്തരമായി ചലിച്ച് സെക്കന്റിൽ 12 ചിത്രങ്ങൾ വീതം തുടർച്ചയായി എടുക്കാൻ കഴിയുന്ന ഒരു സംവിധാനമായിരുന്നു ഇത്. ഇതുപയോഗിച്ചുള്ള ചിത്രീകരണത്തെയാണ് ആദ്യമായി ഷൂട്ടിങ്ങ് എന്നു വിളിച്ചത്.

ആദ്യത്തെ ചലനചിത്ര ക്യാമറയായ കൈനറ്റോഗ്രാഫ് രൂപകല്പന ചെയ്തത് എഡിസണും കൂട്ടാളികളുമായിരുന്നു. എഡിസന്റെ

ലബോറട്ടറിയിലെ വില്യം കെന്നഡി ലോറി ഡിക്സൺ രണ്ടുതരം ഉപകരണങ്ങൾ എഡിസണ വേണ്ടി തയ്യാറാക്കി. ഇതിലൊന്ന് പ്രൊജക്ടറിന്റെ പൂർവമാതൃകയാണ്. ഡിക്സൺ അവതരിപ്പിച്ച പീപ്പ് ഷോ ഉപകരണം എഡിസനെ ആകർഷിച്ചു. എഡിസൺ സിനിമയെ കണ്ടത് വലിയ ജനസമൂഹത്തിന്റെ മുമ്പാകെ പ്രദർശിപ്പിക്കപ്പെടാവുന്ന കലാരൂപം എന്ന നിലയിലല്ല. അദ്ദേഹം രൂപപ്പെടുത്തിയ കൈനറ്റോസ്കോപ്പ് ഒറ്റയൊറ്റ വ്യക്തികൾക്ക് കാണാവുന്ന ഉപകരണമായിരുന്നു. 30 സെക്കന്റ് ദൈർഘ്യം കിട്ടുന്ന രീതിയിൽ ഫിലിം സ്ട്രിപ്പുകൾ പ്രദർശിപ്പിച്ചു. ദി എക്സിക്യൂഷൻ ഓഫ് മേരി, ക്യൂൻ ഓഫ് സ്കോട്സ് (1895) ജോൺ റൈസ് - മേരി ഇർവിൻ കിസ്സ് (1896), വാഷ് ഡേ ട്രഫിൾസ് (1898) എന്നിവയാണ് പ്രദർശിപ്പിച്ചത്. ന്യൂയോർക്കിൽ 1894 ഏപ്രിൽ 14 ന് ആദ്യത്തെ എഡിസൺ പാർലറിനു തുടക്കം കുറിച്ചതോടെ അമേരിക്കയിലെ വിവിധ നഗരങ്ങളിൽ പീപ്പ് പാർലറുകൾ രംഗപ്രവേശം ചെയ്തു.

എഡിസണും കൂട്ടരും കണ്ടുപിടിച്ച തരത്തിൽ ഒറ്റയൊറ്റ വ്യക്തികൾക്കു കാണാവുന്ന ഉപകരണത്തിനു പകരം ജനക്കൂട്ടത്തിനൊട്ടാകെ കാണാവുന്ന തരത്തിലുള്ള സംവിധാനമാണ് ലൂമിയർ സഹോദരന്മാർ വികസിപ്പിച്ചെടുത്തത്. ക്യാമറയും പ്രൊജക്ടറും ചേർന്ന ഒന്നായിരുന്നു അവരുടെ ഉപകരണം. ലൂയി ലൂമിയറിന്റേയും അഗസ്റ്റസ് ലൂമിയറിന്റേയും പിതാവായ ആന്റണി ലൂമിയർക്കും ഈ കണ്ടുപിടിത്തത്തിൽ പങ്കുണ്ട്. എഡിസന്റെ കൈനറ്റോസ്കോപ്പ് വിലയ്ക്കു വാങ്ങാൻ ശ്രമിച്ചു പരാജയപ്പെട്ടപ്പോൾ അതുപോലൊന്നു നിർമ്മിക്കാൻ അദ്ദേഹം ലൂയിയോടാവശ്യപ്പെട്ടു. ലൂയി നിർമിച്ച ക്യാമറയും പ്രോജക്ടറും ചേർന്ന ഉപകരണത്തിന് സിനിമാട്ടോഗ്രാഫ് എന്നായിരുന്നു പേര്. ഈ ഉപകരണത്തിന്റെ സഹായത്തോടെ അവർ നിർമ്മിച്ച ചലച്ചിത്രമാണ് വർക്കേഴ്സ് ലീവിംഗ് ദി ലൂമിയർ ഫാക്ടറി. 1895 ഡിസംബർ 28 ന് പാരീസിലെ ഗ്രാന്റ് കഫേയിലായിരുന്നു ഈ സിനിമയുടെ ആദ്യ പൊതുദർശനം- ലോകത്തിലെ ആദ്യത്തെ ചലച്ചിത്ര പ്രദർശനം. മുപ്പത്തഞ്ചു പേരായിരുന്നു സദസിലുണ്ടായിരുന്നത്. The Babysmeal, Arrival of the train, Scenes from the Board of Leons, The Girl Watching the Garden, Workers Exiting the Lumiere Factory എന്നീ ഒറ്ററീൽ ചിത്രങ്ങളായിരുന്നു പ്രദർശന സഞ്ചയത്തിലുണ്ടായിരുന്നത്. സിനിമയെന്ന മാന്ത്രിക കലയുടെ വിപണി സാധ്യത കണ്ടറിഞ്ഞ ലൂമിയർ സഹോദരന്മാർ തങ്ങൾ നിർമ്മിച്ച സിനിമകളുമായി ലോകം മുഴുവൻ ചുറ്റിസഞ്ചരിച്ചു. കഥാചിത്രങ്ങളുടെയും(ഫീച്ചർ ഫിലിം) യഥാതഥ ചിത്രങ്ങളുടെയും

(ഡോക്യുമെന്ററി) ആദിരൂപങ്ങളായിരുന്നു ലൂമിയർ ചിത്രങ്ങൾ. യാഥാർഥ്യത്തെ അതേ പോലെ പകർത്താനുള്ള ശ്രമമാണ് ലൂമിയർ സഹോദരന്മാർ നടത്തിയത്.

ജോർജ് മെലിസ് യഥാതഥ വിരുദ്ധമായ ചലച്ചിത്രസമ്പ്രദായത്തിന് തുടക്കമിട്ടു. ജാലവിദ്യക്കാരനായിരുന്നു മെലിസ്. പാരീസിലെ ആദ്യ സിനിമാ പ്രദർശനത്തിൽ മെലിസും കാഴ്ചക്കാരനായിരുന്നു. സിനിമയെന്ന അത്ഭുതകലയെ തന്റെ ജാലവിദ്യയോടൊപ്പം ചേർത്താലുണ്ടാകുന്ന ഫലസിദ്ധിയെക്കുറിച്ച് അദ്ദേഹം ബോധവാനായിരുന്നു. ലൂമിയർ സഹോദരന്മാരോട് ചലച്ചിത്ര പ്രദർശന ഉപകരണം വിൽക്കുന്നോ എന്ന് മെലിസ് ആരാഞ്ഞു. പ്രതിഫലമായി എത്രയും നല്കാമെന്നു വാഗ്ദാനം ചെയ്തു. ആ വാഗ്ദാനം ലൂമിയർമാർ നിരസിക്കുകയാണുണ്ടായത്. ലൂമിയർ സഹോദരന്മാരുടെ നിരാസം മെലീസിൽ വാശിയുണ്ടാക്കി. സ്വന്തമായി പരീക്ഷണം നടത്തി ക്യാമറയും പ്രോജക്റ്ററുമൊക്കെ നിർമിച്ച്ക മെലിസ് തന്റെ മായാജാലപ്രകടനങ്ങളുടെ ഒരംശം സിനിമയിലേക്ക് പറിച്ചുനട്ടപ്പോൾ കഥാചിത്രങ്ങൾ ജന്മമെടുത്തു. ഐതിഹ്യം, ചരിത്രം, യക്ഷിക്കഥകൾ, ശാസ്ത്രകഥകൾ, കുറ്റാന്വേഷണകഥകൾ, ന്യൂസ് റീലുകൾ തുടങ്ങിയവയൊക്കെ ഈ ചലച്ചിത്രങ്ങളിലുണ്ടായിരുന്നു. സൂപ്പർ ഇംപോസിങ്ങ് എന്ന ചലച്ചിത്രവിദ്യയും സ്റ്റാർ ഫിലിംസ് എന്ന ആദ്യത്തെ ചലച്ചിത്ര ബാനറും ജോർജ് മെലിസിന്റെ സംഭാവനയാണ്.

1903ൽ ആദ്യത്തെ സമ്പൂർണ്ണ കഥാചിത്രം The Great Train Robbery നിർമ്മിക്കപ്പെട്ടു. എഡ്വിൻ. എസ്. പോർട്ടറായിരുന്നു 12 മിനിറ്റ് ദൈർഘ്യമുള്ള ഈ ചിത്രത്തിന്റെ സംവിധായകൻ. ചലച്ചിത്രചരിത്രത്തിലെ നാഴികക്കല്ലുകളിലൊന്നായിട്ടാണ് ഈ ചലച്ചിത്രം കരുതപ്പെടുന്നത്. പില്ക്കാലത്ത് കൊണ്ടാടപ്പെട്ട വെസ്റ്റേൺ കുറ്റകഥകളുടെ തുടക്കം കുറിച്ചു എന്നതു മാത്രമല്ല ഇതിന്റെ പ്രാധാന്യം. കഥ പറയാനായി സംഭവത്തെ ഷോട്ടുകളായി മുറിച്ചു എന്നതും എഡിറ്റിങ്ങു വഴി അതിനൊരു താളം നൽകിയെന്നതും സുപ്രധാനമാണ്. ചലച്ചിത്രഭാഷ രൂപപ്പെടുത്തുന്നതിൽ 'The Great Train Robbery' വഹിച്ച പങ്ക് സുപ്രധാനമാണ്.

ഹോളിവുഡ് കാലം

ചലച്ചിത്രനിർമിതിയിലൂടെ പലരും പണം സമ്പാദിക്കാൻ തുടങ്ങിയപ്പോൾ നിർമ്മാണത്തിനുള്ള പേറ്റന്റ് കരസ്ഥമാക്കിയിരുന്ന എഡിസൺ അതിനെ പ്രതിരോധിക്കാനുള്ള വഴികൾ തേടി. മറ്റ്

എട്ട് നിർമ്മാണ കമ്പനികളുമായി ചേർന്ന് എഡിസൺ മോഷൻ പിക്ചർ പേറ്റന്റ്സ് കമ്പനി രൂപീകരിച്ചു. ഇത് പിന്നീട് ജനറൽ ഫിലിം കമ്പനി എന്ന പേരിൽ വികസിപ്പിക്കപ്പെട്ടു. സ്വതന്ത്ര ചലച്ചിത്രനിർമ്മാതാക്കൾക്ക് കടിഞ്ഞാണിടാനും പ്രദർശകരെ നിയന്ത്രിക്കാനുമുള്ള കമ്പനിയുടെ നീക്കത്തിനെതിരെ പലതരം ചെറുത്തുനില്പുകൾ ഉയർന്നുവന്നു. ചെറുത്തു നില്ക്കാൻ കഴിയാതെ വന്നവർ നിലനില്പിന് മറ്റു വഴികൾ തേടി. വില്യം സേലിഗ് എന്ന നിർമ്മാതാവ് കാലിഫോർണിയയിലെ ലോസ് ഏൻജലസിലേക്ക് തന്റെ നിർമ്മാണസംഘത്തെ അയച്ചു. അവിടുത്തെ അനുകൂലമായ സാഹചര്യം ലോസ് ഏഞ്ചൽസിനെ ലോകസിനിമയിലെ ചരിത്രനഗരമാക്കി മാറ്റി. ഭൂപ്രകൃതിയും അടിസ്ഥാനസൗകര്യങ്ങളും മനസിലാക്കി അനേകം നിർമ്മാതാക്കൾ ഈ നഗരത്തിലേക്ക് സിനിമാ നിർമ്മാണവുമായി വന്നു. ഹോളിവുഡ് രൂപപ്പെടുന്നത് ഇങ്ങനെയാണ്.

ഗ്രിഫിത്തും സിനിമയുടെ വ്യാകരണവും

സിനിമയെന്ന കലയ്ക്ക് സാങ്കേതികവും കലാത്മവുമായ മികവ് നൽകുന്നതിലും തനതായ ദൃശ്യഭാഷയും വ്യാകരണവും നിർമ്മിച്ചതിലും ഡേവിഡ് വാർക്ക് ഗ്രിഫിത്ത് (1875- 1948) സുപ്രധാനമായ പങ്ക് വഹിച്ചു. വില കുറഞ്ഞ വിനോദമായി കണ്ടിരുന്ന സിനിമയെ സാഹിത്യത്തിന്റെ ഉന്നതമായ മണ്ഡലത്തിലേക്ക് ഗ്രിഫിത്ത് നയിച്ചു. ആവിഷ്ക്കാര രീതിയിലും പ്രമേയപരിചരണത്തിലും ധീരവും നൂതനവുമായ പരീക്ഷണങ്ങൾ അദ്ദേഹം നടത്തി. നോവലും നാടകവും പോലെയുള്ള ജനകീയ സാഹിത്യരൂപങ്ങൾക്ക് സമാനമായി സിനിമയെ മാറ്റിയെടുക്കാനുള്ള പരീക്ഷണമാണ് ഗ്രിഫിത്ത് നടത്തിയത്. സിനിമയിൽ ഇന്നുപയോഗിക്കുന്ന പല സാങ്കേതികതന്ത്രങ്ങളും ഇദ്ദേഹത്തിന്റെ സംഭാവനയാണ്. ഒരു സിനിമയെ വിവിധ ഷോട്ടുകളായി വിഭജിച്ച് ചിത്രീകരിക്കുന്നതു വഴി വൈകാരികവും ഭാവപരവുമായ വളർച്ചയുണ്ടാക്കാമെന്ന് ആദ്യമായി തെളിയിച്ചത് ഗ്രിഫിത്താണ്. ക്ലോസപ്പ് - മീഡിയം - ലോംഗ് ഷോട്ടുകൾ, പാനിംഗ്, ടിൽറ്റിംഗ്, ക്രോസ് കട്ടിംഗ്/പാരലൽ ആക്ഷൻ, മാസ്ക് ടെക്നിക്, ഫ്ലാഷ് ബാക്ക്, ഡിസോൾവ്, സ്പ്ലിറ്റ് സ്ക്രീൻ തുടങ്ങിയ പല സങ്കേതങ്ങളും അദ്ദേഹത്തിന്റെ സംഭാവനയാണ്. സിനിമയുടെ ചരിത്രത്തിലെ നാഴികക്കല്ലായി മാറിയ 'ദി ബർത്ത് ഓഫ് ദ നേഷൻ'(1915) സിനിമയിലെ നൂതനമായ പരീക്ഷണങ്ങളിലൂടെ

വലിയ ശ്രദ്ധ നേടിയ ചിത്രമാണ്. തോമസ് ഡിക്സന്റെ 'ദ ക്ലാൻസ്മാൻ' എന്ന നോവലിനെയാണ് ചിത്രം ആധാരമാക്കിയത്. ജൂഡിത്ത് ഓഫ് ബെഥൂലിയ, ഇൻടോളറൻസ്, ബ്രോക്കൺ ബ്ലോസംസ്, ഏബ്രഹാം ലിങ്കൺ, ദി വൈറ്റ് റോസ് എന്നിവ അദ്ദേഹത്തിന്റെ പ്രധാന ചിത്രങ്ങളാണ്.

നിശബ്ദ സിനിമാ കാലവും ഹാസ്യചിത്രങ്ങളും

നിശബ്ദ സിനിമാ കാലഘട്ടത്തിലെ ഏറ്റവും സമ്പന്നമായ വിഭാഗം ഹാസ്യ ചിത്രങ്ങളായിരുന്നു. ചാർലി ചാപ്ലിൻ, ബസ്റ്റർ കീറ്റൺ, മാർക്സ് ബ്രദേഴ്സ്, ഹാരോൾഡ് ലോയ്ഡ്, ഹാരി ലാഡ് ജൺ ഇവരെല്ലാം അതുല്യരായ ഹാസ്യ സാമ്രാട്ടുകളായിരുന്നു. മാക് സെന്നറ്റിന്റെ 'കീസ്റ്റോണി'ലൂടെയാണ് ചാർലി ചാപ്ലിന്റെ ചലച്ചിത്ര പ്രവേശം. സെന്നറ്റിനെ ആകർഷിച്ചത് ചാപ്ളിന്റെ ജിംനാസ്റ്റിക് സ്വഭാവമാണ്. ചാപ്ളിനെന്ന നടനെ ലോകപ്രശസ്തിയിലേക്കുയർത്താൻ കാരണമായിത്തീർന്ന ട്രാമ്പ് കഥാപാത്രത്തെ അദ്ദേഹം രൂപപ്പെടുത്തിയത് 'കീസ്റ്റോണി'ൽ വെച്ചാണ്. വലിയ പാന്റ്സും ഷൂസും ധരിച്ച് തൊപ്പിയും വടിയുമായി നടക്കുന്ന ചാപ്ളിന്റെ ഈ ഇഷ്ടകഥാപാത്രം ഏറ്റവുമധികം ജനപ്രീതിയാർജ്ജിച്ചു. ചിരിയ്ക്കുപരി മനസ്സിനെ പിടിച്ചുലയ്ക്കാനുമുള്ള കഴിവാണ് സാധാരണ കൊമേഡിയനിൽ നിന്ന് ചാപ്ളിനെ വേർതിരിക്കുന്നത്. ലോകത്തെ എക്കാലത്തെയും മികച്ച ചലച്ചിത്രപ്രതിഭയാണ് ചാപ്ളിൻ. നടൻ, തിരക്കഥാകൃത്ത്, സംവിധായകൻ, സംഗീത സംവിധായകൻ, നിർമ്മാതാവ് എന്നിങ്ങനെ സിനിമയുടെ സമസ്ത മേഖലകളിലും നിറഞ്ഞ വ്യക്തിത്വമായിരുന്നു അദ്ദേഹത്തിന്റേത്. സിനിമയുടെ ചരിത്രത്തിനൊപ്പം നടന്നു വന്നയാളാണ് ചാപ്ളിൻ. നിശ്ശബ്ദ സിനിമയുടെ കാലത്തും പിന്നീടും ലോകത്തിൽ ഏറ്റവുമധികം ആസ്വാദകരെ സൃഷ്ടിച്ചവയാണ് അദ്ദേഹത്തിന്റെ സിനിമകൾ. സ്വന്തം ജീവിതത്തിലെ ദാരിദ്ര്യവും കഷ്ടപ്പാടുകളും വേദനകളുമൊക്കെ അദ്ദേഹം തന്റെ സിനിമകളിലെ ചിരിയും ചിന്തയുമാക്കി. സമൂഹത്തിന്റെ കാപട്യങ്ങളെയും ഉച്ചനീചത്വങ്ങളെയും സാമ്രാജ്യത്വത്തെയുമൊക്കെ തുറന്ന വിമർശനത്തിനു വിധേയമാക്കുന്നവയായിരുന്നു ചാപ്ലിന്റെ ചലച്ചിത്രങ്ങൾ. My Autobiography എന്ന അദ്ദേഹത്തിന്റെ ആത്മകഥ ലോകപ്രശസ്തമാണ്. Unknown Chaplin എന്ന കെവിൻ ബ്രൗഡെലോ നിർമ്മിച്ച ഡോക്യുമെന്ററി ചാപ്ലിനെ അടുത്തറിയാൻ സഹായകമാണ്. അദ്ദേഹത്തിന്റെ പ്രശസ്തസിനിമകൾ ദി കിഡ്, ദി ഗോൾഡ് റഷ്, സിറ്റി ലൈറ്റ്സ്, മോഡേൺ ടൈംസ്, ദി ഗ്രേറ്റ് ഡിക്റ്റേറ്റർ തുടങ്ങിയവയാണ്.

മൊണ്ടാഷും റഷ്യൻ സിനിമയും

ഫ്രാൻസ്, അമേരിക്ക എന്നീ രാജ്യങ്ങളിലാണ് ചലച്ചിത്രത്തിന്റെ ജനനവും വികാസ പരിണാമങ്ങളും സംഭവിച്ചതെങ്കിലും അതിന്റെ അടിസ്ഥാന വ്യാകരണനിയമങ്ങൾ ഉരുത്തിരിഞ്ഞു വന്നതും സിദ്ധാന്തങ്ങൾ രൂപീകരിക്കപ്പെട്ടതും റഷ്യയിലാണ്. സിനിമയെ അക്കാദമികമായി സമീപിച്ചവരായിരുന്നു റഷ്യൻ ചലച്ചിത്രകാരന്മാർ. സിനിമയെ ഒരു പാഠ്യവസ്തുവായി സമീപിക്കാൻ മുതിർന്ന ലെവ്കുളഷോവ് സ്ഥാപിച്ച ഫിലിംസ്കൂൾ നിരവധി ചലച്ചിത്രസിദ്ധാന്തങ്ങൾക്കും ചലച്ചിത്രകാരന്മാർക്കും ജന്മംനൽകി. കുളഷോവിന്റെ ഫിലിംസ്കൂളിലെ വിദ്യാർത്ഥിയായിരുന്നു പുഡോഫ്കിൻ. കുളഷോവിന്റെ വിദ്യാർത്ഥിയായിരുന്നില്ലെങ്കിലും സെർഗി ഐസൻസ്റ്റീനിലും കാണാം ഈ സ്കൂളിന്റെ സ്വാധീനം. എഡിറ്റിംഗിന് പ്രാധാന്യം നൽകിക്കൊണ്ട് സിനിമയെ മനസിലാക്കുന്ന സമീപനമാണ് സോവിയറ്റ് മൊണ്ടാഷ് തിയറി. മൊണ്ടാഷ് (Montage) എന്ന പദത്തിന്റെയർത്ഥം കൂട്ടിച്ചേർക്കുക(assembly) എന്നാണ്. ലോകസിനിമയ്ക്ക് റഷ്യൻ സിനിമയുടെ സംഭാവനയാണ് മൊണ്ടാഷ്. 'Montage is an idea that arises from the collision of independant shots where in each sequential element is perceived not next to the other, but on top of the other.' എന്ന് ഐസൻസ്റ്റീൻ മൊണ്ടാഷിനെ വിശദീകരിക്കുന്നു.

റഷ്യൻ ചലച്ചിത്രസിദ്ധാന്തങ്ങളുടെ സമഞ്ജസ സമ്മേളമാണ് സെർഗീ ഐസൻസ്റ്റീന്റെ 'ബാറ്റിൽഷിപ്പ് പോ ടെംകിൻ'(1925) എന്ന ചിത്രം. ശില്പസൗകുമാര്യവും കലാഭംഗിയും കൊണ്ട് ലോകത്തിലെ എക്കാലത്തേയും മികച്ച ചിത്രങ്ങളിലൊന്നായി ഇത് കരുതപ്പെടുന്നു. വൈരുദ്ധ്യാത്മക മൊണ്ടാഷ് എന്ന ആശയം 'ബാറ്റിൽ ഷിപ്പ് പോടെംകിന്നി'ൽ സാക്ഷാത്ക്കരിക്കപ്പെട്ടിരിക്കുന്നു. സിനിമയെന്ന കലാരൂപത്തിന്റെ ശക്തിയും സൗന്ദര്യശാസ്ത്ര നിയമങ്ങളും ലോകത്തിനു സമ്മാനിച്ച ചിത്രമാണിത്. 1905ലെ പരാജയപ്പെട്ടുപോയ ഒരു റഷ്യൻ കലാപത്തിന്റെ പ്രതീകാത്മകമായ അനുസ്മരണമാണ് ഈ സിനിമ. അഞ്ച് അദ്ധ്യായങ്ങളായിട്ടാണ് ചിത്രം വിഭജിയ്ക്കപ്പെട്ടിരിക്കുന്നത്. ഒക്ടോബർ, ഇവാൻ ദി ടെറിബിൾ തുടങ്ങിയ ഇതര ഐസൻസ്റ്റീൻ ചിത്രങ്ങളിലും സിദ്ധാന്തങ്ങളുടെ സാക്ഷാത്ക്കാരവും ശില്പവൈഭവവും നമുക്ക് കാണാൻ കഴിയും. ഐസൻസ്റ്റീന്റെ Film Sense, Film Form, Notes of a Film Director, Lessons with Eisenstin, Film Essays എന്നീ സൈദ്ധാന്തികരചനകൾ ചലച്ചിത്രപഠനത്തിലെ ആധികാരിക ഗ്രന്ഥങ്ങളാണ്.

സിനിമയ്ക്ക് സ്വന്തമായ ഒരു ഭാഷയും ഛന്ദസ്സുമുണ്ടാക്കിയ സൈദ്ധാന്തികരിൽ പ്രമുഖനാണ് പുഡോഫ്കിൻ. എഡിറ്റിംഗിൽ കൺസ്ട്രക്റ്റീവ് മൊണ്ടാഷിന്റെ ഉപജ്ഞാതാവായ റഷ്യൻ ചലച്ചിത്ര പ്രതിഭയാണ് അദ്ദേഹം. 5 ചിത്രങ്ങൾക്ക് തിരക്കഥയെഴുതിയ, 19 സിനിമകൾ സംവിധാനം ചെയ്ത പുദോവ്കിൻ സിനിമയുടെ ആധാരശില എഡിറ്റിംഗാണെന്ന് (Constructive montage) വിശ്വസിച്ചിരുന്നു. ലോക ചലച്ചിത്ര ക്ലാസ്സിക്കുകളിലൊന്നായ ദ മദർ (1926)എന്ന സിനിമയാണ് പുഡോഫ്കിനിന്റെ മാസ്റ്റർപീസ്. മാക്സിം ഗോർക്കിയുടെ വിഖ്യാത രചനയായ ദ മദറിനെ ആധാരമാക്കി ചിത്രീകരിച്ച ഈ ബ്ലാക്ക് ആന്റ് വൈറ്റ് സിനിമ ലോകചലച്ചിത്രവേദിയിലെ മാസ്റ്റർ ക്ലാസിക്കുകളിലൊന്നാണ്- ഉള്ളടക്കവും രൂപവും ഒന്നുപോലെ കാവ്യാത്മകമായ ഏറ്റവും മികച്ച റഷ്യൻ സിനിമകളിലൊന്ന്. ഗോർക്കിയുടെ നോവലിൽ സ്വെർ മോവയിലെ മെയ്ദിന പ്രകടനവും തുടർന്നുള്ള വിചാരണയുമായിരുന്നു കഥാപശ്ചാത്തലം. സിനിമയിൽ പുഡോഫ്കിൻ അത് 1905ലെ റഷ്യൻ വിപ്ലവത്തിന്റെ സ്ഥലരാശിയാക്കി. റഷ്യൻ വിപ്ലവത്തിന്റെ അലയൊലികളെ സർഗാത്മകമാക്കുന്നതിൽ മുഖ്യപങ്കു വഹിച്ച ചാലക ശക്തിയായിരുന്നു നിശ്ശബ്ദസിനിമയുടെ കാലത്തെ ഇതിഹാസമായ ഈ ചിത്രം. അമ്മയെന്ന സങ്കല്പത്തെ വിപ്ലവാത്മകമായ മാനങ്ങളിൽ 'ദ മദർ' അവതരിപ്പിച്ചു. ദി എൻഡ് ഓഫ് സെയിന്റ് പീറ്റേഴ്സ്ബർഗ്, സ്റ്റോം ഓവർ ഏഷ്യ, ഇൻ ദ നെയിം ഓഫ് ദി ഫാദർ ലാന്റ് എന്നിവയും അദ്ദേഹത്തിന്റെ പ്രധാന ചിത്രങ്ങളാണ്.

ഐസൻസ്റ്റീനും പുഡോഫ്കിനുമൊപ്പം റഷ്യൻ സിനിമയുടെ ചാലകശക്തിയായി മാറിയ ചലച്ചിത്രകാരനാണ് അലക്സാണ്ടർ ഡെവ്ഷെങ്കോ. സിനിമയിൽ കാൽപനികതയ്ക്കും ഭാവാത്മകതയ്ക്കും ഊന്നൽ നൽകിയ സംവിധായകനാണ് ഡെവ് ഷെങ്കോ. ഏകതയുള്ള ഒരു രാജ്യത്തിനുവേണ്ടിയും ലോകത്തിനുവേണ്ടിയും തുടിക്കുന്ന തലമുറയുടെ ചിത്രമാണ് 'എർത്ത്'. ഈ ചലച്ചിത്രകാരന്റെ മികച്ച ചിത്രമായി കണക്കാക്കപ്പെടുന്ന എർത്ത്, ബാറ്റിൽഷിപ്പ് പൊട്ടെംകിനൊപ്പം ചേർത്തുവെയ്ക്കപ്പെടുന്ന സിനിമയാണ്. കിനോ പ്രവ്ദയെന്ന സത്യനേർചിത്രണത്തിന്റെ ഉപജ്ഞാതാവായിരുന്നു സിഗാ വെർതോവ്. 1922-25 കാലഘട്ടത്തിൽ മോസ്കോ ആസ്ഥാനമാക്കി സിഗാ വെർതോവും എലിസവേറ്റ സിലോവയും മിഖായേൽ കൗഫ്മാനും ചേർന്നു രൂപീകരിച്ച ന്യൂസ് റീൽ സീരീസായിരുന്നു കിനോ പ്രവ്ദ അഥവാ Film Truth. സർക്കാരിന്റെ ഔദ്യോഗിക വാർത്താ പത്രമായിരുന്ന പ്രവ്ദയിൽ നിന്നാണ് ഈ പേര്

സ്വീകരിക്കപ്പെട്ടത്.

ഡോക്യുമെന്ററി സിനിമയും 'നാനൂക്ക് ഓഫ് ദി നോർത്തും'

ലോകസിനിമാ ചരിത്രത്തിലെ ആദ്യത്തെ ഡോക്യുമെന്ററി സിനിമയെന്ന് അറിയപ്പെടുന്ന സിനിമയാണ് നാനൂക്ക് ഓഫ് ദി നോർത്ത് (1922). റോബർട്ട് ജെ. ഫ്ലാഹർട്ടിയെന്ന സാഹസികനായ പര്യവേക്ഷകനാണ് ഈ ചിത്രത്തിന്റെ സംവിധായകൻ. ഡോക്യുമെന്ററി സിനിമയുടെ ഉപജ്ഞാതാവെന്ന് ഫ്ലാഹർട്ടിയെ വിശേഷിപ്പിക്കാം. കാനഡയിലെ ആർട്ടിക് പ്രദേശത്തെ ഇനുക്വാജക്കിൽ നിവസിക്കുന്ന നാനൂക്ക് എന്ന എസ്കിമോയുടെയും കുടുംബത്തിന്റേയും ഒരുവർഷത്തെ ജീവിതം ചിത്രീകരിക്കുന്ന യഥാതഥ സിനിമയാണിത്. ഡോക്യുമെന്ററി സിനിമ എത്രത്തോളം സാഹസികമായും ഹൃദയാവർജ്ജകവുമായും ചിത്രീകരിക്കാമെന്നതിന്റെ മികച്ച ഉദാഹരണമാണ് നാനൂക്ക് ഓഫ് ദി നോർത്ത്. ക്യാമറാ ചലനങ്ങളും സംഗീതവും ദൃശ്യഭംഗിയുമൊക്കെ ഈ ബ്ലാക്ക് ആന്റ് വൈറ്റ് ചിത്രത്തിൽ ഫ്ളാഹർട്ടി മനോഹരമായി ഉപയോഗിച്ചിട്ടുണ്ട്. മഞ്ഞുമനുഷ്യരോടൊപ്പം ജീവിച്ച് അവരിലൊരാളായി മാറിയ അദ്ദേഹം കഠിനമായ സാഹസത്തിലൂടെയും ത്യാഗത്തിലൂടെയുമാണ് ഈ യഥാതഥ ജീവിതചിത്രണം പൂർത്തീകരിച്ചത്. സിനിമാ ചിത്രീകരണത്തിലും ഫിലിം ഡെവലപ് ചെയ്യുന്നതിലുമൊക്കെ അദ്ദേഹത്തിനു സഹായിയായിരുന്നത് നാനൂക്കും കുടുംബവും തന്നെയായിരുന്നു. സിനിമയുടെ ചരിത്രത്തിൽ നരവംശ ശാസ്ത്രശാഖയെ നിർവചിക്കുന്ന ആദ്യ ചലച്ചിത്രമാണിത്. പ്രകൃതിയോട് അതിസാഹസികമായി മല്ലിട്ടു ജീവിക്കുന്ന മനുഷ്യന്റെ ഇച്ഛാശക്തിയുടെ നേർചിത്രവും.

എക്സ്പ്രഷനിസവും ജർമ്മൻ സിനിമയും

നിശബ്ദസിനിമയുടെ കാലഘട്ടത്തിൽ തനതായ ആവിഷ്കരണരീതി കൈക്കൊണ്ട രാജ്യമായിരുന്നു ജർമ്മനി. അമേരിക്കൻ സിനിമയും റഷ്യൻ സിനിമയും ഭിന്നമാർഗങ്ങളിലൂടെ യാഥാർഥ്യത്തെ അവതരിപ്പിച്ചപ്പോൾ ജർമൻ സിനിമ ഭ്രമാത്മകതയുടെ സരണിയിലൂടെയാണ് നീങ്ങിയത്. ചലച്ചിത്രകലയിൽ എക്സ്പ്രഷനിസം കൈവരിച്ച നേട്ടങ്ങളെല്ലാം ജർമ്മനിയിൽ നിന്നായിരുന്നു. ഒന്നാം ലോകമഹായുദ്ധത്തിനു മുമ്പായി ജർമ്മനിയിൽ തുടക്കം കുറിച്ച പരസ്പരബന്ധിതമായ ഒരുകൂട്ടം സർഗ്ഗാത്മക കലാശ്രമങ്ങളുടെ

പൊതുധാരയായിരുന്ന എക്സ്പ്രഷനിസം. 1920കളിൽ ബർലിനിൽ അത് പൂർണ്ണവികാസമാർജ്ജിച്ചു. യഥാർത്ഥത്തിൽ ഉത്തര- മദ്ധ്യ യൂറോപ്യൻ സാംസ്കാരികതയിൽ വാസ്തുകലയിലും പെയിന്റിംഗിലും സിനിമയിലുമൊക്കെ അന്തർലീനമായിരുന്ന ചില നൂതന ചിന്താ ധാരകളുടെ ബഹിർസ്ഫുരണമായിരുന്ന എക്സ്പ്രഷനിസം. റോബർട്ട് വൈൻ, മൂർനോ, ഏണസ്റ്റ് ലൂബിഷ്, ഫ്രിറ്റ്സ് ലാംഗ്, കാൾമെയർ തുടങ്ങിയ ചലച്ചിത്ര പ്രതിഭകളായിരുന്ന ഈ ജനുസിനെ ചലച്ചിത്ര ലോകത്തിനു മുമ്പിൽ അവതരിപ്പിച്ചത്. ദി ഗോലോം, കാബിനറ്റ് ഓഫ് ഡോ.കാലിഗരി, ഡോ.മബൂസെ, ദി ഗാംബ്ലർ തുടങ്ങിയ ചിത്രങ്ങൾ എക്സ്പ്രഷനിസ്റ്റ് പ്രസ്ഥാനത്തിലെ പ്രധാന ചലച്ചി ത്രങ്ങളാണ്. പോൾ വെഗനറുടെ ദി ഗോലെം എന്ന ചിത്രമാണ് ജർമ്മൻ സിനിമയിൽ വ്യത്യസ്തശൈലിക്കു തുടക്കമിട്ടത്. സ്റ്റുഡിയോ കൾക്കകത്ത് നിർമ്മിക്കപ്പെടുന്ന വിചിത്രവും സുന്ദരവുമായ സെറ്റു കളിൽ സിനിമകൾ ചിത്രീകരിക്കുന്ന എക്സ്പ്രഷനിസ്റ്റ് സമ്പ്രദായം 'ഗോലെ'ത്തിൽ തുടങ്ങുന്നു. ജർമ്മൻ എക്സ്പ്രഷനിസ്റ്റ് ദർശനത്തിന്റെ ആചാര്യനായ കാൾ മേയറിന്റെ രംഗപ്രവേശം 'ദി കാബിനറ്റ് ഓഫ് ഡോ. കാലിഗരി'യുടെ രചയിതാവ് എന്ന നിലയിയാണ്. ഈ ചിത്രം സംവിധാനം ചെയ്തത് റോബർട്ട് വീനാണ്. ഭ്രമാത്മകതയെ പശ്ചാ ത്തലചിത്രണത്തെ അതിന്റെ പരകോടിയിൽ ആവിഷ്കരിക്കുന്ന രീതി 'കാബിനറ്റ് ഓഫ് കാലിഗരി'യെ വേറിട്ട അനുഭവമാക്കുന്നു. ജൂതന്മാരുടെ രക്ഷക്കായി അവരുടെ പുരോഹിതൻ നിർമ്മിക്കുന്ന ഭീകരസത്വം സർവനാശം വിതയ്ക്കുന്ന കാഴ്ചയാണ് 'ദി ഗോലോം' എന്ന ചിത്രത്തിൽ നാം കാണുന്നത്. ഏറ്റവുമൊടുവിൽ തന്റെ സ്ര ഷ്ടാവിനു നേരെയും ഈ സത്വം തിരിയുന്നു. ലോകസിനിമയുടെ ചരിത്രത്തിൽ ജർമ്മൻ എക്സ്പ്രഷണിസ്റ്റ് സിനിമയ്ക്ക് അതുല്യമായ ഇടം നേടിക്കൊടുത്ത സിനിമയാണിത്. പ്രത്യക്ഷത്തിൽ ഒരു ഹൊറർ ചിത്രത്തിന്റെ സ്വഭാവമുള്ള ഈ സിനിമ പ്രമേയപരമായും രൂപപരമായും അസാധാരണത്വം നിറഞ്ഞതാണ്. 1920 ന് ശേഷം ജർമ്മൻ പട്ടാളം ഒന്നാം ലോകമഹായുദ്ധത്തിൽ പരാജയപ്പെടുക യും ജർമ്മനി അമേരിക്കൻ ഗവൺമെന്റിന്റെ നിയന്ത്രണത്തിനു കീഴിലാവുകയും ചെയ്തത് ഈ കാലത്തായിരുന്നു. രാജ്യത്തെ സാമ്പത്തികമാന്ദ്യം, അമേരിക്കൻ കോളനിവാഴ്ച, ദേശീയത എന്ന വികാരപരമായ രാഷ്ട്രീയം എന്നിവ അഭിമുഖീകരിക്കേണ്ടി വന്നത് ജർമ്മനി എന്ന രാജ്യത്തെ പ്രതിസന്ധിയിലാക്കി. യാതനാപൂർണ്ണ മായ യാഥാർത്ഥ്യത്തെ കുറച്ച് നേരത്തേക്കെങ്കിലും അവഗണിച്ച് കൊണ്ട് ഭാവനാത്മകമായ ഒരു ലോകത്തെ ആവിഷ്കരിക്കാനും

ജനങ്ങളെ ആനന്ദിപ്പിയ്ക്കാനും വേണ്ടിയായിരുന്നു ജർമ്മൻ കലാകാരന്മാർ ആവിഷ്കാരം നിർവഹിച്ചത്. ഈ പശ്ചാത്തലത്തിലാണ് റോബർട്ട് വീൻന്റെ ദി ക്യാബിനറ്റ് ഓഫ് ഡോ.കാലിഗരിയെ വിലയിരുത്തേണ്ടത്. ഹിറ്റ്ലർക്ക് അധികാരത്തിൽ കയറാൻ പശ്ചാത്തലമൊരുക്കിയ ഘടകങ്ങളിലൊന്നായി ഈ ജർമൻ എക്സ്പ്രഷനിസ്റ്റ് സിനിമയെ കാണാൻ സാധിക്കും. ഫാസിസത്തിന്റെ വരവിന് ചൂണ്ടുപലകയാവുകയായിരുന്നു ഈ ചലച്ചിത്രം; പിൽക്കാല ഹൊറർ സിനിമകളുടെ പ്രാരംഭവും.

ഫ്രിറ്റ്സ് ലാംഗിന്റെ ഡോ. 'മെബൂസേ ദി ഗാംബ്ലർ' എന്ന ചിത്രം കാലിഗരിയ്ക്കു ശേഷം ഹിറ്റ്ലറുടെ മറ്റൊരു പ്രതിരൂപമായി ഡോ. മെബൂസയെ അവതരിപ്പിക്കുന്നു. കാലിഗരിയെപ്പോലെ ഡോ. മെബൂസെയും ഭ്രാന്തനാണ്. ഹിപ്നോട്ടിക് സിദ്ധികളുള്ള വിചിത്രമനുഷ്യൻ. ഭ്രാന്താശുപത്രിയിൽ തന്നെ ചികിത്സിക്കുന്ന ഡോക്ടറുൾപ്പടെ പലരെയും അയാൾ ഹിപ്നോട്ടൈസ് ചെയ്യുന്നു. അതിലൂടെ തന്റെ ഇച്ഛകൾ നടപ്പിലാക്കുകയാണയാൾ. ആത്യന്തിക വിനാശത്തിന്റെ വിത്തുകൾ വിതച്ചുകൊണ്ട് അയാൾ ലോകത്ത് പരസ്പര വിദ്വേഷവും അന്തച്ഛിദ്രവും ഇച്ഛിക്കുകയും സൃഷ്ടിക്കുകയും ചെയ്യുന്നു. മറ്റൊരു എക്സ്പ്രഷണിസ്റ്റ് ചലച്ചിത്രമാണ് എഫ്.ഡബ്ലിയു മുർണോയുടെ 'നൊസ്ഫെറാതു'. ഇത് Dracula യുടെ ജർമ്മൻ പതിപ്പായിരുന്നു. എന്നാൽ ഭ്രമാത്മകമായ പശ്ചാത്തലവിധാനങ്ങളെ ആശ്രയിച്ചിരുന്ന ഇതര എക്സ്പ്രഷണിസ്റ്റ് ചിത്രങ്ങളിൽ നിന്ന് ഭിന്നമായിരുന്നു മുർണോയുടെ ചിത്രങ്ങൾ.

കഥകളുടെ സർറിയലിസ്റ്റ് ആവിഷ്കാരം, യാഥാർത്ഥ്യങ്ങളെ ഭ്രമാത്മകമായി അവതരിപ്പിക്കുന്ന രീതി, വ്യക്തിയേയോ സംഭവങ്ങളെയോ യാഥാർത്ഥ്യങ്ങളുടെ തനതുരൂപത്തിൽ നിന്നു മാറ്റി കലാകാരന്റെ ആവിഷ്കാര വീക്ഷണങ്ങൾക്കനുസരിച്ച് പുനരാവിഷ്കരിക്കുന്ന നില, വക്രീകരിക്കപ്പെട്ട അമിതാഭിനയം, വൈകാരികതയ്ക്ക് ഊന്നൽ നല്കിക്കൊണ്ടുള്ള മേക്കപ്പ്/ സെറ്റ്, നിഴലും വെളിച്ചവുമുപയോഗിച്ച് നാടകീയത സൃഷ്ടിക്കുന്ന കളികൾ, പെയിന്റ് ചെയ്ത വലിയ ചുമരുകളും കൂറ്റൻ അബ്സേർഡ് സെറ്റുകളും ഉപയോഗിച്ചുള്ള സിംബോളിക്കായ ദൃശ്യക്രമീകരണം മുതലായവ എക്സ്പ്രഷണിസ്റ്റ് സിനിമകളുടെ പ്രത്യേകതയായി കാണാം.

നിശബ്ദതയിൽ നിന്ന് ശബ്ദകാലത്തിലേക്ക്

മനുഷ്യശബ്ദം സിനിമയിൽ ആദ്യമായി കേട്ടത് 1927 ഒക്ടോബർ 5ന്, ദി ജാസ് സിംഗറിലാണ്. 'നിങ്ങൾ ഇതുവരെ ഒന്നും കേട്ടിട്ടില്ല'. എന്ന വാക്കുകളാണ് സിനിമയിലൂടെ മനുഷ്യൻ ശ്രവിച്ച ആദ്യശബ്ദങ്ങൾ. 'ജാസ് സിംഗറി'ൽ കുറച്ചു സ്ഥലങ്ങളിൽ മാത്രമാണ് ശബ്ദമുപയോഗപ്പെടുത്തിയത്. ജാസ് സിംഗറിന്റെ നിർമാതാക്കളായ വാർണർ ബ്രദേഴ്സിന്റെ അടുത്ത ചിത്രമായ 'ദി ലൈറ്റ് ഓഫ് ന്യൂയോർക്ക്'' (1928) പൂർണമായും ശബ്ദസിനിമയായിരുന്നു. ശബ്ദം എന്ന യാഥാർത്ഥ്യവുമായി പൊരുത്തപ്പെട്ടു പോകാൻ ആദ്യകാല ചലച്ചിത്രകാരന്മാർക്കും സൈദ്ധാന്തികർക്കും ബുദ്ധിമുട്ടായിരുന്നു. പുതുതായി കൈവന്ന ശബ്ദം സിനിമയുടെ കലാപരതയിൽ പ്രതിസന്ധികളുളവാക്കി. മൂന്നു ദശകം കൊണ്ട് സിനിമ സ്വായത്തമാക്കിയ ഭാഷയും വ്യാകരണവുമെല്ലാം ശിഥിലമാകുമോ വിസ്മരിക്കപ്പെടുമോ എന്ന അവസ്ഥ ചലച്ചിത്രകാരന്മാരിൽ പ്രശ്നങ്ങൾ സൃഷ്ടിച്ചു. നാടകത്തിന്റെ വലിയ സ്വാധീനം സിനിമയിൽ വരാൻ തുടങ്ങി. സിനിമ നാടകത്തിന്റെ നിഴൽരൂപമാകാൻ തുടങ്ങി. സിനിമയെ ഇത്തരത്തിൽ സാങ്കേതികവും സൗന്ദര്യാത്മകവുമായ പ്രതിസന്ധിയിൽ നിന്ന് രക്ഷിച്ചത് കിംഗ് വിദോറും ലുബിറ്റ് ഷും വാൾട്ട് ഡിസ്നിയുമാണ്. ഡിസ്നിയുടെ കാർട്ടൂൺ ചിത്രങ്ങളിൽ ശബ്ദം ഫലപ്രദമായി നിബന്ധിക്കപ്പെട്ടു. ശബ്ദം കലാപരമായി സിനിമയിൽ ഉപയോഗിക്കാമെന്ന് ഫ്രഞ്ച് സംവിധായകരായ ഷാൻ റെമ്പാർ, റെനെ ക്ലെയർ, ഷാൻ എപ്സ്റ്റെൻ, ജൂലിയൻ ദുവീവിയർ എന്നിവർ തങ്ങളുടെ ചിത്രങ്ങളിൽ പരീക്ഷണാത്മകമായി തെളിയിച്ചു. 'ആബേൽ ഗാൻസ്', സിനിരമ എന്ന സാങ്കേതിക സംവിധാനത്തിന്റെ മുന്നോടിയായി സ്ക്രീൻ മൂന്നായി തിരിച്ചു കൊണ്ടുള്ള ആവിഷ്ക്കാരം നിർവഹിച്ചു. ത്രിമാന കാഴ്ച –ത്രീ. ഡി യുടെ) യുടെ പല അംശങ്ങളും ഗാൻസിന്റെ ചിത്രങ്ങളിലുണ്ടായിരുന്നു ഗാൻസ് തന്റെ ചലച്ചിത്രങ്ങളിലെല്ലാം ശബ്ദത്തെ സമർത്ഥമായി ഉപയോഗിച്ചിട്ടുണ്ട്. സിനിമയെ നാടകസ്വാധീനത്തിൽ നിന്നു വിമുക്തമാക്കുകയും സാഹിത്യത്തോടടുപ്പിക്കുകയും ചെയ്ത പ്രതിഭാശാലിയാണ് ഷാൻ റെന്വാർ. സാഹിത്യാധിഷ്ഠിതമായ സിനിമയുടെ കാലഘട്ടത്തിലും സാഹിത്യ നിർമുക്തമായ നവതരംഗഘട്ടത്തിലും ഒരേ പോലെ പ്രസക്തമാണ് അദ്ദേഹത്തിന്റെ ചലച്ചിത്രങ്ങൾ. ലാ ഗ്രാൻഡ് ഇല്യൂഷൻ (1937), ദി റൂൾസ് ഓഫ് ദി ഗെയിം (1939), ലോവർ ഡെപ്ത്സ് (1936), ഷോട്ടാർഡ് ആൻഡ് കമ്പനി (1934), മാഡം ബോവറി (1934), ദി ഹ്യൂമൻ ബീസ്റ്റ്

(1938) എന്നിവയാണ് ഷാൻ റെമ്പാറിന്റെ ചിത്രങ്ങൾ. നിശബ്ദ സിനിമയിൽ ഷോട്ടുകളുടെ എണ്ണത്തിൽ ധാരാളിത്തം കാട്ടിയിരുന്ന റെമ്പാർ ശബ്ദം വന്ന ശേഷം ഷോട്ടുകളുടെ എണ്ണത്തിൽ പിശുക്കു കാട്ടി. സാങ്കേതികമായി തനിമയുള്ള കലാരൂപമാക്കി സിനിമയെ മാറ്റാൻ റെമ്പാർ എന്ന ഫ്രഞ്ച് ചലച്ചിത്രപ്രതിഭയ്ക്ക് സാധിച്ചു.

ഇറ്റാലിയൻ നിയോറിയലിസം

ലോകസിനിമയിലെ ഏറ്റവും ശ്രദ്ധേയമായ ചലച്ചിത്രപ്രസ്ഥാനമാണ് ഇറ്റലിയിലുയിർക്കൊണ്ട നിയോ റിയലിസം. യുദ്ധവും ആഭ്യന്തര കലാപവും കത്തിപ്പടർന്ന ഇറ്റലിയുടെ ദുരിതകാലത്താണ് തെരുവുജീവിതവും മനുഷ്യന്റെ ജീവിതപ്പോരാട്ടങ്ങും ലളിതമായി ആവിഷ്കരിച്ചുകൊണ്ട് നവയാഥാർത്ഥ്യ പ്രസ്ഥാനം രൂപംകൊണ്ടത്. രണ്ടാം ലോകമഹായുദ്ധാനന്തര സമൂഹത്തിലെ അശരണരായ പാവപ്പെട്ടവരുടെയും തൊഴിലാളികളുടെയും പ്രശ്നങ്ങളിലേക്കു കേന്ദ്രീകരിക്കുന്ന ചലച്ചിത്രങ്ങളായിരുന്നു ഈ ധാരയിലേത്. സിനിമാ മാഗസിനുമായി ബന്ധപ്പെട്ട് ഇറ്റലിയിൽ പ്രവർത്തിച്ച ഒരു കൂട്ടം ചലച്ചിത്രപ്രണേതാക്കളായിരുന്നു നിയോറിയലിസത്തിന്റെ പ്രോദ്ഘാടകർ. സിസെയർ സവാട്ടിനി, റോസലിനി, വിക്ടോറിയ ഡിസീക്ക, ഫെല്ലിനി, പസോളിനി, വിഷ്കോണ്ടി എന്നിവരുടെ ചിത്രങ്ങളിലൂടെ നിയോറിയലിസം ശക്തമായ ചലച്ചിത്രപ്രസ്ഥാനമായി വികസിച്ചു. 1953ൽ സവാട്ടിനി എഴുതിയ 'some idea on the Cinema' ഇതിന്റെ പ്രമാണ രേഖയായി. 1945ൽ പുറത്തിറങ്ങിയ റോസല്ലിനിയുടെ 'റോം ഓപ്പൺ സിറ്റി'യാണ് പ്രോദ്ഘാടന ചിത്രം. 1948ലെ വിക്ടോറിയ ഡിസീക്കയുടെ 'ബൈസൈക്കിൾ തീവ്സ്' ഈ ചലച്ചിത്രദർശനത്തിന്റെ സാർവദേശീയ ഐക്കണായിത്തീർന്നു. ല്യൂഗി ബർതോലിനിയുടെ നോവലിനെ ആധാരമാക്കി സിസെയർ സവാട്ടിനി രചിച്ചതാണ് ഈ ബ്ലാക്ക് ആന്റ് വൈറ്റ് ചിത്രം. ലോകം മുഴുവൻ ഇതിന്റെ മാറ്റൊലികളുണ്ടായി. നായകനായ അന്റോണിയോ റിക്കിയും മകൻ ബ്രൂണോയും പ്രേക്ഷക മനസ്സിൽ ഒരു വിങ്ങലോടെ നിലകൊണ്ടു. സമകാലിക ഇറാൻ സിനിമ വരെ ഈ സ്വാധീനം നിലനില്ക്കുന്നു. ഇൻഡ്യൻ സിനിമയിൽ സത്യജിത്ത് റേയും ഘട്ടക്കും മൃണാൾസെന്നും അടൂരും അരവിന്ദനുമൊക്കെ പലനിലയിൽ ഈ ദർശനത്തെ തങ്ങളുടെ ചിത്രങ്ങളിലൂടെ നെഞ്ചേറ്റി. കഥാപാത്രങ്ങൾ പാവപ്പെട്ട തൊഴിലാളി വർഗത്തിൽ നിന്നുള്ളവരായിരിക്കും. മിക്കവാറും അശിക്ഷിതനടന്മാരാണവരെ അവതരിപ്പിക്കുക.

ഔട്ട്ഡോർ ചിത്രീകരണവും ഹാൻഡ് ഹെൽഡ് ക്യാമറയും മിസെൻ സീനിലെന്നപോലെ നീണ്ട ഷോട്ടുകളുമൊക്കെ നിയോ റിയലിസത്തിന്റെ പ്രത്യേകതകളാണ്. സാങ്കേതിക മികവിൽ അഭിമാനിയ്ക്കുന്ന ടെക്നീഷ്യന്മാരുടെ സാന്നിധ്യവും തിരക്കഥയും ഒഴിവാക്കി, ക്ലോസപ്പ്- ലോംഗ് ഷോട്ട് -കൗണ്ടർ ഷോട്ടുകൾ എന്നിവ ഉപേക്ഷിച്ച് ഒരു ബദൽ ചലചിത്രീകരണരീതി വികസിപ്പിച്ചു കൊണ്ടാണ് നിയോ റിയലിസം മുന്നോട്ടു പോയത്.

ഫ്രഞ്ച് നവതരംഗം

ഫ്രഞ്ച് സിനിമയിലെ വിഖ്യാത നിരൂപനായ ആന്ദ്രേ ബേസിൻ തുടക്കം കുറിച്ച, 1951ലെ Revue du Cinema എന്ന ചലച്ചിത്ര പ്രസിദ്ധീകരണമാണ് പിന്നീട് കഹേ ദു സിനിമ എന്ന പേരിലറിയപ്പെട്ടത്. ഈ മാസികയിൽ ബേസിൻ എഴുതിയ ചലച്ചിത്ര നിരൂപണ/ സിദ്ധാന്തങ്ങളാണ് ഫ്രഞ്ച് നവതരംഗമെന്ന സിനിമാ പ്രസ്ഥാനത്തിന് അടിത്തറ പാകിയത്. 1954ൽ ത്രൂഫോ എഴുതിയ ലേഖനം (La qualite Francaise auteur theory/la Politi que des Auteurs) ഈ പ്രസ്ഥാനത്തിന്റെ മാനിഫെസ്റ്റോയുമായി. രണ്ടാം ലോക മഹായുദ്ധാനന്തരമുള്ള സാമൂഹിക സാമ്പത്തിക തകർച്ചയെ പിൻപറ്റിയ ഈ ധാര ഫ്രാൻസിനു പുറത്ത് നവതരംഗം (New Wave) എന്നറിയപ്പെട്ടു. ക്ലീഷേ നിറഞ്ഞ പാരമ്പര്യ ചലച്ചിത്ര ആവിഷ്ക്കാര രീതികളെ തകർക്കൻ സമാനചിന്താഗതിക്കാരായ ചലച്ചിത്ര പ്രവർത്തകർ ഒരുമിച്ചു പ്രവർത്തിക്കുകയായിരുന്നു. കാലികമായ സാമൂഹിക-സാംസ്ക്കാരിക ഉച്ചനീചത്വങ്ങളെ എതിരിട്ടുകൊണ്ടും ഒപ്പം കലയുടെ രാഷ്ട്രീയദൗത്യം നിർവഹിച്ചും നവതരംഗം ലോകസിനിമയുടെ ചരിത്രത്തിൽ ശ്രദ്ധേയമായ സ്ഥാനം നേടി. കവിയും ചലച്ചിത്രകാരനുമായ ഷാൻ കോക്ത്തുവാണ് ഈ പ്രസ്ഥാനത്തിന്റെ പ്രധാന വക്താക്കളിലൊരാൾ. 'കഹേ ദു സിനിമ'യിലെ നിരൂപക പ്രമുഖനായ ആന്ദ്രേ ബേസിൻ ചാലകശക്തിയായിരുന്നു. കൊമേഴ്സ്യൽ സിനിമയുടെ ആഡംബരങ്ങൾക്കിടയിലെ ഓഫ് ബീറ്റ്/ ലോ ബഡ്ജറ്റ് പരീക്ഷണശ്രമങ്ങളായിരുന്നു ഇവ. കൃത്രിമമായ സ്റ്റുഡിയോ സെറ്റുകളിൽ നിന്ന് പുറം ലോകത്തെ നൊമ്പരങ്ങളിലേയ്ക്കും വേദനകളിലേയ്ക്കും ചലച്ചിത്രകാരന്മാർ ആഴ്ന്നിറങ്ങി. പ്രമേയസ്വീകരണത്തിലും ചിത്രീകരണത്തിലും എഡിറ്റിംഗിലും ശബ്ദപഥത്തിലുമെല്ലാം പൂർവപാരമ്പര്യങ്ങളെ തകിടം മറിയ്ക്കുന്ന അവതരണ ശൈലി പ്രേക്ഷകരിൽ ആഘാതം സൃഷ്ടിക്കുന്നതായിരുന്നു. സംഭാഷണങ്ങളിലെ പുതുമയും

സ്ഥല-കാല സങ്കല്പങ്ങളെ തകർക്കുന്ന ജംപ് കട്ടുകളുമൊക്കെ പ്രധാന ഘടകമായിരുന്നു. ഷാബ്രോളിന്റെ 1958ലെ 'ലേ ബ്യൂ സെർഗ്'' ഈ പ്രസ്ഥാനത്തിലെ ആദ്യ സിനിമയായി. ഗോദാർദിന്റെ ബ്രത്ത് ലസ്, ത്രൂഫോയുടെ ഡേ ഫോർ നൈറ്റ്, ദ 400 ബ്ലോസ്സ് എന്നീ സിനിമകൾ ഈ പ്രസ്ഥാനത്തെ ലോകസിനിമാ ചരിത്രത്തിൽ അടയാളപ്പെടുത്തി. ഗൊദാർദ്, ത്രൂഫോ, ക്ളോദ് ഷാബ്രോൾ, ജാക്വിസ് റിവിറ്റേ തുടങ്ങിയവരും കഹേ ദ്ദ സിനിമക്കാരല്ലാത്ത ലൂയിസ് മാല്ലെ, അലൻ റെനെ, ആഗ്നസ് വർദ്ദ, ജാക്വസ് ഡെമി എന്നിവരും ഈ ധാരയിലെ പ്രമുഖ സംവിധായകരാണ്.

പേഴ്സണൽ സിനിമയും സിനിമാ വെരിറ്റെയും

1950-കളിൽ യൂറോപ്യൻ രാജ്യങ്ങളിൽ ശക്തിപ്രാപിച്ച വ്യക്തിഗത സിനിമയുടെ (Subjective Cinema) പ്രമുഖ വക്താവ് റോബർട്ട് ആൾട്ട്മാനായിരുന്നു. സിനിമ സംവിധായന്റെ കലയാണ് (Directors Perspective Film) എന്ന ദർശനത്തെ വ്യക്തിഗത സിനിമ തീവ്രമായി പിന്തുടരുന്നു. റഷ്യയിലെ 'കിനോ പ്രവ്ദ'യിൽ നിന്ന് പ്രചോദനമുൾക്കൊണ്ട് ഫ്രാൻസിലെ ചലച്ചിത്രകാരന്മാർ അവതരിപ്പിച്ച ഡോക്യുമെന്ററി ശൈലീ ചിത്രീകരണമാണ് സിനിമാ വെരിറ്റെ. യഥാർത്ഥ കഥാപാത്രങ്ങളെയും സ്ഥല-കാലങ്ങളെയും അതിന്റെ തനതു സത്തയിൽതന്നെ ആഡംബരങ്ങളില്ലാതെ പകർത്തുന്നു. ദൃക്സാക്ഷി മട്ടിലാണ് ചിത്രീകരണം. കഥാപാത്രങ്ങളും ചലച്ചിത്രകാരനും തമ്മിൽ സർഗാത്മകമായ ഇടപെടലുണ്ടായിരിക്കും. പലപ്പോഴും അഭിമുഖ രീതിയിലായിരിക്കും ഇതുണ്ടാവുക. പ്രമേയത്തിനെതിരെ പ്രകോപനപരമായ നിലപാടെടുക്കുന്ന നിലയും കാണാം. ഫ്ലാഹർട്ടിയുടെ 'നാനൂക്ക് ഓഫ് നോർത്ത്'' സിനിമാ വെരിറ്റെക്കാരുടെ ആദ്യ പ്രചോദനമാണ്.

ഫ്രീ സിനിമ

രണ്ടാം ലോക മഹായുദ്ധാനന്തരം ബ്രിട്ടീഷ് സിനിമകൾ സാഹിത്യ കേന്ദ്രീകൃതമായിരുന്നു. ഇതിൽ നിന്ന് ചമയ്ക്കപ്പെടുന്ന ദൃശ്യഭാഷ പ്രതിലോമതയിലേക്ക് നയിച്ചിരുന്നു. സിനിമയെ സ്റ്റുഡിയോകളിൽ തളച്ചിടുന്ന ഈ രീതിയ്ക്കെതിരെ കലഹിച്ച ഒരു കൂട്ടം ചലച്ചിത്രകാരന്മാർ 1950കളിൽ ഇംഗ്ലണ്ടിൽ ഡോക്യുമെന്ററി ശൈലിയിലുള്ള ചലച്ചിത്രനിർമ്മാണമാരംഭിച്ചു. തങ്ങൾ ജീവിക്കുന്ന സമകാലീന ലോകത്തിന്റെ പ്രശ്നങ്ങളിലേക്ക് ഇവർ ക്യാമറ തിരിച്ചു.

നവതരംഗ സിനിമയുടെ സ്വാധീനഫലമായി ഈ ശൈലിയെ കാണാം. ടോണി ആൻഡേഴ്സൺ, കെരേൾ റീസ്, ലോർസാ മസ്സീറ്റി, ടോണി റിച്ചാർഡ്സൺ, ലിൻഡോ ആൻഡേഴ്സൻ, കരോൾ റീഡ്, ജോൺ ഫ്ളക്ച്ചർ എന്നീ ചലച്ചിത്രകാരന്മാൻ ഫ്രീ സിനിമയുടെ വക്താക്കളായിരുന്നു.

സിനിമാ നോവോ

ലാറ്റിനമേരിക്കയിൽ അറുപതുകളുടെ പകുതിയിൽ ബ്രസീലിയൻ ചലച്ചിത്രകാരന്മാർ സിനിമാ നോവോ എന്ന പ്രസ്ഥാനത്തിന് രൂപം നൽകി. വ്യവസ്ഥയ്ക്കെതിരെയുള്ള പ്രതിഷേധരൂപമായി രൂപം കൊണ്ട ഈചലച്ചിത്ര പ്രസ്ഥാനത്തെ ചിലിയിൽ അവിടുത്തെ ഫാസിസ്റ്റ് ഭരണകൂടം മുളയിലേ നുള്ളാൻ ശ്രമിച്ചു. ഇറ്റാലിയൻ നിയോ റിയലിസവും ഫ്രഞ്ച് ന്യൂവേവും ഡയറക്ട് സിനിമ ടെക്നിക്കുകളും ന്യൂയോ കിനോ എന്ന രീതിയിൽ ജർമ്മനിയിൽ രൂപം കൊണ്ട സിനിമാ ശൈലിയും സിനിമാ നോവോയിൽ സ്വാധീനം ചെലുത്തി. ബ്രസീലിയൻ ജീവിതയാഥാർത്ഥ്യങ്ങൾക്കു നേരെ തുറന്നുവെച്ച കണ്ണുകൾ പോലെയായിരുന്നു ഈ പ്രസ്ഥാനത്തിലെ സിനിമകൾ. ദാരിദ്ര്യവും വിശപ്പിന്റെ വിളിയും സർഗാത്മകമായി അവതരിപ്പിക്കപ്പെട്ട ഈ ചിത്രങ്ങൾ വേദന പങ്കുവെയ്ക്കുന്ന അനുഭവം സമ്മാനിച്ചു. ഈ ധാരയിലെ ഏറ്റവും പ്രമുഖനായ സംവിധായകൻ ഗ്ലോബേർ റോഷയായിരുന്നു. പട്ടാളഭരണകൂടത്തിനും മതവ്യവസ്ഥാപിതത്വങ്ങൾക്കുമെതിരായി, ബ്രസീലിയൻ ജനതയുടെ കഠിനമായ ജീവിതയാഥാർത്ഥ്യങ്ങളെ തീവ്രമായി ആവിഷ്കരിച്ചുകൊണ്ട് സിനിമയെ സമരായുധമാക്കിത്തീർത്ത ചലച്ചിത്രകാരനായിരുന്നു അദ്ദേഹം. കോർപ്പറേറ്റ്- കൊളോണിയൽ ശക്തികൾ ഗ്രാമീണ ജനതയ്ക്കുമേൽ ഏൽപ്പിക്കുന്ന ദുരിതങ്ങളെ തുറന്നുകാട്ടുന്നവയായിരുന്നു റോഷയുടെ ചിത്രങ്ങൾ. ബ്രഹ്ത്തിന്റെ നാടക സങ്കല്പവും ഇറ്റാലിയൻ നിയോ റിയലിസവും ഫ്രഞ്ച് ന്യൂ വേവ് ശൈലിയും റോഷയെ ആഴത്തിൽ സ്വാധീനിക്കുകയുണ്ടായി. പാരമ്പര്യ വിശ്വാസങ്ങളെയും നാടോടിക്കഥാപാത്രങ്ങളെയും സ്വന്തം രാഷ്ട്രീയവിശ്വാസങ്ങളെയും തന്റെ കഥപാത്രങ്ങളിലൂടെ പകർന്നാടുവാൻ അദ്ദേഹം ശ്രമിച്ചിരുന്നു. ഉപമകളും ചിഹ്നങ്ങളും അന്യാപദേശങ്ങളും നിഗൂഹനം ചെയ്ത റോഷയുടെ ചലച്ചിത്രങ്ങൾ മനസിലാക്കൻ കേവലാസ്വാദന ബോധ്യങ്ങൾ മതിയാവില്ല. റോഷയുടെ 'ബ്ലാക്ക് ഡോഗ് വൈറ്റ് ഡെവിൾ' എന്ന ചിത്രം സിനിമാ നോവ പ്രസ്ഥാനത്തിന്റെ സവിശേഷതകൾ

അടയാളപ്പെടുന്ന മികച്ച ഉദാഹരണമാണ്.

മിലിറ്റന്റ് സിനിമ

1969ൽ ലാറ്റിനമേരിക്കൻ സംവിധായകരുടെ കൂട്ടായ്മയിലാണ് മിലിറ്റന്റ് സിനിമയുടെ പിറവി. 'ഹവർ ഓഫ് ഫർണസ്സസ്സ്'1968-ൽ അർജന്റീനയിലെ റാഡിക്കൽ ഫിലിം മെയ്ക്കേഴ്സ് രൂപപ്പെടുത്തിയ ഡൊക്യുമെന്ററി ചിത്രമാണ്. ലാറ്റിനമേരിക്കയുടെ വിപ്ലവ സിനിമയാണ് ദി ഹവർ ഓഫ് ഫർണസസ്. രണ്ടു വർഷക്കാലത്തോളം അർജന്റീനയിലുടനീളം സഞ്ചരിച്ചു കൊണ്ടാണ് ഫെർണാണ്ടോ ഇ സൊളാനസും തിരക്കഥാ സഹകാരിയായ ഒക്ടോവിയോ ഗെറ്റിനോയും ചേർന്ന് ഈ സിനിമ ചിത്രീകരിച്ചത്. 260 മിനിറ്റ് ദൈർഘ്യമുള്ള, മൂന്ന് ഉപഭാഗങ്ങളുള്ള(നവ കോളോണിയലിസവും പ്രതിരോധവും - വിമോചന പ്രവർത്തനങ്ങൾ - പ്രതിരോധവും സ്വാതന്ത്ര്യവും) ഈ ബ്ലാക്ക് ആന്റ് വൈറ്റ് ചിത്രം ലാറ്റിനമേരിക്കയുടെ പ്രത്യേകിച്ച് അർജന്റീനയുടെ സാംസ്കാരിക-സാമ്പത്തിക ജീവിതത്തിൽ യൂറോപ്യൻ ശക്തികൾ നടത്തുന്ന ഇടപെടലുകളാണ് ഇതിവൃത്തമാക്കുന്നത്. ആർക്കേവ് ഫൂട്ടേജുകളും അഭിമുഖങ്ങളും കവിതകളും കൊളാഷുകളുമെല്ലാം ഉൾച്ചേർന്ന ഘടനയാണിതിന്. കർഷകരും തൊഴിലാളികളും വിപ്ളവകാരികളും ചേർന്നാണ് 'വെടിച്ചില്ലു ചീറുന്ന ദൃശ്യങ്ങൾ' നിറഞ്ഞ ഈ സിനിമ യാഥാർത്ഥ്യമാക്കിയത്. പ്രതിപാദനരീതിയുടെ ഊർജ്ജ പ്രവാഹത്താലും രാഷ്ട്രീയപരവും ആശയപരവുമായ സത്യസന്ധതയാലും ലോകത്തുണ്ടായിട്ടുള്ള വിപ്ലവ സിനിമകളിൽ നിന്നും വേറിട്ടു നില്ക്കുന്ന ഈ ചലച്ചിത്രം. ചലച്ചിത്രലോകത്ത് ഗറില്ലാ സിനിമയെന്നും ലാറ്റിനമേരിയ്ക്കൻ സിനിമയിലെ പൊടെംകിനെന്നും വിളിയ്ക്കപ്പെട്ടിട്ടുള്ള സിനിമയാണ് ദി ഹവർ ഓഫ് ഫർണസസ്. അണ്ടർ ഗ്രൗണ്ട് സിനിമ, അവാങ്ഗാദ് സിനിമ, മിലിറ്റന്റ് സിനിമ, ഇംപെർഫക്ട് സിനിമ തുടങ്ങി പല വിധ ചലച്ചിത്രശൈലികൾപിന്നീട് രൂപം കൊണ്ടു. ഒളിഞ്ഞും മറഞ്ഞും ചിത്രീകരിച്ച ഈ സിനിമയുടെ ചിത്രീകരണാനുഭവങ്ങളെക്കുറിച്ച് Towards a Third Cinema (യൂറോപ്യൻ - ഹോളിവുഡ് സിനിമകൾക്ക് ഒരു ബദൽരേഖ) എന്ന നീണ്ടലേഖനത്തിൽ സൊളനാസും ഗെറ്റിനോയും വിവരിയ്ക്കുന്നുണ്ട്. ലോകമാകെയുള്ള നവ ചലച്ചിത്രപ്രവർത്തകർക്ക് പ്രചോദനമായി ഈ നയപ്രഖ്യാപന രേഖ.

അണ്ടർ ഗ്രൗണ്ട് സിനിമ

അറുപതുകളിൽ അമേരിക്കൻ സിനിമയിൽ പാരമ്പര്യാധിഷ്ഠിത രീതികളുടെ നിഷേധമായി പിറവിയെടുത്ത പ്രസ്ഥാനം. ഹോളിവുഡ് സിനിമകളുടെ മേധാവിത്വത്തിൽ പ്രകോപിതരായ യുവസംവിധായകർ ആശയപ്രചാരണത്തിനു കണ്ടെത്തിയ ഉപാധിയായിരുന്നു അധോതല സിനിമ. ഹോളിവുഡിലെ ആന്റി- ആർട്ട് സംവിധായകർക്കെതിരെ റൗൾ വാൽഷ്, ഹോവാർഡ് ഹാക്ക്സ്, വില്യം ബൽമാൻ തുടങ്ങിയവർ ഈ പ്രസ്ഥാനത്തെ വളർത്തിയെടുത്തു.

ഇൻഡിപെന്റന്റ് സിനിമ

സിനിമാ സ്റ്റുഡിയോ സംസ്കാരം നിലച്ചു തുടങ്ങിയ 1950-60 കാലഘട്ടത്തിൽ ഹോളിവുഡിൽ ഉടലെടുത്ത പ്രവണതയാണ് ഇൻഡിപെന്റന്റ് സിനിമ. സെക്സും വയലൻസും നാടകീയവത്ക്കരിക്കുന്ന സമീപനമാണ് ഇതിന്റെ കാതൽ. ക്ലാസിക്കൽ സിനിമകളിൽ നിന്നുള്ള പ്രമേയപരവും രൂപപരവുമായ വ്യതിചലനമായിരുന്നു ഇത്. നായകൻ- പ്രതിനായകൻ അതിർത്തികൾ ഇതിൽ ഇല്ലാതായി. പാത്രചിത്രീകരണത്തിലെ പുതുമകളും കഥാഘടനയിലെ അപ്രതീക്ഷിതമായ ട്വിസ്റ്റുകളും ഇത്തരം സിനിമകളെ ശ്രദ്ധേയമാക്കി.

സിനിമ ഡു ല്യൂക്ക്

എൺപതുകളിൽ സിനിമാ സംസ്ക്കാരത്തിന് വലിയ തോതിൽ മാറ്റം വന്നു. വീഡിയോ ഗെയിം, ഫാഷൻ, പരസ്യം, മ്യൂസിക്ക് വീഡിയോ എന്നിവയ്ക്ക് ഈ കാലഘട്ടത്തിൽ പ്രാധാന്യമേറി വന്നു. 1990 ന്റെ തുടക്കത്തിൽ പോപ്പ് കൾച്ചർ രൂപപ്പെട്ടു. ഇത് ഫ്രാൻസിൽ സിനിമാ വ്യവസായത്തിന്റെ വളർച്ചയെ സഹായിക്കുകയും ഉന്നത രീതിയിലുള്ളതും വർണ്ണാഭവുമായ മ്യൂസിക്ക് വീഡിയോകളും പരസ്യങ്ങളും നിർമ്മിക്കാൻ ചലച്ചിത്രകാരന്മാരെ സഹായിക്കുകയും ചെയ്തു. ആധുനിക ശൈലി പിന്തുടർന്ന് ജീൻ ജാക്വസ് ബീനിക്സ്, ലിയോ കരാക്സ്, ല്യൂക്ക് ബെസ്സൻ എന്നീ സംവിധായകർ ആരംഭിച്ച ചലച്ചിത്രശൈലിയാണ് സിനിമാ ഡു ല്യൂക്ക്. അറുപതുകളിലെ നവതരംഗ സിനിമയാൽ പ്രചോദിതരായ ഇവർ സിനിമയെ വർണ്ണാഭവും കഥേതരവുമാക്കി. മ്യൂസിക്ക് വീഡിയോകളുടെ നിർമ്മാണ ശൈലി അവലംബിച്ചു. അതായത് മോഡേൺ പോപ്പ് കൾച്ചർ ഇടകലർന്നതും നാടകീയമായ കാഴ്ചകളെ ഒഴിവാക്കിക്കൊണ്ടുള്ളതുമായിരുന്നു

സിനിമ ഡു ലൂക്ക് മൂവ്മെന്റ്. ബെറ്റി ബ്ലൂ (ജാക്വിസ് ബീനിക്സ്) ലെസ് അമാൻറ്റ്സ് ഡു പോയിന്റ് ന്യൂഫ് (ലിയോസ് കരാക്സ്) ലിയോൺ ദി പ്രൊഫഷണൽ (ലൂക് ബെസൻ) എന്നിവ ശ്രദ്ധേയമായ സിനിമകളാണ്.

ഡോഗ്മി – 95

ഡെൻമാർക്ക് കേന്ദ്രീകരിച്ച് രൂപംകൊണ്ട ഫിലിം മൂവ്മെന്റായിരുന്നു ഡോഗ്മി -95. സംവിധായകരായ ലാഴ്സ് വോൺ ട്രയറും തോമസ് വിന്റർ ബർഗ്ഗും ചേർന്നാണ് ഈ പ്രസ്ഥാനത്തിന് മാനിഫെസ്റ്റോ എഴുതി തയ്യാറാക്കിയത്. സിനിമകൾ ഡോക്യുമെന്ററി ശൈലിയിൽ ചിത്രീകരിക്കുന്നതായിരുന്നു ഇവരുടെ രീതി. ചില നിയമങ്ങൾ ഇതുമായി ബന്ധപ്പെട്ട് ആവിഷ്കരിക്കപ്പെട്ടു. എന്നാൽ ഇവ പലപ്പോഴും ലംഘിക്കപ്പെടുന്നതുമായിരുന്നു. 35 എം. എം ഫിലിം മാത്രമേ ഉപയോഗിക്കാവൂ എന്നൊരു നിർബന്ധമുണ്ടായിരുന്നു. എന്നാൽ വീഡിയോ ടേപ്പുകൾ വന്നതോടെ ആ നിയമം ലംഘിക്കപ്പെട്ടു. ലൊക്കേഷനിൽ ഷൂട്ട് ചെയ്യുന്നതു മാത്രമേ സിനിമയിൽ ഉപയോഗിക്കാവൂ, സൗണ്ട്, ലൈറ്റ് എന്നിവയൊന്നും പിന്നീട് ചേർക്കാൻ പാടില്ല എന്നും അനാവശ്യമായ സംഘട്ടനങ്ങളൊന്നും സിനിമകളിൽ ഉണ്ടാകരുത് എന്നും ചട്ടമുണ്ടായിരുന്നു. ഹാന്റ് ഹെൽഡായി ഷൂട്ട് ചെയ്തും നാച്ചുറൽ ലൈറ്റ് ഉപയോഗപ്പെടുത്തിക്കൊണ്ടുമൊക്കെ സിനിമ നിർമ്മിക്കാനാണ് ഡോഗ്മി പ്രസ്ഥാനത്തിന്റെ പ്രയോക്താക്കൾ ശ്രമിച്ചത്.

സിനിമയുടെ ദേശഭേദങ്ങൾ

അനുപമമായ പ്രതിഭാശേഷി പുലർത്തിയ ഏതാനും സംവിധായകരുടെ സാന്നിധ്യം കൊണ്ട് ഹോളിവുഡിന്റെ കലാപരമായ പ്രസക്തി മുൻതൂക്കം നേടിയ കാലമാണ് 1930കൾ. ജോൺ ഫോർഡ്, ഓഴ്സൻ വെൽസ്, സ്റ്റേൺ ബർഗ് തുടങ്ങിയവരാണ് ആ സംവിധായകർ. സ്റ്റേജ് കോച്ച്(1939), ദി ഇൻഫോർമർ(1935), ദി ലോംഗ് വോയേജ് ഹോം(1940), ഗ്രേപ്സ് ഓഫ് റാത്ത്(1940) എന്നിവയാണ് ജോൺ ഫോർഡിന്റെ പ്രസിദ്ധ ചിത്രങ്ങൾ. ദി ബ്ലൂ എയ്ഞ്ചൽ ആണ് സ്റ്റേൺ ബർഗിന്റെ പ്രമുഖ ചിത്രം. ഇക്കാലയളവിൽ ശ്രദ്ധേയനായ മറ്റൊരു സംവിധായകനാണ് ആൽഫ്രഡ് ഹിച്ച് കോക്ക്. ബ്രിട്ടീഷുകാരനായ ഹിച്ച് കോക്ക് ആദ്യഘട്ടത്തിൽ ബ്രിട്ടനിൽ തന്നെയാണ് ചലച്ചിത്രപ്രവർത്തനം നടത്തിയത്. 1935ൽ പുറത്തിറങ്ങിയ ദിമാൻ

ഫ്ള നൃ ട്ട മച്ചം, ദി തേർട്ടി നൈൻ സ്റ്റെപ്സുമാണ് ഹിച്ച്കോക്കിനെ ലോകശ്രദ്ധയിലേക്കു കൊണ്ടുവന്നത്. പ്രമേയ പരിചരണത്തിലും ശില്പവൈദഗ്ധ്യത്തിലും അദ്വിതീയനായിരുന്നു ഹിച്ച്കോക്ക്. സൈക്കോ(1960)എന്ന വിഖ്യാതസിനിമ ഹൊറർ സിനിമയിലെ അപൂർവ സൃഷ്ടിയാണ്. ഹിച്ച് കോക്കിന്റെ ഹോളിവുഡ് ചിത്രങ്ങൾ താരബഹുലവും വർണ്ണപ്പൊലിമ തികഞ്ഞതുമാ യിരുന്നു. റോപ് (1945), ഷാഡോ ഓഫ് എ ഡൗട്ട് (1948), നോർത്ത് ബൈ നോർത്ത് വെസ്റ്റ് (1959), ഡയൽ എം ഫോർ മർഡർ (1954), ദി ബേർഡ്സ് (1963) എന്നിവയാണ് പ്രസിദ്ധമായ ഹിച്ച് കോക്കിയൻ ചിത്രങ്ങൾ. ഓഴ്സൺ വെൽസ് എന്ന സംവിധായകൻ സിറ്റിസൺ കെയ്ൻ എന്ന ഒരൊറ്റ ചലച്ചിത്രത്തിലൂടെ ലോകസിനിമയിലെ അനശ്വര പ്രതിഭയാണെന്നു തെളിയിച്ചു.

സ്വീഡിഷ് സിനിമയുടെ പര്യായമാണ് ഇൻഗ്മർ ബെർഗ്മാൻ. ലോകസിനിമയിലെ എക്കാലത്തേയും മികച്ച ക്ലാസിക്കുകൾ സംവിധാനം ചെയ്തു ബെർഗ്മാൻ സിനിമയിലെ ദാർശനികനാ യിരുന്നു. 1945-ൽ ബർഗ്മാൻ തന്റെ ആദ്യ ചിത്രം - ക്രൈസിസ് സംവിധാനം ചെയ്തു. തുടക്കം മുതല്ക്കു തന്നെ ബർഗ്മാൻ വ്യക്തിഗത മായ ഒരു ശൈലി പുലർത്താൻ നിഷ്ക്കർഷ കാട്ടി. കലാകാരന്റെ മാനുഷികവും ദാർശനികവുമായ പ്രശ്നങ്ങൾ, സ്ത്രീയുടെ അന്തർസം ഘർഷങ്ങൾ ആത്മാലാപ സ്വഭാവത്തിലുള്ള സംഭാഷണ ശൈലി എന്നിവ ബർഗ്മാൻ എന്ന അതുല്യപ്രതിഭയുടെ തനിമയായി കാണാം. ബർഗ്മാൻ ചലച്ചിത്രങ്ങളിലെ അഭിനേതാക്കളുടെ പ്രകടനം എടുത്തു പറയേണ്ടതാണ്. ബിബി ആൻഡേഴ്സൻ, ലിവ് ഉൾമാൻ, മാർക്സ് ഫോൺ സിഡോ, ഹാരീറ്റ് ആൻഡേഴ്സൻ, ഗുണ്ണാർ ബോൺ സ്ലാൻഡ് തുടങ്ങിയവരാണ് ബർഗ്മാന്റെ കഥാപാത്രങ്ങൾക്ക് ജീവൻ പകർന്നിട്ടുള്ളത്. വൈൽഡ് സ്ട്രോബറീസ്, ഓട്ടം സൊനാറ്റ, തെഴ്സ്റ്റ്, വെർജിൻ സ്പ്രിംഗ്, പേർസോണ, സെവൻത് സീൽ, ദ മാജിക് ഫ്ലൂട്ട് എന്നിങ്ങനെ ലോകസിനിമയിലെ എക്കാലത്തും ശ്രദ്ധേയമായ ചിത്രങ്ങൾ അദ്ദേഹം സംവിധാനം ചെയ്തു. മനുഷ്യനും മരണവും തമ്മിലും പോരാട്ടം നടക്കുന്ന 'സെവൻത് സീലാ'ണ് അദ്ദേഹത്തി ന്റെ മാസ്റ്റർപീസ്.

ഏഷ്യൻ രാജ്യങ്ങളിൽ സിനിമയുടെ ഭൂപടത്തിൽ ആദ്യ സ്ഥാനം നേടിയത് ജപ്പാനാണ്. വിപുലവും മഹത്തുമായ ഒരു ദൃശ്യപാരമ്പര്യം ജപ്പാന് അവകാശപ്പെടാനുണ്ട്. 1951-ൽ വെനീസ് ചലച്ചിത്രമേ ളയിൽ അകിരാ കുറസോവയുടെ റാഷോമോൺ പുരസ്കൃതമാകുന്ന തോടെയാണ് ജാപ്പനീസ് സിനിമ ലോകശ്രദ്ധയിലേക്കുയരുന്നത്.

കെൻജി മിസോഗുച്ചി, യ സുജിറോ ഒസു എന്നിവർ ശ്രദ്ധേയരായ ജാപ്പനീസ് ചലച്ചിത്രകാരന്മാരാണ്. അന്തർദേശീയ തലത്തിൽ ഏറ്റവുമധികം പ്രശസ്തനായ ജപ്പാനീസ് ചലച്ചിത്രകാരൻ അകിരാ കുറസോവയാണ്. സാൻഷിറോ സുഗാതായാണ് കുറസോവയുടെ ആദ്യ ചലച്ചിത്രം. അദ്ദേഹത്തിന്റെ മാസ്റ്റർപീസ്, ലോകസിനിമ യിലെ അസദൃശ്യമായ ദൃശ്യാനുഭവം സമ്മാനിക്കുന്ന റാഷമോൺ (1951)അപൂർവമായ ചലച്ചിത്രാഖ്യാനമാണ്. ഒരു സംഭവവും അതിന്റെ നാല് വ്യത്യസ്ത വ്യാഖ്യാനങ്ങളുമാണ് റാഷോമോണിന്റെ പ്രമേയം. സത്യത്തിന്റെ ആപേക്ഷികതയെക്കുറിച്ചും പൗരസ്ത്യജീവിത വിശ്വാ സത്തെക്കുറിച്ചും സൂചന നൽകുന്ന റാഷമോൺ ചലച്ചിത്രവിദ്യാർത്ഥി കൾക്ക് പാഠപുസ്തകമാണ്. ഇക്കിറു(1952)മനുഷ്യവ്യഥയെക്കുറിച്ചുള്ള സുന്ദരമായ ആഖ്യാനമാണ്. മരണമെന്ന യാഥാർത്ഥ്യത്തെ ജീവിതം കൊണ്ടു നേരിടുന്ന ദാർശനിക സ്വഭാവമുള്ള ഈ സിനിമ കുറസോവ എന്ന ചലച്ചിതപ്രതിഭയുടെ മികച്ച സൃഷ്ടിയാണ്. സെവൻ സമുറായ്, ത്രോൺ ഓഫ് ബ്ലഡ്, ദി ലോവർ ഡെപ്ത്സ്, റെഡ് ബിയേർഡ്, ദെർസു ഉസാല, റാൻ, ഡ്രീംസ് എന്നിവ അദ്ദേഹത്തിന്റെ പ്രധാന ചലച്ചിത്രങ്ങളാണ്.

ഫ്രഞ്ച് നവതരംഗ പ്രസ്ഥാനത്തിൽ വേറിട്ടു നില്ക്കുന്ന ചലച്ചിത്രകാ രനാണ് അലൻ റെനെ. ഫിലിം എഡിറ്റർ, ഡോക്യുമെന്ററി സംവിധാ യകൻ എന്നീ നിലകളിൽ തനതു മുദ്ര പതിപ്പിച്ച റെനെയുടെ നൈറ്റ് ആന്റ് ഫോഗ് (1955) എന്ന ഡോക്യുമെന്ററി ഓഷ് വിറ്റ്സിലെ നാസി ഭീകരതയാണ് അവതരിപ്പിക്കപ്പെടുന്നത്. ഹിറോഷിമ മോൺ അമോറാണ് (1959) റെനെ യുടെ ആദ്യ ഫീച്ചർ ചിത്രം. യുദ്ധക്കെടുതിയും മനുഷ്യരാശിയുടെ മുറിവുകളും കാവ്യാത്മകമായി അവതരിപ്പിക്കപ്പെട്ടിട്ടുണ്ട് ഈ ചലച്ചിത്രത്തിൽ. ലാസ്റ്റ് ഇയർ അറ്റ് മരിയൻ ബാഗ്, ലാ ഗ്വറേ എസ്റ്റ് ഫിനി, സ്റ്റാവിസ്കി, മോൺ അങ്കിൾ ഡി അമേരിക്ക എന്നിവ റെനെയുടെ പ്രസിദ്ധ ചലച്ചിത്രങ്ങളാണ്.

ഫ്രഞ്ച് നവതരംഗ സിനിമയുടെ പ്രമുഖനായ വക്താവ് ഷാൻ ലൂക് ഗോദാർദാണ്. അദ്ദേഹത്തിന്റെ ബ്രെത്ത് ലെസ് എന്ന ചലച്ചിത്രം നവതരംഗ പ്രസ്ഥാനത്തിലെ സുപ്രധാന ചിത്രമാണ്. ഗാങ്സ്റ്റർ ചിത്രങ്ങളുടെ പാരഡി എന്ന നിലയിലാണ് ബ്രെത്ത് ലെസിന്റെ ആവിഷ്കരണം. ലെ കരാബിനിയേഴ്സ്, ആർഫവിൽ, എ വുമൺ ഈസ് എ വുമൺ, വീക്കെൻഡ്, പാഷൻ, കാർമെൻ, എലിജി ഫോർ ലവ് തുടങ്ങിയ ഗൊദാർദിന്റെ സൃഷ്ടികൾ രാഷ്ട്രീയ സിനിമകൾക്ക് ശരിയായ ദിശാബോധം നൽകി. രാഷ്ട്രീയ സിനി മയെന്നാൽ രാഷ്ട്രീയം വിഷയമാകുന്നതിനേക്കാൾ സിനിമ തന്നെ

രാഷ്ട്രീയമായി നിർമ്മിക്കപ്പെടുക എന്നതാണെന്നദ്ദേഹം സമർത്ഥിച്ചു. ചലച്ചിത്രഭാഷയിലെ വ്യവസ്ഥാപിതതത്വങ്ങളെ ഗോദാർദ് തകിടം മറിച്ചു. അന്യവത്ക്കരണത്തിന്റെ ഭാഷയിൽ വർത്തമാനകാലത്തെ നേരിടുന്നതിനാൽ ഹോളിവുഡ് സിനിമയ്ക്ക് സമർത്ഥവും ശക്തവുമായ പ്രതിരോധമായി ഗോദാർദിന്റെ സിനിമകൾ.

നവ ജർമ്മൻ സിനിമയിൽ ഏറ്റവും പ്രമുഖരായ ചലച്ചിത്ര പ്രതിഭകളാണ് റെയ്നർ വെർണർ ഫാസ്ബിൻഡർ, വെർണർ ഹെർസോഗ് എന്നിവർ. പന്ത്രണ്ടു കൊല്ലം കൊണ്ട് 27 ചിത്രങ്ങൾ നിർമ്മിച്ച ഫാസ്ബിൻഡർ അസാധാരണമായ പ്രതിഭയുള്ള സംവിധായകനായിരുന്നു. ലവ് ഈ കോൾഡർ ദാൻ ഡെത്താണ് അദ്ദേഹത്തിന്റെ പ്രഥമ ചിത്രം. ഗോഡ്സ് ഓഫ് പ്ലേഗ്, മർച്ചന്റ് ഓഫ് ഫോർ സീസൺസ്, ഫിയർ ഈറ്റ്സ് ദി സോൾ എന്നിവയാണ് ഫാസ്ബിൻഡറിന്റെ പ്രമുഖ ചിത്രങ്ങൾ. ലളിതമായ പശ്ചാത്തലം, നന്നേ കുറഞ്ഞ കഥാപാത്രങ്ങൾ, ലഘുവായ കഥാവസ്തു, നീണ്ട കഥാവസ്തു ഇവയാണ് ഫാസ്ബിൽഡർ ചിത്രങ്ങളുടെ ബാഹ്യസ്വഭാവങ്ങൾ. എന്നാൽ അകമേ സങ്കീർണ്ണമായ ഭാവശിൽപ്പമാണ് അവയ്ക്കുള്ളത്. വൈവിദ്ധ്യപൂർണ്ണവും വിശാലവുമായ ഒരു ക്യാൻവാസിലാണ് വെർണർ ഹെർസോഗ് തന്റെ ചിത്രങ്ങൾ രൂപപ്പെടുത്തിയിട്ടുള്ളത്. അസാധാരണത്വവും വൈവിധ്യവും തന്റെ ഓരോ ചിത്രത്തിലും പുലർത്താൻ ശ്രമിച്ചിട്ടുണ്ട് ഹെർസോഗ്. സൈൻസ് ഓഫ് ലൈഫ് എന്ന ആദ്യ ഹെർസോഗ് ചിത്രം മെഡിറ്ററേനിയൻ പശ്ചാത്തലത്തിലാണ് അവതരിപ്പിക്കപ്പെടുന്നത്. ഈവൻ സ്റ്റാർട്ടഡ് സ്മാളിൽ മുഴുവൻ കഥാപാത്രങ്ങളും കുള്ളന്മാരാണ്. സഹാറാ മരുഭൂമിയെ കേന്ദ്ര കഥാപാത്രമാക്കുന്ന ഫാത്താ മർഗാന എന്ന ചിത്രം വ്യത്യസ്തമായ അനുഭവം പകരുന്നു. ലാൻഡ് ഓഫ് സൈലൻസ് ആന്റ് ഡാർക്നെസിൽ അന്ധരും ബധിരരും കഥാപാത്രങ്ങളാകുന്നു. പതിനാറാം നൂറ്റാണ്ടിൽ എൽദോറാദോയിലെ സ്വർണഖനികൾ തേടിയെത്തിയ സ്പാനിഷ് പടയാളികളുടെ ഐതിഹാസിക കഥ പറയുന്ന 'അഗി റെ ദി റാത്ത് ഓഫ് ഗോഡ്' ലോകസിനിമയിലെ മികച്ച ചലച്ചിത്രാനുഭവമാണ്. 'നൊസ്ഫെറാതു ദി വാംപയർ' ഡ്രാക്കുളയുടെ പുനരാവിഷ്ക്കാരമാണ്.

നിശബ്ദകാലത്തിനു ശേഷം റഷ്യൻ സിനിമ ലോകത്തിനു സമ്മാനിച്ച ചലച്ചിത്ര പ്രതിഭയാണ് ആന്ദ്രേ താർക്കോവ്സ്കി. ഇവാൻസ് ചൈൽഡ്ഹുഡ്, ആന്ദ്രീ റുബ്ളേവ്, സൊളാരിസ്, മിറർ എന്നീ ചിത്രങ്ങളിലൂടെ മൗലികമായ തന്റെ ശൈലി തർക്കോവ്സ്കി രൂപപ്പെടുത്തുന്നു. സാക്രിഫൈസിനെ അദ്ദേഹത്തിന്റെ മാസ്റ്റർപീസായി

കാണാം. നിരവധി അർത്ഥതലങ്ങളുള്ള ഈ ചലച്ചിത്രം ചലച്ചിത്ര നിരൂപകരാൽ ഏറെ പ്രശംസിക്കപ്പെട്ട ഒന്നാണ്. ലാറ്റിനമേരിക്കൻ സിനിമ വൈവിദ്ധ്യപൂർണ്ണവും വിശാലവുമാണ്. ലാറ്റിനമേരിക്കൻ സാഹിത്യം പോലെ തന്നെ വേറിട്ടൊരു പ്രസക്തി ലാറ്റിനമേരിക്കൻ സിനിമയ്ക്കുമുണ്ട്. സ്പെയിനിൽ ജനിക്കുകയും ഫ്രാൻസിൽ ആദ്യചിത്രങ്ങൾ നിർമ്മിക്കുകയും ചെയ്ത ലൂയി ബ്യൂനവൽ കർമനിരതനാകുന്നത് മെക്സിക്കോയിലാണ്. സാൽവദോർ ദാലിയുമൊത്ത് 'അൺഷീൻ അൻഡാലു' ബ്യൂനവൽ സംവിധാനം ചെയ്തു. യംഗ് ആന്റ് ഡാമ്ഡ് എന്ന ചിത്രവും ശ്രദ്ധേയമാണ്. അദ്ദേഹത്തിന് ഏറെ പ്രശസ്തി നേടിക്കൊടുത്ത ചിത്രങ്ങളാണ് നസറിൻ, വിറിദിയാന, എക്സ്റ്റെർമിനേറ്റിംഗ് ഏയ്ഞ്ചൽ, ഡയറി ഓഫ് എ ചേംബർമെയ്ഡ്, ബെൽഡ്ജ്വർ എന്നിവ.

സവിശേഷകരമായ ചലച്ചിത്ര സമീപനരീതികൊണ്ട് ലോകസിനിമയിൽ വേറിട്ടു നില്ക്കുന്ന സിനിമാ പ്രസ്ഥാനമാണ് ഇറാനിയൻ സിനിമ. മാനുഷികവും ഹൃദയദ്രവീകരണക്ഷമവുമായ കഥാവസ്തു ലളിതമായ ആഖ്യാനത്തോടെ, അനുപമമായ ഭാവപ്പൊലിമയോടെ അവതരിപ്പിക്കുകയാണ് ഇറാനിയൻ സംവിധായകർ. അബ്ബാസ് കിരിയോസ്താമി, മക്മൽബഫ്, മജീദി മജീദി, ജാഫർ പനാഹി എന്നിവർ അത്യന്തം വൈവിദ്ധ്യമാർന്ന നിലയിൽ ഇറാൻ സിനിമയെ മുന്നോട്ടു കൊണ്ടുപോയവരാണ്. ടേസ്റ്റ് ഓഫ് ചെറി, വേർ ഈ ഫ്രണ്ട്സ് ഹോം, ടിക്കറ്റ്സ് എന്നീ സിനിമകളിലൂടെ ശ്രദ്ധേയനാണ് അബ്ബാസ് കിരിയോസ്താമി. ഇറാൻ സിനിമയിൽ നവവസന്തം വിരിയിച്ച സംവിധായകനാണ് മൊഹ്സിൻ മക്മൽ ബഫ്. ദി സൈലൻസ്, ഗബ്ബേ, സലാം സിനിമ, ദി പെഡ്ലർ എന്നിവയാണ് അദ്ദേഹത്തിന്റെ പ്രഖ്യാത സിനിമകൾ. ബാലചലച്ചിത്രങ്ങളുടെ കാര്യത്തിൽ അദ്വിതീയമാണ് ഇറാൻ സിനിമ. മജീദി മജീദിയുടെ ചിൽഡ്രൻ ഓഫ് ഹെവൻ, കളർ ഓഫ് പാരഡൈസ് എന്നീ ചിത്രങ്ങൾ ഉദാത്തമായ കലാ- ജീവിതദർശനം മുന്നോട്ടു വയ്ക്കുന്ന കുട്ടികളുടെ ചിത്രങ്ങളാണ്. ഓഫ് സൈഡ്, ദി സർക്കിൾ, ടാക്സി എന്നീ ചിത്രങ്ങളിലൂടെ ഇറാനിയൻ സിനിമയെ രാഷ്ട്രീയവത്ക്കരിച്ച സംവിധായകനാണ് ജാഫർ പനാഹി. സമകാലിക ലോക സിനിമയിൽ പ്രതിഭ കൊണ്ട് വിസ്മയിപ്പിച്ച സൗത്ത് കൊറിയൻ സംവിധായകനാണ് കിം. കി. ഡുക്ക്. വ്യത്യസ്തവും കലാപരവുമായ മികവുകൊണ്ട് അദ്ദേഹത്തിന്റെ ചലച്ചിത്രങ്ങൾ ശ്രദ്ധേയങ്ങളാണ്. സ്പ്രിംഗ് സമ്മർ ഫാൾ വിന്റർ എന്ന ചിത്രം കവിതപോലെ മനോഹരമാണ്. ദി ഐൽ, ദി ബോ, ടൈം, ഡ്രീം, ദി സമരിറ്റൻ ഗേൾ

എന്നിവ അദ്ദേഹത്തിന്റെ ശ്രദ്ധേയ ചിത്രങ്ങളാണ്.

അറുപതുകളിൽ ശക്തമായ ആവിഷ്കരണരീതിയുംപുതുമയുള്ള പ്രമേയവുമായി ചില പൂർവയൂറോപ്യൻ രാജ്യങ്ങൾ ശ്രദ്ധേയമായ ചിത്രങ്ങൾ ലോകസിനിമയ്ക്ക് സംഭാവന ചെയ്തു. പോളണ്ടിലും ഹംഗറിയിലും ചെക്കോസ്ലോവാക്യയിലുമാണ് സിനിമയുടെ വലിയ മുന്നേറ്റങ്ങളുണ്ടായത്. ആന്ദ്രീ വൈദയെന്ന പോളിഷ് സംവിധായകനാണ് ജനറേഷൻ എന്ന ചിത്രത്തിലൂടെ ലോകസിനിമയിൽ തന്റെ അടയാളംവെച്ചത്. മാൻ ഓഫ് അയൺ, മാൻ ഓഫ് മാർബിൾ എന്നീ ചിത്രങ്ങൾ വൈദയുടെ രാഷ്ട്രീയനിലപാടുകളുടെ വെളിപ്പെടലുകളായിരുന്നു. റൊമാൻ പൊളാൻസ്കിയാണ് പോളണ്ടിലെ മറ്റൊരു പ്രശസ്ത സംവിധായകൻ. നൈഫ് ഇൻ ദി വാട്ടർ എന്ന ഒറ്റ ചിത്രം മതി പൊളാൻസ്കിയുടെ പ്രതിഭയുടെ തിളക്കമറിയാൻ. റിപ്പൾഷൻ, ടെനന്റ്, ഡാൻസ് ഓഫ് ദി വാംപയേഴ്സ് തുടങ്ങിയ ചിത്രങ്ങളും മികച്ചതാണ്. ക്രിസ്റ്റോഫ് സനൂസിയും ക്രിസ്റ്റോഫ് കീസ് ലേ വ്സ്കിയും ശ്രദ്ധേയരായ സമകാലിക പൊളിഷ് സംവിധായകരാണ്.

ഹംഗേറിയൻ സിനിമ വലിയ അംഗീകാരം നേടിത്തുടങ്ങുന്നത് സൊൽത്താൻഫാബ്രി 'മെറിഗോ റൗണ്ട്'' സംവിധാനം ചെയ്തതോടെയാണ്. അദ്ദേഹത്തിന്റെ തുടർന്നു വന്ന ചലച്ചിത്രങ്ങൾ അനുപമമായ കലാസൗന്ദര്യം കൊണ്ട് മികച്ചതായിരുന്നു. ദി അൺഫിനിഷ്ഡ് സെന്റൻസ്, ദി ഫിഫ്ത്ത് സീൽ, ദി ഹംഗേറിയൻസ്, പ്രൊഫസർ ഹാനിബാൾ എന്നിവ ഹംഗേറിയൻ സിനിമയെ അന്തർദേശീയതലത്തിൽ പ്രശസ്തമാക്കി. മിക്ലോസ് ജാൻക്സോ, ഇസ്തവാൻ ഗാൽ, ഇസ്തവാൻ സാബോ,പോൾ സാൻഡോർ, സൊൽത്താൻ ഹുസാറിക്, സാൻഡോർ സാറ തുടങ്ങിയവരാണ് കലാമേന്മയുള്ളതും വൈവിദ്ധ്യപൂർണ്ണവുമായ ചിത്രങ്ങളിലൂടെ ഹംഗേറിയൻ സിനിമയെ ലോകസിനിമയുടെ നെറുകയിലെത്തിച്ചത്. ലോകസിനിമയിൽ ഒറ്റയാനായി നില്ക്കുന്ന സംവിധായകനാണ് ജാൻക്സോ. തന്റേതു മാത്രമായ ആവിഷ്കരണ ശൈലി രൂപപ്പെടുത്തിക്കൊണ്ട് സിനിമ എന്ന മാധ്യമത്തിന്റെ സമസ്ത സാധ്യതകളേയും ഉപയോഗിക്കുന്നുണ്ട് ഈ ഹംഗേറിയൻ സംവിധായകൻ. കുറച്ചു മാത്രം ഷോട്ടുകൾ, ചലനാത്മകതയുടെ സൗന്ദര്യം, സംഗീതത്തിന്റെ ആധിക്യം, നൃത്തത്തിന്റെ ചടുല താളം, സാർവകാലികവും സാർവലൗകികവുമായ പ്രമേയങ്ങൾ, പ്രമേയ പരിചരണത്തിന്റെ മൗലികത എന്നിവയാണ് ജാൻക്സോയെ വ്യത്യസ്തനാക്കുന്നത്. മൈ വേ ഹോം, റൗണ്ടപ്പ്, സൈലൻസ് ആന്റ് ക്രൈ, റെഡ് സാം, ഇലക്ട്ര എന്നിവ അദ്ദേഹത്തിന്റെ പ്രധാന ചിത്രങ്ങളാണ്.

ചെക്കോസ്ളോവാക്യയാണ് പൂർവ യൂറോപ്യൻ രാജ്യങ്ങളിൽ ചലച്ചിത്രരംഗത്തു മികവു തെളിയിച്ച മറ്റൊരു രാജ്യം. മിലോസ് ഫോർമാൻ, ഒട്ടക്കർ വാവ്ര, ജിറി മെൻസൽ തുടങ്ങിയ സംവിധായകരാണ് ചെക്ക് സിനിമയിൽ ശ്രദ്ധേയമായ ചിത്രങ്ങൾ സംവിധാനം ചെയ്തവർ. ഇക്കൂട്ടത്തിൽ ജിറി മെൽസൽ വ്യത്യസ്തമായ സമീപനത്തിലൂടെ ചലച്ചിത്രകലയിൽ മാറ്റം വരുത്തിയ മാസ്റ്ററാണ്. Closely watched Trains, Capricious Summer, My Sweet village, Snowdrop festival തുടങ്ങിയ മെൻസിൽ ചിത്രങ്ങൾ പ്രസിദ്ധമാണ്.

ക്യൂബയിൽ സ്വതന്ത്രവും ചലനാത്മകവുമായ പ്രസ്ഥാനമായിട്ടാണ് ചലച്ചിത്ര പ്രസ്ഥാനം വേരോടിയിട്ടുള്ളത്. തോമസ് ഗിറ്റിറേസ് അലിയയാണ് ക്യൂബൻ ചലച്ചിത്രകാരന്മാരിൽ പ്രമുഖൻ. മെമ്മറീസ് ഓഫ് അൺഡർ ഡെവലപ്പ്മെന്റ്, ദി സർവൈവേഴ്സ്, ലാസ്റ്റ് സപ്പർ തുടങ്ങിയവ അദ്ദേഹത്തിന്റെ പ്രശസ്ത ചിത്രങ്ങളാണ്. മാനുവൽ ഒക്ടോവിയോ ഗോമസ്, ഹംബർട്ടോ സൊളാസ്, ബെനിറ്റൊ സമ്പ്രാന തുടങ്ങിയ സംവിധായകരും ക്യൂബൻ സിനിമയെ ശക്തമായ ചലച്ചിത്രങ്ങളിലൂടെ സമ്പന്നമാക്കി. ഹംബർട്ടോ സൊളാസിന്റെ മൈ പോട്ട് ഓഫ് ഹണി, സമ്പ്രാനയുടെ ഹവാനാ ബ്ലൂസ് എന്നിവ മികച്ച ആഖ്യാനങ്ങളാണ്.

ചൈനയിൽ ചലച്ചിത്രരംഗത്തിന്റെ പ്രയാണം പൊതുവെ മന്ദഗതിയിലായിരുന്നു. സാംസ്കാരിക വിപ്ലവം നടന്ന 1966-76-ൽ ഫിലിം നിർമ്മാണം നിലച്ചമട്ടായി. ബീജിങ് ഫിലിം അക്കാദമിയിൽ എട്ടു വർഷത്തെ പരിശീലനം നേടിയ നിരവധി യുവസംവിധായകർ സിനിമാ രംഗത്തെത്തിയതോടെ നിർമ്മാണത്തിന്റെ ശൈലി ക്രമേണ മാറി. ചെൻകെയ് ഗെയുടെ യെല്ലോ എർത്ത് (1984) ചൈനയിലെ നവസിനിമയുടെ തുടക്കമായി. സാങ് ജ്രൻസാവോയുടെ വൺ ആന്റ് എയിറ്റ്, ചൈനീസ് ടീം കമ് ഓൺ, ദി ലോൺലി മർഡർ എന്നിവ നവസിനിമയിലെ ശ്രദ്ധേയ ചിത്രങ്ങളായി. ഡിസീക്കയുടെ ലോകപ്രശസ്തമായ ബൈസിക്കിൾ തീവ്സിനെ ഓർമ്മിപ്പിക്കുന്ന ബീജിങ് ബൈസിക്കിൾ(2000) സംവിധാനം ചെയ്തത് വാംഗസിയാവോഷ്വയയാണ്. അപൂർവമായ അച്ഛൻ- മകൻ ബന്ധത്തിന്റെ കഥ പറയുന്ന ടുഗതർ (2003) അവാച്യമായ ആവിഷ്കാരഭംഗി കൊണ്ട് വേറിട്ട ചലച്ചിത്രമാണ്. ക്വ ജിയാന്റെ ദി സ്റ്റോറി ഓഫ് ലോട്ടസ്(2003) ചൈനീസ് സിനിമയുടെ സ്ഥായീഭാവമായ ലാളിത്യവും ഋജുവായ ആഖ്യാനവും സ്വാഭാവികതയും കലർന്ന വ്യത്യസ്ത അനുഭവമാണ്. ഷാങ് യംഗിന്റെ ഗെറ്റിംഗ് ഹോം (2007) പുതുകാല ചൈനീസ് സിനിമയുടെ നേർ പതിപ്പാണ്.

ആഫ്രിക്കൻ വൻകര അധിനിവേശ വാഴ്ച കുടഞ്ഞെറിഞ്ഞ് തനതായ സാഹിത്യവും കലയും സിനിമയും വീണ്ടെടുത്തിട്ട് അഞ്ച് ദശകങ്ങളേ ആയിട്ടുള്ളൂ. ദക്ഷിണാഫ്രിക്ക, സെനഗൽ, കെനിയ, നൈജീരിയ, മൊറോക്കോ എന്നീ രാജ്യങ്ങളിൽ പടർന്നു വളർന്ന ആഫ്രിക്കൻ സിനിമ ലോകസിനിമയ്ക്ക് മികച്ച ചിത്രങ്ങളെ സംഭാവന ചെയ്തിട്ടുണ്ട്. സെനഗലിലെ ഉസ്മാൻ സാംബെനെയാണ് ഇതിന് തുടക്കം കുറിച്ചത്. ബ്ലാക്ക് ഗേൾ (1966) അദ്ദേഹത്തിന്റെ മികച്ച ചിത്രമാണ്. സാല, സെഡ്ഡോ, എമിത്തായ്, മൂലാദേ എന്നിവയും ശ്രദ്ധേയമാണ്. ദക്ഷിണാഫ്രിക്കയിൽ നിന്ന് പുറത്തിറങ്ങിയ ചില ചിത്രങ്ങൾ പ്ലേസ് ഓഫ് വീപ്പിങ്, ക്രൈ മൈ ബില വഡ് കൺട്രി, പൽജാസ്, ദി ലോങ് റൺ, റെഡ് ഡസ്റ്റ് എന്നിവയാണ്. ജയിംസ് റൂഡ് ഉം അനന്തസിംഗമാണ് ഈ ചിത്രങ്ങൾ ഒരുക്കിയത്. നവ ആഫ്രിക്കൻ സിനിമയുടെ വക്താവാണ് അബ്ദ് റഹ്മാൻ സിസാക്കോ. കോളനിഭരണം അവശേഷിപ്പിച്ച് പോയ കീഴ് വഴക്കങ്ങൾ പാടേ ഒഴിഞ്ഞ് പോയിട്ടില്ലാത്ത സാമൂഹികാവസ്ഥയിൽ പുതിയ ആഫ്രിക്കൻ സിനിമ കൈക്കൊള്ളേണ്ട ആവിഷ്കരണശൈലിയും ഭാഷയും കാഴ്ചപ്പാടും എന്തായിരിക്കണമെന്ന കാതലായ അന്വേഷണം തന്റെ ചിത്രങ്ങളിലൂടെ അദ്ദേഹം നടത്തി. ലൈഫ് ഓൺ എത്ത് (1998), ബൊമാക്കോ (2006), വെയിറ്റിംഗ് ഫോർ ഹാപ്പിനെസ് (2002), തിംബുക്തു (2014) എന്നീ ചിത്രങ്ങൾ ആഫ്രിക്കൻ സിനിമയുടെ നവസമീപനത്തിന്റെ സാക്ഷ്യങ്ങളാണ്.

ആധുനികതയുടെ വ്യത്യസ്ത ശൈലികളും സങ്കീർണ്ണസങ്കേതങ്ങളും ഇടകലർന്ന ചലച്ചിത്രവ്യാകരണത്തിന് ശ്രമിക്കുന്ന സംവിധായകർ ലോകസിനിമയിലുണ്ട്. അവരിലൊരാളാണ് സ്പെയിൻകാരനായ അൽമദോവർ. ലാബ്രിൻഡ് ഓഫ് പാഷൻ (1982) എന്ന സിനിമയാണ് അദ്ദേഹത്തിന്റെ ആദ്യ സിനിമ. സ്വവർഗ്ഗാനുരാഗം, യുവാക്കളുടെ കുത്സിതവാസന, തീവ്രമായ രോഷം എന്നിവയാണ് ഈ ചിത്രത്തിന്റെ പ്രമേയത്തിലുള്ളത്. ഡാർക്ക് ഹാബിറ്റ്സ് (1983), ഹൈ ഹീൽസ് (1991), ദി ഫ്ലവർ ഓഫ് മൈ സീക്രട്ട് (1995), ലൈവ് ഫ്ലഷ് (1998), ടോക് ടു ഹെർ (2002), വോൾവർ(2006) എന്നിവ അദ്ദേഹത്തിന്റെ പ്രധാന ചലച്ചിത്രങ്ങളാണ്. സൗന്ദര്യസങ്കല്പത്തെ തന്നെ അട്ടിമറിച്ചു കൊണ്ടുള്ള നായികാ-നായക സങ്കല്പവും ലൈംഗികതയെക്കുറിച്ചുള്ള വേറിട്ട അന്വേഷണങ്ങളും ഈ സിനിമകളിൽ കാണാം. തകരുന്ന മൂല്യങ്ങളും പാശ്ചാത്യ ജീവിത വീക്ഷണങ്ങളും തുറന്നു കാട്ടുന്നതാണ് അൽമദോവർ സിനിമകൾ.

ആധുനിക കാലത്തെ അതുല്യമായ ചലച്ചിത്ര ക്ലാസിക്കാണ് ജയിംസ് കാമറൂണിന്റെ 'ടൈറ്റാനിക്'. അതുവരെ നിർമ്മിക്കപ്പെട്ടിട്ടുള്ള ഒരു സിനിമയ്ക്കും ചെലവഴിച്ചിട്ടില്ലാത്ത തുക-200 ദശലക്ഷം ഈ സിനിമയ്ക്കായി ചെലവഴിച്ചു. 1998ൽ ഇറങ്ങിയ ചിത്രം രണ്ട് ബില്യൺ ഡോളർ വരുമാനം നേടിയതായാണ് ഏകദേശ കണക്ക്. ടൈറ്റാനിക് എന്ന കപ്പൽ മുങ്ങി അപകടത്തിൽപ്പെട്ടവരുടെ അതിജീവനശ്രമവും മരണവും വേദനയും പ്രണയവുമെല്ലാം 'ടൈറ്റാനിക്കി'നെ തീവ്രാനുഭവമാക്കി മാറ്റുന്നു. അവതാർ (2009) എന്ന സയൻസ് ഫിക്ഷൻ ചിത്രത്തിലൂടെ ഈ റെക്കോർഡ് കാമറൂൺ തന്നെ മറികടന്നു. കേവലമൊരു ഫാന്റസിയെന്നതിനപ്പുറം ഇംപീരിയിലിസത്തെയും മിലിട്ടറി അധീശത്വത്തെയും സംസ്കാരത്തെയും ഇക്കോളജിയെയും കുറിച്ചുള്ള ഉത്കണ്ഠകളും ആകുലതകളും പങ്കു വയ്ക്കുന്ന സിനിമയാണ് അവതാർ.

സിനിമകൾ ലോകത്ത് എല്ലാ രാജ്യങ്ങളിലും നിർമ്മിക്കപ്പെടുന്നുണ്ട്. ഈ ലേഖനത്തിന്റെ പരിധിയിൽ എല്ലാ രാജ്യങ്ങളിലെയും സിനിമകളെ ഉൾപ്പെടുത്തുക എന്നത് അസാധ്യമായ സാഹസമായിരിക്കും. ലോകസിനിമാചരിത്രത്തിൽ നിന്ന് മാറ്റിനിർത്താനാവത്ത പ്രവണതകളെയും ശ്രദ്ധേയരായ സംവിധായകരെയും അവരുടെ മികച്ച ചിത്രങ്ങളെയുംപറ്റി പറഞ്ഞു പോവുക മാത്രമാണ് ചെയ്തത്.

ഗ്രന്ഥസൂചി

1. ദൃശ്യശ്രാവ്യ മാധ്യമങ്ങൾ, ഒരുസംഘം ലേഖകർ, കേരള ഭാഷാ ഇൻസ്റ്റിറ്റ്യൂട്ട്, തിരുവനന്തപുരം, 2003
2. 100 ക്ലാസിക് സിനിമകൾ, സാജൻ തെരുവപ്പുഴ, ചലച്ചിത്രസാക്ഷരതാ മിഷൻ, തൃശ്ശൂർ, 2010
3. 100 വിശ്വപ്രസിദ്ധ ചലച്ചിത്ര സംവിധായകർ, സാജൻ തെരുവപ്പുഴ, മാതൃഭൂമി ബുക്സ്, 2020
4. സിനിമ: കലയും ജീവിതവും, തോട്ടം രാജശേഖരൻ, തോട്ടം ബുക്സ്-കവടിയാർ, തിരുവനന്തപുരം, 2010
5. Oxford Dictionary of Film Studies, Annette Kuhn and Guy West well, 2012
7. 1001 Movies, Gen Ed. Steven Jay Schneider, Quintessence Editions Ltd., 2011
8. The movie Book, DK- Penguin Random Book, 2015
9. The Film Book, DK- Penguin Random Book, 2021

5
ഇന്ത്യൻ സിനിമയുടെ വൈവിധ്യങ്ങൾ

ജിതിൻ കെ. സി

ചരിത്രകാരനായ എ. എൽ ബാഷാം ഇന്ത്യയെക്കുറിച്ച് രചിച്ച പുസ്തകത്തിന് അദ്ദേഹം നൽകിയ പേര് 'Wonder that was india' എന്നാണ്. ഇന്ത്യ എന്ന അത്ഭുതം എന്നോ വിസ്മയം എന്നോ ഒക്കെ അദ്ദേഹം ചരിത്രപരമായി നമ്മുടെ രാഷ്ട്രത്തെ വിശദീകരിക്കുന്നത് അതിന്റെ വൈവിധ്യങ്ങളെ കണക്കിലെടുത്തു കൊണ്ടാണ്. പല തലത്തിലും ശ്രേണീബദ്ധമായും ഇന്ത്യയുടെ വൈവിധ്യം പരന്നും ആഴ്ന്നും കിടക്കുന്നു. ഏതു നിലക്കു നോക്കിയാലും ഏകശിലാത്മകമായ ഒരു ജീവിതം ഇന്ത്യക്ക് സാധ്യമല്ല. ഇന്ത്യയിലെ ഫോക്‌ലോറുകൾ തന്നെ പലവിധമാണ്. ഇന്ത്യയിലെ കലകളും സാഹിത്യങ്ങളും സിനിമകളും എല്ലാം ഏകവചനത്തിൽ പറയാൻ സാധിക്കുകയില്ല. ഇന്ത്യൻ സിനിമയെന്നാൽ ബോളിവുഡ് സിനിമ എന്ന സമീകരണം പലപ്പോഴും ഉണ്ടായിട്ടുണ്ട്. ലോകസിനിമാ ചരിത്രത്തിൽ ഇന്ത്യൻ സിനിമക്ക്"ബി ഗ്രേഡ്" സ്റ്റാറ്റസ്" നൽകുന്നതിന് ആ സമീകരണം കാരണമായിട്ടുണ്ട്. വാസ്തവത്തിൽ, സത്യജിത് റേയും അടൂരും അരവിന്ദനും മൃണാൾ സെന്നും അടക്കം മഹാരഥന്മാർ അരങ്ങുവാണ സിനിമാ സംസ്കാരത്തെയാണ് കേവലമായ ഷോ ബിസിനസിലേക്ക് ചുരുക്കിക്കെട്ടുന്നത് എന്നോർക്കണം. ഇന്ത്യൻ സിനിമ എന്നാൽ ഹിന്ദി സിനിമയാണ് എന്നതു തന്നെ തെറ്റിദ്ധാരണയാണ്. ഇന്ത്യയിൽ സമീപകാലത്ത് വിസ്മയങ്ങൾ സൃഷ്ടിച്ചു കൊണ്ടിരിക്കുന്നത് മലയാളം, തമിഴ്, ബംഗാളി, മറാത്തി പോലുള്ള

പ്രാദേശികഭാഷാ ചലച്ചിത്രങ്ങളാണ്. ആ വൈവിധ്യങ്ങളെയാണ് വാസ്തവത്തിൽ നാം പരിശോധിക്കേണ്ടത്.

തമിഴ് സിനിമ എന്ന അത്ഭുതം

"അംബേദ്കർ കോട്ടിട്ടതിനും ഗാന്ധി കോട്ടഴിച്ചതിനും ഇടയിൽ ഒരുപാട് രാഷ്ട്രീയമുണ്ട്" (കബാലി- 2016, സംവി: പാ. രഞ്ജിത്ത്)

എൻ. എസ് കൃഷ്ണന്റെ കാലം മുതൽക്കുതന്നെ ദ്രാവിഡരാഷ്ട്രീയം തമിഴ് സിനിമയിൽ കാണാം. ചരിത്രത്തിന്റെ അവസാനഘട്ടത്തിൽ എം.ജി.ആറും മറ്റും ഇത് നന്നായി ഉപയോഗിച്ചിട്ടുണ്ട്. എൻ. എസ് കൃഷ്ണൻ തുടങ്ങി എം. ആർ രാധ, എം. ജിആർ, കരുണാനിധി അങ്ങനെ നീളുന്ന ദ്രവീഡിയ രാഷ്ട്രീയപരിസരം സിനിമയിൽ അടയാളപ്പെടുത്തിയവരുടെ നിര. ഇവരെല്ലാം ദ്രാവിഡരാഷ്ട്രീയം സിനിമയിലൂടെ പറയുക വഴി വിമോചന സന്ദേശമാണ് മുന്നോട്ടുവച്ചത്. തമിഴ് ജനതയെയും തമിഴ് സിനിമയെയും അവ തമ്മിലുള്ള ബന്ധത്തെയും സവിശേഷമായി തന്നെ നോക്കി കാണേണ്ടതുണ്ട്. ഈ രാജ്യത്തെ മറ്റേതെങ്കിലും വിഭാഗം തമിഴരെ പോലെയും തമിഴ് സിനിമ പോലെയും സിനിമയിലൂടെ വിമോചനം സാധ്യമായവരാണോ എന്നതും സംശയമാണ്. തമിഴ്നാട് മാത്രമാണ് ജാതിനാമം പേരിനു കൂടെ കാണാൻ സാധിക്കാത്ത ഏക സംസ്ഥാനം. ഈ രാജ്യത്തെ മറ്റെല്ലാ സ്ഥലങ്ങളിലും ജാതിവാൽ പേരിനു കൂടെ കൊണ്ട് നടക്കുന്നത് കാണാം. തമിഴ്നാട്ടിൽ ഇത് ഇല്ലാത്തതിന് വലിയൊരു കാരണം പെരിയോറും അദ്ദേഹത്തിന്റെ ശിഷ്യരും ആ നാട്ടിൽ നടത്തിയ ഇടപെടലുകളാണ്. സിനിമകളിലും ഈ ഇടപെടൽ കാണാവുന്നതാണ്. ഇന്ത്യയുടെ ആട്ടകലാകൂത്ത് പാരമ്പര്യങ്ങളിൽ ഫോക്‌ലോറിന്റെയും മഹാഭാരതം പോലുള്ള ഇതിഹാസങ്ങളുടെയും വേരുകളുണ്ട്. നോക്കൂ, ഇവയെല്ലാം ഉറക്കെ പ്രചരിപ്പിക്കപ്പെടുകയും വലിയ കൂട്ടങ്ങൾക്കുവേണ്ടി സൃഷ്ടിക്കപ്പെടുകയും ചെയ്തിട്ടുള്ളതാണ്. അതിനാൽത്തന്നെ പതിയെ പറഞ്ഞാൽ വലിയ ജനസഞ്ചയങ്ങൾക്ക് കല മനസ്സിലാവണമെന്നില്ല. അതിനാലാണ് ബ്രാഹ്മണിക് അധികാരത്തിനെതിരെ പെരിയോർ മറ്റും ഉറക്കെ സംസാരിച്ചു കൊണ്ടിരുന്നത്. ഈ ഉറക്കെ പറച്ചിൽ സിനിമകളിലും കാണാം. കരുണാനിധിയും എം.ജി.ആറും ദ്രാവിഡരാഷ്ട്രീയത്തിന്റെ മാനിഫെസ്റ്റോ ആയി സിനിമയെ ഉപയോഗിച്ചു. തിരഞ്ഞെടുപ്പ് വാഗ്ദാനങ്ങൾ വരെ സിനിമകളിൽ ഉൾപ്പെടുത്തി. ഇതെല്ലാം പ്രൊപ്പഗാൻഡയ്ക്ക് വേണ്ടി ആയിരുന്നില്ല, മറിച്ച് തമിഴ് ജനങ്ങളുടെ വിമോചനത്തിന്

വേണ്ടിയുള്ളതായിരുന്നു. ഇത് മുന്നോട്ടുവയ്ക്കുന്ന ഒരു മാനം മറ്റൊന്നു കൂടിയാണ്, കല കലക്കുവേണ്ടി ആണ് എന്നുള്ള ഒരു തെറ്റിദ്ധാരണ ഇന്ത്യൻ ഉപഭൂഖണ്ഡത്തിലാകെ ഉണ്ട്. എന്നാൽ കല കലക്കുവേണ്ടി ഉള്ളത് മാത്രമല്ല, അത് ജനങ്ങൾക്ക് വേണ്ടി, ജനങ്ങളാൽ അവരുടെ വിമോചനത്തിനുവേണ്ടി കൂടിയുള്ളതാണ്. തമിഴ് സിനിമയുടെ ചരിത്രത്തിൽ പ്രവർത്തിച്ച രാഷ്ട്രീയം ഇതാണ് തെളിയിക്കുന്നത്. അവയെല്ലാം നിലവിലെ വ്യവസ്ഥിതിയെ ചോദ്യം ചെയ്തുകൊണ്ട് ഉയർന്നു വന്നതുമാണ്. എം.ജി. ആറും കരുണാനിധിയും അധികാരത്തിലെത്തിയതിന് ശേഷം സ്വാഭാവികമായും ദ്രാവിഡരാഷ്ട്രീയം പറയുന്ന സിനിമകൾ അധികാരസ്ഥാനത്തെ ചോദ്യം ചെയ്യാത്ത സിനിമകളായി മാറി. ദ്രാവിഡ രാഷ്ട്രീയത്തിൽ അധികാരത്തെ നില നിർത്താൻ സിനിമകൾക്ക് അധികാര കേന്ദ്രത്തെ പിന്തുണക്കേണ്ടി വന്നു. ഇക്കാലത്താണ് ബാലുമഹേന്ദ്രയും ഭാരതിരാജയും മഹേന്ദ്രനു മൊക്കെ വരികയും, ബന്ധങ്ങളെയും സ്നേഹത്തെയുമൊക്കെ പറ്റിയു ള്ള ചിത്രങ്ങളെടുക്കുന്നത്. അവർ ലോവർ മിഡിൽ ക്ലാസ്, മിഡിൽ ക്ലാസ് ജീവിതങ്ങൾ പറയുന്ന ചിത്രങ്ങളെടുത്തു. ശിവാജി ഗണേശൻ ഒരേ സമയം ഭക്തിസിനിമകളിലും തൊഴിലാളി നായകനായും പ്ര ത്യക്ഷപ്പെട്ടു.

എം. ജി. ആറും കരുണാനിധിയും ജയലളിതയും തമിഴ് സിനിമയുടെ മാത്രമല്ല, തമിഴ് കക്ഷി രാഷ്ട്രീയത്തിന്റെ തന്നെ ഫലകങ്ങളായി മാറി. സിനിമയിലൂടെ ആർജിക്കുന്ന ജനപിന്തുണ തിരശീലക്കു പുറത്തും അവർ വ്യാപിപ്പിച്ചു. എം. ജി. ആറിന്റെ ചിത്രങ്ങൾ തന്നെ നോക്കിയാൽ അവ ഏറ്റവും അപരവത്കരിക്ക പ്പെട്ട ജനതയെ പ്രതിനിധീകരിക്കുന്നതായിരിന്നു. സൈക്കിൾ റിക്ഷ ഓടിക്കുന്ന, കാർഷികവൃത്തിയിൽ ഏർപ്പെടുന്ന നായകന്മാർ. ഈ നായകത്വങ്ങൾ ഒരു നടനേയോ ഒരു താരത്തെയോ അല്ല രൂപപ്പെ ടുത്തിയത്. മറിച്ച് തിരശീലക്കു പുറത്തുള്ള ഒരു ജനനേതാവിനെ യാണ്. കരുണാനിധിയാവട്ടെ എഴുത്തിലൂടെയാണ് തന്റെ രാഷ്ട്രീയ മുന്നേറ്റം പ്രകടമാക്കിയത്.

വില്ലനായാണ് രജനീകാന്ത് തമിഴ് സിനിമയിൽ മുഖ്യമായും നിറഞ്ഞു നിന്നത്, തുടക്കത്തിൽ. 'മക്കൾ തോഴർ' എന്ന ഒരു അനുഭൂതിയെ എല്ലായ്പ്പോഴും ചേർത്തു നിർത്തിയതാണ് രജനികാ ന്തിനെ പിന്നീട് ഏഷ്യയിലെ തന്നെ ഏറ്റവും ഫാൻ ഫോളോയിങ്ങു ള്ള സൂപ്പർ സ്റ്റാറാക്കി മാറ്റിയത്. ദ്രാവിഡ രാഷ്ട്രീയവും കക്ഷി രാഷ്ട്രീയ വും തമിഴ് സിനിമയിലിടപ്പെട്ടതിന്റെ ഏറ്റവും വലിയ ഉപഭോക്താവ് ഒരു പക്ഷെ രജനികാന്തായിരിക്കും. ഒരു നായകൻ എന്ന നിലക്ക്

പൊതുബോധത്തിന്റെ നിയതമായ പുരുഷ സൗന്ദര്യ സങ്കൽപ്പന ങ്ങൾക്ക് പുറത്തായിരുന്നു വാസ്തവത്തിൽ രജനികാന്ത്. എന്നാൽ അദ്ദേഹം തമിഴ് സിനിമയിലും ഇന്ത്യൻ സിനിമയിലാകെയും അദ്ദേ ഹത്തിന്റെ മാത്രമായി ഒരു സ്റ്റൈൽ ടെംപ്ലേറ്റ് നിർമ്മിച്ചു. ഷാരൂഖ് ഖാൻ നായകനായ ഒരു ബോളിവുഡ് ചിത്രത്തിൽ അദ്ദേഹത്തിന് ട്രിബ്യൂട്ട് നൽകി ഒരു ഗാനം തന്നെ പിൽക്കാലത്ത് ഉണ്ടായി.

ബാലു മഹേന്ദ്ര, മണിരത്നം തുടങ്ങി മറ്റൊരു രീതിയിൽ സിനിമയെ സമീപിക്കുന്നവരുടെ നായകനായിരുന്നു കമൽഹാസൻ. ദ്രാവിഡീയ തക്ക് പുറത്ത്, ഉപരിമധ്യവർഗത്തിന് സ്വീകാര്യമാവുന്ന നായകസ ങ്കൽപ്പനത്തിലൂടെയാണ് കമൽ താരമാവുന്നത്. മണിരത്നം, ശങ്കർ തുടങ്ങിയവരുടെ ചിത്രങ്ങളിൽ വേറിട്ടൊരു തമിഴ് ശരീരമായാണ് കമൽ പ്രത്യക്ഷപ്പെടുന്നതും പിന്തുണ നേടുന്നതും. രജനി- കമൽ എന്നീ രണ്ടു താര രൂപങ്ങൾക്കൊപ്പം തമിഴ് സിനിമക്ക് രണ്ടാംനിര നായകരും യഥേഷ്ടം ഉണ്ടായിരുന്നു. പ്രഭു, കാർത്തിക്, ശരത്കു മാർ, വിജയ് കാന്ത് എന്നിങ്ങനെ നീളുന്ന ഒരു രണ്ടാം നിര അവർ ക്കുണ്ടായിരുന്നു. ഇപ്പോൾ വിജയ്, സൂര്യ, വിജയ് സേതുപതി, വിക്രം എന്നിവരെ ഒന്നാം നിര താരങ്ങളായാണ് കണക്കാക്കുന്നത്.

2009-ന ശേഷം ശ്രീലങ്കൻ ജനതയുടെ സമരപശ്ചാത്തലത്തിൽ താരങ്ങളിൽ നിന്ന്, അവരുടെ മാത്രം ചലച്ചിത്രങ്ങളുടെ വിജയങ്ങ ളിൽ നിന്ന് വേർപ്പെട്ട് തമിഴ് സിനിമ രാഷ്ട്രീയമായി ഒരു മാറ്റം സ്വീ കരിക്കുന്നുണ്ട്. സുബ്രഹ്മണ്യപുരം എന്ന ചിത്രം വാസ്തവത്തിൽ ആ ഷിഫ്റ്റിന്റെ തുടക്കമാണ്. ദ്രാവിഡകക്ഷി രാഷ്ട്രീയത്തിൽ നിന്ന് മാറി ദ്രാവിഡരാഷ്ട്രീയവും ദളിത് രാഷ്ട്രീയവും തമിഴ് സിനിമയിൽ വരാൻ തുടങ്ങി. പാ രഞ്ജിത്തും മാരി സെൽവരാജും വെട്രിമാരനും അടക്കം അതിന്റെ പതാകവാഹകരായി, അവരുടെ ചിത്രങ്ങളിൽ ചിലതിനെ മുൻ നിർത്തി തമിഴ് സിനിമയുടെ ഇന്നത്തെ രാഷ്ട്രീയ- സാമൂഹിക വായന മുന്നോട്ടു വെക്കുന്നു.

പുരോഹിതവർഗം എന്ന നിലയിൽ ബ്രാഹ്മണ്യം ഇന്ത്യൻ സമൂ ഹത്തിന്റെ നിയന്ത്രണം അധികാരത്തിന്റെ കൂടി സഹായത്താൽ കൈക്കലാക്കുന്ന കാലത്താണ് നമ്മൾ ജീവിക്കുന്നത്. സാധ്യമായ എല്ലാ പ്രതിരോധങ്ങളെയും എതിർപ്പുകളെയും അത് ഇല്ലാതാക്കുന്നു. ദ്രാവിഡസ്വത്വത്തിന്റെ ആവിഷ്കാരത്തെ വൈദിക സംസ്കാരത്തെ അധീശത്വശക്തിയായി സ്ഥാപിക്കുന്ന അധികാരം ഭയപ്പെടുന്നു. അധികാരവിമർശനത്തെക്കാൾ അവർ ഭയപ്പെടുന്നത് ദ്രാവിഡ രുടെ വൈദിക സംസ്കാര നിഷേധത്തെയാണ്. പുരോഹിത വർഗം അവരുടെ ദൈവത്തെ നിർവചിക്കുകയും, അത് ഹിന്ദുവിന്റെ മൊത്തം

ദൈവമാണെന്ന് വരുത്തുകയും ചെയ്തു. ആ മൊത്ത ദൈവത്തെ ദ്രാവിഡനമേൽ അടിച്ചേൽപ്പിക്കാൻ ശ്രമിക്കുകയും ചെയ്തിട്ടുണ്ട്. തമിഴ് ജനതയുടെ പ്രാദേശിക ദൈവസങ്കല്പങ്ങളോ പേരുകളോ ഒന്നും ഉത്തരേന്ത്യൻ സംസ്കാരത്തിലധിഷ്ഠിതമായ വൈദിക സംസ്കാരം അംഗീകരിച്ചില്ല. ഈ വൈരുധ്യങ്ങളെ മുന്നിൽ വെച്ച് കൊണ്ടുതന്നെയാണ് ദ്രാവിഡ പ്രസ്ഥാനത്തിന്റെ മുന്നണി പോരാളിയായ പെരിയാർ ഇ. വി. രാമസ്വാമി നാസ്തികതയുടെ പാതയിലൂടെ ദ്രാവിഡപ്രസ്ഥാനങ്ങളെ മുന്നോട്ട് കൊണ്ടുപോകാൻ ശ്രമിച്ചത്. അദ്ദേഹം മുന്നോട്ടു വെക്കുന്ന പ്രധാന വാദം 'ദ്രാവിഡർ ഹിന്ദുക്കളല്ല' എന്നതു തന്നെയാണ്. സവർണ ബ്രാഹ്മണസംസ്കാരത്തെ പൂർണമായും റദ്ദ് ചെയ്യുന്ന പ്രസ്താവമാണിത്. രാഷ്ട്രീയവും സാമൂഹികവുമായ ലക്ഷ്യങ്ങളിൽ തമിഴരെ കണ്ണിചേർക്കാൻ ഹിന്ദുത്വം ശ്രമിക്കുമ്പോൾ, അവർ ഭയപ്പെടുന്നത് തമിഴരുടെ ചരിത്രത്തെ തന്നെയാണ്.

സാമൂഹ്യജീവിതസന്ദർഭങ്ങളുടെ ഏറ്റവും തൊട്ടടുത്തു നിൽക്കുന്ന ആവിഷ്കാരമെന്ന നിലയിൽ സിനിമയിലും ഈ ദ്രാവിഡപ്രതിനിധാനം കാണാൻ സാധിക്കും. അതിന്റെ സ്വാഭാവിക ഉള്ളടക്കങ്ങളാണ് മെർസലിലും മറ്റും കാണുന്നത്. തമിഴരുടെ അധീശത്വം മറ്റൊന്നാണ്. ആ അധീശത്വത്തോട് സിനിമ ചേർന്ന് തന്നെ നിൽക്കും. പക്ഷെ അത് ഹിന്ദുത്വത്തിനോട് കലഹിക്കുന്നു എന്നതാണ് ഇപ്പോഴുള്ള വൈരുധ്യം.

രജനീകാന്ത് നായകനായി പാ. രഞ്ജിത്ത് സംവിധാനം ചെയ്ത കബാലി എന്ന ചിത്രം ഒരേ സമയം ദളിത് ദ്രാവിഡസ്വത്വത്തെയും ഇടതുപക്ഷ വർഗരാഷ്ട്രീയവുമായി കണ്ണിചേരുന്ന അംബേദ്കർ രാഷ്ട്രീയത്തെയും പ്രതിപാദിക്കുന്നുണ്ട്. രജനീകാന്തിനെപോലെ വലിയൊരു താരത്തിലൂടെ മുഖ്യധാരയിൽ ഏറ്റവും ശക്തമായി തന്നെ അവതരിപ്പിക്കപ്പെട്ട സിനിമയിൽ, ഈ രാഷ്ട്രീയം പറയാൻ സാധിച്ചുവെന്നതും ശ്രദ്ധേയമാണ്, ചിത്രത്തിൽ അംബേദ്കറും ഗാന്ധിയും ചെഗുവേരയും ഒരുമിച്ചുള്ള ചിത്രത്തിന്റെ പ്രതിപാദനം(reference) ഉണ്ട്. സാംസ്കാരികവും വൈജ്ഞാനികപരവുമായ കീഴാളധാരയെ മുഖ്യധാരയിൽ അവതരിപ്പിക്കുക എന്ന ദൗത്യം വളരെ കൃത്യമായി സംവിധായകൻ പാ രഞ്ജിത്ത് നിർവഹിച്ചിട്ടുണ്ട്. തൊഴിലാളികളെ ഒരുമിച്ചു ചേർത്ത് കൂലി കൂട്ടിക്കിട്ടാൻ വേണ്ടി സമരം ചെയ്യുന്നുണ്ട് കബാലീശ്വരൻ. ഒരേ സമയം തൊഴിലാളി നേതാവായും ദളിത് നേതാവായും കബാലീശ്വരൻ ചിത്രത്തിൽ പ്രത്യക്ഷപ്പെടുന്നു. തിരശീലക്കു പുറത്തേക്കും സംവിധായകനായ പാ രഞ്ജിത്ത് തന്റെ രാഷ്ട്രീയം വ്യാപിപ്പിക്കുന്നുണ്ട്.

ആദിദ്രാവിഡ സമ്മേളനത്തിൽ അവതരിപ്പിക്കപ്പെട്ട ആദ്യ പ്രമേയം ഇങ്ങനെയാണ്. "അയിത്ത ജാതിക്കാരായ 65 ദശലക്ഷം ആദിദ്രാവിഡരെ ഗവൺമെന്റ് ഹിന്ദുക്കളെന്ന പേരിൽ രജിസ്റ്റർ ചെയ്തിരിക്കുന്നു. എന്നാൽ ഹിന്ദുമതം ഞങ്ങൾക്ക് മറ്റു ഹിന്ദുക്കളുമായി സമത്വം അനുവദിച്ചു തരാൻ തയ്യാറല്ലാത്തതിനാൽ ഞങ്ങളെ ഹിന്ദു മതത്തിൽനിന്ന് മാറ്റണമെന്ന് ഈ സമ്മേളനം ആവശ്യപ്പെടുന്നു." 1929 ൽ തന്നെ ദ്രാവിഡർ കേന്ദ്രീയ അധീശത്വത്തോട് വ്യക്തമായും കലഹിച്ചിരുന്നു. സ്വാഭിമാന പ്രസ്ഥാനങ്ങൾ തങ്ങളുടെ അവകാശങ്ങൾക്കു വേണ്ടി മുറവിളി കൂട്ടിയിരുന്നു. അധികാരകേന്ദ്രങ്ങളെ വിമർശിക്കുന്നതിൽ അവർ വിമുഖത കാണിച്ചില്ല.

മോബ് ജസ്റ്റിസിനോ പൊതുബോധ നീതിക്കോ ഒപ്പം നിൽക്കുന്നുണ്ടെങ്കിൽ കൂടിയും ശങ്കറിന്റെ സിനിമകൾ അധികാരത്തെ ഉന്നം വെച്ചുകൊണ്ടുള്ളതായിരുന്നു. പണം, രാഷ്ട്രീയ സ്വാധീനം, അധികാരം എന്നീ എന്റിറ്റികൾ ഉപയോഗിച്ച് മധ്യവർഗം ആഘോഷിച്ചു പോരുന്ന രാഷ്ട്രീയ സമവാക്യങ്ങളോട് ഐക്യപ്പെടുമ്പോൾ പോലും ശങ്കറിന്റെ ചിത്രങ്ങൾ മുഖ്യധാരയിൽ ഏറ്റവും പാവപ്പെട്ടവന്റെ നീതിക്കായി ശബ്ദിച്ചു. അഴിമതിക്കെതിരെ ഒറ്റയാൾ പോരാട്ടവുമായി ഇറങ്ങുന്ന ഇന്ത്യൻ(1996), ഒരു ദിവസം മാത്രം മുഖ്യമന്ത്രിയായി ഭരണമെങ്ങനെയാവണമെന്ന് മാതൃക നൽകുന്ന മുതൽവൻ(1999), അധികാരികളുടെ അശ്രദ്ധക്കും കെടുകാര്യസ്ഥതക്കും എതിരെ സ്വയം നീതിനിർവഹണം ഏറ്റെടുക്കുന്ന അന്യൻ(2005) തുടങ്ങിയ സിനിമകളിൽ മാതൃകാപുരുഷ സങ്കൽപ്പമുള്ളപ്പോൾത്തന്നെ അവ അധികാരവിമർശനം നിർവഹിക്കുന്നു.

ശങ്കറിന്റെ ചിത്രങ്ങളിൽ നിന്ന് അല്പം മാറി, അധികാരത്തിന്റെ പ്രയോഗങ്ങളെ കൂടുതൽ സൂക്ഷ്മമായി നമുക്ക് കാണിച്ചു തരികയും വിമർശിക്കുകയും ചെയ്യുന്ന, വെട്രിമാരൻ സംവിധാനം ചെയ്ത വിസാരണൈ(2015). അധികാരം പൗരനുമേൽ പ്രയോഗിക്കുന്ന പ്രത്യക്ഷരൂപമായ പോലീസിനെ പ്രതിസ്ഥാനത്തു നിർത്തിയാണ് വെട്രിമാരൻ ചിത്രം അവിഷ്കരിക്കുന്നത്. ജോലിക്കായി ആന്ധ്രയിലെത്തുന്ന നാല് ചെറുപ്പക്കാരെ പോലീസ് കള്ളക്കേസിൽ കുടുക്കുന്നു. അവർക്ക് പ്രത്യേകിച്ച് മേൽവിലാസങ്ങൾ ഒന്നും ഇല്ല എന്നതാണ് ഈ നാല് പേരെ തന്നെ തിരഞ്ഞെടുക്കാൻ കാരണം. കുറ്റസമ്മതം നടത്തുന്നതിനായി പോലീസ് അവരെ ക്രൂരമർദ്ദനങ്ങൾക്ക് വിധേയരാക്കുന്നു. കോടതിയിൽ വെച്ച് മുത്തുവേൽ (സമുദ്രക്കനി) എന്ന തമിഴ് നാട് പോലീസ് ഉദ്യോഗസ്ഥൻ അവരെ രക്ഷപ്പെടുത്തുന്നു. എന്നാൽ മറ്റൊരാധികാരത്തിന്റെ പ്രയോഗം മുത്തുവേൽ

തന്നെ ഈ നാലുപേരാൽ സാധിച്ചെടുക്കുന്നുണ്ട്. അവിടെയാണ് സംവിധായകനായ വെട്രിമാരൻ ആക്ഷൻ ഹീറോ ബിജുമാരെ നിർമ്മിച്ചെടുക്കുന്നവരിൽ നിന്ന് വ്യത്യസ്തമാവുന്നത്. അധികാരം എല്ലാകാലത്തും വ്യവസ്ഥയുടെ കാര്യസാധ്യത്തിനു വേണ്ടിയുള്ള അപ്പാരറ്റസ് ആയിരിക്കും എന്ന് ചിത്രം നമ്മെ ഓർമിപ്പിക്കുന്നു. ചിത്രത്തിലെ സൂക്ഷ്മരാഷ്ട്രീയം സംവരണത്തെയും പരാമർശിക്കുന്നുണ്ട്. മുത്തുവേലിന്റെ സീനിയർ ഉദ്യോഗസ്ഥൻ പറയുന്നത് മുത്തുവേൽ കേൾക്കാതിരിക്കുന്ന സാഹചര്യത്തിൽ ആ ഉദ്യോഗസ്ഥൻ തന്റെ ഉത്തരവ് അനുസരിക്കാൻ മുത്തുവേലിനോട് ആജ്ഞാപിക്കുകയും കൂട്ടത്തിൽ "എദോ റിസർവേഷൻ കോട്ടയിലെ കയറിയിരിക്കാറ്" എന്ന പരിഹസിക്കുകയും ചെയ്യുന്നുണ്ട്. അധികാരകേന്ദ്രത്തിലെ സവർണ്ണ പ്രത്യയശാസ്ത്രത്തോടുള്ള വിമർശനമാണിത്.

ഡി. എം. കെ ആദ്യകാല നേതാവും പിന്നീട് എ. ഡി. എം. കെ രൂപീകരിക്കുകയും ചെയ്ത എം. ജി. ആർ എന്ന തമിഴ്നാട്ടിലെ എക്കാലത്തെയും വലിയ താരം ആദ്യകാലങ്ങളിൽ ചെയ്ത വേഷങ്ങളിൽ മിക്കവയും തൊഴിലാളി, ടാക്സി ഡ്രൈവർ, കൃഷിക്കാരൻ, തോണിക്കാരൻ തുടങ്ങിയവയായിരുന്നു. പിന്നീട് അദ്ദേഹം അധികാരസ്ഥാനത്തെത്തി എന്നതും ശ്രദ്ധേയമാണ്. എം. ജി. ആറിനു വേണ്ടി തിരക്കഥ എഴുതിയ കരുണാനിധിയും മുഖ്യമന്ത്രിയായി. എം. ജി. ആറിന്റെ 'ആസൈ നായഗി' ആയതാവട്ടെ ജയലളിതയും. തമിഴ്നാട്ടിലെ രാഷ്ട്രീയവും സിനിമയും പരസ്പരം കെട്ടു പിണഞ്ഞതാണ്. 'അവിടെ താരാരാധന മാത്രമല്ലെ ഉള്ളൂ' എന്ന മലയാളി മധ്യവർഗ'സന്ദേശ'ങ്ങൾക്കപ്പുറത്തു കൃത്യമായും രാഷ്ട്രീയം പറയാൻ തമിഴ് സിനിമയും പ്രവർത്തകരും മടി കാണിച്ചിട്ടില്ല.

മെർസൽ സിനിമയിലെ അധികാര വിമർശനത്തെ നാനാ തുറയിലുമുള്ള പ്രേക്ഷകർ ആവേശപൂർവം ഏറ്റെടുത്തു. ഭരണകൂടവിരുദ്ധ സംഭാഷണങ്ങളെ നിറഞ്ഞ കയ്യടിയോടെ സ്വീകരിച്ചു. മൾട്ടിപ്ലക്സുകൾ പൊതുകാഴ്ചകളെ അതിന്റെ വിശാലാർത്ഥത്തിൽ ഉൾക്കൊള്ളാറില്ല എന്നത് യാഥാർത്ഥ്യമാണ്. പോപ്കോൺ സിനിമകളും, അരാഷ്ട്രീയ മധ്യവർഗ ആഘോഷങ്ങളുമാണ് അവരുടെ വില്പന ചരക്ക്. കാഴ്ചയുടെ പൊതുസ്വഭാവം (publicness) ഇല്ലാതാക്കുകയോ കഴിയുന്നത്ര ചുരുക്കുകയോ ചെയ്യുക എന്ന മുതലാളിത്തയുക്തിയാണ് അതിൽ പ്രവർത്തിക്കുന്നത്. എന്നാൽ മൾട്ടിപ്ലക്സുകളിൽ പോലും വിജയ് ചിത്രം ആഘോഷമായി. അധികാരത്തോടുള്ള തമിഴരുടെ വിമർശനം അവരിലുള്ളടങ്ങിയ ദ്രാവിഡസ്വത്വത്തിന്റെ ചരിത്രപരമായ ആവിഷ്കാരമാണ്. ദ്രാവിഡരുടെ അധികാരപരിധി പൂർണമായും

നിശ്ചയിക്കുന്നത് അവർ തന്നെയാണ്. അതിലേക്കുള്ള അധിനിവേശത്തെ അവർ ശക്തമായി എതിർക്കുന്നു. ഹിന്ദുവിനും മുസ്ലിമിനും ക്രിസ്ത്യാനിക്കുമപ്പുറം ഞങ്ങളും മനുഷ്യരാണ്, തമിഴരാണ് എന്നവർക്ക് ഉറക്കെ, ഉറച്ച് പറയാൻ സാധിക്കുന്നു. ജനാധിപത്യവാദികൾക്ക് ഉൾപ്പുളകത്തോടെയല്ലാതെ അതിനെ അഭിവാദ്യം ചെയ്യാൻ സാധിക്കില്ല. അധികാരം ഉറപ്പിച്ചെടുക്കുന്ന ചില സൂചകങ്ങളോട് കൃത്യമായി കലഹിക്കുന്നുണ്ട് തമിഴ് സിനിമ.

തമിഴിൽ നിരവധി ആഖ്യാനപരീക്ഷണങ്ങൾ നടത്തിയ മിഷ്കിൻ ചിത്രങ്ങളുടെ പ്രത്യേകത തെരുവുകളാണ്. അന്ജാതെ(2008) എന്ന ചിത്രത്തിൽ സിനിമയുടെ പല മുഹൂർത്തങ്ങളും പ്ലെയ്സ് ചെയ്തിരിക്കുന്നത് തെരുവുകളിലാണ്. മലയാളസിനിമ തമിഴന്റെ തെരുവുകളെ പലപ്പോഴും കാണിച്ചത് വൃത്തിഹീനമായ ചേരികളായിട്ടാണ്. എന്നാൽ തമിഴന്റെ ജീവിതത്തിന്റെ പലവിധ കലർപ്പുകളുടെ സന്ദർഭപരിസരം എന്ന നിലക്ക് തെരുവിനെ ആഖ്യാനത്തിൽ ഉൾപ്പെടുത്തിയ സംവിധായകനാണ് മിഷ്കിൻ. നോയർ സിനിമകളുടെ സ്വഭാവഗണത്തിൽപ്പെടുത്താവുന്ന സിനിമകളുമാണവ. യുദ്ധം സെയ്(2011) എന്ന ത്രില്ലർ സിനിമകയുടെ അന്വേഷണവഴികൾ തെരുവുകളാണ്. ഓനായും ആട്ടുകുട്ടിയും(2013) വ്യത്യസ്തമല്ല. ഗല്ലികളും ആൾത്തിരക്കില്ലാത്ത രാത്രി റോഡുകളുമാണ് ദൃശ്യപരിസരം. ഒരു എലീറ്റ് ദൃശ്യസംസ്കാരം എങ്ങനെയൊക്കെയോ വന്നുപെട്ട മലയാളിയുടെ കാഴ്ചകളിൽ തെരുവ് എപ്പോഴും അവഗണിക്കപ്പെടുകയോ, ഏച്ചുകെട്ടപ്പെട്ട ദൃശ്യത്താൽ അവതരിപ്പിക്കപ്പെടുകയോ ചെയ്തിട്ടുണ്ട്. ലോകസിനിമകളിലൊക്കെയും പ്രതിരോധത്തിന്റെയും പ്രതിഷേധത്തിന്റെയും മുഖ്യ സ്ഥാനമായി കണക്കാക്കുന്ന സ്ട്രീറ്റ് എന്നതിനെ ആ അർത്ഥത്തിൽ മലയാളസിനിമാ പരിസരം ഉൾക്കൊണ്ടിട്ടില്ല. പക്ഷെ മിഷ്കിൻ ചിത്രങ്ങളിലും വസന്തബാലന്റെ 'അങ്ങാടിത്തെരു' പോലുള്ള ചിത്രങ്ങളിലും ആഖ്യാനപരിസരത്തിന്റെ മുഖ്യകേന്ദ്രമായി തെരുവ് കാണാം.

തെരുവിൽ സിനിമ സംഭവിക്കുമ്പോൾ ഒഴിച്ച് കൂടാനാവാത്ത ഒന്നാണ് പാട്ടും നൃത്തവും. കർണാടകസംഗീതത്തിന്റെ സങ്കീർണമായ അനുഭൂതിപശ്ചാത്തലമോ, ആസ്വാദന വഴക്കങ്ങളോ ആവശ്യമില്ലാത്ത, ജൈവികമായ സർഗാവിഷ്കാരങ്ങളാണ് തെരുവിലെ പാട്ടുകൾ. ഡപ്പാം കുത്ത് എന്ന ഗണത്തിലൊക്കെ ധാരാളം തമിഴ് ചിത്രങ്ങളിൽ തെരുവു ഗാനങ്ങൾ കേൾക്കാം. തെരുവ് നർത്തകരുടെ പശ്ചാത്തലത്തിൽ നാസർ സംവിധാനം ചെയ്ത ചിത്രം അവതാരവും(1995) ശ്രദ്ധേയമാണ്. 'താൻ ഫെറാരി കാറിൽ സഞ്ചരിക്കുമെന്നും

കഴിയാവുന്നത്ര കാലം തുള്ളിക്കൊണ്ട് കഴിയുമെന്നും' അടുത്തകാലത്തു പറഞ്ഞത് മലയാളിയായ നടൻ വിനായകനാണ്. മലയാളിയുടെ നൃത്തം ചെയ്യാനുള്ള മടിയും അദ്ദേഹം പരാമർശിക്കുന്നുണ്ട്. എന്നാൽ തമിഴരുടെ അടിസ്ഥാന ജൈവികതയിൽ തന്നെ നൃത്തമുണ്ട്. അത് ദ്രാവിഡസ്വത്വത്തിന്റെ കൂടെ സവിശേഷതയാണ്. ഉടലും ഉയിരും തമിഴിനും മണ്ണിനും പകുത്തുനൽകിയ, വൈദികസംസ്കാരത്തോട് എന്നും പോർവിളിക്കുന്ന ദ്രാവിഡസ്വത്വത്തിനെ വഴക്കിയെടുക്കാൻ അധികാരത്തിനു സാധിക്കുന്നില്ല എന്നത് വലിയ സാധ്യതകളിലേക്കുള്ള തുറവിയാണ്. അത് സാമൂഹികമായും രാഷ്ട്രീയപരവുമായ പുതിയ ചില കണ്ണിചേരലുകൾക്ക് വഴിവെക്കുക കൂടി ചെയ്യേണ്ടതുണ്ട്. ആത്മാഭിമാനത്തെ ഒരു കൊടിയുടെ കീഴിലും പണയം വെക്കാത്ത ആവിഷ്കാരത്തെ ജനാധിപത്യവാദികൾ മുറുകെ പിടിച്ചേ മതിയാവൂ.

സൂരജ് യെങ്ടെ എഴുതിയ Caste Matters (ജാതി ഒരു പ്രശ്നമാണ്) എന്ന പുസ്തകത്തിന്റെ ആമുഖത്തിൽ അദ്ദേഹം ഇന്ത്യയുടെ യാഥാർത്ഥ്യത്തെ സൂചിപ്പിക്കുന്നുണ്ട്. 1.35 ബില്യൺ ജനങ്ങൾ ഇന്ത്യയിൽ ജാതീയമായി വേർതിരിക്കപ്പെട്ടവരാണ് എന്നും അതിൽ 800 മില്യൺ ആളുകൾ അതിന്റെ തിക്തഫലം അനുഭവിക്കുന്നുണ്ട് എന്നും അതിൽ തന്നെ 500 മില്യൺ ആളുകളുടെ അന്തസിനെ ജാതി അടിമപ്പെടുത്തുന്നു എന്നും സൂരജ് എഴുതുന്നു. പ്രസ്തുത ആമുഖത്തിന് അദ്ദേഹം കൊടുത്ത തലക്കെട്ട് 'ജാതീയതയുടെ ആത്മാക്കൾ: ഇരുപത്തൊന്നാം നൂറ്റാണ്ടിന്റെ പ്രതിപാദ്യവിഷയം' എന്നാണ്. നമ്മുടെ സാംസ്കാരത്തിലും സാഹിത്യത്തിലും സിനിമയിലും അന്വേഷണങ്ങളിലും ജാതീയത ഒരു പ്രതിപാദ്യവിഷയമായി മുൻപില്ലാത്ത വിധം മുന്നോട്ടു പോവുന്ന കാലമാണിത്. ലോക്ഡൗണിന്റെ തുടക്കത്തിൽ ഏതാണ്ട് നിശ്ചലമായ സാംസ്കാരികാന്തരീക്ഷം പിന്നീട് സജീവമാവുന്നത് രണ്ട് സാങ്കേതിക പ്ലാറ്റ്ഫോമുകളിലൂടെയാണ്-കുറഞ്ഞപക്ഷം കേരളത്തിലെങ്കിലും എന്ന് വ്യക്തിപരമായി കരുതുന്നു. അത് ഓ. ടി. ടി പ്ലാറ്റ്ഫോമുകളും ചുരുങ്ങിയ കാലത്തെങ്കിലും അതിസജീവമായിരുന്ന ക്ലബ് ഹൗസും വഴിയാണ്. ഒരു ചിത്രം ഓ. ടി. ടിയിൽ റിലീസായിക്കഴിഞ്ഞാൽ അതിന്റെ അനുബന്ധമായൊരു ചർച്ച ക്ലബ് ഹൗസിൽ സംഘടിപ്പിക്കപ്പെടുന്ന കാഴ്ച ലോക്ഡൗൺ കാലത്ത് സ്ഥിരമായിരുന്നു. ചലച്ചിത്രമേളകളിലെ ഓപ്പൺ ഫോറങ്ങൾ പോലെ സജീവമായിരുന്നു പല ചർച്ചകളും. ഇത്തരം ചർച്ചകളിൽ തമിഴ് സിനിമകളും മലയാള സിനിമകളും താരതമ്യം ചെയ്ത് വിഷയാധിഷ്ഠിതമായി തന്നെ ചർച്ചകൾ മുന്നോട്ടു പോയിരുന്നു. അത്തരം താരതമ്യചർച്ചകളിൽ സജീവമായ ഒരു ചർച്ച തമിഴിലെ പോലെ

മലയാളത്തിൽ എന്തുകൊണ്ട് ദളിത് പശ്ചാത്തലമുള്ള ചലച്ചിത്രങ്ങൾ നിർമ്മിക്കപ്പെടുന്നില്ല എന്നതായിരുന്നു. കേരളത്തിലേത് സവർണാധിപത്യ സാംസ്കാരികാന്തരീക്ഷമാണ് എന്ന ലളിതയുക്തിയിലാണ് അത്തരം ചർച്ചകൾ അവസാനിച്ചിരുന്നത്. ഈ നിഗമനത്തിൻ സാംസ്കാരികമായ സവർണാശ്വാസത്തിന്റെ വെളുപ്പൻ കുറ്റബോധത്തിന്റെ(white guilt) പശ്ചാത്തലമുണ്ട്. അത്തരം ലളിതയുക്തിയിൽ അവസാനിക്കേണ്ടതല്ല ആ ചോദ്യം. കുറെക്കൂടി വിശാലപരിധിയിൽ ചർച്ച ചെയ്യപ്പെടാൻ മാത്രം വ്യാപ്തി ആ ചോദ്യത്തിനുണ്ട്.

വസ്തുതാപരമായി ഈ ചോദ്യം പ്രസക്തമാണോ എന്ന ആശങ്ക ഉന്നയിച്ച് ഡോ. ബിജു അടക്കമുള്ളവർ മുന്നോട്ട് വന്നിരുന്നു. തമിഴിലെ ഈ ദലിത്പക്ഷ സിനിമകളുടെ കുത്തൊഴുക്കിനു മുൻപു തന്നെ മലയാളത്തിൽ ബിജുവിന്റെതന്നെ വെയിൽ മരങ്ങൾ, പേരറിയാത്തവർ, സജി പാലമേലിന്റെ ആറടി, ജയൻ ചെറിയാന്റെ പപ്പിലിയോ ബുദ്ധ, അന്തരിച്ച സംവിധായകൻ ഷാനവാസ് നരണിപ്പുഴയുടെ ആദ്യചിത്രം കരി തുടങ്ങിയവ ദലിത് പശ്ചാത്തലത്തിലുള്ള പ്രമേയങ്ങളിലൂടെ ശ്രദ്ധനേടിയിരുന്നു. നിർഭാഗ്യവശാൽ ഇത്തരം ചിത്രങ്ങൾ ചെറിയ പ്ലാറ്റ് ഫോമുകളിലും പ്രാദേശിക ഫിലിം സൊസൈറ്റി സ്ക്രീനിംഗുകളിലും മാത്രമാണ് പലപ്പോഴും ഇടംപിടിച്ചത്. മുഖ്യധാരയിൽ തന്നെ വലിയ മാറ്റം തമിഴ് സിനിമയ്ക്കുണ്ട് എന്ന സമീപകാല നോട്ടത്തിന്റെ പേരിലാണ് ഈ ചർച്ചയുടെ വിഷയ പശ്ചാത്തലത്തെ നാം കാണേണ്ടത്. തമിഴ് സിനിമയിലെ സമാന്തര സംവിധായകരിൽ പ്രമുഖയായ ലീന മണിമേഖലയുടെ അഭിപ്രായം ദലിത്പക്ഷ സിനിമകൾ എന്ന പേരിൽ പുറത്തിറങ്ങുന്ന ധനുഷിന്റെയും രജനീകാന്തിന്റെയുമൊക്കെ ചിത്രങ്ങൾക്ക് നായകപരിവേഷത്തിന്റെ വിപണിസാധ്യതകൾക്കപ്പുറം മറ്റു മാനങ്ങൾ ഇല്ലെന്നാണ്. തമിഴിലെ പ്രധാന സംവിധായകനായ വെട്രിമാരൻ കരുതുന്നത് തമിഴിൽ സമാന്തരസിനിമയുടെ ദൗത്യം മുഖ്യധാര തന്നെ നിറവേറ്റുന്നു എന്നാണ്. അതായത് ദലിത്പക്ഷ സിനിമയുടെ കാര്യത്തിൽ തമിഴിൽ തന്നെ വൈരുധ്യം നിലനിൽക്കുന്നുണ്ട് എന്നർത്ഥം. എന്നാൽ രണ്ടു ധാരകളിൽ നിന്നും മികച്ച സിനിമകൾ നമുക്കു ലഭിക്കുകയും ചെയ്യുന്നു. വെട്രിമാരനിൽ നിന്ന് നമുക്ക് അസുരനും വിസാരണയും ലഭിക്കുമ്പോൾ പാ രഞ്ജിത്തിൽ നിന്ന് കാലയും, സർപ്പാട്ട പരമ്പരയും ലഭിക്കുന്നു. മാരി സെൽവരാജിൽ നിന്ന് പരിയേറും പെരുമാളും കർണനും ഉണ്ടാകുമ്പോൾ ടി. ജെ ജ്ഞാനവേലിന്റെ ജയ് ഭീം ഇന്ത്യയിലെമ്പാടും ചർച്ചയാവുന്നു. ലീന മണിമേഖലയുടെ 'മാടത്തി'ക്ക് വലിയ സ്വീകാര്യത ലഭിക്കുന്നു.

ഇത്തരമൊരു സാംസ്കാരിപരിസരം മലയാളസിനിമയിൽ സൃഷ്ടിക്കപ്പെടുന്നുണ്ടോ എന്നതാണ് മുൻപുന്നയിച്ച ചോദ്യത്തിന്റെ കാമ്പ്. അല്ലെങ്കിൽ അതെന്തുകൊണ്ട് സംഭവിക്കുന്നില്ല എന്ന അന്വേഷണമാണ് നടക്കേണ്ടത്. 'അസുരന്' പ്രേരകമായ കീഴ് വെൺമണി സംഭവംപോലെയോ 'കർണനി'ലെ പ്രമേയത്തെ രൂപപ്പെടുത്തുന്ന കൊടിയംകുളം സംഭവം പോലെയോ ഉള്ള ചരിത്രാധ്യായങ്ങൾ കേരളത്തിൽ ഇല്ലെന്നതാണ് മറ്റൊരു ലളിതയുക്തി. ഇത്തരം ഉത്തരങ്ങൾ ചമക്കുന്നവർ അയ്യങ്കാളിയുടെ പോരാട്ടങ്ങളെയും പുന്നപ്ര വയലാറിനെയും മറ്റനേകം കർഷകസമരങ്ങളെയും മറന്നു പോവുന്നു.

തമിഴ് സിനിമയിൽ ജാതിയെ ഏറ്റവും സൂക്ഷ്മമായി അഭിമുഖീകരിക്കുകയും ഈ ചർച്ചകൾക്കെല്ലാം തുടക്കമിടുകയും ചെയ്തത് മാരി സെൽവരാജിന്റെ ആദ്യചിത്രമായ പരിയേറും പെരുമാളാണ്. കാൾ സാഗനെ പോലെ അറിയപ്പെടുന്ന ശാസ്ത്രകാരനാകാൻ ആഗ്രഹിച്ച രോഹിത് വെമുലയെ, ഡോ. ബി.ആർ അംബേദ്കർ ആകാൻ ആഗ്രഹിച്ച് ലോ കോളജിൽ പഠിക്കാനെത്തുന്ന പരിയേറും പെരുമാൾ BA - BL എന്ന പുളിയങ്കുളത്തുകാരനിലൂടെ നമുക്ക് കാണിച്ചുതരികയാണ് മാരി സെൽവൻ. പരിയേറും പെരുമാൾ എന്നാൽ കുതിര കയറും പെരുമാൾ എന്നാണ്. കുതിരകയറുന്നത് ധിക്കാരപരമായ ഒരു സമരമാണ്. ജാതി വിവേചനത്തിനുമേൽ, സവർണാധികാരത്തിനുമേൽ കുതിരകയറേണ്ടത് ജനാധിപത്യത്തിന്റെ ആവശ്യമാണ്. വലിയ കഷ്ടപ്പാടുകൾ നിറഞ്ഞ ജീവിതസാഹചര്യങ്ങളെ, സാമൂഹിക ജീവിതത്തിലെ പുറത്താക്കലുകളെ അതിജീവിച്ച് യൂണിവേഴ്സിറ്റികളിൽ പഠിക്കാനെത്തി തൂക്കുകയറിൽ ഒടുങ്ങുന്ന രോഹിത് വെമുലമാർ, ഇടപെട്ട് തിരുത്തേണ്ട സാഹചര്യങ്ങളുടെ സൃഷ്ടിയാണെന്ന് ഈ സിനിമ നമ്മളെ ഓർമിപ്പിക്കുന്നു.

'Caste and religion are against humanity' എന്ന് ടൈറ്റിൽ കാർഡിൽ എഴുതി കാണിക്കുന്ന ഒരു ചിത്രം, ഫാൻസിനും ദൈവത്തിനും നന്ദി പറയുന്ന മുഖ്യധാരാ സ്ക്രീനിൽ പ്രതീക്ഷിക്കാവുന്ന ഒന്നല്ല. 'പരിയേറും പെരുമാൾ' നിലപാടെടുത്തു തുടങ്ങുന്നത് ഈ ഘട്ടം മുതൽത്തന്നെയാണ്. പുളിയങ്കുളം എന്ന കീഴ്ജാതിക്കാർ താമസിക്കുന്ന ചെറിയ ഊരിൽനിന്നും തിരുനെൽവേലിയിലേക്ക് നിയമം പഠിക്കാൻ എത്തുന്ന പരിയേറും പെരുമാളിന്റെ ജീവിതമാണ് ഈ ചിത്രം. ഊരിന്റെ പേരുകേട്ടാൽ ഊരുനിവാസികളുടെ ജാതി തിരിച്ചറിയുന്ന ദയനീയാവസ്ഥയെ സിനിമയിലൂടെ സമർത്ഥമായി അവതരിപ്പിക്കുകയാണ് മാരി സെൽവൻ. ആദ്യദിവസം കോളേജിലെത്തുന്ന പരി നേരിടുന്ന റാഗിങ്ങിൽ സീനിയേഴ്സ് അയാൾ

താമസിക്കുന്ന ഊര് ചോദിക്കുന്നുണ്ട്. പുളിയങ്കുളം എന്ന് കേൾക്കുമ്പോൾ അവിടെ താമസിക്കുന്നത് ആരാണെന്ന് നമുക്കെല്ലാവർക്കും അറിയാമല്ലോ എന്ന് അവർ പരിഹസിക്കുന്നു. ചിത്രത്തിലെ നായികയായ ജ്യോതി മഹാലക്ഷ്മിയുടെ വീട് അംബാസമുദ്രം എന്ന സ്ഥലത്താണ്. അത് മേൽജാതിക്കാർ താമസിക്കുന്ന സ്ഥലമാണെന്ന് പരോക്ഷമായി പറയുന്നുണ്ട്. പുളിയങ്കുളത്തെ മനുഷ്യരോടും അംബാസമുദ്രത്തിലെ മനുഷ്യരോടും പൊതുസമൂഹം കാണിക്കുന്ന വ്യത്യസ്ത പെരുമാറ്റങ്ങളിലൂടെയാണ് ചിത്രം മുന്നോട്ട് നീങ്ങുന്നത്. പുളിയങ്കുളവും അംബാസമുദ്രവും തമ്മിലുള്ള അകലം അവ തമ്മിലുള്ള ഭൗതികദൂരമല്ല, മറിച്ച് ജാതിശ്രേണി നിർമ്മിച്ച ദൂരമാണ്. ഇതെത്രമാത്രം മനുഷ്യവിരുദ്ധമാണ് എന്ന് അടയാളപ്പെടുത്തുകയാണ് മാരി സെൽവൻ.

പൊതുഇടത്തിന്റെ തിരഞ്ഞെടുപ്പിലും മാരി സെൽവൻ സൂക്ഷ്മത പുലർത്തിയിരിക്കുന്നു. സിനിമയുടെ പശ്ചാത്തലമായി സംവിധായകൻ തിരഞ്ഞെടുത്തിരിക്കുന്നത് ഒരു വിദ്യാഭ്യാസ സ്ഥാപനമാണ്; അതും ലോ കോളേജ്. ഇന്ത്യൻ ഭരണഘടനയെ, അതിന്റെ ധാർമ്മികമൂല്യങ്ങളെ സംരക്ഷിച്ച് നിർത്തേണ്ട,നിയമവക്താക്കളായി ഉയിർത്തു വരേണ്ടവർ പഠിക്കുന്ന സ്ഥാപനം. ഈ ഇടത്തിലാണ് ഭരണഘടനയിൽ ഇല്ലാതാക്കണമെന്ന് നിഷ്കർഷിക്കുന്ന അയിത്തം (untouchability) കൊണ്ട് പരിയ്ക്ക് നിഷേധിക്കപ്പെടുന്ന നീതിയെയും സമത്വത്തെയും മാരി സെൽവൻ കാണിച്ചുതരുന്നത്. മാതൃഭാഷയിൽ പരീക്ഷ എഴുതാമെന്ന നിയമം ഇരിക്കെ, ഇംഗ്ലീഷ് അറിയില്ലെന്ന കാരണത്താൽ മറ്റു വിഷയങ്ങളിൽ മിടുക്കനായി പഠിച്ച് ലോ കോളേജിലെത്തിയ പരിയെ ഒരധ്യാപകൻ വിശേഷിപ്പിക്കുന്നത്"കോ(ക്വാ)ട്ടയിൽ നുഴഞ്ഞെത്തിയ കോഴിക്കുഞ്ഞ്'' എന്നാണ്". ഭരണഘടന ഉറപ്പുനൽകുന്ന, നീതിക്കും സമത്വത്തിനുമെതിരെ നിൽക്കുന്നത് ജാതിവിവേചനമാണ് എന്ന യാഥാർത്ഥ്യം 'പരിയേറും പെരുമാൾ' മറയില്ലാതെ ആവിഷ്കരിക്കുന്നു.

'പരിയേറും പെരുമാൾ' തൊടുത്തുവിട്ട ജാതിവിവേചനത്തിന്റെ അലയൊലികൾ ഇന്ത്യയെമ്പാടും ഏറ്റെടുത്തു. തമിഴ് സിനിമയിലും അതൊരു പ്രകമ്പനമായി നിലകൊണ്ടു. ആ പ്രകമ്പനത്തിന്റെ പശ്ചാത്തലത്തിലാണ് വെട്രിമാരൻ അസുരൻ എന്ന ചിത്രവുമായി എത്തുന്നത്. 2009 ലെ ശ്രീലങ്കൻ വംശഹത്യക്ക് ശേഷം തമിഴ് ജനങ്ങളിൽ പുതിയൊരു രാഷ്ട്രീയചോദ്യം ഉടലെടുത്തിട്ടുണ്ട്. ഉടലും ഉയിരും തമിഴിനു നൽകിയ, പൗരോഹിത്യാധികാരത്തെയും ബ്രാഹ്മണ്യത്തെയും പുറത്താക്കിയ, പെരിയോർ നിർമ്മിച്ച

ദ്രാവിഡചിന്തയുടെ വെളിച്ചത്തിൽ, പുതിയൊരു രാഷ്ട്രീയവിചാരം കൂടി അവർക്ക് ലഭിക്കുന്നു. നിലത്തിനുമേൽ, ഇടത്തിനുമേലുള്ള കടന്നുകയറ്റത്തെക്കുറിച്ചുള്ള ബോധ്യമാണത്. തങ്ങളുടെ ഭൂമി വെട്ടിപ്പിടിക്കുന്നതിലൂടെ കോർപ്പറേറ്റുകളും ഭരണകൂടങ്ങളും ശ്രമിക്കുന്നത് ജനസഞ്ചയത്തെയും, അത് നിർമ്മിച്ച രാഷ്ട്രീയവിചാരങ്ങളെയും ഇല്ലാതാക്കാനാണ് എന്ന തിരിച്ചറിവ് ആ ജനത സ്വായത്തമാക്കി കഴിഞ്ഞു. ജാതി, അധികാരം, ഭൂമി എന്നീ മൂന്നു രാഷ്ട്രീയ സംജ്ഞകളെ കൃത്യമായി വായിക്കാൻ തമിഴ് സാംസ്കാരികതക്ക് കഴിഞ്ഞു എന്നതിനാലാണ് തമിഴ് സാംസ്കാരികതയിൽ നിന്ന് ഉജ്ജ്വലമായ രാഷ്ട്രീയ പോരാട്ടങ്ങളും സമരങ്ങളും പ്രതിരോധങ്ങളും ഉണ്ടാവുന്നത്. വെട്രിമാരനെന്ന സംവിധായകൻ ഈ പോരാട്ട ഭൂമികയുടെ ഏറ്റവും തെളിഞ്ഞ സിനിമാക്കാഴ്ചയുമായി, 'അസുരനു'മായി എത്തുമ്പോൾ എത്രത്തോളം അയാൾ ആ സാമൂഹിക-രാഷ്ട്രീയ സന്ദർഭങ്ങളോട് ഐക്യപ്പെടുന്നുവെന്നത് തിരയിടത്തിൽ തെളിഞ്ഞു കാണാം.

വെട്രിമാരന്റെ ചിത്രങ്ങളിൽ സംഘർഷഭരിതമായ സാഹചര്യങ്ങളിലേക്ക് നിരന്തരം വലിച്ചിഴക്കപ്പെടുന്ന ജനതയെയും അവരുടെ പോരാട്ടങ്ങളെയും കാണാം. അവരുടെ പ്രതികാരത്തെ പകർത്തുമ്പോൾ അദ്ദേഹം ഏറ്റവും കൂടുതൽ കേട്ട പഴി 'വയലൻസ് കൂടുന്നു' എന്നതാണ്. കിം കി ഡുക്ക് സിനിമകളെ കാവ്യാത്മക വയലൻസ് എന്നു വിളിക്കുമ്പോൾ വെട്രിമാരന് ആ പ്രിവിലേജ് ലഭിക്കാത്തത് എന്ത് കൊണ്ടാവും? തീർച്ചയായും സാംസ്കാരിക മേൽക്കോയ്മ കീഴാള പ്രതിരോധത്തെ മുഴുവൻ അക്രമവത്കരിക്കുന്നതിന്റെ ഭാഗം തന്നെയാണത്. വെട്രിമാരന്റെ തന്നെ ഭാഷയിൽ പറഞ്ഞാൽ 'ആ കഥാപാത്രങ്ങൾ പ്രതികാരമല്ല മറിച്ച് 'കാവ്യനീതി'യാണ് നടപ്പാക്കുന്നത്''. കാവ്യനീതിയെ രാഷ്ട്രീയമായ കൃത്യതയോടെ അവതരിപ്പിക്കുകയാണ് വെട്രിമാരൻ. ആയിരത്തഞ്ഞൂറേക്കർ ഭൂമി കയ്യടക്കിയ വലിയ ഭൂവുടമകളുടെ(വടക്കൂറർ) ഇടയിൽ മൂന്നേക്കറുമായി ജീവിക്കുന്ന കർഷകത്തൊഴിലാളി കുടുംബമാണ് ശിവസാമിയുടേത്. ശിവസാമിയും ഭാര്യ പച്ചയമ്മയും മക്കളായ മുരുഗനും ചിദംബരവും ഇളയമകളും പച്ചയമ്മയുടെ സഹോദരൻ മുരുകേസനും ചേർന്ന് ജീവിച്ചുവരുന്ന ഇടത്തേയും ആ ഇടത്തിനെ സംരക്ഷിക്കുന്ന പോരാട്ടത്തെയുമാണ് 'അസുരൻ' അവതരിപ്പിക്കുന്നത്. ശിവസാമിയുടെ കുടുംബം ഭൂവുടമകളായ നരസിമ്മന്റെ കുടുംബത്തിന് ശത്രുക്കളാണ്. അവർ ശത്രുപക്ഷത്താവുന്നതിന് രണ്ടു കാരണങ്ങളാണുള്ളത്. ഭൂമി കയ്യടക്കുക എന്ന സാമ്പത്തിക ലക്ഷ്യവും ജാതിയുമാണവ. ജാതിയിൽ കീഴ്ത്തട്ടിലുള്ളവരുടെ ഭൂമി ഇല്ലാതാവുന്നതോടെ അവരുടെ

സാമ്പത്തിക- സാമൂഹ്യ അധികാരങ്ങൾ നേടാനുള്ള ശേഷി തന്നെ ഇല്ലാതാവുമെന്ന മേൽക്കോയ്മാ രാഷ്ട്രീയത്തെ കൃത്യമായി അവതരിപ്പിക്കുകയാണ് വെട്രിമാരൻ.

മുരുകൻ, വടക്കൂറാൻ നരസിമ്മനെ ചെരുപ്പ് കൊണ്ട് തല്ലിയതിന് വടക്കൂറാൻ പ്രതികാരം ചെയ്യുന്നത് അതിക്രൂരമായാണ്. മുരുകന്റെ തലയില്ലാത്ത ശരീരം പാടത്ത് നഗ്നമായി ഉപേക്ഷിക്കപ്പെടുന്നു. ഈ ശിക്ഷ ശരിവയ്ക്കുന്നതും നീതീകരിക്കുന്നതും ജാതിയുടെ ഉച്ച-നീചത്വത്താലാണ്. ജാതിയിൽ താഴ്ന്ന ശിവസാമിയും കുടുംബവും പ്രതികരിക്കാൻ പാടില്ലെന്നും കാലിൽ വീണ് മാപ്പുപറയേണ്ടവരാണെന്നുമുള്ള ജാതി മേൽക്കോയ്മയുടെ പ്രവർത്തനം ഇവിടെ കൃത്യമായി അവതരിപ്പിക്കപ്പെടുന്നു. തന്റെ അച്ഛൻ ആത്മാഭിമാനം വെടിഞ്ഞ് കാലിൽ വീണ് മാപ്പപേക്ഷിച്ചതിനാലാണ് മുരുകൻ ചെരുപ്പ് കൊണ്ട് നരസിമ്മനെ തല്ലുന്നത്. ഇവിടെയാണ് പ്രതികാരമെന്നത് കാവ്യനീതിക്ക് വഴി മാറുന്നത്. ചെരുപ്പെന്നത് ചിത്രത്തിൽ ജാതിയുടെ ഉച്ച- നീചത്വങ്ങളെ കുറിക്കുന്ന രൂപകമാണ്. ചെരുപ്പ് കൊണ്ട് കീഴ്ജാതിക്കാരന്റെ അടി കിട്ടിയത് വടക്കൂറാനെ സംബന്ധിച്ച് വലിയ അപമാനമാണ്. അതുതന്നെയാണ് മുരുകനെ അതിക്രൂരമായി ഇല്ലാതാക്കുന്നതിന്റെ കാരണവും. മുരുകന്റെ അനുജൻ ചിദംബരം വടക്കൂറാൻ നരസിമ്മനെ കൊല്ലുന്നത് കാവ്യനീതിയുടെ മറ്റൊരു ആവിഷ്കാരമാണ്. ഇങ്ങനെ പുരോഗമിക്കുന്ന പോരാട്ടങ്ങളുടെ സംഘർഷഭൂമിയാണ് 'അസുരൻ'.

വിപണന സംബന്ധിയായ ബാധ്യതകളില്ലാത്ത ചിത്രമാണ്‌ലീന മണിമേഖലയുടെ 'മാടത്തി'. ഫിക്ഷനും തിരയിടങ്ങളും കാലാകാലം ചർച്ചചെയ്ത, പ്രായപൂർത്തിയായ മകളെ സംരക്ഷിക്കാൻ പാടുപെടുന്ന മാതാപിതാക്കളുടെ കഥയല്ല മാടത്തി. അസമത്വത്തിന്റെ സൂക്ഷ്മാണുക്കൾ കലർന്ന സമൂഹത്തിൽ, ജാതി നിർമ്മിച്ച ഭയപ്പാടും സമാനതകളില്ലാത്ത നെറികേടും പേറി ജീവിക്കേണ്ടി വരുന്ന മനുഷ്യരുടെയും അവരിലേക്കെറിയപ്പെടുന്ന മനുഷ്യ/ദൈവ നോട്ടങ്ങളുടെയും ആവിഷ്കാരമാണ് ഈ ചിത്രം. നാട്ടുശീലുകളിലും, ഫോക്‌ലോറിലും നാം നിരവധിയായ കീഴാളദൈവങ്ങളുടെ മിത്തുകൾ കേട്ടിട്ടുണ്ട്. കണ്ണകിയുടേതുപോലുള്ള ഇതിഹാസ സമാനമായ മിത്തുകളും നമുക്കുണ്ട്. ഉഗ്രരൂപികളും പ്രതികാരദാഹികളുമായ കുഞ്ഞുദൈവങ്ങളും, അവയെ ആരാധിക്കുന്ന ചെറുകൂട്ടങ്ങളും നമുക്ക് പരിചിതമാണ്. കഴിയുന്നത്ര കുലീനസങ്കൽപ്പത്തോടെ ആ ദൈവഭാവനകളെ നാം പുതുക്കിപ്പണിയുന്നു. കാവുകൾ ക്ഷേത്രങ്ങളാവുന്നു. തീണ്ടാപാടുള്ള ദൈവത്തിനെ കാണാൻ തീണ്ടാപാടുള്ളവർക്ക് അകലങ്ങൾ നിശ്ചയിക്കപ്പെടുന്നു. എല്ലാ ദൈവങ്ങളെയും പൗരോഹിത്യത്തിന്റെ ചട്ടക്കൂടുകളിലേക്ക്

കൊണ്ടുവരാൻ ബ്രാഹ്മണ്യത്തിനാവുന്നു. ഈ മിത്തിക്കൽ എഞ്ചിനീയറിംഗിൽ അനീതിയുടെ കൊടും ക്രൂരതക്കിരയായൊരു തേങ്ങൽ കല്ലായി അവശേഷിക്കുന്നു. 'മാടത്തി' ആദ്യന്തം ശ്രമിക്കുന്നത് ഫോക്‌ലോറുകളിൽ നാം കേട്ട കീഴാള ദൈവഭാവനകളിലെ ഈ അനീതിയെ തുറന്നു കാണിക്കാനാണ്. കേവലമായ പ്രതികാരദാഹത്തിന്റെ വെളിച്ചപ്പെടലുകളെ തിരുത്താനാണ് ലീന മണിമേഖല ശ്രമിക്കുന്നത്. ജാതിയുടെ പ്രവർത്തനവും മിത്തും ഇത്രമേൽ ഇഴചേർക്കപ്പെട്ടൊരു സിനിമാനുഭൂതി സമീപകാലത്തെങ്ങും ലഭിച്ചിട്ടില്ല എന്നതും ശ്രദ്ധേയമാണ്. കവിതകളിലൂടെയും ഡോക്യുമെന്ററികളിലൂടെയും ഡോക്യുഫിക്ഷനുകളിലൂടെയും ഹ്രസ്വചിത്രങ്ങളിലൂടെയും അസമത്വത്തെയും അനീതിയെയും നിരന്തരമായി പിന്തുടരുന്ന ലീന മണിമേഖലയുടെ തീർത്തും ജൈവികമായൊരു സിനിമാഖ്യാനമാണ് മാടത്തി.

മാരി സെൽവരാജ് സംവിധാനം ചെയ്ത 'കർണൻ' കൊടിയങ്കുളം എന്ന ദേശത്തെ മനുഷ്യർക്ക് ജാതിയുടെ പേരിൽ നഷ്ടപ്പെടുന്ന അവകാശങ്ങളെക്കുറിച്ച് അതിസൂക്ഷ്മമായി സംവദിക്കുന്നു. ചിത്രത്തിലെ കാലുകെട്ടിയിട്ട കഴുത മാരിയുടെ തന്നെ 'പരിയേറും പെരുമാളി'ലെ നായയുടെ തുടർച്ചയാണ്. കൊടിയങ്കുളത്തെ പ്രക്ഷോഭകാരെ അറസ്റ്റ് ചെയ്തതിനു ശേഷം പോലീസ് ഇൻസ്പെക്ടർ ഓരോരുത്തരുടെയും പേരുകൾ ചോദിക്കുന്നുണ്ട്. പുരാണത്തിലെ കഥാപാത്രങ്ങളുടെ പേരുകളാണവർക്ക്. അത് കേൾക്കുമ്പോൾ തന്നെ ഇൻസ്പെക്ടർക്ക് കലിയിളകുകയും അവരെ ക്രൂരമായി മർദ്ദിക്കുകയും ചെയ്യുന്നു. ജാതിയിൽ താഴ്ന്നവർക്ക് പുരാണങ്ങളിലെ പേരു സ്വീകരിക്കാൻ എന്താണവകാശം എന്ന അഹന്തയാണ് ഇൻസ്പെക്ടർക്കുള്ളത്. കേവല വൈകാരികാസ്വാദനത്തിനപ്പുറം പുരാണങ്ങളെപ്പോലും രാഷ്ട്രീയവത്കരിച്ച് കൃത്യമായ സാമൂഹികാന്തരീക്ഷത്തോട് കണ്ണി ചേർത്തവതരിപ്പിക്കാൻ മാരി സെൽവരാജിനെപോലൊരു സംവിധായകന് തമിഴിൽ സാധിക്കുന്നുണ്ട്. വൈകാരികതകളുടെയും വ്യാജമായ അസ്തിത്വസംഘർഷങ്ങളുടെയും ഉത്തരം തേടാനുള്ള മാധ്യമമായല്ല ഇന്ന് തമിഴ് സിനിമ നിലനിൽക്കുന്നത്.

നമ്മുടെയെല്ലാം അഭിമാന ചിത്രമായ പിറവി(സംവിധാനം ഷാജി എൻ. കരുൺ)യെക്കുറിച്ച് ഡോ. കെ പി. ജയകുമാർ സൂക്ഷ്മവും പ്രസക്തവുമായ ഒരു നിരീക്ഷണം നടത്തുന്നുണ്ട്. 'കേരളത്തെയാകെ ഉലച്ച രാഷ്ട്രീയസംഭവമായ രാജൻ കസ്റ്റഡിമരണ കേസിനെ കേവലം വൈകാരികാനുഭവം മാത്രമാക്കി തളച്ചിടുന്ന അവസ്ഥ 'പിറവി'യിലുണ്ട്'' എന്നദ്ദേഹം പറയുന്നു. ഈ അനുഭൂതിഭേദമാണ്

തമിഴ് സിനിമയെയും മലയാളസിനിമയെയും വ്യതിരിക്തമാക്കുന്നത്. നിരന്തരം അവർ സിനിമയെ രാഷ്ട്രീയവത്കരിക്കുന്നത് ഇങ്ങനെയൊക്കെയാണ്. പാ രഞ്ജിതിന്റെ സർപ്പാട്ട പരമ്പര സ്പോർട്സ് ജോണറിലാണ് ഒരു ക്ലാനിനെ അതിന്റെ ചരിത്ര-രാഷ്ട്രീയ-സാമൂഹികാന്തരീക്ഷത്തിലേക്ക് കണ്ണിചേർക്കുന്നത്. 'വിറ്റുപോകും എന്നുറപ്പുള്ള ചരക്കുകളാണ് സിനിമാക്കാരുടെ ഭാഷയിലെ സബ്ജക്ട്" എന്ന ചിന്ത രവിയുടെ നിരീക്ഷണം പ്രസക്തമാണ്. അത്തരം 'സബ്ജക്ട്'കളാണ് പലപ്പോഴും മലയാളസിനിമയെ രാഷ്ട്രീയത്തിൽ നിന്നു വേർപ്പെടുത്തുന്നത്. തമിഴിലാകട്ടെ, സബ്ജക്ടുകൾ അവരുടെ അതിജീവന പോരാട്ടത്തിന്റെ കോറിയിടലുകളാണ്.

ബോളിവുഡിനുമേൽ വീഴുന്ന തെന്നിന്ത്യൻ ബോംബ്

ഹിന്ദി സിനിമ എന്ന ഇന്ത്യയിലെ ഒരു ഭാഷാ സിനിമ ബോളിവുഡ് എന്ന് പുനർനാമകരണം ചെയ്യപ്പെടുകയും, അത് ഇന്ത്യൻ സിനിമയുടെ പ്രതീകമായി നിലകൊള്ളുകയും ചെയ്യുന്നതിന് കച്ചവടത്തിന്റെ യുക്തി മാത്രമേയുള്ളൂ. എന്നാൽ ഹിന്ദി സിനിമ എന്നാൽ ബോളിവുഡ് എന്ന പണക്കൊഴുപ്പ് മാത്രമല്ല. ശ്യം ബനഗലിന്റെ മിർച് മസാല, മൻഡി തുടങ്ങിയ ചിത്രങ്ങളും മണി കൗളിന്റെ ഉസ്കി റൊട്ടി, മട്ടി മാനസ് തുടങ്ങിയ ചിത്രങ്ങളും ഹിന്ദിയിൽ നിന്നാണ്. അപ്പോൾ ബോളിവുഡ് എന്ന് ഹിന്ദി സിനിമക്ക് പേരു വീഴുന്നതിൽ അതിനകമേ തന്നെ ലാഭേച്ഛയുണ്ട്.

ഹിന്ദി സമാന്തര സിനിമയിൽ വിപ്ലവം തീർത്ത മറ്റൊരു സംവിധായകൻ സയിദ് മിർസയാണ്. നിത്യജീവിതത്തിലെ ഏറ്റവും സാധാരണക്കാരന്റെ പ്രതിഫലനങ്ങളാണ് സയിദ് മിർസയുടെ സിനിമകൾ. ഇന്ത്യൻ സമാന്തര സിനിമയുടെ ഏറ്റവും ശക്തമായ പ്രതിനിധാനം കൂടിയാണ് സയിദ് അക്തർ മിർസ. ഇന്ത്യൻ ജീവിതത്തിന്റെ രാഷ്ട്രീയവും സാമൂഹികവുമായ അവസ്ഥകളെ തന്റെ ചലച്ചിത്രങ്ങളിലൂടെ അദ്ദേഹം അവതരിപ്പിച്ചു. 1992 ലെ ബാബ്‌രി മസ്ജിദിന്റെ തകർച്ചയുടെ പശ്ചാത്തലത്തിൽ നസീം എന്ന ഒരു ചിത്രം സംവിധാനം ചെയ്യുകയും ഇനി എനിക്ക് ഈ ലോകത്തോട് ഒന്നും പറയാനില്ല എന്ന് പ്രഖ്യാപിച്ച് സിനിമയിൽ നിന്ന് പിൻവാങ്ങുകയും ചെയ്തു. അങ്ങനെ സ്വന്തം ജീവിതം കൊണ്ട് തന്നെ സർഗാത്മകമായ ഒരു രാഷ്ട്രീയത്തെ സയിദ് അക്തർ മിർസ ആവിഷ്കരിക്കുന്നു. നസീം എന്ന ചിത്രത്തിന് ദേശീയ പുരസ്കാരം ലഭിച്ചു. ബോളിവുഡ് സിനിമയുടെ മടുപ്പിക്കുന്ന മസാലക്കൂട്ട് സിനിമകൾക്കിടയിൽ ഈ

പ്രതിഭ ബോംബയിലെ തെരുവുകളിലെ മനുഷ്യരുടെ ജീവിതം ആവിഷ്കരിച്ചു. അവരുടെ പട്ടിണിക്കും തൊഴിലില്ലായ്മക്കും വേട്ടയാടലുകൾക്കും കാരണം തേടി. അവരോടൊപ്പം മാസങ്ങൾ താമസിച്ചു, അവരിലൊരാളായി സിനിമകൾ നിർമിച്ചു. സ്ലം എവിക്ഷൻ, മർഡർ, ഗഷിറം കൊത് വാൾ, അരവിന്ദ് ദേശായി കി അജബ് കിസ, അൽബർട് പിന്റോ കൊ ഗ്ഗസ ക്യൂ ആതാ ഹേ, നസീം തുടങ്ങിയ ചിത്രങ്ങളും ഡോക്യുമെന്ററികളും സംവിധാനം ചെയ്തു

ഇന്ത്യൻ നായകത്വത്തിന്റെ ഏറ്റവും വലിയ പ്രതീകമായ അമിതാഭ് ബച്ചൻ ബോളിവുഡിന്റെ സംഭാവനയാണ്, അദ്ദേഹത്തിന്റെ രമേഷ് സിപ്പി സംവിധാനം ചെയ്ത ഷോലെ ഇന്ത്യൻ മുഖ്യധാരാ സിനിമയിലെ ഒരു വലിയ വഴിത്തിരിവാണ്. പിന്നീട് ഡോൺ പോലുള്ള ചിത്രങ്ങളും അദ്ദേഹത്തിന്റെ സ്റ്റാർഡം വലിയ രീതിയിൽ ഉറപ്പിച്ചു നിർത്തി. രാജ് കപൂർ, ദിലീപ് കുമാർ, ഷമ്മി കപൂർ, രാജേഷ് ഖന്ന തുടങ്ങിയവർക്കു ശേഷമാണ് അമിതാഭ് ദീർഘകാലം സൂപ്പർ സ്റ്റാറായി നിലനിൽക്കുന്നത്. പിന്നീടാണ് സൽമാൻ ഖാൻ, ഷാരൂഖ് ഖാൻ, അമീർ ഖാൻ തുടങ്ങിയ ഖാൻ ത്രയം സൂപ്പർ സ്റ്റാറുകളായി വരുന്നത്.

ഇവരിൽ നിന്നെല്ലാം വേറിട്ടു നിന്ന ഒരു നടനാണ് അന്തരിച്ച ഇർഫാൻ ഖാൻ. ഒരേ സമയം വിഷാദത്തിന്റെയും സ്വപ്നത്തിന്റെയും നായകനായിരുന്ന ഇർഫാൻ. വിഷാദം കൊണ്ട് കനം തൂങ്ങിയ കണ്ണുകൾ, അപ്പോൾ തന്നെ വിടർന്നുള്ള പുഞ്ചിരി. ഒരു കണ്ണിൽ ദേഷ്യവും മറ്റൊന്നിൽ സന്തോഷവും നിറയുന്ന ഏകലോചനം പോലെ. മലയാളത്തിന് മഹാനായ പ്രേംജി ഈ ഛായ പരിചയപ്പെടുത്തിയിട്ടുണ്ട്. ഒരു സമയം തന്നെ വിഷാദത്തിന്റെ ഉൾക്കനം പേറുമ്പോൾ അതിനെ വിശാലമായ സ്വപ്നങ്ങളിലേക്ക് പറിച്ചു നടാനുള്ള അസാധ്യമായ നടന വൈഭവത്തിന്റെ പേരിൽ തന്നെയാണ് ഇർഫാൻ ഖാൻ എന്ന അതുല്യ നടൻ ഓർമ്മിക്കപ്പേടേണ്ടത്. അങ്ങനെ സന്തോഷിപ്പിക്കുന്ന ഒരു മുഖമായിരുന്നില്ല ഇർഫാന്റേത്. ഇന്ത്യൻ നായക സങ്കൽപ്പങ്ങളുടെ അലിഖിത നിയമങ്ങൾക്ക് പുറത്തായിരുന്നു ഇർഫാൻ. ചുളിവു വീഴാത്ത വെളുത്ത മുഖങ്ങളും വിഗ്ഗെന്ന് തോന്നിക്കാത്ത തലമുടിയലങ്കാരങ്ങളും അയാൾക്ക് അന്യമായിരുന്നു. ദേഹത്തൊട്ടിക്കിടക്കുന്ന ഷർട്ടിൽ ആണുടലടയാളങ്ങൾ പതിയുന്ന ശാരീരിക സൗന്ദര്യ ശീലങ്ങളിൽ അയാൾ ഉൾപ്പെടില്ലായിരുന്നു. കെട്ടിടങ്ങളിൽ നിന്ന് കെട്ടിടങ്ങളിലേക്ക് ബൈക്കു കൊണ്ടും കാറു കൊണ്ടും, അവയെ എല്ലാം തോൽപ്പിക്കുന്ന സ്വയവേഗം കൊണ്ടും ഒരിക്കൽ പോലും അയാൾ

എടുത്തു ചാടിയിരുന്നില്ല. ആൾക്കൂട്ടങ്ങളുടെ കരഘോഷങ്ങൾക്കായി ആണത്തഘോഷണങ്ങൾ വിളമ്പിയിട്ടില്ല. വിരലോ നഖമോ ഒക്കെ ചലിക്കുന്നത് സൂക്ഷ്മാഭിനയമാണെന്ന് ഒരിടത്തും പ്രശംസിക്കപ്പെട്ടിട്ടില്ല.

നിയതമായ സങ്കൽപ്പങ്ങളുടെ അനേകം ഇല്ലായ്മകളെ ചേർത്തുകൂട്ടിയതാണ് ഇർഫാൻ ഖാൻ എന്ന അതുല്യ നടൻ. അവകളുടെ പൊളിച്ചെഴുത്തു കൂടിയാണ് ഇർഫാന്റെ ഉയരങ്ങളിലൊന്ന്. അപരിചിതമായൊരു നടനോ നടനശൈലിയോ എന്നൊരു അവകാശവാദത്തിന് ഇർഫാൻ തന്നെ വിസമ്മതം പറഞ്ഞേക്കും. ഇന്ത്യൻ തിരയിടത്തിൽ ഓം പുരിയും നസറുദ്ദീൻ ഷായും ഗിരീഷ് കർണാട്ടും രഘുവരനും അടക്കം മഹാരഥന്മാർ പോയൊരു വഴിയുണ്ട്. അത്രയെളുപ്പമാർക്കും ചെന്നു കേറാൻ കഴിയാത്ത ഒന്ന്. ഇർഫാൻ ഖാൻ ആ ശീലങ്ങളിലേക്ക് എളുപ്പം ഓടിക്കയറിയ നടനാണ്. ആ വഴികളിൽ ലോകസിനിമയിലെ ഇന്ത്യൻ സാന്നിദ്ധ്യങ്ങൾക്ക് വെളിച്ചം കാണിച്ചു കൊടുത്ത നടൻ കൂടിയാണ്. വെളുത്ത തിരശ്ശീലയുടെ അനേകം നായക ഉടൽ സങ്കൽപ്പങ്ങളെ പുതിയ കാലത്ത് പുതുക്കിപണിത നടൻ കൂടിയാണ് ഇർഫാൻ ഖാൻ. നിസഹായരും നിസംഗരുമായ മനുഷ്യരുടെ കഥകൾ പറയാൻ വിളക്കി ചേർക്കേണ്ടുന്ന ഉടലും മുഖവും തേടി സംവിധായകർക്ക് എളുപ്പം സമീപിക്കാവുന്ന, നടനായിരുന്ന ഇർഫാൻ ഖാൻ. അവിശ്വസനീയമായ നായകത്വങ്ങളെ അടിമുടി ഉടച്ചുവാർക്കുവാനും ഈ നടന് സാധിച്ചിട്ടുണ്ട്. വലിയ ഉയരങ്ങളാണ് അതു വഴി ഇർഫാന് എത്തിപ്പിടിക്കാൻ സാധിച്ചതും. അതു പോലെയാണ് ഇപ്പോൾ നവാസുദ്ദീൻ സിദ്ദിഖിയും. ബോളിവുഡിന്റെ നിലവിലെ സ്ഥിതി, അത് പൂർണമായും സൂപ്പർ സ്റ്റാറുകൾക്കും വലിയ സിനിമകൾക്കും വഴിമാറിയിട്ടുണ്ട് എന്നതാണ്. റിതേഷ് ബത്രയുടെ ലഞ്ച് ബോക്സ്, ഫോട്ടോഗ്രാഫ് തുടങ്ങിയ ചിത്രങ്ങളും മറ്റുമാണ് ഇതിനൊരപവാദം.

ഇന്ത്യൻ സിനിമാ ചരിത്രത്തിൽ ഒറ്റയടിക്ക് നിരസിക്കാവുന്ന ഒന്നല്ല ഹിന്ദി ചലച്ചിത്രങ്ങൾ. വിപണിതലത്തിൽ ഇന്ത്യയിൽ സിനിമകൾ സംഭവിക്കുന്നുണ്ട് എന്ന പ്രദർശനാത്മകതക്ക് നിശ്ചയമായും ബോളിവുഡ് സഹായകരമായിട്ടുണ്ട്. പക്ഷേ പലപ്പോഴും 'ബി ഗ്രേഡ്'' ചലച്ചിത്രസംസ്കാരം എന്ന നിലയ്ക്കേ അത് പരിഗണിക്കപ്പെടുന്നുള്ളൂ. ബോളിവുഡ് സിനിമ കാലങ്ങളായി ഉപയോഗിച്ചു കൊണ്ടിരിക്കുന്ന പ്രധാന സംജ്ഞ ദേശീയതയാണ്. ഇന്ത്യ എന്ന രാഷ്ട്രത്തെ, കേവല ദേശീയതയിലേക്ക് ചുരുക്കാനാണ് പലചിത്രങ്ങളും ശ്രമിച്ചിട്ടുള്ളത്. ഏതു തരം പരീക്ഷണാത്മകതയിലും ദേശീയത

അവർക്കൊരു വിപണന സാധ്യതയാണ്. 2016 ൽ പുറത്തിറങ്ങിയ അമീർഖാൻ നായകനായ ദങ്കൽ എന്ന ചിത്രത്തിന്റെ ക്ലൈമാക്സ് വാസ്തവത്തിൽ ആ സിനിമയുടെ മുഴുവൻ വൈകാരികാംശത്തേയും കേവലമായ ദേശീയതാ വൈകാരികതയോട് കണ്ണിചേർക്കുന്ന താണ്. മഹാവീർ സിംഗ് എന്ന അച്ഛൻ തന്റെ പെൺമക്കളെ ഗുസ്തി പഠിപ്പിക്കുന്നതും ആൺപോരിമയുടെ ലോകത്ത് പെണ്ണുങ്ങൾക്ക് കയറാനാവുന്ന ഉയരത്തെ കാണിക്കുന്നതുമാണ് സിനിമയുടെ ഇതിവൃത്തം. ആ ചിത്രത്തിന്റെ ക്ലൈമാക്സ് ആ പെൺകുട്ടി പൊരുതി നേടുന്ന വിജയത്തിന്റെ വൈകാരികാംശത്തെയല്ല ഫോക്കസ് ചെയ്യു ന്നത്; ദേശീയതയെയാണ്. തന്റെ മകളുടെ മത്സരം കാണാനാവാതെ തടവിലാകുന്ന പിതാവായ മഹാവീർ സിംഗ്, മകളാണ് ജയിച്ചത് എന്നറിയുന്നത് മുഴങ്ങുന്ന ദേശീയഗാനത്തിലൂടെയാണ്. ഉറി, കശ്മീർ ഫയൽസ് പോലുള്ള പ്രൊപ്പഗാണ്ട ചിത്രങ്ങളിലൂടെ നിർമ്മിക്കപ്പെടു ന്ന കപട ദേശീയതയും സാംസ്കാരികദേശീയതയും ബോളിവുഡിന്റെ തന്നെ സംഭാവനകളാണ്.

സമീപകാലത്ത് കെ. ജി. എഫ്, കെ. ജി. എഫ് -2, ബാഹുബലി, ബാഹുബലി-2, RRR, പുഷ്പ തുടങ്ങിയ തെലുങ്ക്, കന്നഡ ചിത്ര ങ്ങൾ ബോളിവുഡിന്റെ ബോക്സോഫീസിനെ അടക്കിവാഴുന്നുണ്ട്. ബോളിവുഡ് സിനിമയുടെ മടുപ്പിക്കുന്ന ദേശീയതാ പ്രഹസനങ്ങൾ ക്കു ബദലായി നാടൻ വീരനായക കഥാപാത്രങ്ങളെ ഉത്പാദിപ്പിക്കു ന്നതാണ് തെലുങ്ക്/ കന്നഡ സിനിമകൾ ഇപ്പോൾ സ്വീകരിക്കുന്ന കച്ചവടതന്ത്രം. കെ.ജി.എഫിലെ റോക്കി ഭായിയും പുഷ്പയിലെ പുഷ്പയുമെല്ലാം ഏതെങ്കിലും നിലക്ക് ദേശീയതാസങ്കൽപ്പത്തോട് ചേരുന്ന നായകസൃഷ്ടികളല്ല. മറിച്ച് അവർ സ്റ്റേറ്റിനെതിരെ പോരാ ടുന്നവരാണ്. ഇന്ത്യൻ പ്രേക്ഷകർ ആവേശത്തോടെ സ്വീകരിച്ച സീരീസാണ് മണിഹീസ്റ്റ്(സ്പാനിഷ്). സ്പാനിഷ് ഭരണകൂടം സ്വരുക്കൂട്ടി വെച്ച പണം മോഷ്ടിക്കുന്ന കള്ളന്മാരുടെ കഥയാണ് 'മണിഹീസ്റ്റ്'' പറയുന്നത്. ഇതിനു വലിയ സ്വീകാര്യത ലഭിച്ചത് യുവാക്കൾക്കിടയിലാണ്. ലോകമെമ്പാടും വിശേഷിച്ച് ഇന്ത്യയിലും വർധിച്ചു വരുന്ന തൊഴിലില്ലായ്മയുടെയും ഉപരിവർഗ ധനകേന്ദ്രീക രണത്തിന്റെയും ചുറ്റുപാടിൽ, കുമിഞ്ഞു കൂടുന്ന പണത്തെ കവരുന്ന കള്ളന്മാർ നമുക്ക് പ്രിയപ്പെട്ടവരായി. ഇത് ഭരണകൂടത്തിനെതിരായ ചിത്രമാണ്. അതിനാൽ പ്രേക്ഷകരുടെ വൈകാരികത കള്ളന്മാർ ക്കൊപ്പം നിന്നു. ചിത്രത്തിനകത്തും യുവാക്കൾ മോഷ്ടാക്കളെ പിന്തു ണക്കുന്നവരാണ്. ആ പിന്തുണ സ്ക്രീനിനു പുറത്തേക്കും വ്യാപിച്ചു. Bella Ciao എന്ന ഫാസിസ്റ്റു വിരുദ്ധ ഗാനത്തിന് ഇന്ത്യയിൽ

വലിയ പ്രചാരം ലഭിച്ചു. CAA വിരുദ്ധ സമരങ്ങളിൽ ഇന്ത്യയിലെ ക്യാമ്പസുകൾ Bella Ciao പാടി. സ്പാനിഷ് വിമോചനഗാനം നമ്മുടെ വിമോചന സ്വപ്നങ്ങൾക്ക് കൂടി ഈണമിട്ടു എന്നതും ഇതിനോട് ചേർത്തു വായിക്കേണ്ടതുണ്ട്.

കൊളംബിയൻ മയക്കുമരുന്ന് രാജാവായ പാബ്ലോ എസ്കോബാറിന്റെ ജീവിതത്തെ പിന്തുടരുന്ന നാർകോസ് എന്ന സീരീസും വൻതോതിൽ പ്രചരിപ്പിക്കപ്പെട്ട സീരീസാണ്. സാമ്പത്തികമായി അമേരിക്കയെ ഏറെ കുഴക്കിയ ഒരാളെന്ന നിലക്ക് ലാറ്റിനമേരിക്കയിൽ അത്രമേൽ വലിയ വില്ലനല്ല എസ്കോബാർ. എന്നാൽ അമേരിക്ക നിർമിക്കുന്ന കാഴ്ചയുടെ രൂപത്തിൽ എസ്കോബാർ കൊട്ടുംകുറ്റവാളിയായ ഭീകരനാണ്. തങ്ങളുടെ കുത്തകാധികാരത്തെ അലോസരപ്പെടുത്തുന്നവരെ മുഴുവൻ തീവ്രവാദികളായി മുദ്ര കുത്താനുള്ള അമേരിക്കൻ ശ്രമം തീർച്ചയായും ഈ സീരീസിലും പ്രകടമാണ്. പക്ഷെ പണത്തിന്റെ പിന്നാലെയുള്ള പോക്ക് ഒരാളെ കൊണ്ടെത്തിക്കുന്ന അപകടം നിറഞ്ഞ വഴികളുടെ ആഖ്യാനത്താലാണ് നാർകോസ് ഏറെ സ്വീകരിക്കപ്പെട്ടത്. Drug Enforcement Agency(DEA) യുടെ റെയ്ഡ് ഭയന്ന് ഒളിത്താവളങ്ങൾ തുടർച്ചയായി മാറുന്ന എസ്കോബാറിന് അവശ്യവസ്തുക്കൾ എടുക്കാൻ സാധിക്കാതെ വരുമ്പോൾ, തണുത്തു വിറച്ച തന്റെ കുഞ്ഞിനുവേണ്ടി ചൂട് കായാൻ കെട്ടുകണക്കിനു പണക്കെട്ടുകൾ അയാൾ കത്തിക്കുന്ന ഉജ്ജ്വലമായ സീൻ ചിത്രത്തിലുണ്ട്. ഇത്തരത്തിലുള്ള അനവധി സംഭവങ്ങൾ നാർകോസിനെ വലിയ ജനപ്രീതിയിലേക്കെത്തിച്ചിട്ടുണ്ട്. യഥാർത്ഥമല്ലാത്ത മറ്റൊരു മയക്കുമരുന്ന് രാജാവായ ഹെയ്സൻബർഗിനെ സൃഷ്ടിച്ച ബ്രെക്കിങ് ബാഡ് എന്ന സീരീസും പണത്തിന്റെ പിന്നാലെയുള്ള മനുഷ്യന്റെ പോക്കിനെ പരാമർശിക്കുന്നതിനാൽ വലിയ സ്വീകാര്യത ലഭിച്ച സീരീസാണ്. കൃത്യമായും രക്ഷാകർതൃത്വം അമേരിക്കയിൽ അധിഷ്ഠിതമായ ചുറ്റുപാടാണ് ഈ ചിത്രങ്ങൾക്കുള്ളത്. പക്ഷെ കാഴ്ചയുടെ കുറച്ചു കൂടെ വിശാലമായ ലോകത്തിലേക്കുള്ള തുറവിയായിരുന്നു ഇവയെല്ലാം.

സ്റ്റേറ്റിൽ കുമിഞ്ഞു കൂടുന്ന പണത്തിനെതിരായ ജനകീയബദൽ എന്ന വൈകാരികാംശം തെലുങ്ക്/ കന്നഡ സിനിമകൾ വ്യാപകമായി ഉത്പാദിപ്പിക്കുകയും അതിന് ബോളിവുഡിനുമേൽ വലിയ സ്വീകാര്യത ലഭിക്കുകയും ചെയ്തു. ഇൻഡ്യൻ സിനിമയിലെ വൈവിധ്യങ്ങളെ പരിഗണിക്കുമ്പോൾ അടയാളപ്പെടുത്തേണ്ട സമകാലിക വ്യതിയാനമാണിത്.

മറാത്തി സിനിമയുടെ മാറുന്ന മുഖം

നാഗരാജ് മഞ്ജുളെ സംവിധാനം ചെയ്ത മറാത്തി ഹ്രസ്വചിത്രം 'An essay about the Rain' അവസാനിക്കുന്നത് മഴയെക്കുറിച്ച് ഉപന്യാസം എഴുതാൻ സാധിക്കാതെ പുറത്തു നിർത്തപ്പെടുന്ന കുട്ടിയിലാണ്. ആ ദൃശ്യം പുറകിലേക്ക് വരുമ്പോൾ അവൻ പുറത്താക്കപ്പെട്ട ക്ലാസിന്റെ പുറം ചുവരിൽ സവർക്കറുടെ ചിത്രം വരച്ചു വെച്ചിരിക്കുന്നത് കാണാം. ദൃശ്യം കൂടുതൽ പുറകോട്ടു വരുമ്പോൾ ഉപേക്ഷിക്കപ്പെട്ട ക്ലാസ് മുറിയുടെ പുറത്ത് ഡോ. ബാബാ സാഹേബ് അംബേദ്കറുടെ ചിത്രവും നാം കാണുന്നു. തലേന്നാൾ മുഴുവൻ തന്റെ ചോർന്നൊലിയ്ക്കുന്ന വീടിനെ മഴയിൽ നിന്ന്, അതുണ്ടാക്കുന്ന വെള്ളക്കെട്ടിൽ നിന്ന് രക്ഷിക്കാൻ പാടു പെട്ടതിനാലാണ്, മഴയുടെ സൗന്ദര്യത്തെ വാഴ്ത്തിക്കൊണ്ട് തന്റെ കൂട്ടുകാരെഴുതിയ പോലെ ഒരുപന്യാസം അവന് എഴുതാൻ സാധിക്കാതെ പോയത്. ചൈതന്യ തമാനേ, പരേഷ് മൊകഷി, നാഗരാജ് മഞ്ജുളേ തുടങ്ങി മിടുക്കരായ സംവിധായകരുടെ കൈയിലാണ് ഇന്ന് മറാത്തി സിനിമ. അവർ കേവലമായ അസ്തിത്വ പ്രതിസന്ധികളേക്കാൾ ജാതിവിവേചനത്തോടും അസമത്വങ്ങളോടും സർഗാത്മകമായി സംവദിക്കുന്നു.

പരേഷ് മൊകാഷിയുടെ 'എലിസബത്ത് ഏകാദശി' ഇന്ത്യൻ ഇൻഡിപെൻഡന്റ് സിനിമകളിൽ ഏറ്റവും മനോഹരമായ ഒന്നാണ്. ആ ചിത്രത്തിന്റെയും സത്ത മനുഷ്യർ നടത്തുന്ന പോരാട്ടമാണ്. അതിനെ ഏറ്റവും നന്നായി അവതരിപ്പിക്കാൻ സാധിക്കുന്നത് അതിലെ കുട്ടികളുടെ കാസ്റ്റിംഗ് വഴിയാണ്. ഒരു സൈക്കിൾ സംരക്ഷിക്കാനായി കുട്ടികൾ നടത്തുന്ന പോരാട്ടത്തിന്റെ യാത്രയെ രണ്ടു തരത്തിലാണ് നാം കാണുന്നത്. ഒന്ന്:ഒരു പ്രശ്നത്തിന്മേൽ കുട്ടികളുടെ നിഷ്കളങ്കമായ ഇടപെടൽ. രണ്ട്:ശാസ്ത്രത്തെപ്പറ്റിയുള്ള അവബോധം. ശാസ്ത്രാധ്യാപകനായ തന്റെ അച്ഛൻ വാങ്ങി തന്ന സൈക്കിൾ കടബാധ്യത മൂലം വിൽക്കേണ്ട സാഹചര്യം ഉണ്ടാകുമ്പോൾ, അതിനെ സംരക്ഷിക്കുന്നത് ഒരേ സമയം സൈക്കിളിന്റെയും ശാസ്ത്രത്തിന്റെയും സംരക്ഷണമാണ്.പരേഷ് മൊകഷിയുടെ തന്നെ 'ഹരിശ്ചന്ദ്രാ ഫാക്ടറി'യും 'ബാപ് കി ഭയ കഥ'യും ആഖ്യാനം കൊണ്ടും പ്രമേയം കൊണ്ടും നവീനമാണ്. മറാത്തി സിനിമയുടെ മാറുന്ന മുഖത്തെ ഈ സംവിധായകരും ചിത്രങ്ങളും പ്രതിനിധാനം ചെയ്യുന്നു.

ബംഗാളി സിനിമ

കേരളവുമായിപലനിലക്ക് സാമ്യതകളുള്ള സ്ഥലിയാണ്

പശ്ചിമ ബംഗാൾ. സത്യജിത് റേ- മൃണാൾ സെൻ- ഘട്ടക് എന്നീ ത്രിമൂർത്തികൾ അരങ്ങു വാണിടം. ഇന്ത്യൻ സിനിമയുടെ തന്നെ എക്കാലത്തെയും വലിയ പേരുകളിലൊന്നായ സത്യജിത് റേക്ക് ജന്മം നൽകിയ ബംഗാളി സിനിമക്ക് ആ അർത്ഥത്തിൽ ഇന്ത്യൻ സിനിമയുടെ മേൽ നിശ്ചയമായും ഉടമസ്ഥതയുണ്ട്. പഥേർ പാഞ്ചാലി ഇന്ത്യൻ സിനിമകളിലെ എക്കാലത്തെയും മികച്ച സിനിമയായി ഈ അടുത്ത കാലത്ത് ഫിപ്രസി തിരഞ്ഞെടുക്കുകയുണ്ടായി. അതിന്റെ പ്രധാനപ്പെട്ട കാരണം ഇന്ത്യൻ നവതരംഗ സിനിമയുടെ ഭാഷയെയും വ്യാകരണത്തെയും ആ ചിത്രം കാര്യമായി സ്വാധീനിച്ച എന്നതാണ്. അപു പല്ലു തേക്കുന്ന രംഗത്തിന്റെ വേഗത നോക്കുക. പിന്നീട് വന്ന ചിത്രങ്ങളിലെ സീനുകളുടെ വേഗതയെ വരെ റേ സ്വാധീനിക്കുന്നുണ്ട്. രംഗവിന്യാസങ്ങളിലും റേ ഒരു പുതിയ ഇന്ത്യൻ പാത വെട്ടിയിട്ടുന്നു.റേയുടെ ദേവി എന്ന ഒരു ചിത്രമുണ്ട്. ദോയാമോയി എന്ന പെൺകുട്ടി ദേവിയുടെ അവതാരമാണെന്നു കരുതുന്ന സമൂഹത്തിൽ നിന്ന് അവളെ രക്ഷിക്കാൻ ശ്രമിക്കുന്ന ഭർത്താവ് ഉമാപ്രസാദിന്റെയും അവളുടെയും സംഘർഷത്തിന്റെ ചലച്ചിത്രം. ആ ചിത്രം ഇന്ന് കാണുമ്പോഴും അതിന്റെ രാഷ്ട്രീയ സൂക്ഷ്മത അത്ഭുതകരമാം വിധം നമുക്ക് അനുഭവിക്കാനാവും.

മൃണാൾ സെന്നിന്റെയും ഋതിക് ഘട്ടകിന്റെയും രീതി തീർത്തും വ്യത്യസ്തമായിരുന്നു. കുറെക്കൂടി വ്യക്തി കേന്ദ്രീകൃതവും രാഷ്ട്രീയമാനവുമായ ചിത്രങ്ങളായിരുന്നു സെന്നിന്റേത്. വിഭജനത്തിനുശേഷമുള്ള ഇന്ത്യൻ ജീവിതത്തിന്റെ പ്രതിസന്ധികളെ അദ്ദേഹം തിരശീലയിലെത്തിച്ചു. കൊൽക്കത്തയുടെ നഗര ജീവിതങ്ങൾ തിരഭാഷ്യങ്ങളാക്കി. ഘട്ടകിന്റെ സിനിമകളെയും വിഭജനം ബാധിച്ചിട്ടുണ്ട്. ഇവരിൽ മൂന്നുപേരിൽ നിന്നും വ്യത്യസ്തമായിരുന്നു ബുദ്ധദേവ് ദാസ് ഗുപ്തയുടെ രീതികൾ. സ്വപ്നങ്ങൾ വിൽപ്പനക്ക് വെച്ച ചലച്ചിത്രകാരനായിരുന്നു ബുദ്ധദേബ് ദാസ് ഗുപ്ത. കവിതകളായും സിനിമകളായും നമുക്ക് മുന്നിലെത്തിയ സ്വപ്നങ്ങൾ. കവിതയേത് സിനിമയേത് സ്വപ്നമേത് യാഥാർത്യമേത് എന്ന് വേർതിരിക്കാനാവാത്ത വിധം കലർന്ന് പോയ കലാസൃഷ്ടികൾ ഈ ഭൂമിയിൽ വിതറിപ്പോയ പ്രതിഭ. ഇന്ത്യൻ സിനിമയുടെ ആകാശങ്ങളിൽ ബുദ്ധദേബ് ഒരു മാന്ത്രികനെ പോലെ വിഹരിച്ചു. ആ മാജിക്കിൽ നിന്നുമുതിർന്ന കലാസൃഷ്ടികൾ നമ്മുടെ അനുഭൂതിയുടെ സർവതലങ്ങളെയും സ്പർശിച്ചു. സ്വപ്നത്തിനും യാഥാർഥ്യത്തിനും ഇടയിലുള്ള ഏതോ ഭൂമികയിൽ അത് നമ്മളെക്കൊണ്ടെത്തിച്ചു. ദൂരത്വ, നീം അന്നപൂർണ, ഫേര തുടങ്ങിയ ചിത്രങ്ങൾ അന്താരാഷ്ട്ര പ്രസിദ്ധി നേടി. ബാഗ് ബഹാദൂർ,

അൻവർ കി അജബ് കിസ(ഹിന്ദി), ജനാല തുടങ്ങിയ ചിത്രങ്ങളും ശ്രദ്ധേയമാണ്.

നിശ്ചയമായും ഇന്ത്യൻ സിനിമ പഥേർ പാഞ്ചാലിയുടെ കാലത്തു നിന്നും ദീർഘദൂരം യാത്ര ചെയ്തിട്ടുണ്ട്. പഥേർ പാഞ്ചാലി ഇന്ത്യൻ സിനിമാ ചരിത്രത്തിലെ ആദ്യ സിനിമയെന്നോ അല്ലെങ്കിൽ ഒരു സംവിധായകൻ ആദ്യമായി സിനിമാറ്റിക്കലി പൂർണമാക്കിയ ഒരു ചിത്രമെന്നോ നമുക്ക് പറയാം. അവിടെ നിന്നും സിനിമയുടെ പ്രമേയത്തിലും ആഖ്യാനത്തിലും ഒരുപാട് മാറ്റങ്ങൾ സംഭവിച്ചു. അതിനു കാരണം ധാരാളം പുതിയ ചലച്ചിത്ര സംവിധായകർ രംഗ പ്രവേശം ചെയ്തു എന്നതിനാലാണ്. ഈ ചിത്രങ്ങളെല്ലാം സാമൂഹിക യാഥാർഥ്യങ്ങളോടും വ്യക്തികേന്ദ്രീകൃത സംഘർഷങ്ങളോടും കണ്ണി ചേർന്നവയാണ്.

ബംഗാളി മധ്യവർഗ കുടുംബങ്ങളുടെ തൊണ്ണൂറുകൾക്കു ശേഷമുള്ള, വിശേഷിച്ചും ഇരുപത്തൊന്നാം നൂറ്റാണ്ടിലെ ജീവിതത്തെ കൃത്യമായി ഒപ്പിയെടുത്തത് ഋതുപർണ ഘോഷാണ്. ബംഗാളി ചലച്ചിത്രങ്ങളുടെ ഉപ്പു നോട്ടത്തിന് ഏറ്റവും ഉചിതം അദ്ദേഹത്തിന്റെ ചലച്ചിത്രജീവിതത്തെ പരിശോധിക്കലാണ്. ഋതുപർണഘോഷിന്റെ കാവ്യാത്മകമായ ചലച്ചിത്രാവിഷ്കാരമായി തോന്നിയിട്ടുള്ളത് 'ചിത്രാംഗദ' യാണ്. വനവാസത്തിന്റെ കാലത്ത് അർജ്ജുനനുമായി പ്രണയത്തിലാവുകയും വിവാഹിതയാവുകയും ചെയ്യുന്ന ചിത്രാംഗദയുടെ മഹാഭാരതകഥയെ രബീന്ദ്രനാഥ ടാഗോർ നാടകമായി പരിവർത്തനം ചെയ്തിട്ടുണ്ട്. ആ നാടകം അവതരിപ്പിക്കുന്ന രുദ്രയിലൂടെ പുരോഗമിക്കുന്ന ചിത്രമാണ് ചിത്രാംഗദ. മഹാഭാരതാഖ്യാനത്തിൽ ചിത്രവാഹനയുടെയും വസുന്ധരയുടെയും മകളാണ് ചിത്രാംഗദ. തന്റെ പിന്തുടർച്ചാവകാശിയായി മകൻ വേണമെന്നാഗ്രഹിക്കുന്ന ചിത്രവാഹനന് പക്ഷേ ലഭിക്കുന്നത് മകളാണ്. അതിനാൽ മകളെ രാജാവ് മകനെപ്പോലെ വളർത്തുന്നു. മകന്റെ വസ്ത്രങ്ങളണിയിക്കുന്നു. പക്ഷേ അർജ്ജുനൻ ചിത്രാംഗദയിലെ സ്ത്രീയെയും പ്രണയത്തെയും തിരിച്ചറിയുന്നു, പ്രണയബദ്ധരായ അവർ വിവാഹിതരാവുന്നു. നാടകത്തിന്റെയും മഹാഭാരതത്തിന്റെയും ഇതിവൃത്തം ഇങ്ങിനെയാണ്. എന്നാൽ സിനിമയിലെ രുദ്ര എന്ന പുരുഷജന്മം മാതാപിതാക്കളുടെ ഒറ്റപുത്രനാണ് (ചിത്രവാഹനക്കും വസുന്ധരക്കും ഒറ്റപുത്രിയെന്നപോൽ). പുരാണാഖ്യാനത്തിലെ രാജദമ്പതികളെ പോലെ വിഷാദത്തിലല്ല രുദ്രയുടെ മാതാപിതാക്കൾ. കാരണം ഇന്ത്യൻ മധ്യവർത്തി സങ്കൽപ്പനങ്ങളിലെ മകനിലൂടെയുള്ള പിന്തുടർച്ച അവർ സ്വായത്തമാക്കി കഴിഞ്ഞുവല്ലോ. സംതൃപ്തമായ കുടുംബഘടനയാണ് രുദ്രയുടേത്.

രാജദമ്പതികൾ ചിത്രയെ ആൺവേഷം കെട്ടിച്ചെങ്കിൽ, ചലച്ചിത്രാഖ്യാനത്തിൽ രുദ്ര എന്ന ആണുടൽ തന്റെ ഉടലിലെ പെണ്ണിനെ തിരിച്ചറിയുകയാണ്. ചിത്രാംഗദ എന്ന ആൺവേഷം കെട്ടുന്ന പെണ്ണുടലിനെ നാടകാവിഷ്കാരത്തിൽ സ്വാംശീകരിക്കുന്ന രുദ്ര ചിത്രയിലെ പെണ്ണിനോട് താദാത്മ്യപെടുന്നു. പാർത്ഥോ എന്ന ഡ്രമ്മറുമായി രുദ്ര പ്രണയത്തിലാവുകയും ചെയ്യുന്നു. നിശ്ചയമായും പാർത്ഥോ അർജ്ജുനനു സമാനമായ കഥാപാത്രനിർമ്മിതി തന്നെയാണ്. ഈ ഘട്ടത്തിലാണ് മധ്യവർഗ അണുകുടുംബത്തിലെ പിരിമുറുക്കം ആരംഭിക്കുന്നത്. തന്റെ മുറിയിൽ പാർത്ഥോയുടെ മടിയിൽ തലവെച്ച് രുദ്ര കിടക്കുന്ന സീനാണ് ഈ ചിത്രത്തിലെ സുപ്രധാന സന്ദർഭം. രണ്ട് ആണുങ്ങൾ ഒരുമിച്ചിരിക്കുന്ന മുറിയിലേക്ക് രുദ്രയുടെ അമ്മ കടന്നു വരുന്നു. ഇവിടെ അസ്വാഭാവികത ഇല്ലാത്തത് അവർ രണ്ട് പുരുഷന്മാരാണ് എന്ന തോന്നലിലാണ്. ഇന്ത്യൻ മധ്യവർഗത്തിന്റെ, മധ്യവർഗ കുടുംബങ്ങളുടെ ഹോമോഫീബിയയെ, അല്ലെങ്കിൽ വിമത ലൈംഗികതാവിഷ്കാരത്തിന്റെ പ്രതീക്ഷിക്കായ്മയെ ഈ മുറി തുറക്കലിൽ പരിശോധിക്കുന്നുണ്ട് ഘോഷ്. ക്വിയർ വിഷയങ്ങൾ വിശദീകരണ സ്വഭാവത്തോടെ കൈകാര്യം ചെയ്യുന്ന ഇത്തരം രംഗങ്ങളെ കൈയടക്കത്തോടെ ആവിഷ്കരിക്കുന്നതിൽ ഘോഷിനെ തുണയ്ക്കുന്നത് വിമതലൈംഗികതയോടുള്ള സവിശേഷമായ പരിഗണനയാണ്. താൻ പെണ്ണായി മാറാൻ പോകുന്നു എന്നു പറയുന്ന രുദ്രയെ കുടുംബത്തിന്റെ കുടുസായ ചിന്തകളിൽ തളയ്ക്കാനല്ല ഘോഷ് ശ്രമിക്കുന്നത്. മറിച്ച്, ആ തീരുമാനം സ്വീകരിക്കപ്പെടുന്ന പ്രതീക്ഷാനിർഭരമായ പശ്ചാത്തലത്തെ അവതരിപ്പിക്കാനാണ്. ഘോഷ് കുടുംബത്തെ വീക്ഷിക്കുന്നത് മുകളിൽ നിന്നാണ്. ഒരു കോണിയുടെ ഇറക്കു പടികൾക്കിടയിലെ വിടവിൽ നിന്ന്. ഈ നോട്ടം നമുക്ക് തെളിഞ്ഞു കാണാനാവുന്ന ഘോഷ് ആവിഷ്കാരമാണ് 'ചോകർ ബലി'.

പലമ എന്നതായിരിക്കാം ജനാധിപത്യത്തെ ഏറ്റവും നിർമലമായി നിർവചിക്കാൻ ശേഷിയുള്ള ഒറ്റവാക്ക്. ഇന്ത്യ എന്ന രാഷ്ട്രത്തെ ഒന്ന് എന്നതിലേക്ക് ചുരുക്കാനാണ് വർത്തമാനകാലത്ത് അധികാരം ശ്രമിക്കുന്നത്. പലമയാണ് ഭാരതീയ ജീവിതസത്ത എന്നു ബോധ്യപ്പെടുത്താൻ ശേഷിയുണ്ട് നമ്മുടെ ചലച്ചിത്രങ്ങൾക്ക്. ഇന്ത്യൻ സിനിമയിലെ സമകാല പ്രവണതകൾ അത് കൂടുതൽ കരുത്തോടെ സാക്ഷ്യപ്പെടുത്തുന്നു.

6
മലയാളസിനിമ: ചരിത്രവും സമീപനങ്ങളും

ഡോ. സ്റ്റാലിൻദാസ് പടിഞ്ഞാറെ പുരക്കൽ

ആദ്യത്തെ മലയാളസിനിമ 1928 ൽ സംഭവിക്കുന്നതിനും വർഷങ്ങൾക്കു മുമ്പ് മലയാളിയായ ചലച്ചിത്രപ്രേക്ഷകൻ രൂപപ്പെട്ടു കഴിഞ്ഞിരുന്നു. 1906 ൽ കോഴിക്കോട് മുതലക്കുളം മൈതാനത്ത് തമിഴ്നാട്ടുകാരനായ പോൾ വിൻസെന്റ് നടത്തിയതാണ് കേരളത്തിലെ ആദ്യ ചലച്ചിത്ര പ്രദർശനമെന്നാണ് പൊതുവെ കരുതപ്പെടുന്നത്. പോൾവിൻസെന്റിന്റെ ജീവിതത്തെക്കുറിച്ച് ഏറെ വിവരങ്ങൾ ലഭ്യമല്ലെങ്കിലും അദ്ദേഹം തിരുച്ചിറപ്പള്ളിയിലെ ഒരു റെയിൽവേ ഉദ്യോഗസ്ഥനായിരുന്നുവെന്നും ഫ്രഞ്ചുകാരനായ ഒരു ചലച്ചിത്ര പ്രദർശകനിൽ നിന്നും വാങ്ങിയ ഉപകരണങ്ങൾ ഉപയോഗിച്ചാണ് അദ്ദേഹം കോഴിക്കോട് ബയസ്കോപ്പ് ഉപയോഗിച്ചുള്ള ചലച്ചിത്ര പ്രദർശനം നടത്തിയതെന്നും മലയാള ചലച്ചിത്ര ചരിത്രഗവേഷകരൊക്കെ ആവർത്തിച്ചു പോരുന്നു. ചില എതിരഭിപ്രായങ്ങൾ ഇല്ലാതില്ല. കേരളത്തിലെ ആദ്യ ചലച്ചിത്ര പ്രദർശനം കോഴിക്കോട് നടന്നതായി കരുതപ്പെടുന്ന 1906 ൽ പോൾ വിൻസന്റ് ജനിച്ചിട്ടു പോലുമില്ലായിരുന്നുവെന്നും പോൾ വിൻസെന്റിന്റെ പിതാവ്, ദക്ഷിണേന്ത്യൻ ചലച്ചിത്രവ്യവസായത്തിന്റേയും പ്രദർശനത്തിന്റേയും ചരിത്രത്തിൽ മറക്കാനാവാത്ത സാന്നിദ്ധ്യമായ സ്വാമിക്കണ്ണ് വിൻസെന്റാണ് കോഴിക്കോട് 1906 ൽ കേരളത്തിലെ ആദ്യ ചലച്ചിത്ര പ്രദർശനം നടത്തിയതെന്ന വാദവുമുണ്ട്.

താൽക്കാലിക കൂടാരത്തിൽ നടത്തപ്പെട്ട ആദ്യ ചലച്ചിത്ര പ്രദർശനത്തിനു ശേഷം വിൻസെന്റ് അദ്ദേഹത്തിന്റെ ബയോസ്കോപ്പുമായി തൃശ്ശൂരിലെത്തിച്ചേർന്നു. തൃശ്ശൂരെ പ്രദർശനത്തിൽ കോഴിക്കോട്ടു പ്രദർശിപ്പിച്ച കുതിരപ്പന്തയവും ക്രിസ്തുവിന്റെ ജീവിതവുമൊക്കെയാണ് പ്രദർശിപ്പിച്ചതെങ്കിലും പ്രദർശനം വലിയ വിജയമായിരുന്നില്ല. എങ്കിലും തദ്ദേശീയനായ കാട്ടുക്കാരൻ വാറുണ്ണി ജോസഫ് ബയോസ്കോപ്പിലും ചലച്ചിത്ര പ്രദർശനത്തിലും തത്പരനായി. തൃശ്ശൂരിനടുത്തുള്ള ഒല്ലൂരിലെ എലവത്തിങ്കൽ കുടുംബാംഗമായിരുന്ന വാറുണ്ണി ജോസഫ്. ചലച്ചിത്ര പ്രദർശനത്തിൽ താല്പര്യം കാണിച്ച വാറുണ്ണി ജോസഫിന് ബയോസ്കോപ്പും ഫിലിമുകളും വിറ്റ് വിൻസെന്റ് നാട്ടിലേക്കു മടങ്ങി. 1907 ലെ തൃശ്ശൂർപൂരത്തിന് വാറുണ്ണി ജോസഫ് തന്റെ ചലച്ചിത്ര പ്രദർശനം ആരംഭിച്ചു. ജോസ് ബയോസ്കോപ്പ് എന്നു പേരിട്ട വാറുണ്ണി ജോസഫിന്റെ ചലച്ചിത്ര പ്രദർശനം കാണാൻ ജോസഫിന്റെ കൂടാരത്തിൽ ധാരാളം പേർ എത്തിച്ചേരുകയും പ്രദർശനം വലിയ സാമ്പത്തിക വിജയമാവുകയും ചെയ്തു. പ്രദർശനമാരംഭിക്കുമ്പോൾ ദീപവിതാനത്തിനായി ഉപയോഗിച്ചിരുന്ന പെട്രോമാക്സുകൾ കെടുത്തുകയും ചലച്ചിത്രകഥ വിവരിക്കുന്നയാളുടെ വിവരണം ആരംഭിക്കുകയും ചെയ്യും. ഉച്ചഭാഷിണിയുടെ അഭാവത്തിൽ നിശ്ശബ്ദ സിനിമകളുടെ ആദ്യകാലത്ത് ലോകത്തുടനീളം ചലച്ചിത്ര പ്രദർശനങ്ങളിൽ സരസമായി കഥ വിസ്തരിക്കുന്ന വിവരണക്കാരുടെ സേവനം ഉപയോഗപ്പെടുത്തിയിരുന്നു. തൃശ്ശൂരിലെ ചലച്ചിത്രപ്രദർശനത്തിന്റെ വിജയത്തെ തുടർന്ന് വാറുണ്ണി ജോസഫ് തന്റെ ബയോസ്കോപ്പുമായി ദക്ഷിണേന്ത്യയൊട്ടാകെ ചുറ്റിക്കറങ്ങി പ്രദർശനം നടത്താൻ തുടങ്ങി. പ്രദർശനത്തിനായി ഒരു ജനറേറ്റർ വാങ്ങിയ ജോസഫ് തന്റെ പ്രദർശനത്തിന് ജോസ് ബയോസ്കോപ്പ് എന്ന പേരു മാറ്റി ജോസ് ഇലക്ട്രിക് ബയോസ്കോപ്പ് എന്ന പുതിയ പേര് സ്വീകരിച്ചു. തന്റെ പ്രദർശനസംരംഭം വിപുലമാക്കുന്നതിന്റെ ഭാഗമായി ജോസഫ് രണ്ടു പേരെ കൂടെക്കൂട്ടി പുതിയ ഒരു പ്രദർശനസംരംഭം ആരംഭിച്ചു. റോയൽ എക്സിബിറ്റേഴ്സ് എന്ന ഈ സംരംഭമാണ് മലയാളത്തിലെ ആദ്യ ചലച്ചിത്ര പ്രദർശനക്കമ്പനി. പിൽക്കാലത്ത് വാറുണ്ണി ജോസഫിന്റെ ചലച്ചിത്ര താല്പര്യങ്ങൾ മുന്നോട്ടു കൊണ്ടുപോയ മകൻ ദേവസിയാണ് കേരളത്തിലെ ആദ്യത്തെ സ്ഥിരം സിനിമാ തിയറ്ററുകളിലൊന്നായ ജോസ് തിയറ്റർ തൃശ്ശൂരിൽ സ്ഥാപിച്ചത്.

വാറുണ്ണി ജോസഫിന്റെ ചലച്ചിത്ര പ്രദർശനത്തെ തുടർന്ന് കേരളത്തിൽ നടന്ന ആദ്യകാല ചലച്ചിത്ര പ്രദർശനങ്ങളെക്കുറിച്ച് വളരെ

കുറച്ച് വിവരങ്ങൾ മാത്രമേ ലഭ്യമായിട്ടുള്ളൂ. 1909 ൽ തൃശ്ശൂർ പട്ടണത്തിൽ വെച്ച് കണ്ട ബയോസ്കോപ്പ് പ്രദർശനത്തെക്കുറിച്ച് കാണിപ്പയ്യൂർ ശങ്കരൻ നമ്പൂതിരിപ്പാട് തന്റെ ആത്മകഥയായ 'എന്റെ സ്മരണകളി'ൽ പറയുന്നുണ്ട്. മലയാള മനോരമയും ദീപികയും പോലുള്ള പത്രങ്ങൾ പ്രസിദ്ധീകരിച്ച ചെറു വാർത്തകളിൽ നിന്ന് 1910 ന ശേഷം നടന്ന ബയോസ്കോപ്പ് പ്രദർശനങ്ങളെക്കുറിച്ചുള്ള ലഘുവിവരങ്ങൾ ലഭ്യമാണ്. കേരളത്തിലെ ചെറുപട്ടണങ്ങളിലും നഗരങ്ങളിലും താത്ക്കാലിക കൂടാരങ്ങളിൽ ബയോസ്കോപ്പ്, സിനിമാറ്റോസ്കോപ്പ് പ്രദർശനങ്ങൾ 1950 കൾ വരെ നടന്നിരുന്നു. ഒരിടത്തു നിന്ന് മറ്റൊരിടത്തേക്ക് പ്രദർശന സാമഗ്രികളും കാൻവാസ് കൂടാരവുമായി യാത്ര ചെയ്ത് തമ്പടിച്ച് പ്രദർശനം നടത്തിയിരുന്നതിനാൽ ഇത്തരം പ്രദർശന കമ്പനികൾ അറിയപ്പെട്ടിരുന്നത് ടൂറിങ് സിനിമാക്കമ്പനികൾ എന്നാണ്. ഒരിടത്തു നിന്ന് മറ്റൊരിടത്തേക്ക് സഞ്ചരിക്കുന്ന കൂടാര സിനിമാശാലകൾ ക്രമേണ സ്ഥിരം സിനിമാശാലകൾക്ക് വഴിമാറിത്തുടങ്ങി. 1920 കൾക്കു ശേഷമാണ് കേരളത്തിൽ സ്ഥിരം സിനിമാശാലകൾ സ്ഥാപിക്കപ്പെട്ടു തുടങ്ങിയത്. 1920 കളുടെ തുടക്കത്തിൽ ആരംഭിച്ച കാപ്പിറ്റോൾ തിയറ്ററടക്കം 1935 ൽ തിരുവനന്തപുരത്ത് മൂന്ന് തിയറ്ററുകൾ പ്രവർത്തിച്ചിരുന്നു. തിരുവനന്തപുരം ന്യൂ തിയറ്റർ, തൃശ്ശൂരിലെ ജോസ് തിയറ്റർ, കോഴിക്കോട് കോറണേഷൻ, ആലപ്പുഴയിലെ ഇംപീരിയൽ ടാക്കീസ് തുടങ്ങിയവയൊക്കെ മുപ്പതുകളിൽ കേരളത്തിൽ നിലവിൽ വന്ന സിനിമാ തിയറ്ററുകളാണ്.

1913-ൽ ദാദാസാഹിബ് ഫാൽക്കെ സൃഷ്ടിച്ച 'രാജാഹരിശ്ചന്ദ്ര 'യെയാണ് ആദ്യ ഇന്ത്യൻ ചലച്ചിത്രമായി പരിഗണിക്കുന്നതെങ്കിലും ഫാൽക്കെക്കു മുമ്പുതന്നെ ഇന്ത്യൻ സിനിമയുടെ ചരിത്രമാരംഭിക്കുന്നുണ്ട്. കൽക്കത്തക്കാരനായ ഹീരാലാൽ സെൻ, രാംചന്ദ്രഗോപാൽ തോർണെ, ജെ.എഫ്. മദൻ, അബ്ദുളലി ഇസഫലി തുടങ്ങിയവരൊക്കെ ഫാൽക്കെക്കും മുമ്പു തന്നെ ചലച്ചിത്ര പ്രവർത്തനത്തിലേർപ്പെട്ട ഇന്ത്യക്കാരാണ്. സ്റ്റേജ് നാടകങ്ങളുടെ രീതിയിൽ സിനിമ ചിത്രീകരിച്ച മുൻഗാമികളിൽ നിന്ന് വ്യത്യസ്തമായി ചലച്ചിത്രഭാഷക്കനുസൃതമായി സീനുകളും ഷോട്ടുകളും വിഭജിച്ച് ചിത്രീകരണം നടത്തുകയാണ് ഫാൽക്കെ ചെയ്തത്. 'രാജാഹരിശ്ചന്ദ്ര'യോടെ വിവിധ ഇന്ത്യൻ ഭാഷകളിൽ ചലച്ചിത്ര പ്രവർത്തകർ ധാരാളമായി കടന്നു വരികയും അതതു നാട്ടുകളിലെ ചലച്ചിത്രനിർമ്മാണങ്ങൾക്ക് തുടക്കമിടുകയും ചെയ്തു. ബാബുറാവു പെയ്ന്റർ, കാഞ്ജി ഭായ് റാത്തോഡ്, മണിലാൽ ജോഷി, ഫാത്ത്മാ ബീഗം, ഹിമാംശു

റോയ് തുടങ്ങിയവരൊക്കെ തൊള്ളായിരത്തി ഇരുപതുകളിൽ - ഇന്ത്യൻ സിനിമയുടെ ശൈശവകാലത്ത് സജീവമായി രംഗത്തു വന്ന ചലച്ചിത്ര പ്രവർത്തകരാണ്. ദക്ഷിണേന്ത്യയിലെ ആദ്യകാല ചലച്ചിത്ര പ്രവർത്തകരിൽ ഒട്ടുമുക്കാലും തമിഴരായിരുന്നു. 1917 ൽ പുറത്തിറങ്ങിയ 'കീചകവധം' ആദ്യ തമിഴ്സിനിമ മാത്രമല്ല ആദ്യ ദക്ഷിണേന്ത്യൻ സിനിമ കൂടിയായിരുന്നു. ഓട്ടോ മൈബൈൽ ബിസിനസ് നടത്തിയിരുന്ന ആർ. നടരാജ മുതലിയാരായിരുന്നു കീചകവധത്തിന്റെ നിർമ്മാതാവും സംവിധായകനും.

ആദ്യകാല ഇന്ത്യൻ സിനിമകൾ, അവ ഏതു ഭാഷാസിനിമയാകട്ടെ പിന്തുടർന്നു പോന്ന പ്രമേയങ്ങൾ ഏറിയകൂറും ഹിന്ദു മിഥോളജിയെ അവലംബമാക്കിയതായിരുന്നു. ഭാരതീയ മനസുകളിൽ ആയിരത്താണ്ടുകളായി വേരോടിയ വേദേതിഹാസകഥകളും പുരാണ കഥാസന്ദർഭങ്ങളും പുരാവൃത്തങ്ങളും വിവിധങ്ങളായ പ്രാദേശിക സിനിമകളുടെ ആദ്യകാലത്തെ മുഖ്യപ്രമേയമായി സ്വീകരിക്കപ്പെട്ടുന്നത് കാണാം. രാജാഹരിശ്ചന്ദ്ര 1913 മെയ് മൂന്നിന് ബോംബെയിലെ കോറണേഷൻ മൂവി തിയറ്ററിൽ പ്രദർശനമാരംഭിക്കുന്നതോടെ ഇന്ത്യൻ സ്ക്രീനിൽ ഹൈന്ദവ മിഥോളജിയുടെ ചലച്ചിത്രാവിഷ്കാരങ്ങൾക്ക് തുടക്കമായി. തമിഴ് സിനിമയായ കീചകവധം (1916) ആദ്യ തെലുങ്ക് സിനിമ ഭീഷ്മപ്രതിജ്ഞ (1921), കന്നഡയിലെ സതി സുലോചന (1934), ബംഗാളിയിലെ ബില്വമംഗൽ (1919) തുടങ്ങി വിവിധ ഇന്ത്യൻ ഭാഷകളിലെ ആദ്യ സിനിമകളൊക്കെ ഫാൽക്കെ സിനിമകളെ പിന്തുടർന്ന് ഇതിഹാസകഥകളെയും പുരാണ സന്ദർഭങ്ങളെയും മിത്തുകളെയും ചലച്ചിത്രങ്ങൾക്കുള്ള പ്രമേയമായി ഉപയോഗിച്ചു എന്നത് ശ്രദ്ധിക്കേണ്ട വസ്തുതയാണ്.

ആദ്യകാല മലയാളസിനിമ:
ആഖ്യാനങ്ങളും അടയാളങ്ങളും

ഇതിഹാസപാരമ്പര്യത്തിന്റെയും മിത്തുകളുടേയും യാന്ത്രിക പുനരാവർത്തനങ്ങളായി പുറത്തു വന്ന ആദ്യകാല ഇന്ത്യൻ സിനിമയുടെ പൊതുധാരയിൽ നിന്ന് അകന്ന് ഗാർഹികവും സാമൂഹികവുമായ ഒരു വിഷയത്തെ പ്രമേയമായി സ്വീകരിച്ച വിഗതകുമാരൻ (1928) എന്ന ചലച്ചിത്രത്തോടെയാണ് മലയാളസിനിമയുടെ ചരിത്രമാരംഭിക്കുന്നത്. തിരുവിതാംകൂറിന്റെ ഭാഗമായ അഗസ്തീശ്വരമാണ് വിഗതകുമാരന്റെ സ്രഷ്ടാവായ ജോസഫ് ചെല്ലയ്യ ഡാനിയേൽ എന്ന ജെ.സി.ഡാനിയേലിന്റെ ജന്മദേശം. ഡാനിയേലിന്റെ

കുടുംബം അഗസ്ത്യീശ്വരത്തെ ഏറ്റവും സമ്പന്നമായ കുടുംബങ്ങളിൽ ഒന്നായിരുന്നു. പ്രശസ്ത അലോപ്പതി ഡോക്ടറായിരുന്ന എൻ. ജോസഫ് ഡാനിയേലായിരുന്നു ജെ.സി. ഡാനിയേലിന്റെ പിതാവ്. ആയോധനകലയായ കളരിപ്പയറ്റിൽ അതീവ താല്പര്യമുള്ളയാളായിരുന്നു ജെ.സി. ഡാനിയേൽ. നാട്ടിലും വിദേശത്തും കളരിപ്പയറ്റെന്ന ആയോധനകല പ്രചരിപ്പിക്കുന്നതിനായി ഒരു ചലച്ചിത്രം നിർമ്മിക്കുവാൻ ഡാനിയേൽ ആഗ്രഹിച്ചിരുന്നു. സിനിമാ നിർമ്മാണത്തെക്കുറിച്ചുള്ള അറിവുകൾ നേടുവാനായി ഡാനിയേൽ മദിരാശിയിലെയും ബോംബെയിലേയും ഫിലിം സ്റ്റുഡിയോകളിൽ എത്തുകയും സിനിമാ നിർമ്മാണത്തിന്റെ പ്രാഥമികപാഠങ്ങളും സാങ്കേതികവിദ്യയും വശത്താക്കുകയും ചെയ്തു. ബോംബെയിൽ നിന്ന് സിനിമാ നിർമ്മാണത്തിനാവശ്യമായ സാങ്കേതിക ഉപകരണങ്ങൾ വില കൊടുത്തു വാങ്ങിയ ഡാനിയേൽ തന്റെ സ്വത്തുക്കൾ വിറ്റുകിട്ടിയ തുകയിൽ നിന്ന് ഒരു വിഹിതമെടുത്ത് തിരുവനന്തപുരം പട്ടത്ത് തന്റെ സ്റ്റുഡിയോ ആയ ദി ട്രാവൻകൂർ നാഷണൽ പിക്ചേഴ്സ് സ്ഥാപിക്കുകയും സിനിമാ നിർമ്മാണത്തിനുള്ള ശ്രമങ്ങൾ ആരംഭിക്കുകയും ചെയ്തു. സിനിമാ നിർമ്മാണം വരുത്തി വെക്കുന്ന ഭാരിച്ച സാമ്പത്തിക ബാധ്യതയെക്കുറിച്ച് ബോധ്യമുണ്ടായിരുന്ന സുഹൃത്തുക്കളും ബന്ധുക്കളും ഡാനിയേലിനെ സിനിമാ സംരംഭത്തിൽ നിന്ന് പിൻതിരിപ്പിക്കാൻ പരമാവധി ശ്രമിച്ചെങ്കിലും വഴങ്ങാതെ ഡാനിയേൽ തന്റെ സ്വപ്നപദ്ധതിയുമായി മുന്നോട്ടു പോയി.

അപഹരിക്കപ്പെട്ട ഒരു കുട്ടിയുടെ കഥയാണ് ഡാനിയേൽ സിനിമയുടെ കഥയായി സ്വീകരിച്ചത്. കഥാഗതിയെ സൂചിപ്പിക്കുന്ന വിഗതകുമാരൻ എന്ന പേരാണ് സിനിമക്കായി ഡാനിയേൽ തെരഞ്ഞെടുത്തത്. നഷ്ടപ്പെട്ട കുട്ടി എന്നർത്ഥം വരുന്ന ദി ലോസ്റ്റ് ചൈൽഡ് എന്ന പേരിലും സിനിമ അറിയപ്പെട്ടിരുന്നു. വിഗതകുമാരന്റെ നിർമ്മാണവും കഥാരചനയും സംവിധാനവും ഛായാഗ്രഹണവും ഡാനിയേൽ തന്നെയായിരുന്നു. നായക കഥാപാത്രമായ ചന്ദ്രകുമാറിനെ അവതരിപ്പിച്ചതും ഡാനിയേലായിരുന്നു. സുഹൃത്തും സഹപ്രവർത്തകനുമായിരുന്ന ജോൺസൺ വില്ലനായ ഭൂതനാഥനായി രംഗത്തു വന്നു. നായികക്കു വേണ്ടി ഡാനിയേലിന് വലിയ ശ്രമങ്ങൾ നടത്തേണ്ടി വന്നു. കഥാപാത്രത്തിന് അനുയോജ്യയായ നടിക്കു വേണ്ടി ഡാനിയേൽ പത്രങ്ങളിൽ പരസ്യം നൽകി. ഒടുവിൽ ബോംബെയിൽ നിന്ന് മിസ്. ലാനയെന്ന ആംഗ്ലോ ഇന്ത്യൻ യുവതി അഭിനയിക്കാൻ തയ്യാറായി വന്നു. സിനിമയിൽ അഭിനയിക്കാൻ

നിരവധി ഉപാധികൾ മുന്നോട്ടു വെച്ച ലാനയെ വലിയ തുക നൽകി ഡാനിയേൽ തിരുവനന്തപുരത്തെത്തിച്ചെങ്കിലും ചിത്രീകരണവു മായി സഹകരിക്കാതെ സംവിധായകനും സഹപ്രവർത്തകർക്കും പ്രയാസങ്ങൾ സൃഷ്ടിച്ചതിനാൽ ഡാനിയേലിന് ലാനയെ തന്റെ സിനിമയിൽ നിന്ന് ഒഴിവാക്കേണ്ടി വന്നു. ലാനയുടെ അഭാവത്തിൽ പുതിയ നടിക്കു വേണ്ടിയുള്ള അന്വേഷണം എത്തി നിന്നത് നഗര ത്തിനടുത്തുള്ള തൈക്കാട്ടുകാരിയായ റോസി എന്ന പെൺകുട്ടിയി ലാണ്. ദളിത് ക്രൈസ്തവ കുടുംബാംഗമായ റോസിക്ക് കാക്കാരിശി നാടകങ്ങളിലും മറ്റും അഭിനയിച്ചുള്ള പരിചയമുണ്ടായിരുന്നത് അവരുടെ അഭിനയത്തെ ആയാസരഹിതമാക്കി.

മേൽക്കൂരയില്ലാത്ത മുറിയിൽ വെച്ച് പകൽ വെളിച്ചത്തിലായി രുന്നു ഷൂട്ടിങ്. ഓരോ ദിവസവും ഷൂട്ട് ചെയ്ത ദൃശ്യങ്ങൾ അന്നു രാത്രി തന്നെ പ്രോസസ് ചെയ്ത് റഷസ് കാണുകയായിരുന്നു ഡാനിയേൽ ചെയ്തത്. 1926 മുതൽ വിഗതകുമാരനു വേണ്ടി ഡാനിയേൽ തുടങ്ങിയ ശ്രമങ്ങൾക്ക് ഒടുക്കമാകുന്നത് 1928 നവംബർ ഏഴിനാണ്. അന്നാണ് തിരുവനന്തപുരത്തെ ക്യാപിറ്റോൾ തിയറ്ററിൽ വിഗതകുമാരൻ പ്രദ ർശനത്തിനെത്തിയത്. തിരുവനന്തപുരത്തെ പ്രമുഖ ക്രിമിനൽ വക്കീ ലായിരുന്ന മള്ളൂർ ഗോവിന്ദപ്പിള്ളയാണ് പ്രദർശനം ഉദ്ഘാടനം ചെയ്തത്. പ്രദർശന ദിവസത്തെക്കുറിച്ച് വ്യത്യസ്തമായ ചില വാദങ്ങൾ നിലവിലുണ്ട്. 1930 ഒക്ടോബർ 23 നാണ് ചിത്രം ആദ്യമായി പ്രദ ർശിപ്പിച്ചതെന്നതാണ് ആ വാദം. പ്രസ്തുത വാദത്തെ സാധൂകരിക്കുന്ന സിനിമാ നോട്ടീസ് ചലച്ചിത്ര ഗവേഷകർ കണ്ടെത്തിയിട്ടുണ്ടെങ്കിലും 1928 നവംബർ ഏഴിനാണ് വിഗതകുമാരന്റെ ആദ്യ പ്രദർശനം നടന്നത് എന്ന നിലപാടിനാണ് ഇപ്പോൾ അംഗീകാരമുള്ളത്. ക്യാപിറ്റോൾ തിയറ്ററിൽ വിഗതകുമാരൻ പ്രദർശനമാരംഭിച്ചപ്പോൾ ദലിത് ക്രൈസ്തവയായ പി.കെ. റോസിയുടെ സിനിമാ സാന്നിദ്ധ്യം ജാതിവെറിപൂണ്ട പ്രേക്ഷകരെ രോഷാകുലരാക്കി. നായികയുടെ മുടിക്കെട്ടിൽ തിരുകിയ റോസാപ്പൂ നായകൻ കയ്യിലെടുത്ത് ചും ബിക്കുന്ന രംഗമെത്തിയപ്പോൾ കാണികളുടെ രോഷപ്രകടനം അതിരു കവിയുകയും തിയറ്ററിൽ തിരശ്ശീല തകർക്കൽ അടക്കമുള്ള അക്രമങ്ങൾ അരങ്ങേറുകയും ചെയ്തു. ജാത്യാധിഷ്ഠിതമായ വിവേചന ബോധം ഉള്ളിൽ പേറിയ സമൂഹം റോസിയെ തിരുവനന്തപുരത്ത് തുടർന്ന് ജീവിക്കാനനുവദിക്കാത്തതിനാൽ അവർക്ക് സ്വന്തം നാട്ടിൽ നിന്ന് ഒളിച്ചോടി രക്ഷപ്പെടേണ്ടി വന്നുവെന്നത് മലയാള സിനിമാ ചരിത്രത്തിലെ മാത്രമല്ല മലയാളി ജീവിതത്തിലെ തന്നെ കറുത്ത ഏടായി നില നിൽക്കുന്നു.

'വിഗതകുമാരൻ' തുടർന്ന് പ്രദർശിപ്പിക്കാനാവാത്ത സാഹചര്യം സംജാതമായതിനാൽ സിനിമയിലെ മുതൽമുടക്ക് വമ്പിച്ച കടക്കെണിയിലേക്ക് ഡാനിയേലിനെ തള്ളിവിട്ടു. സാമ്പത്തികത്തകർച്ചയിൽ നിന്നു കരകയറാൻ സിനിമയുടെ സാങ്കേതിക ഉപകരണങ്ങളും അവശേഷിച്ച സ്വത്തു വകകളും ഡാനിയേലിന് വിറ്റു തീർക്കേണ്ടിവന്നു. കടം കയറി മുടിഞ്ഞ ഡാനിയേൽ തിരുവനന്തപുരത്തു നിന്ന് മദ്രാസിലേക്കും തിരുനെൽവേലിയിലേക്കും കുടിയേറിയെങ്കിലും ഒടുവിൽ അഗസ്തീശ്വരത്തു തന്നെ തിരിച്ചെത്തുകയും ആദ്യ മലയാളസിനിമയുടെ പിതാവെന്ന രീതിയിലുള്ള തിരിച്ചറിവോ പരിഗണനയോ ലഭിക്കാതെ 1975 ൽ മരണമടയുകയും ചെയ്തു.

ഗാർഹികവും സാമൂഹികവുമായ വിഷയത്തെ പ്രമേയമായി സ്വീകരിച്ച ആദ്യ മലയാളസിനിമയിൽ നിന്നു വ്യത്യസ്തമായി ഭാവനയേയും ചരിത്രയാഥാർത്ഥ്യത്തെയും സമന്വയിപ്പിച്ച ഒരു സാഹിത്യ സൃഷ്ടിയാണ് രണ്ടാമത്തെ മലയാളസിനിമയുടെ പ്രമേയമായി മാറിയത്. മലയാളനോവൽ ചരിത്രത്തിലെ ഏറ്റവും ശ്രദ്ധേയമായ നോവലുകളിൽ ഒന്നായ മാർത്താണ്ഡവർമ്മ (1891) യാണ് രണ്ടാമത്തെ മലയാള സിനിമയുടെ പ്രമേയവസ്തു. സി.വി. രാമൻ പിള്ളയുടെ വിഖ്യാത നോവൽത്രയത്തിലെ ആദ്യ നോവലായ മാർത്താണ്ഡവർമ്മ ചലച്ചിത്രവത്കരിക്കാനുള്ള ശ്രമങ്ങളുമായി മുന്നോട്ടു വന്നത് ജെ.സി. ഡാനിയേലിന്റെ സുഹൃത്തും ബന്ധുവുമായിരുന്ന ആർ. സുന്ദർരാജാണ്. സാഹിത്യകൃതികൾ ചലച്ചിത്രവത്കരിക്കുന്ന പ്രവണതക്ക് മലയാളത്തിൽ തുടക്കമിട്ടത് സുന്ദർരാജാണ്. സിനിമാനിർമ്മാണത്തിനിറങ്ങിത്തിരിച്ച തന്റെ മുൻഗാമിക്കേറ്റ തിരിച്ചടികളെക്കുറിച്ച് നല്ല ബോധ്യമുണ്ടായിരുന്നതിനാൽ സുന്ദർരാജ് തന്റെ സിനിമാ സംരംഭത്തിന് വലിയ മുൻകരുതലുകൾ എടുത്തിരുന്നു. ഡാനിയേലിനെപ്പോലെ സ്വയം സംവിധാനത്തിനിറങ്ങാതെ അറിയപ്പെടുന്ന തമിഴ് - തെലുങ്ക് സംവിധായകനായ പി.വി. റാവുവിനെ സംവിധാനച്ചുമതല ഏൽപ്പിച്ചു. കേരളത്തിന്റെ നാനാഭാഗത്തു നിന്നും തമിഴ്നാട്ടിൽ നിന്നും നടീനടൻമാരെ തെരഞ്ഞെടുത്തഭിനയിപ്പിച്ചു. ചിത്രീകരണത്തിനായി സ്വദേശമായ നാഗർകോവിലിൽ ശ്രീ രാജരാജേശ്വരി എന്ന പേരിൽ സ്വന്തമായി ഒരു സ്റ്റുഡിയോ സ്ഥാപിച്ചു. ഇപ്രകാരം ചലച്ചിത്ര നിർമ്മാണത്തിന്റെ നാനാവശങ്ങളിൽ ബദ്ധശ്രദ്ധയോടെ പെരുമാറിയെങ്കിലും നിർണ്ണായകമായ ഒരു പിഴവ് സുന്ദർരാജിന് സംഭവിച്ചു. മാർത്താണ്ഡവർമ്മ നോവലിന്റെ പ്രസിദ്ധീകരണാവകാശമുണ്ടായിരുന്ന തിരുവനന്തപുരം കമലാലയ

ബുക്ക് ഡിപ്പോയിൽ നിന്നും ചലച്ചിത്ര നിർമ്മാണത്തിനായി നോവലിന്റെ പകർപ്പവകാശം അദ്ദേഹം വാങ്ങിയിരുന്നില്ല. സിനിമാ നിർമ്മാണം നിർത്തിവെക്കാനുള്ള കമലാലയ ബുക്ക് ഡിപ്പോക്കാരുടെ വക്കീൽ നോട്ടീസ് അവഗണിച്ച്, നിർമ്മാണം പൂർത്തീകരിച്ച് തിരുവനന്തപുരം ക്യാപിറ്റോൾ തിയറ്ററിൽ റിലീസ് ചെയ്യപ്പെട്ട മാർത്താണ്ഡവർമ്മ നിയമ നടപടികൾക്കിരയാവുകയും ചിത്രത്തിന്റെ പ്രിന്റുകൾ കോടതി പിടിച്ചെടുക്കുകയും ചെയ്തു. കോടതിയിൽ കേസ് നടന്നെങ്കിലും കേസിന്റെ വിധി സുന്ദർരാജിന് എതിരായിരുന്നു. ചിത്രനിർമ്മാണം വഴിയുണ്ടായ കടക്കെണിയും നിയമപരമായ നഷ്ട പരിഹാരവും നേരിടാൻ ഡാനിയേലിനെപ്പോലെ സുന്ദർരാജിനും സകലതും വിറ്റു പെറുക്കേണ്ടി വന്നു. എല്ലാം നഷ്ടപ്പെട്ട് തിരുവനന്തപുരത്തെ കണ്ണമ്മൂല ജങ്ഷനിൽ ഒരു റേഷൻകട നടത്തിപ്പുകാരനായി, ആരാലും തിരിച്ചറിയപ്പെടാതെയാണ് സുന്ദർരാജ് ജീവിതത്തിന്റെ അന്ത്യനാളുകൾ പിന്നിട്ടത്.

ആർ. ദേഷിർ ഇറാനി സംവിധാനം ചെയ്ത ആദ്യ ഇന്ത്യൻ ശബ്ദ ചിത്രം ആലംആര പുറത്തു വന്ന് വർഷങ്ങൾ കഴിഞ്ഞാണ് 1938 ഡിസംബറിൽ മലയാളത്തിലെ ആദ്യ ശബ്ദചിത്രമായ ബാലൻ പുറത്തു വരുന്നത്. സേലം മോഡേൺ തിയറ്റേഴ്സിനു വേണ്ടി ടി.ആർ. സുന്ദരം നിർമ്മിച്ച് മുതുകുളം രാഘവൻപിള്ള തിരക്കഥയെഴുതി എം.എസ്. നൊട്ടാണി സംവിധാനം ചെയ്ത ബാലൻ പ്രമേയപരമായി അക്കാലത്തുണ്ടായിരുന്ന തമിഴ് - ഹിന്ദി ചിത്രങ്ങളോടാണ് ആധർമ്മണ്യം പുലർത്തിയത്. ഹിന്ദി - തമിഴ് ചിത്രങ്ങളിൽ അക്കാലത്ത് നിരന്തരം ആവർത്തിക്കപ്പെട്ട രണ്ടാനമ്മയുടെ ക്രൂരത എന്ന പ്രമേയത്തിന്റെ പുനരാവിഷ്ക്കാരമായിരുന്നു ബാലൻ. വമ്പിച്ച സാമ്പത്തിക വിജയം നേടിയ ബാലന്റെ സാങ്കേതിക പ്രവർത്തകരിൽ ഏറിയപങ്കും അന്യഭാഷക്കാരായിരുന്നു. സംവിധായകനായ നൊട്ടാണി ഒരു പാഴ്സിയായിരുന്നു. ശബ്ദലേഖകൻ പഞ്ചാബിയും ഛായാഗ്രാഹകൻ ജർമ്മൻകാരനുമായിരുന്നു. ബാലനിൽ ഇരുപത്തിമൂന്ന് ഗാനങ്ങൾ എഴുതി മലയാളത്തിലെ ആദ്യ ഗാനരചയിതാവെന്ന പദവിക്ക് മുതുകുളം രാഘവൻപിള്ള അർഹനായി. സംഗീതനാടകങ്ങളിൽ അഭിനയിച്ച പരിചയമുണ്ടായിരുന്ന കെ.കെ. അരൂരും എം.കെ. കമലവുമാണ് ബാലനിലെ നായകനും നായികയുമായത്.

ബാലനെ തുടർന്ന് പുറത്തിറങ്ങിയ മലയാള ചിത്രമായ ജ്ഞാനാംബികയിലേയും മുഖ്യ പ്രമേയം ബാലനിലേതു പോലെ രണ്ടാനമ്മയുടെ ക്രൂരകൃത്യങ്ങളായിരുന്നു. 1940 ൽ പുറത്തിറങ്ങിയ

ജ്ഞാനാംബികയുടെ സംവിധായകൻ ബാലന്റെ സാക്ഷാത്ക്കാരം നിർവ്വഹിച്ച എം.എസ്. നൊട്ടാണി തന്നെയായിരുന്നു. സെബാസ്റ്റ്യൻ കുഞ്ഞുകുഞ്ഞു ഭാഗവതർ, കെ.കെ. അരൂർ, ആലപ്പി വിൻസെന്റ്, പുത്തൻകാവ് മാത്തൻ തരകൻ തുടങ്ങിയ പ്രഗല്ഭർ ജ്ഞാനാം ബികയുടെ ക്യാമറക്കു മുന്നിലും പിന്നിലും പ്രവർത്തിച്ചിരുന്നു. ഗാർഹികവും സാമൂഹികവും ചരിത്രപരവുമായ പ്രമേയങ്ങളിൽ നിന്ന് വ്യത്യസ്തമായി മലയാള സിനിമ ആദ്യമായി ഒരു പുരാണകഥ ഇതി വൃത്തമായി സ്വീകരിക്കുന്നത് അഞ്ചാമത്തെ മലയാള സിനിമയായ പ്രഹ്ലാദയിലാണ്. പ്രശസ്ത സാഹിത്യകാരൻ എൻ.പി. ചെല്ലപ്പൻ നായർ തിരക്കഥാരചന നിർവ്വഹിച്ച പ്രഹ്ലാദയുടെ സംവിധായകൻ കെ. സുബ്രഹ്മണ്യമായിരുന്നു. മെറിലാൻഡ് സ്റ്റുഡിയോയുടെ സ്ഥാ പകനായ പി. സുബ്രഹ്മണ്യത്തിന്റെ ആദ്യ നിർമ്മാണ സംരംഭം കൂടിയായിരുന്നു 'പ്രഹ്ലാദ'. പ്രഹ്ലാദ റിലീസ് ചെയ്തു കഴിഞ്ഞുള്ള ആറു വർഷങ്ങൾ മലയാളത്തിൽ സിനിമകൾ നിർമ്മിക്കപ്പെട്ടില്ല. 1928 ൽ സിനിമാ നിർമ്മാണം മലയാളത്തിൽ തുടങ്ങിയ ശേഷം ആദ്യമായും അവസാനമായുമാണ് ഇത്രയും ദീർഘമായ ഒരിടവേള രണ്ടു ചിത്രങ്ങൾക്കിടയിൽ സംഭവിക്കുന്നത്.

സ്വാതന്ത്ര്യാനന്തര കേരളത്തിലെ ആദ്യ സിനിമ 1948 ൽ പുറത്തു വന്ന നിർമ്മല ആയിരുന്നു. മാർത്താണ്ഡവർമ്മക്കു ശേഷം പുറത്തിറങ്ങിയ മലയാള സിനിമകളെ അപേക്ഷിച്ച് നിർമ്മലക്കു ണ്ടായിരുന്ന പ്രധാന സവിശേഷത അതിലെ നിറഞ്ഞ മലയാളി സാന്നിധ്യമായിരുന്നു. പ്രശസ്ത കവി ജി. ശങ്കരക്കുറുപ്പാണ് നിർമ്മല ക്കു വേണ്ടി ഗാനരചന നടത്തിയത്. സാഹിത്യകാരനായ പുത്തേ ഴത്ത് രാമൻ മേനോൻ സിനിമക്കു വേണ്ടി സംഭാഷണങ്ങളെഴുതി. മലയാള സിനിമയിൽ സാഹിത്യകാരന്മാരുടെ സജീവ സാന്നിദ്ധ്യം ആരംഭിക്കുന്നത് 'നിർമ്മല'യോടെ ആണെന്നു പറയാം. ദരിദ്രയായ നിർമ്മലയും പോലീസുകാരനായ രഘുവും തമ്മിലുള്ള പ്രണയകഥ പറയുന്ന നിർമ്മലയുടെ സംവിധായകൻ പി.വി. കൃഷ്ണയ്യർ ആയിരുന്നു. പിൽക്കാലത്ത് ശ്രദ്ധേയ ഗായികയായി മാറിയ പി. ലീലയുടെ ചലച്ചിത്ര ഗായികയായുള്ള അരങ്ങേറ്റം നിർമ്മലയിൽ ആയിരുന്നു.

1949 മലയാളസിനിമാചരിത്രത്തിൽ അവിസ്മരണീയമായ വർഷമാണ്. മലയാള സിനിമയിലെ സജീവ സാന്നിദ്ധ്യമായി മാറിയ ഉദയ എന്ന നിർമ്മാണക്കമ്പനിയുടെ ആദ്യ ചിത്രം പുറത്തി റങ്ങിയത് ആ വർഷമായിരുന്നു. ഉദയ നിർമ്മാണക്കമ്പനിയും അതേ പേരിലുള്ള സ്റ്റുഡിയോയും ഒട്ടനവധി താരങ്ങളെയും സാങ്കേതിക

വിദഗ്ധരെയും മലയാളസിനിമക്ക് സംഭാവന ചെയ്തിട്ടുണ്ട്. കമ്മ്യൂണിസ്റ്റ് നേതാവായിരുന്ന ടി.വി. തോമസ്, ആലപ്പി വിൻസന്റ്, മാത്തുക്കുട്ടി,വെണ്ടർ കൃഷ്ണപിള്ള, കുഞ്ചാക്കോ തുടങ്ങിയവർ ചേർന്ന് ആരംഭിച്ച ഉദയാ സ്റ്റുഡിയോ ഒരു കൂട്ടുസംരംഭം ആയിരുന്നുവെങ്കിലും മറ്റ് സംരംഭകർക്ക് സിനിമാനിർമ്മാണത്തിൽ താല്പര്യം കുറഞ്ഞതിനാൽ കുഞ്ചാക്കോയുടെ സ്വന്തം സ്ഥാപനമായിത്തീർന്നു. ഉദയായുടെ ആദ്യ ചിത്രമായ വെള്ളിനക്ഷത്രം (1949) ഫെലിക്സ് ജെ. എച്ച്. ബെയ്സ് എന്ന ജർമ്മൻകാരനാണ് സംവിധാനം ചെയ്തത്. വളരെക്കാലം മലയാളസിനിമയിൽ നിറഞ്ഞു നിന്ന മൂന്നു പ്രഗല്ഭർ വെള്ളിനക്ഷത്രത്തിലൂടെയാണ് ചലച്ചിത്ര പ്രവേശനം നടത്തിയത്. പ്രശസ്ത അഭിനേത്രി മിസ്. കുമാരി, ഗാനരചയിതാവ് അഭയദേവ്, സംഗീത സംവിധായകൻ ചിദംബരനാഥ് എന്നിവരാണ് ആ ശ്രദ്ധേയ വ്യക്തിത്വങ്ങൾ. അവതരണത്തിലോ ആഖ്യാനത്തിലോ ഒരു പുതുമയുമില്ലാതിരുന്ന ചിത്രമാണ് നിർമ്മല. നിർമ്മാണം, വിതരണം, സംവിധാനം തുടങ്ങിയ മേഖലകളിൽ വലിയ ഇടപെടൽ നടത്തിയ കുഞ്ചാക്കോയുടെ ചലച്ചിത്രജീവിതത്തിന് തുടക്കംകുറിച്ച സിനിമ എന്ന നിലയിലാണ് നിർമ്മല പ്രസക്തമാകുന്നത്.

അമ്പതുകളിലെ സിനിമ: അതിഭാവുകത്വവും പുതുവഴികളും

മലയാളത്തിലെ ആദ്യ ശബ്ദചിത്രമായ ബാലൻ പുറത്തിറങ്ങി പന്ത്രണ്ടു വർഷത്തിനുള്ളിൽ ബാലനടക്കം അഞ്ചു മലയാളചിത്രങ്ങൾ മാത്രമാണ് നിർമ്മിക്കപ്പെട്ടത്. എന്നാൽ അമ്പതുകളോടെ മലയാള ചലച്ചിത്ര വ്യവസായം വലിയ കുതിപ്പു നേടുകയും പുറത്തിറങ്ങുന്ന ചിത്രങ്ങളുടെ എണ്ണം ഓരോ വർഷവും കൂടി വരികയും ചെയ്തു. മലയാളസിനിമ മറ്റ് ഭാഷാചിത്രങ്ങളോട് മത്സരിക്കാൻ ശേഷി നേടുന്നത് അമ്പതുകളിലാണ്. ചലച്ചിത്രങ്ങളുടെ പ്രമേയവും ആഖ്യാനവും വിപണിക്ക് അനുസൃതമായി തയ്യാറാക്കപ്പെടുന്നതിന്റെ തുടക്കവും അമ്പതുകളിൽ തന്നെയാണ്. ജനപ്രിയതയെ ലക്ഷ്യമാക്കിയുള്ള മലയാള സിനിമയുടെ ശ്രമങ്ങൾ അമ്പതുകളിൽ ആരംഭിക്കുന്നത് നല്ലതങ്ക (1950) എന്ന ചിത്രത്തോടെയാണ്. നിർമ്മാണത്തിലും മാർക്കറ്റിങ്ങിലും പ്രൊഫഷണൽ സ്വഭാവം സ്വീകരിച്ച നല്ലതങ്ക തമിഴ് സിനിമാലോകത്ത് വൻ വിജയം നേടിയ നല്ലതങ്കാൾ എന്ന 'കണ്ണീർപ്പടത്തിന്റെ' പുനരവതാരമായിരുന്നു. പി.വി. കൃഷ്ണൻ സംവിധാനം നിർവ്വഹിച്ച ഈ സിനിമയുടെ നിർമ്മാണം

കുഞ്ചാക്കോ - കെ.വി.കോശി കൂട്ടുകെട്ടിന്റെ ബാനറായ കെ.ആൻഡ് കെ. പ്രൊഡക്ഷൻസ് ആയിരുന്നു. അമ്മായിഅമ്മ - നാത്തൂൻ പോര് ചിത്രീകരിക്കുന്ന ഗാർഹിക നാടകങ്ങളുടെ മലയാളസിനിമയിലെ തിരനോട്ടം നല്ലതങ്കയിൽ ആയിരുന്നു. പിൽക്കാലത്ത് തിയറ്ററുക ളിൽ കണ്ണീർപ്പുഴയൊഴുക്കി സാമ്പത്തിക നേട്ടമുണ്ടാക്കാൻ ഇതേ പ്രമേയത്തെ മലയാളസിനിമ അനവധി തവണ ആവർത്തിക്കുന്നതു കാണാം.

തൊള്ളായിരത്തി അമ്പതിൽ പുറത്തുവന്ന 'സ്ത്രീ 'തിക്കുറുശ്ശി സുകുമാരൻ നായർ രചിച്ച അതേ പേരിലുള്ള നാടകത്തിന്റെ ചലച്ചി ത്രാനുവർത്തനമായിരുന്നു. നാടകം നേടിയെടുത്തിരുന്ന ജനപ്രീ തിയെ മുതലെടുക്കുകയെന്ന ലക്ഷ്യം മുൻനിർത്തി സൃഷ്ടിക്കപ്പെട്ട 'സ്ത്രീ'യുടെ സംവിധായകൻ ആലപ്പുഴക്കാരനായ ആർ. വേലപ്പൻ നായരായിരുന്നു. ഏറെക്കാലം മലയാള സിനിമയിൽ നിറഞ്ഞു നിന്ന തിക്കുറുശ്ശി 'സ്ത്രീ' യിൽ കഥയും സംഭാഷണവും ഗാനങ്ങളുമെഴുതുകയും നായകനായി അഭിനയിക്കുകയും ചെയ്തു. പാരമ്പര്യത്തിന്റെ അദൃശ്യ ശക്തിയുടെ സ്വാധീനം തിരിച്ചറിയാൻ സ്വന്തം ജീവിതം പരീക്ഷ ണത്തിനെറിഞ്ഞു കൊടുത്ത ഒരാളുടെ ദുരന്തകഥ അവതരിപ്പിച്ച 'സ്ത്രീ' മനഃശാസ്ത്രപരമായ ഇതിവൃത്തം ആദ്യമായി മലയാളത്തിൽ അവതരിപ്പിച്ച ചിത്രമാണ്.

'വിഗതകുമാരൻ' മുതൽ മലയാളസിനിമ കേരളീയ ജീവിത ത്തിന്റെ വിവിധ ചിത്രങ്ങൾ അവതരിപ്പിച്ചെങ്കിലും കേരളവും ഇന്ത്യയും അക്കാലത്തു കടന്നു പോന്ന സംഘർഷഭരിതമായ സാമൂ ഹിക-രാഷ്ട്രീയ കാലത്തെ അടയാളപ്പെടുത്തുന്ന ഒരു ചിത്രം പോലും മലയാളത്തിൽ പുറത്തു വന്നില്ല എന്നത് നമ്മുടെ ആദ്യകാല സിനിമ സമകാലിക ജീവിതത്തോട് എത്രമാത്രം നിരുത്തരവാദപരമായാണ് പ്രതികരിച്ചത് എന്നതിന്റെ തെളിവാണ്. സ്വാതന്ത്ര്യ സമരവും കർഷകത്തൊഴിലാളി മുന്നേറ്റങ്ങളും ജാതിവിരുദ്ധ നവോത്ഥാന പ്രവ ർത്തനങ്ങളും ഇടതുപക്ഷ മുന്നേറ്റവും കേരളീയ രാഷ്ട്രീയ ജീവിതത്തെ ഉഴുതുമറിച്ചുകൊണ്ടിരുന്ന കാലത്ത് മലയാളസിനിമ അന്തഃസാരശൂ ന്യമായ മെലോഡ്രാമകളിലൂടെ വിപണിയിലെ വിജയം മാത്രം ലക്ഷ്യമാക്കി മുന്നോട്ടു പോയി.

അമ്പതുകളുടെ തുടക്കത്തിൽ ശ്രദ്ധേയമായ രണ്ടു ചിത്രങ്ങൾ പ്ര ദർശനത്തിനെത്തുകയുണ്ടായി. അക്കാലം വരെ മലയാള സിനിമ മുഖം തിരിച്ചു നിന്ന കേരളീയ രാഷ്ട്രീയ ജീവിതത്തെ ചിത്രീക രിച്ച നവലോകം, വിപണി വിജയത്തിന്റെ സൂത്രവാക്യങ്ങൾ

സമർത്ഥമായി ഉപയോഗിച്ച ജീവിതനൗക എന്നിവയാണവ. 1951-ൽ പുറത്തിറങ്ങിയ നവലോകം ഒരു രാഷ്ട്രീയ ചിത്രമായാണ് രേഖപ്പെടുത്തപ്പെടുന്നത്. പുരോഗമന സാഹിത്യകാരനായി സ്ഥാനപ്പെട്ടിരുന്ന പൊൻകുന്നം വർക്കിയുടെ കഥയും തിരക്കഥയും നവലോകത്തിന്റെ പിന്നണിയിൽ ഉള്ളതു മാത്രമല്ല അതിനു കാരണം. ജന്മിത്തത്തിനെതിരായ ജനമുന്നേറ്റം, വർഗപരമായി വിഭജിക്കപ്പെട്ട കഥാപാത്രങ്ങൾ, ചൂഷിതരുടെ സംഘബലത്തിനു മുന്നിൽ മുട്ടുകുത്തുന്ന ചൂഷകനായ മുതലാളി തുടങ്ങി ഇടതുപക്ഷ രാഷ്ട്രീയ സിനിമയുടെ ചില അടയാളങ്ങളെങ്കിലും നവലോകത്തിൽ ഉണ്ടായിരുന്നു. അതേസമയം തൊഴിലാളികളുമായി സന്ധി ചെയ്യുന്ന മുതലാളിത്ത നിലപാടും, പീഡനത്തോടും ചൂഷണത്തോടും പൊറുക്കുന്ന തൊഴിലാളി നിലപാടും ചിത്രം മുന്നോട്ടു വെക്കുന്നുണ്ട്. ലാഭകേന്ദ്രിതമായ വ്യവസായമെന്ന നിലയിൽ സിനിമയുടെ പരിമിതികളാണ് നവലോകത്തെ തൊഴിലാളി - മുതലാളി ഐക്യഗാഥയാക്കി മാറ്റിയത്. മലയാളത്തിൽ നിലവിലുണ്ടായിരുന്ന ബോക്സ് ഓഫീസ് റെക്കോർഡുകൾ തകർത്ത സിനിമയാണ് ജീവിതനൗക. തിരുവനന്തപുരത്ത് തുടർച്ചയായി ഇരുനൂറ്റി എൺപത്തിനാലു ദിവസം ജീവിതനൗക പ്രദർശിപ്പിക്കുകയുണ്ടായി. നെടുങ്കൻ ഡയലോഗുകളും അതിവൈകാരികത നിറഞ്ഞ കഥാഗതിയും സർവ്വംസഹയായ നായികയും ശുഭാന്ത്യവുമുള്ള ജീവിതനൗകയിൽ തിക്കുറിശ്ശിയും ബി.എസ്. സരോജയുമാണ് നായികാനായൻമാരായത്. കെ. വേമ്പു സംവിധാനം നിർവ്വഹിച്ച ഈ സിനിമ വിപണി വിജയത്തിനായി മലയാളസിനിമ അനുവർത്തിച്ച പോന്ന കുടുംബകേന്ദ്രിത പ്രമേയത്തെ ഏറ്റവും സമർത്ഥമായി ഉപയോഗിച്ച ചിത്രമാണ്.

മലയാള സിനിമയെ നിർണായകമായി സ്വാധീനിച്ച രണ്ടു താരങ്ങൾ സ്ക്രീനിലെത്തിയ വർഷമാണ് 1952. മരുമകൾ എന്ന ചിത്രത്തിലൂടെ പ്രേംനസീറും 'ആത്മസഖി'യിലൂടെ സത്യനും അഭിനയജീവിതത്തിനു തുടക്കം കുറിച്ചു. തിരുവനന്തപുരത്ത് ആയിടെ പ്രവർത്തനമാരംഭിച്ച മെരിലാൻഡ് സ്റ്റുഡിയോ നിർമ്മിച്ച ആദ്യചിത്രമായിരുന്നു ആത്മസഖി. ആത്മസഖിക്കു മുമ്പ് ത്യാഗസീമ, കെടാവിളക്ക് തുടങ്ങിയ സിനിമകളിൽ സത്യൻ അഭിനയിച്ചിരുന്നുവെങ്കിലും അവയൊന്നും പുറത്തു വന്നിരുന്നില്ല. ദുഃസ്വഭാവിയായ അമ്മായിയമ്മ നിഷ്കളങ്കയും സാധുശീലയുമായ മരുമകളുടെ ദാമ്പത്യ ജീവിതം ദുസഹമാക്കിത്തീർക്കുന്ന സാമ്പ്രദായിക പ്രമേയമവതരിപ്പിച്ച മരുമകളിൽ തുടക്കമിട്ട പ്രേംനസീർ ദശകങ്ങളോളം മലയാളത്തിലെ

ഏറ്റവും ജനപ്രിയനായ താരമായി തുടരുകയുണ്ടായി. സത്യനാകട്ടെ മലയാളസിനിമ കണ്ട ഏറ്റവും മികച്ച അഭിനേതാക്കളിൽ ഒരാളായി ചരിത്രത്തിൽ ഇടം നേടി.

മലയാള സിനിമാചരിത്രത്തിലെ നാഴികക്കല്ലായി പരിഗണിക്കപ്പെടുന്ന നീലക്കുയിലാണ് അമ്പതുകളിലെ ഏറ്റവും ശ്രദ്ധേയമായ ചിത്രം. 1954 ൽ റിലീസ് ചെയ്യപ്പെട്ട നീലക്കുയിൽ മലയാളസിനിമയിൽ ധനാത്മകമായ മാറ്റങ്ങൾക്ക് തുടക്കമിട്ട സിനിമയാണ്. പ്രശസ്ത സാഹിത്യകാരനായിരുന്ന ഉറൂബിന്റെ കഥയും തിരക്കഥയും, പി. ഭാസ്കരനും രാമു കാര്യാട്ടും ചേർന്നുള്ള സംവിധാനം, പി.ഭാസ്കരന്റെ ഹൃദയഹാരിയായ ഗാനങ്ങൾ, മലയാളിത്തമുള്ള ഈണങ്ങളുമായി കെ. രാഘവൻ മാസ്റ്റർ, മറക്കാനാവാത്ത ഗാനങ്ങളുമായി കോഴിക്കോട് അബ്ദുൾ ഖാദർ, മെഹബൂബ്, ജാനമ്മ ഡേവിഡ്, ശാന്ത പി. നായർ തുടങ്ങിയ ഗായകർ, സത്യനും മിസ്.കുമാരിയും പി.ഭാസ്കരനുമടക്കമുള്ള അഭിനേതാക്കളുടെ ഉജ്വലപ്രകടനം, നിരവധി സവിശേഷതകളുള്ള ഒരു പുത്തൻ പ്രമേയത്തെ സിനിമയാക്കാൻ ധൈര്യം കാണിച്ച യുവാവായ നിർമ്മാതാവ് ടി.കെ. പരീക്കുട്ടി - ഇപ്രകാരം പ്രതിഭാശാലികളായ ഒരു സംഘത്തിന്റെ സർഗ്ഗാത്മകമായ കയ്യൊപ്പ് പതിഞ്ഞ ചിത്രമായി നീലക്കുയിൽ. ജാതിയും മതവും സാമൂഹികനിലയും തീർത്ത മതിൽക്കെട്ടുകളെ മനുഷ്യർ തകർത്തെറിയുന്നതിന്റെ കഥപറഞ്ഞ നീലക്കുയിൽ പ്രമേയത്തിലെ പുരോഗമന സ്വഭാവം കൊണ്ടും ചലച്ചിത്ര പരിചരണത്തിലെ നവീനത കൊണ്ടും ചിത്രത്തിൽ ഉടനീളം നിറഞ്ഞു നിന്ന കേരളീയാന്തരീക്ഷത്താലും മലയാളസിനിമയുടെ നവോത്ഥാന ശ്രമങ്ങൾക്ക് തുടക്കമിട്ട സിനിമയായി പരിഗണിക്കപ്പെടുന്നു. മലയാളസിനിമ ദേശീയതലത്തിൽ ആദ്യമായി പുരസ്കാരം നേടിയത് നീലക്കുയിലിന് മികച്ച രണ്ടാമത്തെ ചിത്രത്തിനുള്ള വെള്ളിമെഡൽ ലഭിച്ചതു വഴിയാണ്.

മലയാളസിനിമയുടെ മുന്നോട്ടുള്ള ഗതിയെ നിർണ്ണായകമായി സ്വാധീനിച്ച നീലക്കുയിൽ പുറത്തിറങ്ങിയതിന് അടുത്ത വർഷം(1955 ൽ) മലയാളത്തിലെ ആദ്യത്തെ റിയലിസ്റ്റിക് ചിത്രം പുറത്തു വന്നു - ന്യൂസ് പേപ്പർ ബോയ്. സിനിമാരംഗത്ത് മുൻപരിചയമില്ലാത്ത ഒരു സംഘം യുവാക്കളുടെ പ്രയത്നഫലമായി രൂപപ്പെട്ട സൃഷ്ടിയാണിത്. തൃശ്ശൂരിലെ വിദ്യാർത്ഥികളുടെ കലാസംഘടനയായ ആദർശ് കലാമന്ദിർ നിർമ്മിച്ച സിനിമയുടെ കഥയും തിരക്കഥയും സംവിധാനവും നിർവ്വഹിച്ചത് പി. രാമദാസ് എന്ന യുവാവായിരുന്നു.

സാമ്പ്രദായികവും അതിഭാവുകത്വം നിറഞ്ഞതുമായ കഥകളിൽ നിന്നു വ്യത്യസ്തമായി, പത്രവിതരണക്കാരനായി ജീവിക്കേണ്ടി വരുന്ന ഒരു ബാലന്റെ ദുരിതമയമായ ജീവിതത്തെ തികഞ്ഞ യാഥാർത്ഥ്യബോധത്തോടെ 'ന്യൂസ്പേപ്പർബോയ്'' ആവിഷ്കരിച്ചു.

അമ്പതുകൾ അവസാനിക്കും മുമ്പ് പരാമർശിക്കത്തക്കതായ വിരലിലെണ്ണാവുന്ന ചിത്രങ്ങളേ പിന്നീട് പുറത്തു വന്നുള്ളൂ. നീലക്കുയിലിനു ശേഷം രാമുകാര്യാട്ട് സ്വതന്ത്ര സംവിധായകനായി മാറിയ മിന്നാമിനുങ്ങ് (1957), ഉറൂബിന്റെ കഥയെ അടിസ്ഥാനമാക്കി പി. ഭാസ്കരൻ സംവിധാനം ചെയ്ത രാരിച്ചൻ എന്ന പൗരൻ (1956), മുട്ടത്തു വർക്കിയുടെ ജനപ്രിയ നോവലായ പാടാത്ത പൈങ്കിളിയുടെ അതേ പേരിലുള്ള ചലച്ചിത്രാനുവർത്തനം (1957), തകഴിയുടെ പ്രശസ്ത നോവൽ രണ്ടിടങ്ങഴിയെ ആധാരമാക്കി പി. സുബ്രഹ്മണ്യം സംവിധാനം നിർവ്വഹിച്ച രണ്ടിടങ്ങഴി (1957) എന്നീ സിനിമകളാണവ.

ആയിരത്തി തൊള്ളായിരത്തി അമ്പതുകൾ അവസാനിക്കുമ്പോൾ ചലച്ചിത്രങ്ങളുടെ പൊതുപ്രവണതകൾ പരിശോധിച്ചാൽ കച്ചവടവിജയം ലക്ഷ്യമാക്കി ചില പ്രമേയങ്ങളുടെ നിരന്തരമായ ആവർത്തനം കണ്ടെത്താനാവും. പ്രണയം, വിരഹം, പ്രണയികളുടെ പുനഃസമാഗമം, കേന്ദ്ര കഥാപാത്രങ്ങളുടെ ത്യാഗപൂർണ്ണമായ ജീവിതം, ദാരിദ്ര്യം സൃഷ്ടിക്കുന്ന കണ്ണീർപ്പുഴകൾ, നന്മയുടെ ആത്യന്തിക വിജയം തുടങ്ങിയ പ്രമേയങ്ങൾ അതിഭാവുകത്വം നിറഞ്ഞ ജീവിതസന്ദർഭങ്ങളിലൂടെ ആവിഷ്കരിക്കുന്ന നിരവധി സിനിമകൾ അമ്പതുകളിൽ പ്രേക്ഷകർക്കു മുന്നിലെത്തി. വിപണി വിജയത്തെ മാത്രം ലക്ഷ്യമാക്കിയുള്ള പ്രമേയങ്ങൾ ഇപ്രകാരം ആവർത്തിക്കപ്പെട്ടെങ്കിലും മലയാള സാഹിത്യത്തിലെ ലബ്ധപ്രതിഷ്ഠരായ എഴുത്തുകാരുടെ കൃതികളുടെ ചലച്ചിത്രാനുവർത്തനങ്ങൾ പതിയെയെങ്കിലും ജീവിതാഭിമുഖമായി മാറുന്ന മലയാളസിനിമയുടെ മുഖച്ഛായയെ അടയാളപ്പെടുത്തിത്തുടങ്ങുന്നതും അക്കാലത്താണ്.

അറുപതുകൾ:
സാഹിത്യാനുവർത്തനങ്ങളുടെ സുവർണ്ണയുഗം

തൊള്ളായിരത്തി അമ്പതുകളോടെ ചലച്ചിത്രരംഗത്തേക്ക് മലയാള സാഹിത്യകാരന്മാരുടെ ഒഴുക്ക് ആരംഭിക്കുന്നതു കാണാം. അറുപതുകളിൽ ആ പ്രവാഹം ശക്തിയാർജ്ജിക്കുകയും ശ്രദ്ധേയങ്ങളായ നിരവധി സാഹിത്യ കൃതികൾ ചലച്ചിത്രവല്കരിക്കപ്പെടുകയും

ചെയ്തു. അറുപതുകളിൽ മലയാളസാഹിത്യവും എഴുത്തുകാരും മലയാളസിനിമയിൽ സൃഷ്ടിച്ച സ്വാധീനം പോലെ ആഴത്തിലും പരപ്പിലുമുള്ള സ്വാധീനം മറ്റൊരു കാലത്തും ഉണ്ടായിട്ടില്ല. പുരാണങ്ങൾ, വടക്കൻപാട്ടുകഥകൾ, കുറ്റാന്വേഷണ കഥകൾ, മുഴുനീള കോമഡികൾ എന്നിങ്ങനെ വൈവിധ്യമുള്ള പ്രമേയങ്ങൾ അറുപതുകളിൽ മലയാള സിനിമകളുടെ ഭാഗമായെങ്കിലും വലിയ വായനാസമൂഹത്തെ നേടിയ സാഹിത്യകൃതികൾ നിർമ്മാതാക്കളുടെ കച്ചവടതന്ത്രങ്ങൾക്കൊപ്പിച്ച് ധാരാളമായി സ്ക്രീനിലെത്തി എന്നതാണ് അറുപതുകളുടെ അനന്യത.

തോപ്പിൽ ഭാസിയുടെ പുതിയ ആകാശം പുതിയ ഭൂമി (1962), മുടിയനായ പുത്രൻ (1961), മൂലധനം (1969), അശ്വമേധം (1967), എസ്.എൽ.പുരം സദാനന്ദന്റെ ഒരാൾ കൂടി കള്ളനായി (1964), ടി.എൻ. ഗോപിനാഥൻ നായരുടെ പരീക്ഷ (1967), സി. എൽ. ജോസിന്റെ ഭൂമിയിലെ മാലാഖ (1965), കാലടി ഗോപിയുടെ ഏഴു രാത്രികൾ (1968) തുടങ്ങിയ നാടകങ്ങൾ അറുപതുകളിൽ ചലച്ചിത്രവല്കരിക്കപ്പെട്ടു. തകഴിയുടെ ചെമ്മീൻ (1966), ബഷീറിന്റെ ബാല്യകാലസഖി (1967), പാറപ്പുറത്തിന്റെ അന്വേഷിച്ചു കണ്ടെത്തിയില്ല (1967), നിണമണിഞ്ഞ കാല്പാടുകൾ (1963), ആദ്യകിരണങ്ങൾ (1964), കേശവദേവിന്റെ ഓടയിൽ നിന്ന് (1965), എസ്.കെ.പൊറ്റക്കാടിന്റെ മൂടുപടം (1963), ഒ. ചന്തുമേനോന്റെ ഇന്ദുലേഖ (1967), എം.ടി. വാസുദേവൻ നായരുടെ അസുരവിത്ത് (1968), ജി. വിവേകാനന്ദന്റെ കള്ളിച്ചെല്ലമ്മ (1969), കെ. സുരേന്ദ്രന്റെ കാട്ടുകുരങ്ങ് (1969), മുട്ടത്ത് വർക്കിയുടെ ഇണപ്രാവുകൾ (1965) തുടങ്ങിയ നോവലുകൾ ആ ദശകത്തിലാണ് ചലച്ചിത്രവല്കരിക്കപ്പെട്ടത്. എം.ടി.യുടെ ഇരുട്ടിന്റെ ആത്മാവ് (1966), നഗരമേ നന്ദി (1967), ബഷീറിന്റെ നീലവെളിച്ചം (1964), തകഴിയുടെ ഓമനക്കുട്ടൻ (1964), തുടങ്ങിയ കഥകളും അറുപതുകളിൽ സിനിമകൾക്കാധാരമായി. കുമാരനാശാനെഴുതിയ കരുണ (1966), ചങ്ങമ്പുഴയുടെ രമണൻ (1967) എന്നീ കാവ്യങ്ങൾക്കുപോലും ചലച്ചിത്രാനുവർത്തനങ്ങൾ ഉണ്ടായി എന്നത് സാഹിത്യത്തിന് അക്കാലത്ത് സിനിമക്കുമേലുണ്ടായിരുന്ന അതിശക്തമായ സ്വാധീനത്തെ വെളിപ്പെടുത്തുന്നു.

ഭാർഗ്ഗവീനിലയം (1964), കല്യാണരാത്രിയിൽ (1966), കറുത്ത രാത്രികൾ (1967), കാട്ടുതുളസി (1965) തുടങ്ങിയ ഹൊറർ സിനിമകളും കണ്ണൂർ ഡീലക്സ് (1969), കോട്ടയം കൊലക്കേസ് (1967), കൊച്ചിൻ എക്സ്പ്രസ്സ് (1967), മൈനത്തരുവി കൊലക്കേസ് (1967), മാടത്തരുവി

കൊലക്കേസ് (1967) തുടങ്ങിയ ഇൻവെസ്റ്റിഗേഷൻ സിനിമകളും ഭക്തകുചേല (1961), കൃഷ്ണകുചേല (1961), ശ്രീ ഗുരുവായൂരപ്പൻ (1964), ശബരിമല ശ്രീ അയ്യപ്പൻ (1961), ശീലാവതി (1967), കൊടുങ്ങല്ലൂരമ്മ (1968), ജ്ഞാനസുന്ദരി (1961), സ്നാപക യോഹന്നാൻ (1963) തുടങ്ങിയ ഭക്തിപ്രധാന ചിത്രങ്ങളും വിരുതൻ ശങ്കു (1968),ആറ്റംബോംബ്, മുതലായ കോമഡികളും തച്ചോളി ഒതേനൻ (1964), ഉണ്ണിയാർച്ച (196ഹ), പാലാട്ടു കോമൻ (1962) എന്നീ വടക്കൻപാട്ട് സിനിമകളും അറുപതുകളിൽ സാഹിത്യകൃതികളെ ആധാരമാക്കിയുള്ള സിനിമകൾക്കൊപ്പം പുറത്തു വന്ന വിവിധങ്ങളായ ജനുസ്സുകളിലുള്ള സിനിമകളാണ്. മലയാള സിനിമയുടെ ചരിത്രത്തിൽ അക്കാലം വരെ ഇല്ലാത്ത രീതിയിൽ പ്രമേയ വൈവിധ്യത്താൽ സമ്പന്നമായിരുന്നു അറുപതുകളിലെ സിനിമകളെന്ന് മേൽക്കൊടുത്ത ചലച്ചിത്രങ്ങളുടെ പട്ടിക വ്യക്തമാക്കുന്നു.

വിനോദവ്യവസായമെന്ന നിലയിൽ മലയാള ചലച്ചിത്ര വിപണി വലിയ വികാസം നേടിയ ദശകമാണ് അറുപതുകൾ. വിപണി വിജയത്തിനായി വൈവിധ്യമുള്ള ചലച്ചിത്ര ജനുസ്സുകളും ഫോർമുലകളും പരീക്ഷിക്കാൻ ഇക്കാലത്ത് മലയാള ചലച്ചിത്രവ്യവസായം ശ്രമിക്കുന്നതായി കാണാം. ചലച്ചിത്രങ്ങളുടെ പ്രമേയം, ആഖ്യാനം, പരിചരണം തുടങ്ങിയ എല്ലാ മേഖലകളും വാണിജ്യവിജയമെന്ന ഒരൊറ്റ ലക്ഷ്യത്തെ കേന്ദ്രമാക്കി തയ്യാർ ചെയ്യപ്പെട്ടു. സിനിമ കലാരൂപമെന്നതിനേക്കാൾ കച്ചവടമായി മാറിക്കൊണ്ടിരുന്നപ്പോൾ സിനിമയിൽ നിക്ഷേപം ഇറക്കിയ നിർമ്മാതാക്കളായി സിനിമയുടെ കേന്ദ്രസ്ഥാനത്ത്. വലിയ പ്രൊഡക്ഷൻ കമ്പനികളും ബാനറുകളും അറുപതുകളിൽ മലയാളസിനിമയുടെ ഭാഗധേയത്തെ നിർണ്ണയിച്ചു. എം. ഒ. ജോസഫിന്റെ മഞ്ഞില സിനി എന്റർ പ്രൈസസ്, ടി.കെ. പരീക്കുട്ടിയുടെ ചന്ദ്രതാരാ പ്രൊഡക്ഷൻസ്, കെ.പി. കൊട്ടാരക്കരയുടെ ഗണേശ് പിക്ചേഴ്സ്, കുഞ്ചാക്കോയുടെ എക്സൽ പ്രൊഡക്ഷൻസ്, പി. സുബ്രഹ്മണ്യത്തിന്റെ നീലാ പ്രൊഡക്ഷൻസ് തുടങ്ങിയ നിർമ്മാണ സ്ഥാപനങ്ങൾ അറുപതുകളിൽ മലയാള സിനിമയുടെ കച്ചവട സാധ്യതകളെ പരമാവധി ചൂഷണം ചെയ്ത പ്രമുഖങ്ങളായ ചലച്ചിത്രനിർമ്മാണക്കമ്പനികളായിരുന്നു. ഏറിയ ചിത്രങ്ങളും സ്റ്റുഡിയോകൾ കേന്ദ്രീകരിച്ച് നിർമ്മിക്കപ്പെട്ടിരുന്ന അക്കാലത്ത് ഉദയ, മെറിലാന്റ് തുടങ്ങിയ സ്റ്റുഡിയോകൾ മലയാള സിനിമയുടെ കേന്ദ്രങ്ങളായി. പ്രൊഡക്ഷൻ കമ്പനികൾ കൂടിയായിരുന്ന ഉദയക്കും മെറിലാന്റിനും വിപണി വിജയത്തിനനുസൃതമായി പ്രമേയങ്ങൾ

മെനയുന്ന കൂലിയെഴുത്തുകാർ നിറഞ്ഞ കഥാവിഭാഗങ്ങൾ തന്നെ യുണ്ടായിരുന്നു.

സാഹിത്യകൃതികളെ അവലംബിച്ചുള്ള ചലച്ചിത്രങ്ങൾ അറുപതു കളുടെ പൊതുസവിശേഷതയായതിനാലാകാം ആ ദശകത്തിലെ ഏറ്റവും മികച്ച പല സിനിമകളും സാഹിത്യാനുവർത്തനങ്ങളായി രുന്നു. ഭാർഗ്ഗവീനിലയം(1964), ഓടയിൽ നിന്ന് (1965), ചെമ്മീൻ (1966),ഇരുട്ടിന്റെ ആത്മാവ് (1967), അന്വേഷിച്ചു കണ്ടെത്തിയില്ല (1967) തുടങ്ങിയവ അറുപതുകളിൽ റിലീസായ ചലച്ചിത്രങ്ങളിൽ ശ്രദ്ധേയങ്ങളാണ്. ഒരു ദക്ഷിണേന്ത്യൻ സിനിമ ആദ്യമായി ദേശീയ തലത്തിൽ സ്വർണ്ണ മെഡലിന് അർഹമാകുന്നത് തകഴിയുടെ വിഖ്യാത നോവലിനെ അവലംബിച്ച് രാമു കാര്യാട്ട് സംവിധാനം നിർവ്വഹിച്ച 'ചെമ്മീനി'ലൂടെയാണ്. കടലോരത്തിന്റെ ജീവിതപശ്ചാ ത്തലത്തിൽ ദുരന്തപര്യവസായിയായ പ്രണയകഥ പറഞ്ഞ ചെമ്മീൻ ചലച്ചിത്രഭാഷയെക്കുറിച്ചും നിർവ്വഹണത്തെക്കുറിച്ചുമുള്ള മലയാളിക ളുടെ പൊതുധാരണകളെ മുഴുവൻ നവീകരിക്കുകയുണ്ടായി. നിരവധി ഇന്ത്യൻ ചലച്ചിത്രങ്ങളുടെ വിജയത്തിൽ പങ്കുവഹിച്ച ആംഗ്ലോ ഇന്ത്യൻ ഛായാഗ്രാഹകൻ മാർക്കസ് ബാർട്ലി, ചലച്ചിത്ര സംവിധാ യകൻ കൂടിയായിരുന്ന എഡിറ്റർ ഋഷികേശ് മുഖർജി, പ്രസിദ്ധനായ സംഗീത സംവിധായകൻ സലീൽ ചൗധരി, മലയാളസിനിമയിലെ ഏറ്റവും മികച്ച അഭിനേതാക്കളായ സത്യൻ, കൊട്ടാരക്കര, മധു, ഷീല, വയലാറിന്റെ പാട്ടുകൾ, മന്നാഡേയും യേശുദാസും പി. ലീലയും ഉദയഭാനുവുമടക്കമുള്ള ഗായകർ ഈവിധം അക്കാലത്ത് ഇന്ത്യൻ സിനിമയിൽത്തന്നെ ലഭ്യമായിരുന്ന ഏറ്റവും മികച്ച സാങ്കേതിക വിദഗ്ധരേയും കലാകാരന്മാരേയും മികച്ച സംഘാടകനായിരുന്ന രാമു കാര്യാട്ട് തന്റെ ചലച്ചിത്രത്തിൽ സഹകരിപ്പിക്കുകയുണ്ടായി. പ്രതിഭകളുടെ ആ സംഗമം നേടിയെടുത്ത സ്വാഭാവികമായ വിജയം അറുപതുകളിലെ മലയാളസിനിമയുടെ തിലകക്കുറിയാണ്.

വൈക്കം മുഹമ്മദ് ബഷീറിന്റെ നീലവെളിച്ചം എന്ന കഥയെ ആസ്പദമാക്കി എം. വിൻസെന്റ് ഛായാഗ്രഹണവും സംവിധാനവും നിർവ്വഹിച്ച 'ഭാർഗവീനിലയം' മലയാളത്തിലെ എക്കാലത്തേയും മികച്ച ഭ്രമാത്മക സിനിമകളിൽ ഒന്നായി മാറി. നോവലിന്റെയും നാടകത്തിന്റെയും ഭാഷ കൈവിട്ട് മലയാള സിനിമ ചലച്ചിത്ര ഭാഷ സംസാരിക്കാൻ തുടങ്ങുന്നത് ഭാർഗവീനിലയത്തിലാണ്. പി. കേശവദേവിന്റെ വിഖ്യാത നോവലായ ഓടയിൽനിന്നിനെ ഉപജീവിച്ച് കെ. എസ്. സേതുമാധവൻ സൃഷ്ടിച്ച അതേ പേരിലുള്ള

ചിത്രം മഹാനായ നടൻ സത്യന്റെ ഉജ്ജ്വലമായ അഭിനയ മുഹൂർത്തങ്ങളാൽ ശ്രദ്ധേയമായ ചിത്രമാണ്. എം.ടി. യുടെ പ്രസിദ്ധമായ കഥ ഇരുട്ടിന്റെ ആത്മാവ് പി. ഭാസ്കരൻ ചലച്ചിത്രവല്ക്കരിച്ചപ്പോൾ സംവിധായകനെന്ന നിലയിൽ ഭാസ്കരന്റെയും പ്രധാന നടനായി അഭിനയിച്ച പ്രേംനസീറിന്റെയും ചലച്ചിത്ര ജീവിതത്തിലെ ഏറ്റവും മികച്ച ചിത്രങ്ങളിൽ ഒന്നായി മാറി. അന്ത:സാരശൂന്യമായ വേഷങ്ങളിൽ തളച്ചിടപ്പെട്ടിരുന്ന പ്രേംനസീറിനു ലഭിച്ച ഏറ്റവും മികച്ച കഥാപാത്രങ്ങളിൽ ഒന്നായിരുന്നു ഇരുട്ടിന്റെ ആത്മാവിലെ ഭ്രാന്തൻ വേലായുധൻ.

സത്യന്റെയും മധുവിന്റെയും അനശ്വര അഭിനയ സന്ദർഭങ്ങളുള്ള 'അന്വേഷിച്ചു കണ്ടെത്തിയില്ല 'അറുപതുകളിലെ മികച്ച സിനിമകളിൽ ഒന്നാണ്. പാറപ്പുറത്തിന്റെ നോവലിനെ അവലംബിച്ച് പി. ഭാസ്കരൻ ആണ്'അന്വേഷിച്ചു കണ്ടെത്തിയില്ല' സാക്ഷാത്കരിച്ചത്. മലയാളത്തിലെ സമാന്തരസിനിമാ ചരിത്രത്തിൽ ഇടം നേടിയ നിർമ്മാതാവ് ജനറൽ പിക്ചേഴ്സ് രവിയുടെ ആദ്യ ചലച്ചിത്രസംരംഭം കൂടിയായിരുന്ന അന്വേഷിച്ചു കണ്ടെത്തിയില്ല.

നവസിനിമയും പുതുധാരകളും: എഴുപതുകളിലെ സിനിമയും കാലവും

എഴുപതുകൾ മലയാളിയെ സംബന്ധിച്ച് അവിസ്മരണീയമായ ഭൂതകാലമാണ്. രാഷ്ട്രീയത്തിലും സാഹിത്യത്തിലും സിനിമയിലും സാമൂഹ്യജീവിതത്തിലും അക്കാലത്ത് വിപ്ലവകരമായ പരിവർത്തനങ്ങളുണ്ടായി. ഇടതുപക്ഷ തീവ്രവാദവും അടിയന്തിരാവസ്ഥയും ജനാധിപത്യാവകാശങ്ങൾക്കു വേണ്ടിയുള്ള ചെറുത്തുനിൽപ്പും എഴുപതുകളിലെ രാഷ്ട്രീയത്തെ സംഘർഷഭരിതമാക്കി. അറുപതുകളിലാരംഭിച്ച സാഹിത്യാധുനികത മലയാള ചെറുകഥയുടെയും കവിതയുടെയും നോവലിന്റെയും പ്രമേയത്തെയും ആഖ്യാനത്തെയും സമൂലമായി പരിഷ്ക്കരിക്കുന്നത് എഴുപതുകളിൽ കാണാം. രാഷ്ട്രീയമായ സന്ദിഗ്ധതയും മൂല്യവ്യവസ്ഥയുടെ സ്ഥാനഭ്രംശങ്ങളും എഴുത്തുകാരെ നിരാശരും പ്രതീക്ഷാരഹിതരുമാക്കി. യുദ്ധാനന്തര പടിഞ്ഞാറൻ ദർശനങ്ങളുടെ സ്വാധീനം എഴുപതുകളുടെ എഴുത്തിനെ വലിയ തോതിൽ മൂല്യസംഘർഷങ്ങളിലേക്കും ജീവിതസന്ദേഹങ്ങളിലേക്കും നയിച്ചു.

രാഷ്ട്രീയത്തിലും എഴുത്തിലും മലയാളിയുടെ പൊതുജീവിതത്തിലും എഴുപതുകളിൽ സംഭവിച്ച സവിശേഷമായ പരിണാമങ്ങൾക്കു

സമാന്തരമായി സഞ്ചരിച്ച മലയാള സിനിമയെ സംബന്ധിച്ച് എഴു പതുകൾ അനിതരസാധാരണമായ സർഗാത്മക സംഘർഷങ്ങളുടെ കാലമായിരുന്നു. എഴുപതുകളുടെ തുടക്കത്തിൽ വിപണിയധിഷ്ഠിത മായ പരമ്പരാഗത ചലച്ചിത്ര സങ്കല്പങ്ങൾക്കും സങ്കേതങ്ങൾക്കും വലിയ തിരുത്തലുകൾ ഉണ്ടായിത്തീരുന്നുണ്ട്. ഫിലിം ഇൻസ്റ്റിറ്റ്യൂട്ട് പോലുള്ള ചലച്ചിത്ര പഠനകേന്ദ്രങ്ങളിൽ നിന്ന് പുറത്തു വന്ന യുവാക്ക ളായ ചലച്ചിത്ര പ്രവർത്തകരായിരുന്നു ചലച്ചിത്രബോധത്തെ നവീ കരിച്ച് ഭാവുകത്വപരമായ പരിവർത്തനങ്ങൾക്ക് ഇന്ത്യയൊട്ടുക്ക് തുടക്കമിടുന്നതിൽ മുന്നിൽ നിന്നത്. ഹിന്ദിയിൽ കുമാർ സാഹ്നിയുടെ മായാദർപ്പൺ(1972), മണികൗളിന്റെ ഉസ്കിറൊട്ടി(1969), കന്നടയിൽ പട്ടാഭിരാമറെഡ്ഡിയുടെ സംസ്കാര(1970), തുങ്ങിയവക്കൊപ്പം മലയാള ത്തിൽ അടൂർ ഗോപാലകൃഷ്ണൻ സംവിധാനം ചെയ്ത സ്വയംവരം(1972) എഴുപതുകളിൽ ഇന്ത്യൻ ചലച്ചിത്രവേദിയിൽ സംഭവിച്ച ഭാവുകത്വ വിച്ഛേദങ്ങൾക്ക് തുടക്കമിട്ടു. ഫിലിം ഇൻസ്റ്റിറ്റ്യൂട്ടുകൾ, ഫിലിം ആർക്കൈവുകൾ, ഫിലിം ഫിനാൻസ് കോർപ്പറേഷൻ തുടങ്ങിയ സ്ഥാപനങ്ങൾ പുതിയ മാതൃകയിലുള്ള ചലച്ചിത്രപ്രവർത്തനങ്ങൾക്ക് വേഗം നൽകി. നാടൊട്ടുക്ക് സ്ഥാപിതമായിത്തുടങ്ങിയ ഫിലിംസൊ സൈറ്റികൾ ചലച്ചിത്രത്തിന്റെ നവഭാവുകത്വത്തെ പ്രചരിപ്പിക്കുന്ന തിൽ പ്രധാന പങ്കു വഹിച്ചു. എഴുപതുകളുടെ തുടക്കത്തിൽ പ്രദർശ നത്തിനെത്തിയ പി. എൻ. മേനോന്റെ ‘ഓളവും തീരവും’ ചലച്ചിത്ര പരിചരണത്തിലും സങ്കേതങ്ങളിലും ശ്രദ്ധേയമായ വ്യതിയാനം രേഖപ്പെടുത്തുന്ന സിനിമയാണ്. ചലച്ചിത്രഭാഷക്കനുസൃതമായി ഷോട്ടുകൾ കമ്പോസ് ചെയ്യപ്പെട്ടിരുന്നു എന്നത് ഓളവും തീരവും എന്ന സിനിമയുടെ പ്രധാന സവിശേഷതയായിരുന്നു. എഴുപതുക ളിൽ മലയാളസിനിമയിൽ സംഭവിച്ച ഭാവുകത്വവിച്ഛേദത്തിന്റെ മുന്നോടിയായിരുന്നു ‘ഓളവും തീരവും’.

അക്കാദമിക ശിക്ഷണം ലഭിച്ചവരും അല്ലാത്തവരുമായ ചലച്ചി ത്ര പ്രവർത്തകർ ചേർന്ന് എഴുപതുകളുടെ തുടക്കത്തിൽത്തന്നെ മലയാളസിനിമയെ സർഗാത്മകമായും രാഷ്ട്രീയമായും പുതുക്കിപ്പ ണിയുന്നുണ്ട്. അക്കാലംവരെ മലയാളസിനിമക്കു പഥ്യമായിരുന്ന പ്രമേയങ്ങൾ വൈയക്തിക ജീവിതത്തിലെ അതിനാടകീയതകളോ കുടുംബപ്രമേയങ്ങളോ സാമൂഹ്യ പരിഷ്കരണോദ്യുക്തമായ കഥകളോ ആയിരുന്നു. എന്നാൽ രാഷ്ട്രീയവും സാംസ്കാരികവുമായ ഉണർവുക ളുണ്ടായ എഴുപതുകളുടെ ആരംഭത്തിൽ മലയാള സിനിമ പുതിയ വഴികൾ തേടിത്തുടങ്ങുകയും ഗൗരവസ്വഭാവമുള്ള രാഷ്ട്രീയ- സാമൂഹ്യ

സമസ്യകളെ മാധ്യമബോധത്തോടു കൂടി സമീപിച്ചു തുടങ്ങുകയും ചെയ്തു. അടൂരും അരവിന്ദനും കെ.പി.കുമാരനും പവിത്രനും പി.എ. ബക്കറും ജോൺ എബ്രഹാമും രവീന്ദ്രനും കെ.ആർ. മോഹനനും കെ.ജി. ജോർജ്ജും ഭരതനും പത്മരാജനുമൊക്കെയടങ്ങുന്ന പുതിയ സംവിധായകർ എഴുപതുകളിലെ നവസിനിമാപ്രസ്ഥാനത്തിന് ശക്തി പകർന്നു. വിഭിന്നമായ പ്രമേയങ്ങൾ സവിശേഷമായ ആഖ്യാനരീതികളിൽ അക്കാലത്ത് അവതരിപ്പിക്കപ്പെട്ടു. പ്രമേയതലത്തിലും ആഖ്യാനതലത്തിലും മലയാളസിനിമ വലിയ മാറ്റങ്ങൾക്കു വിധേയമായി.

തിരുവനന്തപുരം കേന്ദ്രീകരിച്ച് 1965 ൽ രൂപീകരിക്കപ്പെട്ട ചിത്രലേഖാ ഫിലിം സൊസൈറ്റി കേരളത്തിലെ ആദ്യത്തെ ഫിലിം സൊസൈറ്റിയായാണ് അറിയപ്പെടുന്നത്. കുളത്തൂർ ഭാസ്കരൻ നായരും അടൂർ ഗോപാലകൃഷ്ണനുമടക്കമുള്ളവരാണ് ചിത്രലേഖയുടെ പ്രവർത്തനങ്ങളുടെ മുന്നിൽ നിന്നിരുന്നത്. ചിത്രലേഖയാണ് മലയാളസിനിമയ്ക്ക് അതുവരെ അന്യമായിരുന്ന പ്രമേയപരിചരണവും ആഖ്യാനരീതിയും കൊണ്ട് മലയാളി പ്രേക്ഷകരെ വിസ്മയിപ്പിച്ച 'സ്വയംവരം'(1972) നിർമ്മിച്ചത്. പ്രണയ സാക്ഷാത്ക്കാരത്തിനായി നാടുവിട്ട് നഗരത്തിൽ കുടിയേറുകയും ജീവിതത്തിന്റെ അനിശ്ചിതത്വങ്ങളിൽ മുങ്ങിപ്പോവുകയും ചെയ്യുന്ന കമിതാക്കളുടെ കഥ പറഞ്ഞ സ്വയംവരം പ്രമേയപരമായി നവീനത അവകാശപ്പെടാവുന്ന ചിത്രമായിരുന്നില്ല. എന്നാൽ സാമ്പ്രദായികമെന്നു പറയാവുന്ന പ്രമേയത്തിന് അടൂർ നൽകിയ ദൃശ്യഭാഷ മലയാളിപ്രേക്ഷകരെ സംബന്ധിച്ചിടത്തോളം നൂതനമായ അനുഭവമായിരുന്നു. സംഗീതത്തിന്റെ അതിപ്രസരമോ ഗാനങ്ങളോ ഇല്ലാതിരുന്ന ചിത്രം സംഭാഷണങ്ങളിൽ മിതത്വം പാലിക്കുകയും ദൃശ്യങ്ങളിലും അവയുടെ ഉചിതമായ സംയോജനത്തിലും ഊന്നുകയും ചെയ്തു. സ്വയംവരം ആഖ്യാനത്തിൽ ദീക്ഷിച്ച മന്ദ താളവും അതീവ വിശദാംശങ്ങളോടു കൂടിയ അതിദീർഘമായ ഷോട്ടുകളും ശരാശരി മലയാളി പ്രേക്ഷകനെ അമ്പരിപ്പിക്കുന്നതായി മാറി.

'സ്വയംവര'ത്തിലൂടെ അടൂർ തുടങ്ങിവെച്ച നവസിനിമാപ്രസ്ഥാനത്തിന് എഴുപതുകളിലുടനീളം തുടർച്ചകളുണ്ടായി. അരവിന്ദൻ, എം.ടി. വാസുദേവൻ നായർ, പി.എ.ബക്കർ, കെ.പി.കുമാരൻ, പവിത്രൻ, ജോൺ എബ്രഹാം, കെ.ജി. ജോർജ്ജ്, പത്മരാജൻ, ഭരതൻ, കെ.ആർ. മോഹനൻ, ജി.എസ്. പണിക്കർ,രവീന്ദ്രൻ തുടങ്ങിയ സംവിധായകർ ഗൗരവപൂർണ്ണമായ സർഗാത്മകപ്രക്രിയയായി

ചലച്ചിത്രനിർമ്മിതിയെ കാണുകയും മലയാള സിനിമയുടെ പരമ്പരാഗത ആഖ്യാനമാതൃകകളെയും കമ്പോളകേന്ദ്രിതമായ വാർപ്പുമാതൃകകളെയും തള്ളിക്കളയുകയും ചെയ്തു. ഫിലിം ഇൻസ്റ്റിറ്റ്യൂട്ടുകളും ഫിലിം സൊസൈറ്റികളും ഗൗരവതരമായ ചലച്ചിത്ര സംവാദങ്ങളും ചേർന്ന് രൂപപ്പെടുത്തിയ നവീനമായ ചലച്ചിത്രസാക്ഷരത നേടിയെടുത്ത മലയാളി പ്രേക്ഷകസമൂഹം പുത്തൻ ചലച്ചിത്രസംസ്കാരത്തിന് പിന്തുണ നൽകി. മലയാളസിനിമയെ ദേശീയതലത്തിലും അന്തർദേശീയതലത്തിലും അടയാളപ്പെടുത്തുന്ന നിരവധി സിനിമകൾ നവസിനിമാ സംവിധായകരിൽ നിന്നുണ്ടായി. സ്വയംവരം മികച്ച സിനിമക്കുള്ള ദേശീയ പുരസ്കാരം നേടിയതിന്റെ തൊട്ടടുത്ത വർഷം എം.ടി സംവിധാനം നിർവഹിച്ച നിർമ്മാല്യം (1973) അതേ പുരസ്കാരത്തിനർഹമായി. തന്റെ തന്നെ പള്ളിവാളും കാൽച്ചിലമ്പും എന്ന ചെറുകഥയെ അടിസ്ഥാനമാക്കിയാണ് എം.ടി. നിർമ്മാല്യം സാക്ഷാത്കരിച്ചത്. നിത്യദാരിദ്ര്യത്താൽ ജീവിതം ദുരന്തമായി മാറിയ വെളിച്ചപ്പാടിന്റെയും കുടുംബത്തിന്റെയും കഥ പറയുന്ന നിർമ്മാല്യത്തിൽ വെളിച്ചപ്പാടായി അഭിനയിച്ച പി.ജെ. ആന്റണി മികച്ച നടനുള്ള ദേശീയ അവാർഡിനർഹനായി.

അടൂരിനു പിറകെ മലയാളസിനിമയെ അന്തർദേശീയ ശ്രദ്ധയിലേക്കെത്തിച്ച സംവിധായകനായിരുന്നു ജി. അരവിന്ദൻ. ചിത്രകാരനും നാടകപ്രവർത്തകനുമായിരുന്ന അരവിന്ദൻ അറുപതുകൾ മുതൽ കേരളത്തിൽ സജീവമായ കലാസാംസ്കാരിക കൂട്ടായ്മകളുടെ നേതൃത്വത്തിൽ ഉണ്ടായിരുന്നു. ചലച്ചിത്രമേഖലയിൽ കാര്യമായ അനുഭവങ്ങൾ ഇല്ലായിരുന്നുവെങ്കിലും അരവിന്ദന്റെ ആദ്യ സിനിമയായ ഉത്തരായനം (1974) മൗലിക പ്രതിഭയുള്ള ഒരു ചലച്ചിത്രകാരന്റെ കയ്യൊപ്പുള്ളതായിരുന്നു. മികച്ച സംവിധായകനുള്ള പുരസ്കാരം ആദ്യ സിനിമയിൽത്തന്നെ നേടിയ അരവിന്ദൻ കാവ്യാത്മകവും ദാർശനികവുമായ തന്റെ മൗലികശൈലിയിൽ കാഞ്ചനസീത (1977), തമ്പ് (1978), കുമ്മാട്ടി (1979), എസ്തപ്പാൻ (1979) എന്നീ ചലച്ചിത്രങ്ങൾ എഴുപതുകളിൽ തന്നെ സംവിധാനം ചെയ്തു. അടൂർ സംവിധാനം ചെയ്ത കൊടിയേറ്റം (1979) ഗോപിയെന്ന അതുല്യനായ അഭിനേതാവിനെ മലയാള ചലച്ചിത്ര ലോകത്ത് ശ്രദ്ധേയനാക്കി. ധീരോദാത്തന്മാരും അതിപ്രതാവാന്മാരും മാത്രം നായകരായുള്ള ചലച്ചിത്രാഖ്യാനങ്ങളുടെ ഒഴുക്കിന് തടയിട്ട സിനിമയും കഥാപാത്രവുമാണ് കൊടിയേറ്റവും കൊടിയേറ്റത്തിലെ മന്ദഗതിയുള്ള, ദുർബലനായ ശങ്കരൻ കുട്ടിയും. പി.എ. ബക്കറിന്റെ കബനീ നദി ചുവന്നപ്പോൾ

(1976), മണിമുഴക്കം(1976), ചുവന്ന വിത്തുകൾ (1977), സംഘഗാനം (1979), മണ്ണിന്റെ മാറിൽ (1979) തുടങ്ങിയ സിനിമകൾ ഇടതുപക്ഷ രാഷ്ട്രീയത്തെയും അതിന്റെ സൗന്ദര്യശാസ്ത്രത്തെയും ചലച്ചിത്ര രചനയിലേക്ക് കൊണ്ടുവരികയും മലയാളസിനിമയെ രാഷ്ട്രീയവൽക്കരിക്കുകയും ചെയ്ത സിനിമകളായിരുന്നു. പവിത്രന്റെ യാരോ ഒരാൾ (1978), കെ.പി. കുമാരന്റെ അതിഥി (1974), രവീന്ദ്രന്റെ ഇനിയും മരിച്ചിട്ടില്ലാത്ത നമ്മൾ (1977),ഭരതന്റെ പ്രയാണം (1975),കെ.ജി. ജോർജിന്റെ സ്വപ്നാടനം (1975),ജോൺ എബ്രഹാമിന്റെ വിദ്യാർത്ഥികളെ ഇതിലേ ഇതിലേ (1972),ചെറിയാച്ചന്റെ ക്രൂരകൃത്യങ്ങൾ (1979), പത്മരാജന്റെ പെരുവഴിയമ്പലം (1979), കെ.ആർ. മോഹന്റെ അശ്വത്ഥാമാവ് (1978), ജി.എസ്. പണിക്കരുടെ ഏകാകിനി (1978), രാജീവ് നാഥിന്റെ തണൽ (1978) എന്നീ ചിത്രങ്ങളൊക്കെ എഴുപതുകളിൽ രൂപപ്പെടുകയും വികസ്വരമാവുകയും ചെയ്ത നവീനമായ ചലച്ചിത്രഭാവുകത്വത്തെ പല തലങ്ങളിൽ പ്രതിനിധാനം ചെയ്ത ചലച്ചിത്രങ്ങളാണ്.

പിന്നിട്ട ദശകങ്ങളിൽ മലയാളസിനിമ ആഖ്യാനപരമായ വ്യത്യരിക്തതകളില്ലാതെ അതികാല്പനികവും അരാഷ്ട്രീയവുമായാണ് കേരളീയാനുഭവങ്ങളെ പകർത്തിവെച്ചിരുന്നത്. എഴുപതുകളിൽ ചലച്ചിത്രം ഗൗരവതരമായ ധൈഷണിക സംവാദങ്ങൾക്കുള്ള മാധ്യമമെന്ന നില കൈവരിക്കുകയും വ്യക്തിയും സമൂഹവും തമ്മിലുള്ള സംഘർഷങ്ങളെ രാഷ്ട്രീയമായും ദാർശനികമായും അടയാളപ്പെടുത്താൻ ശ്രമിക്കുകയും ചെയ്തു. യഥാതഥമായി ആഖ്യാനനിർവ്വഹണം സാധിച്ചിരുന്ന പതിവു രീതികളിൽ നിന്നു ഭിന്നമായി വ്യക്തിയെയും സമൂഹത്തെയും അടയാളപ്പെടുത്താൻ യാഥാർത്ഥ്യവും ഫാന്റസിയും ഇഴചേരുന്ന ഭ്രമാത്മകാഖ്യാനങ്ങൾ എഴുപതുകളിൽ വ്യാപകമായി സ്വീകരിക്കപ്പെട്ടു. അതിവൈകാരികമായ ഗാർഹികനാടകങ്ങളും കാല്പനിക പ്രണയകഥകളും ആട്ടവും പാട്ടും വയലൻസും സ്ക്രീനിൽ ശീലിച്ച പ്രേക്ഷകസമൂഹം മന്ദതാളത്തിൽ, ദീർഘമായ ഷോട്ടുകളിലൂടെ, ദൃശ്യങ്ങളുടെ ചേർത്തുവെക്കലിലൂടെ, ശബ്ദവിന്യാസത്തിലൂടെ സവിശേഷമായ ചലച്ചിത്രഭാഷ സൃഷ്ടിച്ച നവസിനിമകളോട് മുഖം തിരിച്ചു. നവസിനിമ അവതരിപ്പിച്ച നവീനമായ ഭാവുകത്വത്തോട് ഇണങ്ങിച്ചേരാനാവാതെ പോയ പ്രേക്ഷക ഭൂരിപക്ഷം എഴുപതുകളിലെ സമാന്തരസിനിമാധാരയെ ഉച്ചപ്പടമെന്നും അവാർഡുപടമെന്നും പരിഹാസത്തോടെ അകറ്റി നിർത്തുകയാണുണ്ടായത്. അതേ സമയം ഭൂരിപക്ഷം പ്രേക്ഷകരുടെയും പിന്തുണ നേടിയ

മുഖ്യധാരാ സിനിമ എഴുപതുകളിൽ വ്യവസായമെന്ന നിലയിൽ വലിയ വളർച്ച കൈവരിക്കുകയുണ്ടായി. അറുപതുകളെ അപേക്ഷിച്ച് സിനിമകളുടെയും തിയറ്ററുകളുടെയും പ്രേക്ഷകരുടെയും എണ്ണത്തിൽ വൻവർദ്ധനവ് എഴുപതുകളിലുണ്ടായി. അറുപതുകളിൽ ജനപ്രിയസിനിമ കൈകാര്യം ചെയ്ത മുഖ്യപ്രമേയങ്ങൾ സാമ്പത്തികവിജയം മാത്രം ലക്ഷ്യമാക്കി എഴുപതുകളിലെ വാണിജ്യസിനിമകളിലും ആവർത്തിച്ച് പ്രത്യക്ഷപ്പെട്ടു.

അറുപതുകളിലെ കച്ചവടസിനിമയുടെ വിജയഫോർമുലകൾ പിന്തുടരുന്ന നിരവധി സിനിമകൾ എഴുപതുകളിലുമുണ്ടായി. വടക്കൻപാട്ടുകഥകളും(ഒതേനന്റെ മകൻ-1970, ആരോമലുണ്ണി-1972, പൊന്നാപുരം കോട്ട-1973, തുമ്പോലാർച്ച-1974), ഡിറ്റക്ടീവ് സിനിമകളും(ഡിറ്റക്ടീവ് 909 കേരളത്തിൽ-1970, സി.ഐ.ഡി.ഇൻ ജംഗിൾ-1971, സി.ഐ.ഡി. നസീർ-1971), ഗാർഹിക മെലോഡ്രാമകളും (വിവാഹിത -1970, പണിതീരാത്ത വീട്-1973, സുമംഗലി-1971), പുരാണകഥകളും (ശബരിമല ശ്രീധർമ്മ ശാസ്ത-1970, ശ്രീകൃഷ്ണ ലീല-1971, ശ്രീഗുരുവായൂരപ്പൻ-1972, ജീസസ്-1973, തോമശ്ലീഹ-1975), രാഷ്ട്രീയപ്രമേയങ്ങളും (നിങ്ങളെന്നെ കമ്മ്യൂണിസ്റ്റാക്കി-1970, ഇങ്കിലാബ് സിന്ദാബാദ്-1971) കാഴ്ചക്കാരുടെ അഭിരുചികൾക്കനുസരിച്ച് തയ്യാർ ചെയ്യപ്പെട്ട് തിയറ്ററുകളിലെത്തുകയും ബോക്സ് ഓഫീസ് വിജയം നേടുകയും ചെയ്തു. നിരവധി സംവിധായകർ മലയാളസിനിമാരംഗത്ത് ശ്രദ്ധേയരായി മാറി. പി. ഭാസ്കരൻ, കുഞ്ചാക്കോ, പി. സുബ്രഹ്മണ്യം, എം. കൃഷ്ണൻ നായർ, എ. വിൻസെന്റ്, എൻ. ശങ്കരൻ നായർ, ഏ.ബി. രാജ്, ശശികുമാർ, ഹരിഹരൻ, ക്രോസ് ബെൽറ്റ് മണി, ഐ.വി. ശശി, പി.ജി. വിശ്വംഭരൻ, പി. ചന്ദ്രകുമാർ, ശ്രീകുമാരൻ തമ്പി എന്നിവരൊക്കെ എഴുപതുകളിൽ സജീവമായി രംഗത്തുണ്ടായിരുന്ന ജനപ്രിയസിനിമാ സംവിധായകരാണ്.

എഴുപതുകളിൽ മലയാളചലച്ചിത്ര രംഗത്തു സംഭവിച്ച നിർണ്ണായകമായ ഒരു മാറ്റം മാധ്യമത്തിന്റെ സമീപനവുമായി ബന്ധപ്പെട്ടതാണ്. ജനപ്രിയ സൂത്രവാക്യങ്ങളെ അടിസ്ഥാനപ്പെടുത്തി കമ്പോള വിജയം മാത്രം ലക്ഷ്യമിട്ട് ഒരു വിഭാഗം ചലച്ചിത്രകാരന്മാർ മുന്നോട്ടു നീങ്ങിയപ്പോൾ സിനിമയെ കമ്പോളവൽക്കരിക്കാനുദ്യമിക്കാത്ത ഗൗരവമേറിയ കലാപ്രവർത്തനമായി കാണുന്ന മറുപക്ഷവും എഴുപതുകളിലുണ്ടായി. ഒരു വശത്ത് സിനിമ ഗൗരവമില്ലാത്ത, കലാപരമായ മൂല്യമില്ലാത്ത ജനപ്രിയ സിനിമയായി. അതിനു സമാന്തരമായി ജനപ്രിയതയെ ലക്ഷ്യമിടാത്ത കലാപരതയും

ഗൗരവവുമുള്ള സിനിമകളുമുണ്ടായി. സിനിമയെ സംബന്ധിച്ച വ്യത്യസ്തമായ ഈ സമീപനങ്ങൾക്കിടയിൽ നിന്നാണ് കലാപരമായി വിട്ടുവീഴ്ച ചെയ്യാത്ത ജനപ്രിയസിനിമയെന്ന ആശയത്തിന്റെ പിറവി. കലാസിനിമയിൽ അന്തർലീനമായിരുന്ന മാധ്യമത്തെക്കുറിച്ചുള്ള ഗൗരവബോധ്യങ്ങൾ പുത്തൻ ജനപ്രിയ മാതൃകകൾക്കനുസരിച്ച് ആവിഷ്കരിക്കപ്പെട്ടു. കലാപരതയെയും കമ്പോള താല്പര്യങ്ങളെയും ഒരേ പോലെ സ്വാംശീകരിച്ച ഈ മൂന്നാം സമീപനം മധ്യവർത്തി സിനിമയെന്ന പേരിലാണ് അറിയപ്പെട്ടത്. 1975 ൽ പ്രയാണം എന്ന സമാന്തരസ്വഭാവമുള്ള സിനിമയിൽ തുടക്കമിട്ട ഭരതനാണ് മധ്യവർത്തിസിനിമയുടെ പ്രോദ്ഘാടകനെന്നു പറയാം. നോവലിസ്റ്റും ചെറുകഥാകൃത്തുമായി ജനശ്രദ്ധ നേടിയിരുന്ന പി. പത്മരാജന്റെ തിരക്കഥകളുടെ പിൻബലത്തിലാണ് ഭരതൻ തന്റെ മധ്യവർത്തിസിനിമാസങ്കല്പങ്ങൾ സാക്ഷാത്ക്കരിക്കാനാരംഭിച്ചത്. രതിനിർവ്വേദം (1976), തകര (1979) എന്നീ പത്മരാജൻ തിരക്കഥകളിൽ തുടങ്ങിയ ഭരതൻ പിന്നീട് ആരവം (1978), ഗുരുവായൂർ കേശവൻ (1977) തുടങ്ങിയ സിനിമകളിലൂടെ മധ്യവർത്തിസിനിമയുടെ ശക്തനായ വക്താവായി മാറി. ഫിലിം ഇൻസ്റ്റിറ്റ്യൂട്ടിൽ നിന്ന് ചലച്ചിത്ര സംവിധാനത്തിൽ ഡിപ്ലോമ നേടി പുറത്തു വന്ന കെ.ജി. ജോർജ് എഴുപതുകളുടെ മധ്യത്തിൽ മലയാള ചലച്ചിത്ര സമീപനങ്ങളെ നവീകരിച്ചവരിൽ പ്രധാനിയാണ്. സ്വപ്നാടനം (1976) എന്ന ഭ്രമാത്മക സ്വഭാവമുള്ള സിനിമയുമായി രംഗത്തെത്തിയ ജോർജ് തുടർന്നു ചെയ്ത രാപ്പാടികളുടെ ഗാഥ (1978), ഇനി അവൾ ഉറങ്ങട്ടെ (1978), ഉൾക്കടൽ (1978) തുടങ്ങിയ സിനിമകളൊക്കെ ജനപ്രിയതയെയും ഗൗരവമേറിയ ചലച്ചിത്ര സൗന്ദര്യസങ്കല്പങ്ങളെയും സമന്വയിപ്പിക്കാനുള്ള ശ്രമങ്ങളായിരുന്നു. രണ്ടു പെൺകുട്ടികൾ (1978), വാടകവീട് (1979) എന്നീ സിനിമകളുമായി രംഗത്തെത്തിയ മോഹനും കഥയും തിരക്കഥയുമെഴുതി മധ്യവർത്തി സിനിമയിൽ സജീവമായിരുന്ന പത്മരാജനും പുതിയ ചലച്ചിത്ര സമീപനത്തിന്റെ ഭാഗമായി.

ജനപ്രിയസിനിമക്കാർ അതിവൈകാരികമായും ആർഭാടപൂർവ്വമായും കൈകാര്യം ചെയ്തിരുന്ന അടിസ്ഥാന മനുഷ്യവികാരങ്ങളായ ലൈംഗികതയും പകയും പ്രണയവും വയലൻസും മധ്യവർത്തിസിനിമക്കാർ യാഥാർത്ഥ്യബോധത്തോടെ തങ്ങളുടെ സിനിമകളിൽ കൈകാര്യം ചെയ്തു. ചടുലമായ ദൃശ്യഭാഷയിൽ ഉചിതമായ പശ്ചാത്തല സങ്കേതങ്ങളോടെ ആഖ്യാനം ചെയ്യപ്പെട്ട ആ സിനിമകൾ മന്ദസ്ഥായിയിൽ ആഖ്യാന നിർവ്വഹണം നടത്തിയ

സമാന്തരസിനിമകളിൽ നിന്ന് അകലെ മാറി നിന്ന പ്രേക്ഷകസമൂഹത്തെ ഗൗരവമുള്ള സിനിമകളിലേക്ക് അടുപ്പിച്ചു.

എൺപതുകൾ: കാഴ്ചയുടെ പലമ

വിനോദവ്യവസായമെന്ന നിലയിലും കലാരൂപമെന്ന നിലയിലും വലിയ വികാസങ്ങൾ മലയാളസിനിമ കൈവരിച്ച ദശകമാണ് ആയിരത്തി തൊള്ളായിരത്തി എൺപതുകൾ.ഇന്ത്യൻ സിനിമയിൽത്തന്നെ ഇദംപ്രഥമമായി ത്രീഡി സാങ്കേതികവിദ്യയും (മൈഡിയർ കുട്ടിച്ചാത്തൻ - 1984) 70 എം. എം. ഫിലിമും (പടയോട്ടം - 1982) മലയാളസിനിമയിൽ പ്രയോഗിക്കപ്പെട്ടു. പിൽക്കാല മലയാള സിനിമയെ ആഴത്തിൽ സ്വാധീനിച്ച രണ്ട് അഭിനേതാക്കളുടെ - മമ്മൂട്ടിയുടേയും മോഹൻലാലിന്റെയും താരജീവിതം സമാരംഭിക്കുന്നത് എൺപതുകളുടെ തുടക്കത്തിലാണ്. പത്തു വർഷത്തിനുള്ളിൽ നൂറു കണക്കിന് സിനിമകൾ തിയറ്ററുകളിലെത്തിയ എൺപതുകളിൽ മലയാളചലച്ചിത്രവ്യവസായം അതിന്റെ ചരിത്രത്തിലെ ഏറ്റവും വിജകരമായ ഉന്നതങ്ങളെ സ്പർശിച്ചു. അടൂർ ഗോപാലകൃഷ്ണനെയും അരവിന്ദനെയും പോലുള്ള കലാസിനിമയുടെ വക്താക്കളും ഭരതനും പത്മരാജനുമടക്കമുള്ള മധ്യവർത്തി സംവിധായകരും സത്യൻ അന്തിക്കാടും ഹരിഹരനും ഫാസിലും പോലുള്ള ജനപ്രിയ സിനിമാക്കാരും എൺപതുകളിലെ മലയാളസിനിമയിൽ ഒരേ പോലെ നിലയുറപ്പിച്ചു. സാമൂഹിക-സാംസ്കാരിക-രാഷ്ട്രീയതലങ്ങളിൽ പരിണമിച്ചു കൊണ്ടിരുന്ന കേരളീയജീവിതം എൺപതുകളിലെ ജനപ്രിയസിനിമയിലും സമാന്തരസിനിമയിലും മധ്യവർത്തി സിനിമയിലും ഒരുപോലെ ആവിഷ്കാരം നേടി. മധ്യവർത്തിസിനിമയും സമാന്തരസിനിമയും പ്രതിനിധാനം ചെയ്ത കേരളീയജീവിതത്തിന്റെ സംഘർഷങ്ങളെയും സങ്കീർണ്ണതകളെയും കമ്പോളത്തെക്കൂടി പരിഗണിച്ച് എൺപതുകളിലെ ജനപ്രിയസിനിമയും പ്രമേയമായി സ്വീകരിച്ചു തുടങ്ങി. സമാന്തരസിനിമ പരിചയപ്പെടുത്തിയ നവീനമായ മാധ്യമബോധത്തെ അതിനോട് കലഹിച്ചിരുന്ന സാമ്പ്രദായിക ജനപ്രിയസിനിമ ക്രമേണ പിൻപറ്റുകയും പ്രമേയപരവും ആഖ്യാനപരവുമായ പുതിയ വഴികളിൽ സഞ്ചരിക്കാനാരംഭിക്കുകയും ചെയ്തു. ജനപ്രിയതയെ സംബന്ധിച്ചുള്ള പരമ്പരാഗത ചലച്ചിത്രസങ്കല്പങ്ങൾ തിരുത്തപ്പെടുകയും നവീകരിക്കപ്പെടുകയും ചെയ്യുന്നത് ഈ പശ്ചാത്തലത്തിലാണ്.

ജനപ്രിയസിനിമയെ സംബന്ധിച്ച അതിനിർണ്ണായകമായ ദിശാവ്യതിയാനത്തിൽ വിവിധങ്ങളായ സർഗാത്മകധാരകൾ

പങ്കുചേരുകയുണ്ടായി. ഹരിഹരൻ (പഞ്ചാഗ്നി-1986, നഖക്ഷതങ്ങൾ - 1986, അമൃതംഗമയ - 1987, ആരണ്യകം - 1988, ഒരു വടക്കൻ വീരഗാഥ - 1989), ഐ.വി.ശശി (അങ്ങാടി-1980, തൃഷ്ണ - 1981, ഈ നാട് - 1982, ആൾക്കൂട്ടത്തിൽ തനിയെ- 1984, അടിമകൾ ഉടമകൾ - 1984, വാർത്ത - 1986, ആവനാഴി - 1986, മൃഗയ - 1989), ഫാസിൽ (മഞ്ഞിൽ വിരിഞ്ഞ പൂക്കൾ -1980, എന്റെ മാമാട്ടിക്കുട്ടിയമ്മക്ക് - 1983, മണിവത്തൂരിലെ ആയിരം ശിവരാത്രികൾ - 1987), സത്യൻ അന്തിക്കാട് (അപ്പുണ്ണി- 1984, ഗാന്ധിനഗർ സെക്കൻഡ് സ്ട്രീറ്റ് - 1986, സന്മനസ്സുള്ളവർക്ക് സമാധാനം -1986, നാടോടിക്കാറ്റ് - 1987, പൊന്മുട്ടയിടുന്ന താറാവ് - 1988), പ്രിയദർശൻ (താളവട്ടം - 1986, ചെപ്പ് - 1987, വെള്ളാനകളുടെ നാട് - 1988, ചിത്രം - 1988), ബാലചന്ദ്രമേനോൻ (കാര്യം നിസ്സാരം - 1983, പ്രശ്നം ഗുരുതരം - 1983, ഏപ്രിൽ 18-1984, അച്ചുവേട്ടന്റെ വീട് - 1987), കെ.മധു (ഇരുപതാം നൂറ്റാണ്ട് - 1987, ഒരു സി.ബി.ഐ. ഡയറിക്കുറിപ്പ് - 1988, ജാഗ്രത - 1989), സിദ്ദിഖ്-ലാൽ (റാംജിറാവ് സ്പീക്കിങ് - 1989), ജോഷി (നിറക്കൂട്ട് - 1985, ന്യൂഡൽഹി- 1987, മഹായാനം -1989, നായർസാബ്- 1989) തുടങ്ങിയ സംവിധായകർ എൺപതുകളിൽ മലയാള ജനപ്രിയസിനിമയിൽ വ്യത്യസ്തമായ പ്രമേയങ്ങളും പരിചരണങ്ങളും പരീക്ഷിക്കുകയും വലിയ വാണിജ്യവിജയം നേടുകയും ചെയ്തവരാണ്. ആഴമുള്ള കഥാപാത്രങ്ങളെയും സന്ദർഭങ്ങളെയും സിനിമകളിൽ അവതരിപ്പിക്കാനും കേരളത്തിന്റെ രാഷ്ട്രീയവും സാമൂഹികവുമായ ജീവിതചിത്രങ്ങളെ പല പ്രകാരങ്ങളിൽ പ്രകാശിപ്പിക്കാനും എൺപതുകളിലെ ജനപ്രിയസിനിമക്കായി.

ആയിരത്തി തൊള്ളായിരത്തി എഴുപതുകളിൽ ബോളിവുഡ് സിനിമകളിൽ ഏകാകിയായി അനീതിയോടേറ്റുമുട്ടി വിജയം നേടുന്ന ചെറുപ്പക്കാരനായി രംഗത്തെത്തിയ അമിതാഭ് ബച്ചൻ രോഷാകുലനായ ചെറുപ്പക്കാരൻ എന്ന സ്ക്രീൻ ഇമേജ് നേടിയെടുക്കുകയുണ്ടായി. മലയാളസിനിമയെ സംബന്ധിച്ചിടത്തോളം രോഷാകുലനായ ചെറുപ്പക്കാരൻ എഴുപതുകളുടെ അന്ത്യപാദത്തിൽ ഏറ്റവും ജനപ്രീതിയുള്ള നടനായി ഉയർന്നു വന്ന ജയനായിരുന്നു. തൊഴിലാളികളും പാർശ്വവത്കൃതരും മുതലാളിത്ത - അധികാരകേന്ദ്രങ്ങളിൽ നിന്നനുഭവിക്കുന്ന നീതിനിഷേധത്തിനെതിരെ ശബ്ദിച്ചുകൊണ്ട് ജയൻ നായകനായ സിനിമകൾ എഴുപതുകളുടെ ഒടുവിൽ നിരന്തരം തിയറ്ററുകളിൽ എത്തുകയുണ്ടായി. ശരപഞ്ജരം (1979), ഇരുമ്പഴികൾ (1979), കരിമ്പന (1980), ചാകര (1980) തുടങ്ങിയ

ചിത്രങ്ങളിൽ അധികാരത്തോടും അനീതിയോടും ഏറ്റുമുട്ടുന്ന പുതിയ നായകനെ കാണാം. എൺപതുകളുടെ തുടക്കത്തിൽ എത്തിയ ഐ.വി.ശശി ചിത്രമായ അങ്ങാടി (1980) തൊഴിലാളികളോട് മുതലാളി വർഗ്ഗം വെച്ചു പുലർത്തുന്ന അധീശബോധത്തെ ചോദ്യം ചെയ്യുകയും തള്ളിക്കളയുകയും ചെയ്യുന്ന ചിത്രമാണ്. 'അങ്ങാടി 'വ്യാപകമായി സ്വീകരിക്കപ്പെടുകയും ജയൻ അഭിനയിച്ച ബാബുവെന്ന തൊഴിലാളി വേഷം അനേകം ആരാധകരെ നേടുകയും ചെയ്തത് അങ്ങാടിയിൽ സന്നിവേശിക്കപ്പെട്ട രാഷ്ട്രീയാന്തർഗതങ്ങൾക്ക് സ്വീകാര്യതയുള്ള സാമൂഹ്യസാഹചര്യം എൺപതുകളിൽ ഉണ്ടായിരുന്നതിനാലാണ്. ഐ.വി. ശശിയുടെ തുടർന്നുള്ള ചിത്രങ്ങളായ ഈ നാട് (1982), വാർത്ത(1986), അടിമകൾ ഉടമകൾ (1987) തുടങ്ങിയ സിനിമകളൊക്കെ വ്യക്തിയും സമൂഹവും തമ്മിലുള്ള സംഘർഷത്തെ രാഷ്ട്രീയ പശ്ചാത്തലത്തിൽ അവതരിപ്പിക്കാൻ ശ്രമിച്ച സിനിമകളാണെന്നു കാണാം. മമ്മൂട്ടിയുടെ താരപരിവേഷം അരക്കിട്ടുറപ്പിച്ച നിറക്കൂട്ട് (1985), ന്യൂഡൽഹി (1987), നായർസാബ് (1989), തുടങ്ങിയ സിനിമകൾ സംവിധാനം ചെയ്ത ജോഷി ജനപ്രിയസിനിമയിലെ അതികായകനായ സംവിധായകനായി മാറുന്നത് എൺപതുകളിലാണ്.

ആഖ്യാനത്തിന്റെ മുഖ്യധാരയിൽ നിന്ന് തെല്ലകന്ന് സമാന്തരമായി സഞ്ചരിക്കുന്ന മറ്റൊരു ധാരയിലാണ് മലയാളസിനിമയിൽ ഹാസ്യം അവതരിക്കപ്പെട്ടിരുന്നത്. എസ്.പി. പിള്ളയും, അടൂർ ഭാസിയും ബഹദൂറും ആലുമ്മൂടനുമൊക്കെ പാർശ്വവല്ക്കരിക്കപ്പെട്ട ഈ ഹാസ്യ സമാന്തരധാരയിലെ അഭിനേതാക്കളായിരുന്നു. പരമ്പരാഗതമായ ഇത്തരം നർമ്മാവിഷ്കാരങ്ങൾക്ക് എൺപതുകളിൽ സമൂലമായ മാറ്റം വരുന്നതു കാണാം. ഹാസ്യം പ്രമേയത്തിന്റെ അന്തർധാരയായി നിന്നുകൊണ്ട് കഥാഗതിയെ നിയന്ത്രിക്കുകയും നയിക്കുകയും ചെയ്യുന്ന ചാലകശക്തിയായി വർത്തിക്കുന്ന വ്യത്യസ്ത സിനിമകൾ അക്കാലത്തുണ്ടായി. സത്യൻ അന്തിക്കാട് - ശ്രീനിവാസൻ, സംവിധായക -തിരക്കഥാകൃത്ത് സഖ്യമാണ് എൺപതുകളിൽ ഹാസ്യാവിഷ്കാരത്തിൽ വലിയ മാറ്റങ്ങൾ സൃഷ്ടിച്ച സിനിമകളുടെ പ്രധാന പിൻബലമായി മാറിയത്. അപ്പുണ്ണി (1984), ടി.പി.ബാലഗോപാലൻ എം. എ (1986)., ഗാന്ധിനഗർ സെക്കന്റ് സ്ട്രീറ്റ് (1986), സൻമനസ്സുള്ളവർക്ക് സമാധാനം (1986), നാടോടിക്കാറ്റ് (1987), പൊന്മുട്ടയിടുന്ന താറാവ് (1988), വരവേല്പ് (1989) തുടങ്ങിയ സത്യൻ അന്തിക്കാട് ചിത്രങ്ങൾ കേരളീയ ഗ്രാമങ്ങളുടെ പശ്ചാത്തലത്തിൽ

സാധാരണക്കാരുടെ ജീവിതസന്ദർഭങ്ങൾ നർമ്മത്തിന്റെ പിന്തുണയോടെ ആവിഷ്കരിച്ചു. ലാളിത്യവും മൗലികതയുമുള്ള ഹാസ്യാവിഷ്കാരങ്ങൾ മലയാളസിനിമയിൽ സംഭവിച്ചു തുടങ്ങുന്നത് ഇക്കാലം മുതലാണ്. വില്ലൻ വേഷങ്ങളുമായി മലയാള സിനിമയിൽ രംഗപ്രവേശം ചെയ്ത മോഹൻലാലിന്റെ അഭിനയശേഷിയെ സമർത്ഥമായി ചൂഷണം ചെയ്യുകയും അദ്ദേഹത്തിന്റെ സ്ക്രീൻ പെർസോണയെ മാറ്റിമറിക്കുകയും ചെയ്ത സത്യൻ അന്തിക്കാടിന്റെ മോഹൻലാൽ സിനിമകൾ. സാമൂഹികവും രാഷ്ട്രീയവുമായ സാഹചര്യങ്ങളും ഗൾഫ് മൂലധനം രൂപപ്പെടുത്തിയ പുതിയ സാമ്പത്തിക ക്രമവും മധ്യവർഗജീവിതത്തിൽ സൃഷ്ടിച്ച ആഘാതങ്ങളെയാണ് സത്യൻ അന്തിക്കാടിന്റെ സിനിമകൾ സംബോധന ചെയ്യുന്നത്. താളവട്ടം (1986), വെള്ളാനകളുടെ നാട് (1988), ചിത്രം (1988), വന്ദനം (1989) തുടങ്ങിയ ഹാസ്യപ്രധാനങ്ങളായ സിനിമകൾ സംവിധാനം ചെയ്ത പ്രിയദർശൻ പ്രത്യക്ഷത്തിൽ അരാഷ്ട്രീയമെന്നു തോന്നിക്കുന്ന മധ്യവർഗ്ഗ - സവർണ്ണ ബോധത്തെ ഒളിച്ചു കടത്തുന്ന, ഹ്യൂമർ മുഖ്യപ്രമേയമായ ചലച്ചിത്രങ്ങൾ ഒരുക്കി വൻ കമ്പോള വിജയം നേടുകയുണ്ടായി. കാര്യം നിസ്സാരം (1983), ഏപ്രിൽ 18 (1984), എന്റെ അമ്മ നിങ്ങളുടെ തുളസി അവരുടെ ചക്കി (1985), അച്ചുവേട്ടന്റെ വീട് (1987) തുടങ്ങിയ ബാലചന്ദ്രമേനോൻ ചിത്രങ്ങൾ മധ്യവർഗ്ഗ മലയാളിയുടെ ഗാർഹികജീവിതത്തിലെ അന്തഃസംഘർഷങ്ങളെ ഹാസ്യത്തിന്റെ മേമ്പൊടിയോടുകൂടി അവതരിപ്പിക്കാൻ ശ്രമിച്ചവയാണ്. എൺപതുകളിലെ സവിശേഷമായ ഹാസ്യാവിഷ്കാരങ്ങളെ തുടർന്ന് ഹ്യൂമർ കേന്ദ്രപ്രമേയമായി പ്രത്യക്ഷപ്പെടുന്ന ചിത്രങ്ങൾ മുഖ്യധാരാ സിനിമയിലെ സജീവധാരയായി തൊണ്ണൂറുകളിൽ പരിണമിക്കുന്നതു കാണാം.

അറുപതുകളിലും എഴുപതുകളിലും സജീവമായിരുന്ന ഗാർഹിക നാടകങ്ങളുടെ തുടർച്ചകൾ- അതിവൈകാരികതയാലും സംഘർഷഭരിതമായ സന്ദർഭങ്ങളാലും പുനഃക്രമീകരിക്കപ്പെട്ട ആഖ്യാനങ്ങൾ അവതരിപ്പിച്ച് മലയാളസിനിമ എൺപതുകളിലും വലിയ വാണിജ്യവിജയങ്ങൾ നേടി. ഫാസിൽ, കമൽ, സിബി മലയിൽ തുടങ്ങിയ സംവിധായകരാണ് അതിഭാവുകത്വം നിറഞ്ഞ, വൈകാരികതക്ക് അമിത പ്രാധാന്യം നൽകുന്ന സിനികളുമായി രംഗം നിറഞ്ഞത്. ഫാസിൽ സംവിധാനം ചെയ്ത മണിവത്തൂരിലെ ആയിരം ശിവരാത്രികൾ (1987), നോക്കെത്താ ദൂരത്ത് കണ്ണും നട്ട് (1984), മഞ്ഞിൽ വിരിഞ്ഞ പൂക്കൾ (1980), എന്നെന്നും കണ്ണേട്ടന്റെ (1986), കമലിന്റെ

ഉണ്ണികളേ ഒരു കഥ പറയാം (1987), പെരുവണ്ണാപുരത്തെ വിശേഷങ്ങൾ (1989), കാക്കോത്തിക്കാവിലെ അപ്പൂപ്പൻ താടികൾ (1988), സിബി മലയലിന്റെ തനിയാവർത്തനം (1987), മുദ്ര (1989), ദശരഥം (1989), കിരീടം (1989) തുടങ്ങിയ സിനിമകളൊക്കെ വൈകാരികത മൂലധനമാക്കി വിപണിയിൽ വിജയം നേടിയവയാണ്.

മുഖ്യധാരാ ആഖ്യാനങ്ങൾക്കും സമാന്തരാഖ്യാനങ്ങൾക്കുമിടയിൽ ഇടം കണ്ടെത്തുകയും ശ്രദ്ധേയങ്ങളായ ചില ചിത്രങ്ങൾ എഴുപതുകളുടെ രണ്ടാംപകുതിയിൽ സൃഷ്ടിക്കുകയും ചെയ്ത മധ്യവർത്തി സിനിമയുടെയും സുവർണ്ണകാലമാണ് എൺപതുകൾ. പകയും പ്രതികാരവും ശരീര കാമനകളും പ്രധാന പ്രമേയമായി സ്വീകരിച്ചിരുന്ന എഴുപതുകളിലെ മധ്യവർത്തി സിനിമയിൽ നിന്ന് വ്യത്യസ്തമായ പ്രമേയങ്ങളിലേക്കും ആഖ്യാന മാതൃകകളിലേക്കും വളരാൻ എൺപതുകളിലെ മധ്യവർത്തി സിനിമക്ക് സാധിച്ചു. ഭരതൻ, പത്മരാജൻ, കെ.ജി. ജോർജ്, മോഹൻ തുടങ്ങിയവർ എഴുപതുകളുടെ രണ്ടാംപകുതിയിൽ കലയ്ക്കും ജനപ്രിയതയ്ക്കുമിടയിൽ സമർത്ഥമായി ബാലൻസ് ചെയ്ത് സൃഷ്ടിച്ച ചലച്ചിത്രഭാഷ ക്രമേണ വിപണിയുടെ ചേരുവകളിലേക്ക് കൂടുതൽ അടുത്തു തുടങ്ങുന്നത് എൺപതുകളിലാണ്. ഭരതൻ സംവിധാനം ചെയ്ത ലോറി (1980), ചാമരം (1980), ഓർമ്മക്കായി (1982), ഇത്തിരിപ്പൂവേ ചുവന്ന പൂവേ (1984), വൈശാലി (1988), ഒരു മിന്നാമിനുങ്ങിന്റെ നുറുങ്ങുവെട്ടം (1987), പത്മരാജന്റെ ഒരിടത്തൊരു ഫയൽവാൻ (1981), കള്ളൻ പവിത്രൻ (1981), തിങ്കളാഴ്ച നല്ല ദിവസം (1985), നവംബറിന്റെ നഷ്ടം (1982), ദേശാടനക്കിളി കരയാറില്ല (1986), കരിയിലക്കാറ്റുപോലെ (1986), അരപ്പട്ട കെട്ടിയ ഗ്രാമത്തിൽ (1986), തൂവാനത്തുമ്പികൾ (1987), മൂന്നാംപക്കം (1988), കെ. ജി. ജോർജിന്റെ മേള (1980), കോലങ്ങൾ (1981), യവനിക (1982), ലേഖയുടെ മരണം ഒരു ഫ്ലാഷ്ബാക്ക് (1983), ആദാമിന്റെ വാരിയെല്ല് (1983), പഞ്ചവടിപ്പാലം (1984), ലെനിൻ രാജേന്ദ്രന്റെ പ്രേംനസീറിനെ കാണ്മാനില്ല(1983), മീനമാസത്തിലെ സൂര്യൻ(1985), സ്വാതി തിരുനാൾ(1987), പുരാവൃത്തം(1988), വചനം(1989) മുതലായ ചിത്രങ്ങൾ എൺപതുകളിലെ മധ്യവർത്തി സിനിമകളിൽ ക്രമേണ സംഭവിച്ചു കൊണ്ടിരുന്ന ജനപ്രിയതയിലേക്കുള്ള ആഖ്യാനപരവും പ്രമേയപരവുമായ പരിണാമത്തെ അടയാളപ്പെടുത്തുന്നുണ്ട്. എഴുപതുകളുടെ മധ്യത്തോടെ മലയാളസിനിമയിൽ ഉത്ഭവിച്ച മധ്യവർത്തി സിനിമകളെ സമാന്തരസിനിമകൾ പ്രസരിപ്പിച്ച ദർശനത്തിന്റെ ഉല്പന്നമായിത്തന്നെ കാണണം. ഏകതാനവും മന്ദവും

ദുർഗ്രഹവുമായിരുന്ന സമാന്തരസിനിമാ സമീപനങ്ങളെ ചട്ടുലവും സുഗ്രഹവും ജീവിതാഭിമുഖവുമാക്കിത്തീർക്കാനുള്ള ശ്രമത്തിന്റെ പരിണിതഫലമായിരുന്നു മധ്യവർത്തിസിനിമകൾ.

കേരളത്തിലെ സാമൂഹ്യ-സാമ്പത്തിക സാഹചര്യങ്ങളിൽ എൺപതുകളിൽ വന്നു ചേർന്ന മാറ്റങ്ങൾ മലയാളിയുടെ സിനിമാഭിരുചികളെയും ആർട്ട് സിനിമാ സങ്കല്പങ്ങളെയും തിരുത്തിയെഴുതിത്തുടങ്ങിയതിന്റെ അടയാളങ്ങൾ എൺപതുകളിലെ സമാന്തരസിനിമകളിൽ കാണാം. മാധ്യമബോധവും ദാർശനിക ഗൗരവവുമുള്ള കലാസിനിമകൾ എൺപതുകളിലുണ്ടായി. അടൂരിന്റെ എലിപ്പത്തായം (1982), മുഖാമുഖം (1984), അനന്തരം (1987), അരവിന്ദൻ സംവിധാനം ചെയ്ത ഒരിടത്ത് (1986), ചിദംബരം (1985), പോക്കുവെയിൽ (1981), കെ.പി. കുമാരന്റെ രുഗ്മിണി (1988), ഷാജി എൻ. കരുണിന്റെ സ്വം (1994), പിറവി (1988), ജോൺ എബ്രഹാമിന്റെ അമ്മ അറിയാൻ (1986), രവീന്ദ്രന്റെ ഒരേ തൂവൽപ്പക്ഷികൾ (1988), ഇനിയും മരിച്ചിട്ടില്ലാത്ത നമ്മൾ (1980), പവിത്രൻ സംവിധാനം ചെയ്ത ഉത്തരം (1989), പി. ശ്രീകുമാറിന്റെ അസ്ഥികൾ പൂക്കുന്നു (1989) തുടങ്ങിയ സിനിമകൾ എഴുപതുകളുടെ തുടക്കത്തിൽ കലാസിനിമ മുന്നോട്ടു വെച്ച സൗന്ദര്യപരവും ദാർശനികവുമായ ചലച്ചിത്ര സമീപനങ്ങളെ സാങ്കേതികാർത്ഥത്തിൽ പിന്തുടരുന്നുവെങ്കിലും മാധ്യമമെന്ന നിലയിൽ ചലച്ചിത്ര മേഖലയിൽ സംഭവിച്ചുകൊണ്ടിരുന്ന മാറ്റങ്ങളോട് പ്രതികരിക്കാൻ ശ്രമിച്ച മികച്ച ആഖ്യാനങ്ങളാണ്.

സംഘർഷങ്ങളും സന്ദിഗ്ധതകളും: അതിജീവനത്തിന്റെ ദശകം

ഇന്ത്യൻ സമൂഹം സാമൂഹിക-സാമ്പത്തിക-രാഷ്ട്രീയ സംഘർഷങ്ങളിലൂടെയും പരിണാമങ്ങളിലൂടെയും കടന്നു പോയ ദശകമായിരുന്നു തൊണ്ണൂറുകൾ. ഇന്ത്യൻ സമ്പദ് വ്യവസ്ഥയെ അടിമുടി മാറ്റിമറിച്ച നവലിബറൽ സാമ്പത്തിക നയങ്ങൾ നടപ്പിലായ ദശകമാണ് തൊണ്ണൂറുകൾ. തുറന്ന സമ്പദ് വ്യവസ്ഥ നമ്മുടെ രാജ്യത്തെയാകമാനം ബൃഹത്തായ ഒരു വിപണിയാക്കി മാറ്റുകയും ജീവിതം കൂടുതൽ വിപണി കേന്ദ്രിതമായി മാറുകയും ചെയ്തു. ലോകം ആഗോള ഗ്രാമമായിത്തുടങ്ങിയ തൊണ്ണൂറുകളുടെ തുടക്കത്തിൽ ഉയിർത്തെണീറ്റ ഹൈന്ദവ പ്രത്യയശാസ്ത്രങ്ങൾക്ക് സാമൂഹ്യസ്വീകാര്യതയും അധികാരത്തിലെ പങ്കാളിത്തവും കൂടുതലായി ലഭിച്ചു തുടങ്ങി. തൊണ്ണൂറുകളുടെ തുടക്കത്തിൽ സംഭവിച്ച വർഗ്ഗീയ സംഘട്ടനങ്ങൾ സാമൂഹികമായ

ചേരിതിരിവുകൾക്കും സംഘർഷങ്ങൾക്കും ആക്കം കൂട്ടി. മണ്ഡൽ കമ്മീഷൻ റിപ്പോർട്ടിനെതിരെ നടന്ന പ്രക്ഷോഭങ്ങൾ ജാതീയവും സാമുദായികവുമായ ധ്രുവീകരണത്തിനും ജാതിരാഷ്ട്രീയത്തിനും വെള്ളവും വളവും നൽകി. ഇന്ത്യൻ കുടുംബവ്യവസ്ഥയിൽ - സവിശേഷമായി കേരളീയസാഹചര്യത്തിൽ - സമൂലമായ മാറ്റങ്ങൾ തൊണ്ണൂറുകളിൽ ഉണ്ടായിത്തുടങ്ങി. അണുകുടുംബത്തിലേക്ക് മലയാളി കുടുംബവ്യവസ്ഥ അതിവേഗം പരിണമിച്ചു തുടങ്ങി. നഗരവല്ക്കരണം മുമ്പെങ്ങുമില്ലാത്തവിധം കേരളീയ ഗ്രാമങ്ങളെ കീഴ്പ്പെടുത്താനാരംഭിച്ചു. ഇപ്രകാരം നാനാവിധമായ പരിണാമങ്ങൾ സമൂഹജീവിതത്തിന്റെ നാനാതുറകളിലും തൊണ്ണൂറുകളിൽ സംഭവിച്ചു തുടങ്ങി. കേരളീയ സാഹചര്യങ്ങളെ അടിമുടി മാറ്റിമറിച്ചുകൊണ്ടിരുന്ന സാമൂഹികവും രാഷ്ട്രീയവും സാംസ്കാരികവുമായ പ്രവണതകളുടെ സ്വാധീനങ്ങൾ തൊണ്ണൂറുകളിലെ മലയാള ചലച്ചിത്രങ്ങളിലും അനുബന്ധമേഖലകളിലും പ്രകടമായിത്തുടങ്ങി.

തൊണ്ണൂറുകളോടെയാണ് ടെലിവിഷൻ നമ്മുടെ ജീവിതത്തിലേക്ക് വലിയതോതിൽ കടന്നു വരുന്നത്. സിനിമാവ്യവസായം കൈകാര്യം ചെയ്തിരുന്ന ഒട്ടേറെ പ്രമേയങ്ങളെ ടെലിവിഷൻ ഏറ്റെടുത്തു. കുടുംബകേന്ദ്രിതമായ പ്രമേയങ്ങൾ സീരിയലുകൾ വഴി ഏറെക്കുറെ ടെലിവിഷന്റെ സ്വന്തമായി മാറി. ചലച്ചിത്രങ്ങളെ തന്നെ അടുത്ത ഘട്ടത്തിൽ ടെലിവിഷൻ നേരിട്ട് വീട്ടിലെത്തിക്കാൻ തുടങ്ങിയതോടെ കുടുംബപ്രേക്ഷകർ മുഴുവനായി തിയറ്റർ ഉപേക്ഷിച്ചു തുടങ്ങി. കുടുംബപ്രമേയങ്ങളെ കൈവിട്ട് മലയാളസിനിമ മുഴുനീള ഹാസ്യ സിനിമകളിലേക്കും കുടുംബപ്രേക്ഷകർ കടന്നു വരാത്ത സോഫ്റ്റ്പോൺ സിനിമകളിലേക്കും സഞ്ചരിച്ചു തുടങ്ങി.

എൺപതുകളുടെ ഒടുവിൽ രംഗത്തെത്തിയ സിദ്ദീഖ് - ലാൽ സംവിധായക ജോഡിയുടെ പ്രഥമ ചിത്രം റാം ജി റാവ് സ്പീക്കിങ് (1989) നേടിയ വമ്പിച്ച വാണിജ്യ വിജയം മലയാളത്തിൽ ഹാസ്യ സിനിമകളുടെ കുത്തൊഴുക്കിന് തുടക്കമിട്ടു. ഡോക്ടർ പശുപതി (1990), അക്കരെ അക്കരെ അക്കരെ (1990), ഗോഡ്ഫാദർ (1991), മേലേപറമ്പിൽ ആൺവീട് (1993), ഇൻ ഹരിഹർ നഗർ(1990),കാക്കത്തൊള്ളായിരം (1991), മൂക്കില്ലാരാജ്യത്ത് (1991), കാസർകോഡ് കാദർഭായ് (1991), കള്ളൻ കപ്പലിൽത്തന്നെ (1992), നീലക്കുറുക്കൻ(1992), ഏഴരക്കൂട്ടം (1995), പഞ്ചാബി ഹൗസ് (1998), ഫ്രണ്ട്സ് ((1999) തുടങ്ങിയ സിനിമകളൊക്കെ തൊണ്ണൂറുകളിൽ പ്രബലമായിത്തീർന്ന ഹാസ്യ സിനിമകളുടെ ജനസ്സിൽ സൃഷ്ടിക്കപ്പെട്ടവയാണ്.

ഒന്നോ രണ്ടോ നായകന്മാരെ കേന്ദ്രീകരിച്ച് ആഖ്യാനം മുന്നോട്ടു കൊണ്ടുപോകുന്ന പരമ്പരാഗതരീതിയെ ഹാസ്യസിനിമകൾ ഉപേക്ഷിച്ചു. ഒരു സംഘം നടന്മാർ തുല്യപ്രാധാന്യത്തോടെ ആഖ്യാനത്തെ നയിക്കുന്ന മാതൃകയാണ് തൊണ്ണൂറുകളിലെ ഹാസ്യതരംഗത്തിൽ കാണാനാവുക. മിമിക്രി കലാകാരന്മാർ വൻതോതിൽ മലയാളസിനിമയിലേക്ക് പ്രവേശിച്ച കാലമായിരുന്നു തൊണ്ണൂറുകൾ എന്നത് ഇതിനോടൊപ്പം ചേർത്തു വായിക്കേണ്ട വസ്തുതയാണ്. മിമിക്രി വേദിയിൽ നിന്നു വന്ന കലാകാരന്മാർ വളരെ പെട്ടെന്ന് മലയാള സിനിമയിലെ മുഖ്യകേന്ദ്രങ്ങളായി മാറുകയും സിനിമയുടെ ആഖ്യാനത്തേയും പ്രമേയത്തെയും മിമിക്രിയെന്നവണ്ണം മാറ്റിത്തീർക്കുകയും ചെയ്തു.

ടെലിവിഷൻ വഴി ലഭ്യമായ ചാനൽ സംസ്കാരം കുടുംബപ്രേക്ഷകരെ ഒന്നടങ്കം വീട്ടകങ്ങളിൽ തളച്ചിട്ടപ്പോൾ സ്ത്രീകളും കുട്ടികളുമടങ്ങുന്ന പ്രേക്ഷക സമൂഹം ഏറെക്കുറെ സിനിമയുടെ തീയറ്റർ കാഴ്ചകളിൽ നിന്ന് പുറത്താക്കപ്പെട്ടു. സ്ത്രീകളും കുട്ടികളുമൊഴിഞ്ഞ തീയറ്ററുകൾ പുരുഷകാമനകളുടെ സേഫ്റ്റിവാൾവുകളായി മാറിത്തുടങ്ങിയെന്നത് ഇക്കാലത്തെ പ്രധാന സവിശേഷതയാണ്. കാണികളെ തീയറ്ററിലെത്തിക്കാൻ മൃദുലൈംഗിക സ്വഭാവമുള്ള ധാരാളം സിനിമകൾ തൊണ്ണൂറുകളിൽ സൃഷ്ടിക്കപ്പെട്ടു. അവസാനത്തെ രാത്രി (1990), മൃദുല (1990), ആലസ്യം (1990), ആദിതാളം (1990), രതിലയങ്ങൾ (1993), കാട്ടുവീരൻ (1991), കൗമാര സ്വപ്നങ്ങൾ (1991), എന്റെ ട്യൂഷൻ ടീച്ചർ (1992) തുടങ്ങിയ സോഫ്റ്റ് പോൺ സിനിമകൾ തുടർച്ചയായി തിയറ്ററുകളിലെത്തുകയും സിനിമാകൊട്ടകകൾ പുരുഷന്മാരുടെ മാത്രം ഇടമായി മാറുകയും ചെയ്തു. ഹാസ്യതരംഗ സിനിമകളുടെയും സോഫ്റ്റ്പോൺസിനിമകളുടെയും സമ്പദ് വ്യവസ്ഥക്ക് ചില സമാനതകൾ കാണാം. ലോ ബഡ്ജറ്റിൽ ശരാശരി സാങ്കേതികവിദ്യ ഉപയോഗിച്ച് വലിയ താരനിരയെ ഉപയോഗിക്കാതെ നിർമ്മിച്ചവയായിരുന്നു ഈ രണ്ട് ജനുസ് സിനിമകളും.

പതിറ്റാണ്ടുകളുടെ ശ്രമഫലമായി മലയാളിസമൂഹം പതിയെ മറികടന്നു തുടങ്ങിയ ഫ്യൂഡൽ പ്രമാണിത്തത്തിന്റെ പുനരാഗമനവും സവർണ്ണ ഹൈന്ദവതയുടെ മൂല്യപ്രഘോഷണവും ഈ ദശകത്തിൽ ഏതാണ്ട് മുഴുവനായി നിറഞ്ഞു നിന്ന വള്ളുവനാടൻ സംസ്കാര സവിശേഷതകളോടുള്ള ഗൃഹാതുര സമീപനവും തൊണ്ണൂറുകളിലെ മലയാള സിനിമയുടെ ഋണാത്മകമായ സ്വഭാവമായി കാണാം.

ആധുനികകേരളം കുടിയൊഴിപ്പിച്ച വിട്ട ഫ്യൂഡൽ - വരേണ്യ ബ്രാഹ്മണ്യത്തെ വർത്തമാനകാല പ്രതിസന്ധികളുടെ പരിഹാരമാർഗ്ഗമായി അവതരിപ്പിക്കുന്ന നിരവധി സിനിമകൾ തൊണ്ണൂറുകളിലുണ്ടായി. അയ്യർ ദി ഗ്രേറ്റ് (1990), അദ്വൈതം (1991), ധ്രുവം (1993), ദേവാസുരം (1993), പൈതൃകം (1993), ദേശാടനം (1996), സോപാനം (1993), ആറാംതമ്പുരാൻ (1997), ആര്യൻ (1988), ഗുരു (1997) തുടങ്ങിയ സിനിമകൾ സവർണ്ണ ഹിന്ദുത്വത്തിന്റെ സാംസ്കാരിക പ്രതീകങ്ങളായി പ്രത്യക്ഷപ്പെടുകയും അധഃസ്ഥിതരെയും മുസ്ലീങ്ങളെയും പ്രതിസ്ഥാനത്ത് നിരന്തരം സ്ഥാപിക്കുകയും ചെയ്തു. പിൽക്കാല കേരളത്തിൽ ശക്തിപ്പെട്ട സവർണ്ണ ഹിന്ദുത്വ രാഷ്ട്രീയത്തെ സാംസ്കാരികമായി പിന്തുണക്കുകയായിരുന്നു ഇത്തരം സിനിമകളുടെ രാഷ്ട്രീയദൗത്യം.

മധ്യവർത്തി സിനിമയുടെയും കലാസിനിമയുടെയും ചലച്ചിത്രഭാഷയും ദൃശ്യവിന്യാസക്രമവും സ്വാംശീകരിച്ചെടുത്ത ഫ്യൂഡൽ-ഗൃഹാതുര-മധ്യവർഗ സിനിമകൾ തൊണ്ണൂറുകളിലുണ്ടായി(ദേശാടനം-1996, പൈതൃകം-1993). എൺപതുകളിൽ സജീവമായിരുന്ന മധ്യവർത്തി സിനിമാ സമീപനത്തിന് തൊണ്ണൂറുകളിൽ വലിയ പരിണാമങ്ങൾ സംഭവിച്ചു. ഇന്നലെ, മുഖം, താഴ്‌വാരം, കളിയാട്ടം, സദയം, വെങ്കലം, കമലദളം, അഹം, പരിണയം, രാജശിൽപ്പി, സോപാനം, കുലം, ദൈവത്തിന്റെ വികൃതികൾ, സർഗം, എന്റെ സ്വന്തം ജാനകിക്കുട്ടി, പാഥേയം, ചമയം, ഗുരു, ചിന്താവിഷ്ടയായ ശ്യാമള, തുടങ്ങിയ സിനിമകൾ ഈ ദശകത്തിൽ വിപണന സാധ്യതകളോട് കൂടുതൽ അടുത്ത മധ്യവർത്തിധാരയെ പ്രതിനിധാനം ചെയ്യുന്നു. തൊണ്ണൂറുകളിൽ സത്യൻ അന്തിക്കാട്, ഫാസിൽ, കമൽ, പ്രിയദർശൻ, സിബി മലയിൽ, രാജസേനൻ തുടങ്ങിയവരുടേതായി പുറത്തുവന്ന സിനിമകൾ ജനപ്രിയധാരയ്ക്ക് വൈവിധ്യം നൽകി. വിപണിയിൽ വൻവിജയം നേടാൻ ഇവയ്ക്കു സാധിച്ചു. മധ്യവർത്തി- ജനപ്രിയ ധാരകൾക്കിടയിലെ അതിരുകൾ നേർത്തു വന്നു. ഈ പ്രവണത മധ്യവർത്തിസിനിമയുടെ സ്വത്വത്തെ അപകടപ്പെടുത്തുകയും ജനപ്രിയസിനിമയെ നവീകരിക്കുകയും ചെയ്തു.

സാമൂഹികവും രാഷ്ട്രീയവുമായ സംഘർഷങ്ങളെയും അനീതികളെയും പൊരുതിത്തോൽപ്പിക്കുന്ന ധീരോദാത്തൻമാരായ നായകൻമാരെ കേന്ദ്രീകരിച്ചുള്ള ആണത്തഘോഷണ ആഖ്യാനങ്ങൾ തൊണ്ണൂറുകളിൽ ധാരാളമുണ്ടായി. താരങ്ങളായി സ്ഥാപിക്കപ്പെട്ട മമ്മൂട്ടിയും മോഹൻലാലും സുരേഷ് ഗോപിയും മാത്രമല്ല ബാബു

ആന്റണിയെപ്പോലുള്ള താരോദയങ്ങളും ഇത്തരം സിനിമകളിലെ ആഖ്യാന കേന്ദ്രങ്ങളായി. ഇൻസ്പെക്ടർ ബൽറാം (1991), തലസ്ഥാനം (1992), കാശ്മീരം (1994), ദി കിംഗ് (1995), മഹാത്മാ (1996), പത്രം (1999), ചന്ത (1995), ദാദ (1994), കമ്പോളം (1994), ധ്രുവം (1993), ആറാം തമ്പുരാൻ (1997), ദേവാസുരം (1993) തുടങ്ങിയ സിനിമകളാക്കെ നായകത്വത്തെയും ആണത്തത്തെയും കുറിച്ചുള്ള പരമ്പരാഗതമായ സങ്കല്പങ്ങളെ സംസ്ഥാപിക്കാൻ സഹായകമായി. അതേ സമയം ശ്രീനിവാസന്റെയും ലോഹിതദാസിന്റെയും നായകന്മാർ ധീരോദാത്തൻ അതിപ്രതാപ ഗുണവാൻ എന്ന സാമ്പ്രദായിക സങ്കല്പത്തെ മറികടക്കുന്ന കാഴ്ചയും തൊണ്ണൂറുകളിലുണ്ടായി. തോറ്റു പിൻമാറുന്ന, നിരാശരാവുന്ന, അതിസാധാരണക്കാരായ മനുഷ്യർ ഇത്തരം സിനിമകളിൽ നിരായുധരും നിസഹായരുമായി കടന്നു വന്നു. വടക്കുനോക്കിയന്ത്രം (1989), സന്ദേശം (1991), ചിന്താവിഷ്ടയായ ശ്യാമള (1998), അമരം (1991), ആധാരം (1992), വെങ്കലം (1993), വാത്സല്യം (1993), സല്ലാപം (1996), ഭൂതക്കണ്ണാടി (1997) തുടങ്ങിയ സിനിമകളിൽ അമാനുഷിക ശേഷികളില്ലാത്ത നായകന്മാർ വളരെ സ്വാഭാവികമായി കേരളീയ ജീവിതത്തെ അടയാളപ്പെടുത്തി.

എഴുപതുകളോടെ തുടക്കമിട്ട് എൺപതുകളിൽ ശക്തിയാർജിച്ച മലയാളത്തിലെ ആർട്ട് സ്കൂൾ സിനിമകൾ തൊണ്ണൂറുകളിലും സാന്നിധ്യമറിയിക്കുന്നുണ്ടെങ്കിലും പരിമിതമായ സിനിമകളേ ഈ ഗണത്തിൽ പുറത്തു വന്നുള്ളൂ. നവസാമ്പത്തിക നയത്തിന്റെ ഫലമായി മറ്റ് സാമൂഹ്യക്ഷേമ രംഗങ്ങളിൽ നിന്നു പിൻമാറിയതുപോലെ സാംസ്കാരികരംഗത്തെ പിന്തുണക്കലിൽ നിന്നും ഭരണകൂടസ്ഥാപനങ്ങൾ പിൻമാറിത്തുടങ്ങിയത് സമാന്തരസിനിമകൾക്കു വലിയ തിരിച്ചടിയായി. എൺപതുകളിൽ അഞ്ച് സിനിമകൾ സാക്ഷാത്ക്കരിച്ച അടൂർ ഗോപാലകൃഷ്ണൻ വിധേയൻ (1994), കഥാപുരുഷൻ (1995) എന്നീ രണ്ടു സിനിമകൾ മാത്രമാണു തൊണ്ണൂറുകളിൽ സംവിധാനം ചെയ്തത്. തൊണ്ണൂറുകളുടെ തുടക്കത്തിൽ സമാന്തരസിനിമാരംഗത്തെ ശ്രദ്ധേയനായ സംവിധായകൻ അരവിന്ദൻ അന്തരിച്ചത് മലയാള സിനിമക്ക് - വിശേഷിച്ച് സമാന്തരസിനിമക്ക് നികത്താനാവാത്ത നഷ്ടമായി മാറി. പൊന്തൻമാട (1994), ഓർമ്മകൾ ഉണ്ടായിരിക്കണം (1995), മങ്കമ്മ (1997) എന്നിങ്ങനെ ടി.വി. ചന്ദ്രനെ ശ്രദ്ധേയനാക്കിയ സിനിമകൾ ഈ കാലഘട്ടത്തിലാണ് പുറത്തു വന്നത്. ഷാജി എൻ. കരുൺ അന്താരാഷ്ട്ര ശ്രദ്ധയിലേക്കുയർന്നതും (പിറവി -1998, സ്വം

-1994, വാനപ്രസ്ഥം-1999) മുരളീ നായരെപ്പോലുള്ള സംവിധായകർ അന്തർദേശീയ പുരസ്കാരങ്ങൾ നേടുന്നതും (മരണ സിംഹാസനം - 1994) ഇക്കാലത്താണ്. എം.പി. സുകുമാരൻ നായർ (അപരാഹ്നം -1991, കഴകം - 1995) ലോഹിതദാസ് (ഭൂതക്കണ്ണാടി – 1997,) എം.ടി (കടവ് - 1991), അജയൻ (പെരുന്തച്ചൻ - 1990), ശ്യാമപ്രസാദ് (അഗ്നിസാക്ഷി - 1999), സി.രാധാകൃഷ്ണൻ (ഒറ്റയടിപ്പാതകൾ - 1993), ഭരത് ഗോപി (യമനം -1991), പി.ടി. കുഞ്ഞുമുഹമ്മദ് (മഗ്രിബ്- 1993, ഗർഷോം - 1999), ശരത് (സായാഹ്നം - 2000), സുമ ജോസൺ (ജന്മദിനം -1997) തുടങ്ങിയ സംവിധായകരൊക്കെ തൊണ്ണൂറുകളിലെ സമാന്തരസിനിമാ ധാരയിൽ സജീവ സാന്നിധ്യമായവരാണ്.

കാഴ്ചയും സാങ്കേതികവിദ്യയും: പുതുനൂറ്റാണ്ടിന്റെ വെല്ലുവിളികൾ

ഇരുപത്തിയൊന്നാം നൂറ്റാണ്ടിന്റെ തുടക്കത്തോടെ തീയറ്ററിൽ നിന്നുള്ള പ്രേക്ഷകന്റെ കൊഴിഞ്ഞുപോക്ക് അതിതീവ്രാവസ്ഥയെ പ്രാപിച്ചു. ടെലിവിഷന്റെയും ഡി.വി.ഡിയുടെയും ഇന്റർനെറ്റിന്റെയും വ്യാപനത്തോടെ കാണികൾ കുറഞ്ഞ് തീയറ്ററുകൾ കേരളത്തിലുടനീളം പൂട്ടിത്തുടങ്ങിയത് ഇക്കാലത്താണ്. വ്യവസായമെന്ന നിലയിൽ മലയാളസിനിമ അതീവ ഗുരുതരമായ അവസ്ഥയെ മുഖാമുഖം കണ്ടു തുടങ്ങി. 1996 ൽ കേരളത്തിലെ തിയറ്ററുകളുടെ എണ്ണം ആയിരത്തി അറുനൂറായിരുന്നു. 2004 ൽ തീയറ്ററുകൾ ആയിരമായി കുറഞ്ഞു. 2007 ൽ എണ്ണൂറിലേക്കും 2012 ൽ അത് അഞ്ഞൂറ്റി അറുപത്തിയൊന്ന് എന്ന നിലയിലേക്കും ചുരുങ്ങി. എ,ബി,സി ക്ലാസ്സുകളായി വിഭജിക്കപ്പെട്ട തീയറ്ററുകളിൽ ഗ്രാമങ്ങളിലും ചെറുപട്ടണങ്ങളിലും നിലവിലുണ്ടായിരുന്ന ബി,സി ക്ലാസിൽപ്പെട്ട തീയറ്ററുകളാണ് വ്യാപകമായ രീതിയിൽ അടച്ചുപൂട്ടപ്പെട്ടത്. എല്ലാ ദേശങ്ങളിലുമുള്ള പ്രാദേശിക ഭാഷാസിനിമകളൊക്കെയും പുത്തൻ സാങ്കേതികവിദ്യ സാധ്യമാക്കിയ കാഴ്ചാവിപ്ലവത്തെ നേരിടാൻ കഴിയാതെ പുതിയ നൂറ്റാണ്ടിന്റെ തുടക്കത്തിൽ വലിയ പ്രതിസന്ധിയെ അഭിമുഖീകരിക്കുന്നുണ്ട്. തൊണ്ണൂറുകളിൽ ശക്തിയാർജ്ജിച്ച മുഴുനീള കോമഡി സിനിമകളിലൂടെയും അർദ്ധനീല സിനിമകളിലൂടെയും ഈ പ്രതിസന്ധിയെ മുറിച്ചു കടക്കാനാണ് പുതിയ നൂറ്റാണ്ടിൽ മലയാളസിനിമ ശ്രമിച്ചത്. തീയറ്ററുകൾ പൂട്ടുന്നതിന് ആനുപാതികമായി മലയാളത്തിൽ ഓരോ വർഷവും പുറത്തിറങ്ങുന്ന സിനിമകളുടെ എണ്ണം കുറഞ്ഞു വന്നപ്പോൾ

പുറത്തു വന്നതിലധികവും അർദ്ധനീലസിനിമകളും മുഴുനീള ഹാസ്യ സിനിമകളുമായി.

ഷക്കീല, രേഷ്മ, മറിയ തുടങ്ങിയ അഭിനേത്രികളെ മുഖ്യ കഥാപാത്രങ്ങളാക്കിയുള്ള നിരവധി സിനിമകൾ പുറത്തു വന്നു. രണ്ടായിരത്തിനും രണ്ടായിരത്തി അഞ്ചിനുമിടയിൽ സോഫ്റ്റ്പോൺസിനിമകളിലെ മുഖ്യതാരമായിരുന്ന ഷക്കീല നാല്പതിലധികം സിനിമകളിൽ അഭിനയിച്ചു എന്നതു തന്നെ മൃദുലൈംഗികചിത്രങ്ങൾക്ക് മലയാള സിനിമാ വിപണിയിൽ ഉണ്ടായിരുന്ന സ്വാധീനത്തെ അടയാളപ്പെടുത്തുന്ന വസ്തുതയാണ്. ആർ.ജെ. പ്രസാദ്, എ.ടി. ജോയ്, യു.സി. റോഷൻ, ജയദേവൻ, ബെന്നി, പി. തോമസ് തുടങ്ങിയ നിരവധി സംവിധായകർ പുരുഷലൈംഗിക വിപണി ലക്ഷ്യമിട്ട സിനിമകളുമായി രംഗത്തെത്തി. കിന്നാരത്തുമ്പികൾ (2000), കാതര (2000), സ്വർഗ്ഗവാതിൽ (2001), കൗമാരം (2000), ഡ്രൈവിങ് സ്കൂൾ (2001), വേഴാമ്പൽ (2003), എല്ലാം നിനക്കു വേണ്ടി (2003), രാക്കിളികൾ (2000), തിരുനെല്ലിയിലെ പെൺകുട്ടി (2001), എണ്ണത്തോണി (2001) എന്നിങ്ങനെ ലൈംഗികധ്വനികളുള്ള പേരുകളുമായി രംഗത്തെത്തിയ സിനിമകൾ പുതിയ നൂറ്റാണ്ടിന്റെ ആദ്യവർഷങ്ങളിൽ അവശേഷിച്ച തിയറ്ററുകളെ സജീവമാക്കി.

തൊണ്ണൂറുകളിൽ സജീവമായ ഫ്യൂഡൽ മാടമ്പി ജീവിതം നിറഞ്ഞ സിനിമകൾ പുതിയ നൂറ്റാണ്ടിലും അവയുടെ സാംസ്കാരിക ദൗത്യം നിർവ്വഹിക്കാൻ തിയറ്ററുകളിൽ എത്തുന്നുണ്ട്. ചിന്താമണി കൊലക്കേസ് (2006), നരസിംഹം (2000), രാവണപ്രഭു (2001), നാട്ടുരാജാവ് (2004), വല്യേട്ടൻ (2000), മാടമ്പി (2008), നന്ദനം (2002), നേരറിയാൻ സി.ബി.ഐ. (2005), വടക്കുംനാഥൻ (2006) എന്നിങ്ങനെ സവർണ്ണ ഹിന്ദുത്വ പ്രത്യയശാസ്ത്ര പരിസരങ്ങളോട് ചേർന്നു നിൽക്കുന്ന സിനിമകൾ രാഷ്ട്രീയ ഹിന്ദുത്വത്തിന്റെ അക്രാമകമായ അധീശ നിലപാടുകൾക്കുള്ള സാംസ്കാരിക ഒത്താശകളായി പരിണമിച്ചു. ബ്രാഹ്മണന്റെ ധൈഷണികശേഷി, ജീവിതശുദ്ധി എന്നിവയെക്കുറിച്ചുള്ള വാഴ്ത്തുകൾ നേരറിയാൻ സി.ബി.ഐ.യിൽ മറയേതുമില്ലാതെ കേൾക്കാം. ചിന്താമണി കൊലക്കേസിലെ നായകൻ, മനുവും ബൃഹസ്പതിയും ജനിച്ച പവിത്രഭാരതത്തെ ഏറെനേരം വാഴ്ത്തുന്നതും മലയാളസിനിമയുടെയും സമൂഹത്തിന്റെയും മാറി വരുന്ന രാഷ്ട്രീയ നിലപാടുകളുടെ കൂടി പ്രഖ്യാപനങ്ങളായി കാണണം.

ആധുനിക കുടുംബബന്ധങ്ങളിലെ സങ്കീർണ്ണതകളും സംഘർഷങ്ങളും ഇക്കാലത്തെ ചില സിനിമകൾക്കെങ്കിലും വിഷയമായി.

കൊച്ചു കൊച്ചു സന്തോഷങ്ങൾ (2000), ഇന്നത്തെ ചിന്താവിഷയം (2008), യാത്രക്കാരുടെ ശ്രദ്ധക്ക് (2002), എന്റെ വീട് അപ്പൂന്റേം (2003), പളുങ്ക് (2006) മുതലായ ചിത്രങ്ങൾ കുടുംബമെന്ന സ്ഥാപനത്തെയും അതിന്റെ അധികാരഘടനയെയും ഉറപ്പിച്ചു നിർത്താനുതകുന്ന പ്രതിനിധാനങ്ങളായി. കുടുംബത്തിനകത്തെ ആണത്താധീശത്വത്തെ സ്ഥാപിക്കുന്ന ബാലേട്ടൻ (2003), വെറുതെ ഒരു ഭാര്യ (2008) തുടങ്ങിയ സിനിമകൾ പുതിയ നൂറ്റാണ്ടിലും സ്ത്രീവിരുദ്ധാശയങ്ങളെ സംസ്ഥാപിക്കുവാൻ സിനിമ ഉപാധിയായി തുടരുമെന്നതിന്റെ സാക്ഷ്യങ്ങളായി. മധ്യവർത്തി സിനിമയുടെ സങ്കല്പങ്ങളോട് ചേർന്നു നിന്നു കൊണ്ട് സാമ്പ്രദായിക കുടുംബത്തെയും ഗ്രാമനന്മകളെയും ആദർശങ്ങളെയും ഗ്ലോറിഫൈ ചെയ്ത് അവതരിപ്പിക്കുന്ന കാഴ്ച (2004), തന്മാത്ര (2005), പളുങ്ക് (2006), ഭ്രമരം (2009) എന്നീ സിനിമകൾ സംവിധാനം ചെയ്തു കൊണ്ട് ബ്ലെസ്സി എന്ന സംവിധായകൻ രംഗത്തെത്തി.

തൊണ്ണൂറുകളിൽ തുടക്കമിട്ട ഹാസ്യതരംഗം ക്രമേണ ദുർബലമായെങ്കിലും ഹാസ്യസിനിമകൾക്കുള്ള വിപണിയെ ലക്ഷ്യമാക്കി ഈ പറക്കും തളിക (2001), കാക്കക്കുയിൽ (2001), കല്യാണരാമൻ (2002), മീശ മാധവൻ (2002), പുലിവാൽ കല്യാണം (2003), സി.ഐ.ഡി. മൂസ (2003), വെട്ടം (2004) തുടങ്ങിയ ചിത്രങ്ങളെത്തി. തൊണ്ണൂറുകളിലെ ഹാസ്യതരംഗ സിനിമകളിൽ ഒന്നിലധികം നായകന്മാർ നിയന്ത്രിച്ചിരുന്ന ഹാസ്യ ആഖ്യാനം പുതിയ നൂറ്റാണ്ടിൽ ഏകനായകനിലേക്കൊതുങ്ങി. ദിലീപ്, ജയസൂര്യ തുടങ്ങിയ മിമിക്രി പശ്ചാത്തലമുള്ള നടന്മാരാണ് വിജയിച്ച മിക്ക ഹാസ്യ സിനിമകളിലും നായകസ്ഥാനത്തുണ്ടായിരുന്നത് എന്നതും ശ്രദ്ധേയമാണ്.

എൺപതുകളിലെ മധ്യവർത്തിസിനിമയുടെ വ്യാകരണത്തെയും പ്രമേയങ്ങളെയും വിദൂരമായി ഓർമ്മിപ്പിക്കുന്ന പാലേരി മാണിക്യം ഒരു പാതിരാ കൊലപാതകത്തിന്റെ കഥ (2009), പ്രാഞ്ചിയേട്ടൻ ആന്റ് ദി സെയിന്റ് (2010), കയ്യൊപ്പ് (2007), മധുരനൊമ്പരക്കാറ്റ് (2000), മേഘമൽഹാർ (2001), അച്ഛനുറങ്ങാത്ത വീട് (2006), മഴ (2000), തലപ്പാവ് (2008), ഫോട്ടോഗ്രാഫർ (2006), അടയാളങ്ങൾ (2008), അകലെ(2004), ഒരേ കടൽ(2007), ടി.ഡി ദാസൻ സ്റ്റാന്റേർഡ് 6 ബി(2010) തുടങ്ങിയ സിനിമകൾ ഇക്കാലത്ത് തിയറ്ററിലെത്തി. രഞ്ജിത്ത്, കമൽ, ലെനിൻ രാജേന്ദ്രൻ, മധുപാൽ, രഞ്ജൻ പ്രമോദ്, എം.ജി. ശശി, ശ്യാമപ്രസാദ്, മോഹൻ രാഘവൻ തുടങ്ങിയ സംവിധായകരായിരുന്നു മേൽപ്പറഞ്ഞ സിനിമകളുടെ സ്രഷ്ടാക്കൾ.

മാറി വരുന്ന പ്രേക്ഷകാഭിരുചികളോടും സമീപനങ്ങളോടും ക്രിയാത്മകമായി പ്രതികരിക്കാനാവാതെ ശുഷ്കവും ഏകതാനവു മായ അവസ്ഥയിലൂടെ മലയാളത്തിലെ പാരലൽ സിനിമ കടന്നു പോകുന്ന ഘട്ടമാണ് ഇരുപത്തിയൊന്നാം നൂറ്റാണ്ടിന്റെ ആദ്യ ദശകങ്ങൾ. സമാന്തര സിനിമാമേഖലയിൽ പുതിയ നൂറ്റാണ്ടിന്റെ തുടക്കത്തിൽ ശ്രദ്ധേയമായ ഇടപെടൽ നടത്തിയ ഒരു സംവിധാ യകൻ ടി.വി. ചന്ദ്രനാണ്. ഡാനി (2002), കഥാവശേഷൻ (2004), സൂസന്ന (2000), ഭൂമി മലയാളം (2009) തുടങ്ങിയവയായിരുന്നു ഇക്കാലത്തെ ടി.വി. ചന്ദ്രൻ സിനിമകൾ. സൂസന്ന, ഭൂമി മലയാളം തുടങ്ങിയ സിനിമകളിൽ കേരളീയസ്ത്രീ ജീവിതം കടന്നു പോകുന്ന സംഘർഷഭരിതമായ കാലത്തിന്റെ യഥാതഥ ചിത്രങ്ങൾ കാണാം. അടൂർ ഗോപാലകൃഷ്ണന്റെ നിഴൽക്കുത്ത് (2002), നാലു പെണ്ണുങ്ങൾ (2007), ഒരു പെണ്ണും രണ്ടാണും (2008) എന്നീ സിനിമകൾ അടൂരിന്റെ സുവർണ്ണകാല സിനിമകളുടെ നിലവാരത്തിലെത്താത്ത ദുർബല സൃഷ്ടികളായി മാറി. പ്രിയനന്ദന്റെ നെയ്ത്തുകാരൻ (2002), പുലിജന്മം (2006), രാജീവ് വിജയരാഘവന്റെ മാർഗ്ഗം (2003), എം.ടി.യുടെ ഒരു ചെറുപുഞ്ചിരി (2001), എം.പി. സുകുമാരൻ നായരുടെ ശയനം (2000), രാമാനം (2009), മുരളി നായരുടെ അരിമ്പാറ (2003), ലിജി ജെ. പുലാപ്പള്ളിയുടെ സഞ്ചാരം (2004), ശരത്തിന്റെ സ്ഥിതി (2002) തുടങ്ങിയ സിനിമകളൊക്കെ സമാന്തരസിനിമാ മേഖലയുടെ പ്രതി നിധാനങ്ങളായി തിയറ്ററുകളിലെത്തി.

സമകാലീന മലയാളസിനിമ: പുതുതലമുറയും നവസമീപനങ്ങളും

ഇരുപത്തിയൊന്നാം നൂറ്റാണ്ടിന്റെ രണ്ടാംദശകം മലയാള സിനിമയിൽ നിർണ്ണായകമായ പരിവർത്തനങ്ങളുടെ കാലമാണ്. മലയാളസിനിമയുടെ നിർമ്മാണം, വിതരണം, നിർവ്വഹണം, ഭാവുകത്വം, താരവ്യവസ്ഥ, പ്രമേയം, പരിചരണം എന്നിവയി ലെല്ലാം കാതലായ മാറ്റങ്ങൾ ഇക്കാലത്തുണ്ടായി. ഡിജിറ്റൽ സാങ്കേതികവിദ്യ ദൃശ്യമാധ്യമരംഗത്തെ ഉല്പാദനത്തെയും വിതരണ ത്തെയും പ്രദർശനരീതികളെയും അഴിച്ചു പണിതു. ഇന്റർനെറ്റിന്റെ വ്യാപനം തിയറ്ററിൽ പോവാതെയും ടെലിവിഷൻ വഴിയല്ലാതെ യും സിനിമയുടെ കാഴ്ച സാധ്യമാക്കിത്തീർത്തു. വെള്ളിത്തിരയും ടെലിവിഷനും കമ്പ്യൂട്ടർ സ്ക്രീനും കടന്ന് മൊബൈൽ ഫോൺ എന്ന

നാലാം സ്ക്രീനിന്റെ യുഗത്തിലേക്ക് മലയാളിയും എത്തിച്ചേർന്നു. യൂട്യൂബും ടൊറന്റും മറ്റനേകം സാധ്യതകളും സിനിമകളിലേക്കുള്ള പലവഴികളായി.

ഉന്നത സാമ്പത്തിക ശേഷിയുള്ളവർക്ക് മാത്രം പ്രാപ്യമായ മൾട്ടിപ്ലക്സുകൾ പുതിയ കാലത്തിന്റെ പ്രദർശനകേന്ദ്രങ്ങളായി അവതരിക്കപ്പെട്ടു. കമ്പോളത്തിന്റെയും ആനന്ദത്തിന്റെയും പല സാധ്യതകൾ തുറന്നു നൽകുന്ന ഇടമായ മൾട്ടിപ്ലക്സുകൾ സിനിമാ കൊട്ടകകൾ രൂപപ്പെടുത്തിയിരുന്ന ജനാധിപത്യപരമായ പൊതു ഇടങ്ങളുടെ തുറസ്സുകളെ അടച്ചു കളഞ്ഞു. വിപണിയുടെ ആഗോ ളവൽക്കരണം സാങ്കേതികമായി ഉയർന്ന നിലവാരമുള്ള, അന്ത ർദേശീയ വിപണിയെ ലക്ഷ്യമിട്ടു നിർമ്മിക്കുന്ന ചലച്ചിത്രങ്ങളുടെ കുത്തൊഴുക്കിന് വഴി നൽകി. ഇന്റർനെറ്റും അനുബന്ധ ഉപാധികളും വഴി മലയാളസിനിമാപ്രേക്ഷകർ ആഗോള കാണിയായി പരിണ മിച്ചു. ലോകസിനിമയുടെ തന്നെ കമ്പോളമായി കേരളം മാറിത്തുട ങ്ങി. കേരളീയമായ ചലച്ചിത്രാഭിരുചികളെയും സമീപനങ്ങളെയും ആഴത്തിൽ സ്വാധീനിക്കുവാൻ ആഗോള സിനിമാ സംസ്കാരത്തിനു സാധിച്ചു. സാമൂഹ്യമാധ്യമങ്ങളുടെ കടന്നു വരവ് സിനിമയുടെ പ്രചാ രണത്തിലും വിതരണത്തിലും വ്യാപകമായി ഉപയോഗിക്കപ്പെട്ടു തുടങ്ങി. ഓൺലൈൻ പോർട്ടലുകളും ബ്ലോഗുകളും ഫേസ്ബുക്കും സിനിമയുടെ പ്രചാരത്തെയും ആസ്വാദനത്തെയും നാനാതരത്തിൽ സ്വാധീനിക്കുന്ന ശക്തികളായി. ലോകം അക്ഷരാർത്ഥത്തിൽ നിശ്ചലമായ കോവിഡ് ബാധ ഒ.ടി.ടി. പ്ലാറ്റ്ഫോമുകൾക്ക് വലിയ അവസരം നൽകി. ഒ.ടി.ടി. പ്ലാറ്റ്ഫോമുകൾ വഴിയുള്ള ലൈവ് സ്ട്രീ മുകൾ പ്രദർശനവും വിതരണവും അനായാസമാക്കുകയും ആഗോള സാമ്പത്തിക കുത്തകകളിലേക്ക് എല്ലാത്തരം സിനിമകളുടെയും വിപണി തുറന്നു നൽകുകയും ചെയ്തു.

ടെക്നോളജി സമൂഹമാധ്യമത്തിൽ സൃഷ്ടിച്ച മാറ്റങ്ങൾ സിനിമയെ സമൂലമായി പരിവർത്തനോന്മുഖമാക്കിയതിനു സമാന്തരമായി സാമൂഹികമാറ്റങ്ങൾ സിനിമയുടെ പ്രമേയത്തിലും പ്രതിപാദന ത്തിലും ഇടപെട്ടു തുടങ്ങി. കുടുംബം എന്ന സാമൂഹിക സ്ഥാപനം വലിയ വെല്ലുവിളികൾ നേരിട്ടു തുടങ്ങി. പരമ്പരാഗത കുടുംബബ ന്ധങ്ങളിൽ വലിയ വിള്ളലുകൾ സംഭവിക്കുകയും കുടുംബത്തെ നിയന്ത്രിച്ചിരുന്ന അധികാര കേന്ദ്രങ്ങളും മൂല്യവ്യവസ്ഥയും ചോദ്യം ചെയ്യപ്പെടുകയും തിരുത്തപ്പെടുകയും ചെയ്തു തുടങ്ങി. ഇതര ജാതി -മത വിവാഹങ്ങൾ, വിവാഹേതര ബന്ധങ്ങൾ, വിവാഹമോചനം

എന്നിവ സാധാരണമായിത്തുടങ്ങി. കോ ലിവിങ് പോലുള്ള സഹജീവിതമാർഗങ്ങളിലേക്ക് മലയാളികളും പ്രവേശിച്ചു തുടങ്ങി. മലയാളി ജീവിതം കൂടുതലായി വിപണിക്കടിമപ്പെടുകയും ഏറെ നഗരവൽക്കരിക്കപ്പെടുകയും ചെയ്തു തുടങ്ങി.

സമൂഹവും സാങ്കേതികവിദ്യയും സൃഷ്ടിച്ച മാറ്റങ്ങൾ മലയാളസിനിമയുടെ ആഖ്യാന മാതൃകകളിലും പരിചരണ രീതികളിലും കാതലായ മാറ്റങ്ങൾ രൂപപ്പെടുത്തി. സാമ്പ്രദായിക ആഖ്യാന സംവിധാനങ്ങൾ മാറിമറഞ്ഞു. ലീനിയർ ആഖ്യാന മാതൃകകൾ ചിലപ്പോഴെങ്കിലും നോൺ ലീനിയർ ആഖ്യാന ക്രമങ്ങൾക്ക് വഴിമാറി. സൂപ്പർതാരങ്ങളായി മാറിക്കഴിഞ്ഞിരുന്ന അഭിനേതാക്കളും നിർമ്മാണ -വിതരണ സംഘങ്ങളും നിയന്ത്രിച്ചിരുന്ന സിനിമയുടെ നിർവഹണാവകാശം സംവിധായകർ തിരിച്ചുപിടിച്ചു തുടങ്ങി. സാമ്പ്രദായിക കഥാപാത്രങ്ങളും കഥാസന്ദർഭങ്ങളും പശ്ചാത്തലങ്ങളും സിനിമകളിൽ നിന്ന് പുറത്താക്കപ്പെട്ടു. അമ്മായിയമ്മ, മരുമകൾ, അമ്മാവൻ,പഞ്ചായത്തു പ്രസിഡന്റ്, ചായക്കടക്കാരൻ, നന്മനിറഞ്ഞ അയൽക്കാരൻ തുടങ്ങിയ സ്ഥിരം കഥാപാത്രങ്ങൾ സ്ഥാനഭ്രഷ്ടരായി. ഇത്തരം വാർപ്പു മാതൃകാ കഥാപാത്രങ്ങളെ നിരന്തരമവതരിപ്പിച്ചിരുന്ന നടീനടന്മാർക്ക് അവസരങ്ങളില്ലാതെ സിനിമാജീവിതം അവസാനിപ്പിക്കേണ്ടി വന്നു. ഗ്രാമവും നഗരവും പുതിയ മാറ്റങ്ങളോടെ സിനിമയിൽ കാഴ്ചപ്പെട്ടു. ഗ്രാമീണരും നാഗരികരും ക്ലീഷേ കഥാപാത്രങ്ങളായല്ലാതെ സിനിമയിൽ പ്രവേശിച്ചു തുടങ്ങി. മലയാളസിനിമകളും മലയാളിയായ പ്രേക്ഷകനും അതിദ്രുതമായ മാറ്റങ്ങളിലൂടെ കടന്നുപോന്ന ഈ ദശകത്തിലെ സിനിമകളെ അടയാളപ്പെടുത്താൻ ചില സവിശേഷ പ്രയോഗങ്ങൾ രൂപപ്പെടുകയുണ്ടായി. വിശാലമായ സാംസ്കാരിക വിവക്ഷകളുള്ള ന്യൂജനറേഷൻ സിനിമ, നവതരംഗ സിനിമ തുടങ്ങിയ പദങ്ങളുപയോഗിച്ചാണ് ചലച്ചിത്ര പരിണാമങ്ങളുടെ ഇക്കാലം രേഖപ്പെടുത്തപ്പെട്ടത്.

കഴിഞ്ഞ ദശകത്തിലെ മലയാള സിനിമകളെ അഴിച്ചുപണിയുമ്പോൾ അവയെ വ്യത്യസ്തമാക്കുന്ന - സവിശേഷമാക്കുന്ന ചില ഊന്നലുകളെ - പരിഗണനകളെ - തമസ്കരണങ്ങളെ കണ്ടെടുക്കാനാവും. സിനിമ ആവിഷ്കരിക്കുന്ന സ്ഥലം, കാലം, ലിംഗ പദവീബന്ധങ്ങൾ എന്നിവയിലൊക്കെ ഇക്കാലത്ത് വലിയ മാറ്റങ്ങൾ പ്രകടമായി. സിനിമ ആവിഷ്കരിക്കുന്ന രാഷ്ട്രീയ പ്രതലമായ ദേശം പ്രമേയത്തിന്റെ അടിസ്ഥാനഘടകമാണ്. നാളിതുവരെ മലയാള സിനിമ ഒഴിച്ചു നിർത്തിയിരുന്ന ഇടങ്ങളിലേക്ക്, ദേശങ്ങളിലേക്ക്

സിനിമ കടന്നു വന്നു തുടങ്ങി. തൊണ്ടി മുതലും ദൃക്സാക്ഷിയും (2017), മഹേഷിന്റെ പ്രതികാരം (2016), ഈ മ യൗ (2018), ആമേൻ (2013), അങ്കമാലി ഡയറീസ് (2017), നോർത്ത് റ്റ്വന്റി ഫോർ കാതം (2013), കമ്മട്ടിപ്പാടം (2016), സുഡാനി ഫ്രം നൈജീരിയ (2018) തുടങ്ങിയ ചിത്രങ്ങളിലൊക്കെ ആഖ്യാനപശ്ചാത്തലമായി വരുന്നത് കാലങ്ങളായി മലയാളസിനിമയുടെ വ്യവഹാരമണ്ഡലത്തിൽ നിന്ന് ഒഴിച്ചു നിർത്തപ്പെട്ടിരുന്ന അത്യന്തം പ്രാദേശികമായ ഇടങ്ങളാണ്. ഒരു ചെറിയ ഗ്രാമമോ അരികുവൽക്കരിക്കപ്പെട്ട സമുദായമോ പ്രാദേശികതയുടെ അടയാളങ്ങളായി അതിസൂക്ഷ്മമായ വിശദാംശങ്ങളോടെ ഈ സിനിമകളിൽ കാണാം. സ്ഥലങ്ങൾക്ക് കല്പിക്കപ്പെട്ടിരുന്ന വരേണ്യത പുതിയ സിനിമകളിൽ അപ്രസക്തമാവുകയും നിരാകരിക്കപ്പെടുകയും ചെയ്യുന്നു. ഇല്ലവും തറവാടും ക്ഷേത്രവും ആഖ്യാനപശ്ചാത്തലത്തിൽ നിന്നു മാറുകയും ചേരി (കമ്മട്ടിപ്പാടം) ഹൈറേഞ്ച് (മഹേഷിന്റെ പ്രതികാരം) തീട്ടപ്പറമ്പ് (കുമ്പളങ്ങി നൈറ്റ് സ്) തുടങ്ങിയ അധഃകൃതവും കീഴാളവുമായ പരിസരങ്ങളിലേക്ക് സിനിമകളുടെ പ്രമേയപശ്ചാത്തലം മാറ്റി സ്ഥാപിക്കപ്പെടുകയും ചെയ്തു.

കാലത്തെ/സമയത്തെ ആഖ്യാനം ചെയ്യുന്നതിലും പുതിയസിനിമയിൽ ശ്രദ്ധേയമായ മാറ്റങ്ങൾ കാണാം. മലയാളസിനിമയുടെ ചരിത്രം പരിശോധിക്കുമ്പോൾ വ്യക്തമാവുന്ന ഒരു കാര്യം വർത്തമാനകാലത്തെ - നിലനിൽക്കുന്ന ജീവിതത്തെ മലയാളസിനിമ ഒരു കാലത്തും പരിഗണിച്ചിരുന്നില്ല എന്നതാണ്. ആയിരത്തിതൊള്ളായിരത്തി മുപ്പതുകളിൽ സജീവമായിത്തുടങ്ങിയ മലയാളസിനിമ തത്സമയ ജീവിതത്തെ, രാഷ്ട്രീയത്തെ അടയാളപ്പെടുത്തിയിരുന്നില്ല. ദേശീയസമരവും ജാതിവിരുദ്ധമുന്നേറ്റങ്ങളും ഇടതുപക്ഷപ്രസ്ഥാനങ്ങളുടെ പോരാട്ടങ്ങളുമൊക്കെ സംഭവിച്ച് കഴിഞ്ഞ് ഏറെക്കാലത്തിനുശേഷമാണ് സിനിമ ആ ചരിത്രഘട്ടങ്ങളോട് പ്രതികരിച്ചത്. ഭൂതകാലമോ ആസന്നഭൂതകാലമോ ആയിരുന്നു നമ്മുടെ സിനിമയിലെ കാലം. ന്യൂജനറേഷൻ സിനിമകൾ കാലത്തെ ഭാവന ചെയ്യുന്നതിൽ വ്യതിരിക്തമായ നിലപാടെടുക്കുന്നതു കാണാം. പൊതുവെ വർത്തമാനകാലത്തിന് ആധിപത്യമുള്ള ആഖ്യാനങ്ങളാണ് പുതിയ സിനിമകൾ. പലപ്പോഴും അവ ആസന്ന വർത്തമാനകാലത്താണ് സംഭവിക്കുന്നത്. തൊണ്ടി മുതലും ദൃക്സാക്ഷിയും (2017), വരത്തൻ (2018), ഈ മ യൗ (2018), സെക്സി ദുർഗ (2017), അങ്കമാലി ഡയറീസ് (2017), ജല്ലിക്കട്ട് (2019), ആഭാസം (2018), നോർത്ത് 24 കാതം (2013), നീലാകാശം പച്ചക്കടൽ ചുവന്ന ഭൂമി (2013)

തുടങ്ങിയ സിനിമകളിലൊക്കെ യഥാതഥമായ സമയ ഘടനയാണ് സ്വീകരിച്ചു കാണുന്നത്. ഒരു ദിവസം, ഒരു യാത്ര, ഒരു രാത്രി എന്നിങ്ങനെ ഏറ്റവും ചുരുങ്ങിയ കാലദൈർഘ്യത്തിലൂന്നിയാണ് പുതിയ സിനിമകൾ സമയം ഭാവന ചെയ്യുന്നത്.

കേരളത്തിന്റെ സവിശേഷമായ സാമൂഹികജീവിതത്തിന്റെ പ്രതലത്തിൽ ആണത്തത്തിന്റെ സംസ്ഥാപനവും ശ്രേണീകരണവും ഊന്നലുകളും രൂപപ്പെടുത്തുന്നതിൽ ചലച്ചിത്രത്തിന് പ്രധാനമായ പങ്കുണ്ട്. സ്ത്രീയുമായുള്ള ശാരീരികബന്ധം, പ്രതികാരനിർവ്വഹണശേഷി, ഹിംസാത്മകത തുടങ്ങിയ സാമ്പ്രദായിക ആണത്തത്തിന്റെ സ്വഭാവ ഗുണങ്ങളെ സാക്ഷാത്കരിക്കുന്നവരായിരുന്ന നമ്മുടെ ചലച്ചിത്രനായകൻമാർ. ഇത്തരം പരമ്പരാഗത ആണത്തമൂല്യങ്ങളെ അഴിച്ചു കളഞ്ഞ പുരുഷ കഥാപാത്രങ്ങൾ പുതിയ കാലത്തെ സിനിമകളിൽ എമ്പാടും കാണാം. വികൃതി (2019), തമാശ (2019), ഡാ തടിയാ (2012), ഉണ്ട (2019), തൊണ്ടിമുതലും ദൃക്സാക്ഷിയും (2017), മാൻഹോൾ (2016), പറവ (2017), കുമ്പളങ്ങി നൈറ്റ്സ് (2019), സുഡാനി ഫ്രം നൈജീരിയ (2018), ആമേൻ (2013), നോർത്ത് 24 കാതം (2013) തുടങ്ങിയ പുതുതലമുറ സിനിമകളിലൊക്കെ ഗ്ലാമറസ്സല്ലാത്ത, ശരീരബലമില്ലാത്ത മനുഷ്യരെയാണ് നായകപദവിയിൽ കാണാനാവുക. പുതിയ സിനിമയിൽ സാഹസികരും ആദർശധീരരുമായ നായകരും നായകനെ സദാ അനുധാവനം ചെയ്യുന്ന കോമാളിച്ചങ്ങാതിമാരും അപൂർവ്വമായിത്തുടങ്ങിയിട്ടുണ്ട്.

പുതുതലമുറസിനിമകളിൽ നായകനു വേണ്ടി ജീവിതമുഴിഞ്ഞുവെച്ച മാതൃകാ സ്ത്രീകളായി വാഴ്ത്തപ്പെട്ട നായികമാർ അന്യം നിന്നു തുടങ്ങുകയും നിലപാടുള്ള, അസ്തിത്വമുള്ള നായികമാർ പ്രത്യക്ഷപ്പെട്ടു തുടങ്ങുകയും ചെയ്യുന്നതായി കാണാം. ആൾക്കൂട്ടത്തിനിടയിൽ നിന്നു കൊണ്ട് കൂട്ടുകാരനെ സധൈര്യം ഉമ്മ വെക്കുന്ന കീർത്തിയിലും (തണ്ണീർമത്തൻ ദിനങ്ങൾ - 2019) ആകെ തകർന്നു പോയ ഘട്ടത്തിൽ അകാരണമായി തന്നെ സംശയിച്ച നായകനു നേരെ നടുവിരൽ ഉയർത്തി സലാം പറയുന്ന വസുധയിലും (ഇഷ്ക് - 2019) നിങ്ങൾ നിശ്ചയിക്കുന്ന ജീവിതമല്ല ഞാനാഗ്രഹിക്കുന്ന ജീവിതമാണ് എനിക്കു ജീവിക്കേണ്ടതെന്ന് ഉറക്കെ പറയുന്ന പല്ലവിയിലും (ഉയരെ - 2019) സ്വന്തമായി കേസ് വാദിച്ചു ജയിക്കുന്ന പോരാളിയായ സ്ത്രീ - സൈറാബാനുവിലും (കെയർ ഓഫ് സൈറാബാനു - 2017) ആൺകോയ്മയെ അസാധാരണമായ പ്രതികാര നിർവ്വഹണത്താൽ അമ്പരിപ്പിച്ച ടെസ്സയിലും (22 ഫീമെയിൽ കോട്ടയം - 2012) സെക്സ്

ഇൗസ് നോട്ട് എ പ്രോമിസ് എന്ന് കാമുകനോട് ചാഞ്ചല്യമേതു മില്ലാതെ പറയുന്ന അപ്പുവിലും (മായാനദി - 2017) തമാശ (2019) യിലെ ചിന്നുവിലും അനുരാഗ കരിക്കിൻ വെള്ളത്തിലെയും(2016), ജൂണി(2019)ലേയും നായികമാരിലും പുതിയ കാലത്തെ മലയാളി സ്ത്രീയുടെ ആത്മവിശ്വാസമുള്ള, കൃത്യമായ രാഷ്ട്രീയ നിലപാടുക ളുള്ള മുഖം കാണാം. ദി ഗ്രേറ്റ് ഇന്ത്യൻ കിച്ചൻ(2020), ഫ്രീഡം ഫൈറ്റ്(2021) തുടങ്ങിയ സിനിമകൾ നമ്മുടെ സിനിമയുടെ സ്ത്രീപക്ഷ രാഷ്ട്രീയ നിലപാടിനെ കൂടുതൽ കരുത്തുറ്റതാക്കി. 'ഞാൻ മേരിക്കു ട്ടി'(2018) ഉൾപ്പടെ ഭിന്നലൈംഗിക സ്വത്വത്തെ ആവിഷ്കരിക്കുന്ന സിനിമകളും ജനപ്രിയധാരയിലുണ്ടായി.

പുരുഷാധിപത്യക്രമത്തിന് നിർണ്ണായക സ്വാധീനമുള്ള സാമ്പ്ര ദായിക വരേണ്യമൂല്യങ്ങളുള്ള കുടുംബം പുതിയ സിനിമകളിൽ അപ്രസക്തമാവുകയും തിരോഭവിക്കുകയും ചെയ്തു തുടങ്ങിയിട്ടുണ്ട്. അതേസമയം കേരളീയ കുടുംബവ്യവസ്ഥ കടന്നു പോകുന്ന പരി ണാമങ്ങളെ അടയാളപ്പെടുത്തുന്ന പുത്തൻ കുടുംബങ്ങൾ ചില സിനിമകളിലെങ്കിലും കടന്നു വരുന്നു. കുമ്പളങ്ങി നൈറ്റ്സ് (2019), കോക്ക്ടെയ്ല് (2010), ട്രാഫിക് (2011), ബ്യൂട്ടിഫുൾ (2011), രാമന്റെ ഏദൻ തോട്ടം (2017) തുടങ്ങിയ സിനിമകൾ ഉദാഹരണം.

അധ:കൃതവും അപരവൽക്കരിക്കപ്പെട്ട് മാറ്റി നിർത്തപ്പെട്ടിരുന്ന തുമായ കീഴാളരും പാർശ്വവത്കൃതരും ചലച്ചിത്രാഖ്യാനങ്ങളിൽ കേന്ദ്രകഥാപാത്രങ്ങളായിത്തുടങ്ങി. കീഴാളസമൂഹം നമ്മുടെ മുൻകാല സിനിമകളിൽ ആവിഷ്കരിക്കപ്പെട്ടിരുന്ന രാഷ്ട്രീയസൂചനകളോടെയല്ല പുതിയ സിനിമകളിൽ കടന്നു വരുന്നത്. ദളിതരും പാർശ്വവത്കൃ തരുമനുഭവിക്കുന്ന പ്രശ്നങ്ങളെ ഗൗരവത്തോടെ അഭിസംബോധന ചെയ്യാനുള്ള ശ്രമങ്ങൾ ഉണ്ട(2019), കുമ്പളങ്ങി നൈറ്റ്സ് (2019), കമ്മട്ടിപ്പാടം (2016), ആറടി (2017), കിസ്മത്ത്(2016), കള(2021), പട(2022), പുഴു(2022) തുടങ്ങിയ സിനിമകളിലൊക്കെ കാണാം.

ശാരീരിക സവിശേഷതകളാൽ / ഭിന്നശേഷിയാൽ ചലച്ചിത്രങ്ങ ളിൽ തമാശയും ക്രൗര്യവും ദയനീയതയും സൃഷ്ടിക്കാൻ ഉപയോഗി ക്കപ്പെട്ട ശരീരങ്ങൾ പുതിയ കാലത്ത് ഉയർന്ന നൈതിക ബോധ്യ ങ്ങളോടെ ചലച്ചിത്രാവിഷ്കാരങ്ങളിൽ സ്ഥാനം പിടിച്ചു തുടങ്ങി. ഡാ തടിയാ (2012), തമാശ (2019), ബ്യൂട്ടിഫുൾ (2011), വികൃതി (2019), ഹേയ് ജൂഡ്(2018),സു..സു..സുധി വാത്മീകം(2015) തുടങ്ങിയ സിനി മകളൊക്കെ പുതിയ കാലത്തിന്റെ രാഷ്ട്രീയ ജാഗ്രതയെ അടയാള പ്പെടുത്തുന്നുണ്ട്.

കുട്ടികളെയും കൗമാരപ്രായക്കാരേയും ആഖ്യാനകേന്ദ്രത്തിൽ സ്ഥാപിച്ച കൊണ്ടുള്ള ചലച്ചിത്രങ്ങൾ മുമ്പെന്നത്തേതിനെക്കാളും നവസിനിമകളുടെ കാലത്ത് പ്രത്യക്ഷപ്പെടുന്നുണ്ട്. വിധിയുടെ ഇരകളായി മാറുന്ന നിഷ്കളങ്കരായും പ്രേക്ഷകരിൽ വാത്സല്യം നരകുത്തിക്കുന്ന ഓമനകളായും കുട്ടികൾ ആവിഷ്കരിക്കപ്പെട്ടിരുന്ന പാരമ്പര്യമല്ല ഇത്തരം സിനിമകളുടേത്. സങ്കീർണ്ണ സ്വഭാവമുള്ള പുതിയ കാലത്തിന്റെ സംഘർഷങ്ങളുടെ അടയാളങ്ങൾ കുട്ടികളിലൂടെയും കൗമാരക്കാരിലൂടെയും ആവിഷ്കരിക്കപ്പെടുന്നു. ആൻമരിയ കലിപ്പിലാണ് (2016), 1983 (2014). ഗപ്പി (2016), പറവ (2017), തണ്ണീർമത്തൻ ദിനങ്ങൾ (2019), ജൂൺ (2019), ഇടുക്കി ഗോൾഡ് (2013), കമ്മട്ടിപ്പാടം (2016) തുടങ്ങിയ സിനിമകളിൽ സാമ്പ്രദായിക സിനിമികളിലെ പഴയ കുട്ടികളെയല്ല പുതിയ കാലത്തിന്റെ കുട്ടികളെയാണ് കാണാനാവുക.

സംവിധായകർ സിനിമയുടെ സാക്ഷാത്കാരത്തിന്റെ ആദിമധ്യാന്തങ്ങളിൽ സ്വാധീനം ചെലുത്തുന്ന, താരങ്ങളുടേതെന്നതിനേക്കാൾ സംവിധായകന്റെ സൃഷ്ടിയായി സിനിമ തിരിച്ചറിയപ്പെടുന്ന കാലം മലയാളസിനിമയിൽ തിരിച്ചെത്തിയെന്നത് നവസിനിമ സൃഷ്ടിച്ച മാറ്റങ്ങളിൽ ഏറ്റവും ശ്രദ്ധേയമായതാണ്. അത്യന്തഭിന്നവും മൗലികവുമായ സർഗാത്മക ശൈലികൾ പിന്തുടരുന്ന കരുത്തരായ സംവിധായകരാൽ കൂടിയാണ് നവസിനിമകൾ ചരിത്രത്തിൽ സ്ഥാനം പിടിക്കുന്നത്. ആഷിഖ് അബു, മധു സി. നാരായണൻ, ദിലീഷ് പോത്തൻ, ലിജോ ജോസ് പെല്ലിശ്ശേരി, ഖാലിദ് റഹ്മാൻ. രാജീവ് രവി, അൽഫോൻസ് പുത്രൻ, രാജേഷ് പിള്ള, സക്കരിയ, അഷ്റഫ് ഹംസ, ഷാനവാസ് ബാവക്കുട്ടി, അൻവർ റഷീദ്, മാർട്ടിൻ പ്രക്കാട്ട്, രഞ്ജിത്ത് ശങ്കർ, സമീർ താഹിർ, മനു അശോകൻ തുടങ്ങിയ പുതുതലമുറ സംവിധായകർ നമ്മുടെ സിനിമകളുടെ അലകും പിടിയും മാറ്റുന്നതിൽ പ്രധാന പങ്കുവഹിച്ചവരാണ്. ചലച്ചിത്രരംഗത്ത് അഭിനേതാക്കളായി മാത്രം പരിഗണിക്കപ്പെട്ടിരുന്ന സ്ത്രീകൾ വളരെ സജീവമായി സംവിധാനരംഗത്തും സാങ്കേതിക മേഖലയിലും കാലുറപ്പിച്ചു തുടങ്ങിയ കാലം കൂടിയാണിത്. അഞ്ജലി മേനോൻ, രേവതി, ശ്രീബാല കെ. മേനോൻ, ഗീതു മോഹൻദാസ്, രോഷ്നി ദിനകർ, വിധു വിൻസെന്റ്, രത്തീന, താര രാമനുജൻ തുടങ്ങിയവരൊക്കെ സമകാലിക മലയാളസിനിമയിൽ ശ്രദ്ധേയ സാന്നിധ്യങ്ങളായ സംവിധായികമാരാണ്.

പുതിയനൂറ്റാണ്ടിന്റെ രണ്ടാം ദശകത്തോടെ മലയാളസിനിമയിൽ തുടക്കമിട്ട നവീനങ്ങളായ പ്രവണതകളുടെ പൊതുനാമമെന്ന നിലയിലാണ് ന്യൂജനറേഷൻ എന്നും നവസിനിമയെന്നുമൊക്കെയുള്ള പ്രയോഗങ്ങൾ രൂപപ്പെട്ടത്. ആഖ്യാനം, പ്രമേയം, പരിചരണം, സാങ്കേതികത, നിർമ്മാണം, വിതരണം തുടങ്ങി ചലച്ചിത്രത്തിന്റെ വിവിധ മേഖലകളിലൊക്കെ നിർണ്ണായകമായ പരിവർത്തനങ്ങൾ ഈ ഘട്ടത്തിൽ സംഭവിച്ചെങ്കിലും ആത്യന്തികമായി വിപണി വിജയത്തെ ലക്ഷ്യമിടുന്ന പരമ്പരാഗത മുഖ്യധാരാ സിനിമകളിൽ നിന്ന് നവസിനിമകൾ ഏറെയൊന്നും മാറിയിട്ടില്ല എന്ന വിമർശനങ്ങൾ നിലനിൽക്കുന്നുണ്ട്. അതേസമയം വിപണിയെ സർവ്വപ്രധാനമായി കണക്കാക്കാത്ത, മുഖ്യധാരയുടെ സൗകര്യങ്ങളോ പ്രഭയോ സ്വന്തമായില്ലാത്ത, വ്യത്യസ്തവും സ്വതന്ത്രവുമായ ധാരാളം സിനിമകൾ സമാന്തരധാരയിലെ പുതുതലമുറ സംവിധായകരുടേതായി പുറത്തു വന്നിട്ടുണ്ട്. ഡോ. ബിജു(കാടുപൂക്കുന്ന നേരം-2016, പേരറിയാത്തവർ-2013, വലിയ ചിറകുള്ള പക്ഷികൾ- 2015, വെയിൽ മരങ്ങൾ-2019), വിപിൻ വിജയ് (ചിത്രസൂത്രം - 2010), സുദേവൻ (ക്രൈം നമ്പർ 89 – 2013, അകത്തോ പുറത്തോ-2017), സനൽകുമാർ ശശിധരൻ (ഒരാൾപൊക്കം - 2014, ഒഴിവു ദിവസത്തെ കളി - 2015, സെക്സി ദുർഗ – 2017, ചോല-2019), ജയൻ കെ. ചെറിയാൻ (പാപ്പിലിയോ ബുദ്ധ-2013,കാ ബോഡിസ്കേപ്സ്-2016), സജിൻ ബാബു(അസ്തമയംവരെ-2014, അയാൾ ശശി-2016, ബിരിയാണി-2020), പ്രതാപ് ജോസഫ് (രണ്ടുപേർ ചുംബിക്കുമ്പോൾ-2017, ഒരു രാത്രി ഒരു പകൽ-2019), കെ.ആർ. മനോജ് (കന്യക ടാക്കീസ് - 2013), ഷെറി (ആദിമധ്യാന്തം – 2011, അവനോവിലോന-2021), ടി. ദീപേഷ്(അങ്കുരം- 2015, സ്വനം-2019, അവനോവിലോന-2021), വിധുവിൻസെന്റ് (മാൻഹോൾ - 2016, സ്റ്റാൻഡ് അപ് - 2019), മനോജ് കാന(ചായില്യം-2012, അമീബ-2016), നരണിപ്പുഴ ഷാനവാസ്(കരി-2015), ഡോൺപാലത്തറ(ശവം - 2015, വിത്ത്- 2017), സജിപാലമേൽ (ആറടി – 2017), സതീഷ് ബാബുസേനൻ- സന്തോഷ് ബാബുസേനൻ (ചായം പൂശിയ വീട് – 2015, മറവി-2017), സിദ്ധാർത്ഥ് ശിവ (101 ചോദ്യങ്ങൾ - 2013, ഐൻ-2014, എന്നിവർ - 2020), റഹ്മാൻ ബ്രദേഴ്സ്(വാസന്തി-2020, ചവിട്ട്-2021) ജിയോബേബി, കുഞ്ഞില മാസിലാമണി, അഖിൽ അനിൽ കുമാർ, ജിതിൻ ഐസക് തോമസ്, ഫ്രാൻസിസ് ലൂയിസ് (ഫ്രീഡം ഫൈറ്റ് - 2022), കൃഷാന്ദ് ആർ.കെ(ആവാസവ്യൂഹം-2021),

കൃഷ്ണേന്ദു കലേഷ് (പ്രാപ്പെട-2021) തുടങ്ങിയവരൊക്കെ പ്രദർശനത്തിനും വിതരണത്തിനും നിർമ്മാണത്തിനും വലിയ പ്രയാസങ്ങൾ അനുഭവിക്കുമ്പോഴും സമാന്തര ചലച്ചിത്രധാരയെ കാലാനുസൃതമായി നവീകരിച്ചവരാണ്. സ്ത്രീ/ദളിത്/ ന്യൂനപക്ഷ സ്വത്വപ്രതിസന്ധി, സ്വവർഗാനുരാഗത്തെയും ലൈംഗികതയെയും സംബന്ധിക്കുന്ന സ്വതന്ത്രനിലപാട്, പാരിസ്ഥിതികരാഷ്ട്രീയബോധ്യം, ഇടതുപക്ഷ തീവ്രവാദത്തോടും മതതീവ്രവാദത്തോടുമുള്ള വ്യതിരിക്തമായ പ്രതികരണം, ഫാസിസ്റ്റ് വിരുദ്ധ സമീപനം തുടങ്ങിയ ഘടകങ്ങളെ സിനിമയുടെ രാഷ്ട്രീയശരീരത്തിന് ആഴം നൽകുന്ന വിധത്തിൽ പരിചരിക്കുവാൻ മലയാളത്തിലെ നവ സമാന്തരസിനിമ ശ്രമിച്ചു. എഴുപതുകളിൽ രൂപപ്പെട്ട് വികസിച്ച സമാന്തര സമീപനത്തിന്റെ പാരമ്പര്യത്തെ ഉൾക്കൊണ്ടുകൊണ്ടുതന്നെ സൗന്ദര്യാത്മകമായ പുതിയ ആഖ്യാനവഴികൾ നിർമ്മിച്ചെടുക്കാനും പുതുതലമുറ സംവിധായകർ ധൈര്യം കാണിച്ചു. സമാന്തരധാരയിൽ ഇത്രയധികം വൈവിധ്യമേറിയ സിനിമകൾ നിർമ്മിക്കപ്പെടുകയും പ്രേക്ഷകരിൽ എത്തിച്ചേരുകയും ചെയ്യുന്നുവെന്നത് മലയാളസിനിമയെ സംബന്ധിച്ച് ആശാവഹമായ വസ്തുതയാണ്.

റഫറൻസ്

1. ഗോപു എസ്., വാക്ക് ദൃശ്യം രാഷ്ട്രീയം, ഇൻസൈറ്റ് പബ്ലിക്ക, കോഴിക്കോട്, 2021
2. ജയരാജ് എം., മലയാള സിനിമ പിന്നിട്ട വഴികൾ, മാതൃഭൂമി ബുക്സ്, കോഴിക്കോട്, 2018
3. ബാലചന്ദ്രൻ നായർ പെരുന്താന്നി, മലയാള സിനിമ ഇന്നലെ ഇന്ന്; യവനിക പബ്ലിക്കേഷൻ & ഡിസ്ട്രിബ്യൂഷൻ ട്രസ്റ്റ്, തിരുവനന്തപുരം, 2009
4. രാജശേഖരൻ പി.കെ., സിനിമാ സന്ദർഭങ്ങൾ, ഡി.സി.ബുക്സ്, കോട്ടയം, 2019
5. വിജയകൃഷ്ണൻ, മലയാള സിനിമയുടെ കഥ, മാതൃഭൂമി ബുക്സ്, കോഴിക്കോട്, 2007
6. വെങ്കിടേശ്വരൻ സി.എസ്., മലയാള സിനിമാ പഠനങ്ങൾ, ഡി.സി.ബുക്സ്, കോട്ടയം, 2011
7. വെങ്കിടേശ്വരൻ സി.എസ്., സിനിമാടോക്കീസ്, ഡി.സി.ബുക്സ്, കോട്ടയം, 2011

8. ഷീബ എം. കുര്യൻ (എഡി.), സിനിമ: സാങ്കേതികതയും സംസ്കാരവും, പ്രകാശനവിഭാഗം, കേരള സർവ്വകലാശാല, തിരുവനന്തപുരം, 2016
9. സജീഷ് എൻ.പി., തിരമലയാളത്തിന്റെ അവസ്ഥാന്തരങ്ങൾ, കേരള ഭാഷാ ഇൻസ്റ്റിറ്റ്യൂട്ട്, തിരുവനന്തപുരം, 2007
10. സിബു മോടയിൽ, സിനിമ: കലയും രാഷ്ട്രീയവും (എഡി.), മലയാളവിഭാഗം, യു. സി. കോളേജ്, ആലുവ, 2020
11. സഫറാസ് അലി, മലയാള സിനിമയിലെ നവധാര നവധാരണ, സമകാലിക മലയാളം വാരിക, സെപ്റ്റംബർ 2019

7

ചലച്ചിത്രനിരൂപണം: പ്രസക്തിയും ധർമ്മവും

ഫസൽ റഹ്മാൻ

ഒരു കലാ മാധ്യമത്തെ പിന്തുടരുകയും തങ്ങളുടെ സമയവും വൈദഗ്ധ്യവും അതെക്കുറിച്ചുള്ള പഠനത്തിനും സംവാദത്തിനും വേണ്ടി ഉപയോഗിക്കുകയും അത് തങ്ങളുടെ സപര്യയാക്കി മാറ്റുകയും ചെയ്യുന്നവരാണ് നിരൂപകർ. സാർവ്വത്രികവും സാംസ്കാരിക സ്വാധീനമുള്ളതുമായ ഏറ്റവും ശക്തമായ ആധുനിക കലാരൂപം, ഏറ്റവും വലിയ ജനപ്രിയ കല, ആശയ പ്രചാരണ മാധ്യമം എന്നീ നിലകളിൽ കരുത്തുറ്റ കലാരൂപമായ സിനിമക്കും ഇതു ബാധകമാണ്. 1960കൾ മുതൽ നിയതമായ പഠന വിഷയം എന്ന നിലയിൽ വികസിച്ച സിനിമാ പഠനം, സിനിമാ കലയോടൊപ്പം വളരുകയും അതിന്റെ ധർമ്മം നിർവഹിക്കുകയും ചെയ്തു വന്നു.

ചലചിത്രത്തോട് ചേർത്തു Review, Criticism എന്നീ പദങ്ങൾ പരസ്പരം മാറിമാറി ഉപയോഗിക്കാറുണ്ടെങ്കിലും രണ്ടും തമ്മിൽ വ്യത്യാസം തിരിച്ചറിയുക പ്രധാനമാണ്. സിനിമാ നിരൂപണം (Film Criticism) എന്നത് ഒരു ചിത്രത്തെ കുറിച്ചുള്ള പഠനം, വ്യാഖ്യാനം, വിലയിരുത്തൽ എന്നിവയോടൊപ്പം ചലച്ചിത്ര ചരിത്രത്തിൽ അതിനുള്ള സ്ഥാനമെന്ത് എന്ന അന്വേഷണം കൂടി ഉൾകൊള്ളുന്നു. ചിത്രത്തിന്റെ അർത്ഥവ്യാഖ്യാനം, ഘടനയും ശൈലിയും വിശകലനം ചെയ്യൽ, മറ്റുചിത്രങ്ങളുമായി തുലനം ചെയ്തുകൊണ്ടുള്ള വിലയിരുത്തൽ, പ്രേക്ഷകരിൽ അതുണ്ടാക്കിയേക്കാവുന്ന പ്രതികരണങ്ങളെ കുറിച്ചുള്ള

കണക്കുകൂട്ടൽ എന്നിവ അതിന്റെ ലക്ഷ്യമാണ്. ചലച്ചിത്രസിദ്ധാന്ത ങ്ങൾ (ഉദാ: സ്ത്രീപക്ഷ/പോസ്റ്റ്മോഡേണിസ്റ്റ് തിയറി) പലപ്പോഴും ഒരു ചിത്രത്തിന്റെ വിമർശകസമീപനത്തെ നിർണ്ണയിക്കുന്നു. നിരൂപ ണപഠനത്തിന്റെ പരിഗണനന ഒരു പ്രത്യേക ചിത്രമോ ഒരു ഴാനറിൽ വരുന്ന ചിത്രങ്ങളോ, ഒരു ഡയറക്ടറുടെയോ ആക്ടറുടെയോ ചിത്ര ങ്ങളോ എന്തുമാവാം. ഇത് 'മൂവി റിവ്യൂ'വിൽ നിന്ന് സുപ്രധാനമായ ചില ഗുണങ്ങളിൽ ഭിന്നമായതും സാംസ്കാരിക വിമർശനത്തിന്റെ സ്വഭാവം ഉള്ളതുമാണ്. വിശകലനവും വിലയിരുത്തലും ഉണ്ട് എന്നു സാരം. ഗൗരവതരമായ ചലച്ചിത്ര പ്രവർത്തനം നടത്തുന്നവർക്കും ഇത്തരം നിരൂപണ/ പഠനങ്ങൾ സുപ്രധാനമാണ്. അതൊരു പക്ഷെ ചിത്രം ഇറങ്ങി ഏറെക്കാലം കഴിഞ്ഞു നടത്തപ്പെടുന്നതാവാം. പലപ്പോഴും അത് സാമാന്യേന ദീർഘവും സങ്കീർണ്ണവും ആവാം. ഗൗരവമുള്ള, അക്കാദമിക പ്രസിദ്ധീകരണങ്ങളിലും ജേണലുകളിലു മാണ് ഇത്തരം പഠനങ്ങൾ പൊതുവെ പ്രത്യക്ഷപ്പെടുക. എന്നാൽ 'മൂവി റിവ്യൂ' എന്നത് ചിത്രത്തിന്റെ റിലീസിനെത്തുടർന്നുള്ള സ്വീ കാര്യതയെ സംബന്ധിച്ച നിരീക്ഷണമാണ്. സിനിമയുടെ വിനോ ദമൂല്യത്തിൽ പ്രധാനമായും ഊന്നുന്ന റിവ്യൂ കൂടുതലും 'ഉപഭോക്തൃ കേന്ദ്രിതവും' വിശകലനം എന്നതിലേറെ ശുപാർശ സംബന്ധിച്ച തുമാണ്. ഓൺലൈൻ ഡാറ്റാബേസുകൾ, ന്യൂസ് പേപ്പർ, ജനപ്രിയ മാഗസിനുകൾ എന്നിവയിലാണ് റിവ്യൂകൾ കാണപ്പെടുക.

നിരൂപകന്റെ സ്ഥാനം

"സിനിമാ നിരൂപണം പ്രധാനമാണ്, കാരണം സിനിമ പ്രധാന മാണ്" എന്നു പ്രതികരിച്ചത് വിഖ്യാത അമേരിക്കൻ നിരൂപകനായ റോജർ എബെർട്ട് ആണ്. ആധുനിക കാലത്ത് ഏറ്റവും വലിയ ജനപ്രിയ മാധ്യമം എന്ന് മാത്രമല്ല, ഏറ്റവും ശക്തമായ ആശയ വിനിമയ ഉപാധി കൂടിയാണ് സിനിമ. രാഷ്ട്രീയ നേതാക്കൾക്ക് അത് പ്രചരണോപാധിയാണ്. നിത്യജീവിതത്തെ നേരിടാൻ ആളുകളെ പ്രാപ്തരാക്കാൻ അതിനു കഴിയും. സിനിമയിൽ ചിത്രീകരിക്കുന്ന നിത്യജീവിത സന്ദർഭങ്ങൾ ഉപയോഗിച്ച് ആളുകളെ രാഷ്ട്രീയ-സാമൂ ഹിക വിഷയങ്ങളിൽ ജാഗരൂകരാക്കാനും കഴിയും. എന്നാൽ, മിക്ക യാളുകളും സിനിമാ റിവ്യൂ വായിക്കുന്നത് ചിത്രം തിയേറ്ററിൽ പോയി കാണണോ വേണ്ടയോ എന്ന പരിമിത ചോദ്യവുമായാണ്. അത് പറഞ്ഞുകൊടുക്കലും നിരൂപക ധർമ്മം തന്നെയെങ്കിലും നിരൂപക ദൗത്യത്തിന്റെ ഒരു പങ്കു മാത്രമേ അതിലൂടെ നിർവഹിക്കപ്പെടുന്നുള്ളൂ.

പ്രേക്ഷകർക്ക് സിനിമയെ വ്യാഖ്യാനിച്ച കൊടുക്കലല്ല, മറിച്ച് ചലച്ചിത്ര കലാനുഭവത്തെ പോഷിപ്പിക്കുക, അതിനാവശ്യമായ പരിജ്ഞാനം പ്രദാനം ചെയ്യുക എന്നതാണ് സിനിമാനിരൂപണത്തിന്റെ പ്രകൃതം. ഒരു ചിത്രത്തിന്റെ ഘടകങ്ങളെ അതിന്റെ സാംസ്കാരിക പശ്ചാത്തലത്തിൽ വിവരിക്കുക, സംവിധായകർ, അഭിനേതാക്കൾ, നിർമ്മാതാക്കൾ, സംഗീതരചയിതാക്കൾ തുടങ്ങിയവർ തങ്ങളുടെ സൃഷ്ടിയിൽ പ്രയോഗിച്ച തീരുമാനങ്ങൾ എന്തുകൊണ്ടെന്ന് അന്വേഷിക്കുക എന്നതെല്ലാമാണ് അതുകൊണ്ട് ഉദ്ദേശിക്കുന്നത്. ആസ്വാദന സമീപനത്തെ രൂപപ്പെടുത്തുക എന്നതു മാത്രമല്ല, സിനിമാ വ്യവസായത്തെ രൂപപ്പെടുത്തുന്നതിലും നിരൂപക പങ്കാളിത്തം പ്രധാനമാണ്. തിയേറ്റർ സ്ക്രീനിനും നിർമ്മാണ കമ്പനികളുടെ അകത്തളങ്ങൾക്കും അപ്പുറം ചലച്ചിത്ര മേഖലയുടെ വികാസ പരിണാമങ്ങളെ സൂക്ഷ്മമായി പഠന വിധേയമാക്കുന്നവർ എന്ന നിലയിൽ, ചലച്ചിത്ര സൃഷ്ടാക്കളുടെ വളർച്ചയെ സ്വാധീനിക്കാൻ നിരൂപകർക്ക് കഴിയും. നിരൂപണം പ്രേക്ഷകരിലെ വിമർശകസമീപനത്തെ പ്രോത്സാഹിപ്പിക്കുകയും സിനിമയുടെ ഉള്ളടക്കം, ആഖ്യാനശൈലി, സാങ്കേതികത തുടങ്ങിയ മേഖലകളിലെ പുതു വികാസങ്ങളെ ശ്രദ്ധയിലെത്തിക്കുകയും ചെയ്യുന്നു. ആഴ്ചതോറും ഇറങ്ങുന്ന ബ്ലോക്ക്ബസ്റ്ററുകൾ, വമ്പൻ റിലീസുകൾ എന്നിവക്കപ്പുറമുള്ള സ്വതന്ത്ര സിനിമകൾ പരിഗണനക്കെടുക്കുകയും അവയെ സംവാദമണ്ഡലത്തിൽ സജീവമാക്കി നിർത്തുകയും ചെയ്യുന്നത് നിരൂപകരാണ്. പ്രാദേശികമായും ആഗോളതലത്തിലും സിനിമയിൽ സംഭവിക്കുന്ന വികാസങ്ങളെ പ്രേക്ഷക ശ്രദ്ധയിൽ എത്തിക്കുക എന്ന ദൗത്യത്തിൽ വ്യക്തിപരമായിത്തന്നെയും ഏറെ ആവേശത്തോടെ നിരൂപകർ ഇടപെടുന്നു. എന്നാൽ, ഇത് ഗൗരവപൂർണ്ണവും മാധ്യമത്തെക്കുറിച്ച് ആഴത്തിൽ ബോധ്യമുള്ളതും വിദഗ്ധവും പണ്ഡിതോചിതവുമായ വിശകലനത്തിന്റെ കാര്യമാണ്. ഇന്റർനെറ്റ് ജനാധിപത്യവൽക്കരണത്തിന്റെ ഫലമായി സംഭവിച്ചുകൊണ്ടിരിക്കുന്ന, വ്യക്തിപരമായ ഇഷ്ടാനിഷ്ട പ്രഖ്യാപനങ്ങൾക്കപ്പുറം കടക്കാത്ത 'മൂവി റിവ്യൂ' പ്രളയത്തെ ഇതിൽ നിന്ന് വേറിട്ട് മനസ്സിലാക്കേണ്ടതുണ്ട്.

സിനിമക്ക് നിരൂപകരുടെ സംഭാവന

"നിരൂപകന് മഹത്തായ കലയെ പ്രചോദിപ്പിക്കാനാകും" എന്ന് അരിസ്റ്റോട്ടിൽ പറഞ്ഞിട്ടുണ്ട്. സിനിമാ ചരിത്രം പരിശോധിച്ചാൽ ഈ നിരീക്ഷണം സിനിമാ നിരൂപണത്തിനും ബാധകമാണ്

എന്നു വ്യക്തമാകും. സിനിമയുടെ ഛായാഗ്രഹണം, എഡിറ്റിംഗ്, ശബ്ദലേഖനം (kinetic cinematography, dynamic editing, creative sound design) തുടങ്ങിയവ വലിയൊരളവു ഫ്രഞ്ച് നവസിനിമാ പ്രസ്ഥാനത്തിന്റെ സംഭാവനയാണ്. അത് തുടങ്ങിയതാകട്ടെ, ഫ്രാങ്സ്വാ ട്രൂഫോ, ആന്ദ്രെ ബസീൻ, ഴാങ് ലൂക് ഗോദ്ദാർദ്, ഴാക്ക് റിവേ, ക്ലോദ് ഷാബ്രോൾ, എറിക് റോമർ തുടങ്ങിയ നിരൂപകരും. തങ്ങളുടെ സർഗ്ഗാത്മക വ്യക്തിത്വം എല്ലാ ചിത്രങ്ങളിലും പതിപ്പിക്കുന്ന സംവിധായകരെ സിനിമയുടെ രചയിതാക്കൾ ('auteur'/ author) തന്നെയായി പരിഗണിക്കണം എന്നു സിദ്ധാന്തിക്കുന്ന 'auteur theory' ആവിഷ്കരിച്ചതും അതിനു ഉദാഹരണമെന്ന നിലയിൽ ആൽഫ്രഡ് ഹിച്ച്കോക്കിനെയും ഓർസൺ വെൽസിനെയും പോലുള്ള പ്രതിഭകളുടെ സംഭാവനകളെ പഠിക്കുകയും അവരുടെ മഹത്വം ഏവരും തിരിച്ചറിയും വിധം സ്ഥാപിക്കുകയും ചെയ്തത് അവരാണ്. അതുവരെയും ഒരു ശരാശരി വിനോദ ദായകൻ, ഉദ്വേഗത്തിന്റെ തമ്പുരാൻ (mild entertainer, 'master of suspense') എന്നു കണക്കാക്കപ്പെട്ടിരുന്ന ഹിച്ച്കോക്ക്, 'സിനിമയുടെ ആചാര്യൻ'('master of cinema') എന്ന പദവിയിലേക്ക് എത്തിയത് അങ്ങനെയാണ്. ട്രൂഫോ, ഹിച്ച്കോക്കിന്റെ ചിത്രങ്ങൾ വിശകലനം ചെയ്യുകയും ഓരോ ചിത്രത്തിലും അദ്ദേഹം ഉൾചേർത്ത വിശദാംശങ്ങളുടെ ആഴം വ്യക്തമാക്കുകയും ചെയ്തു. അറുപതുകളിലും എഴുപതുകളിലും മാർട്ടിൻ സ്കോർസെസേയുടെ പ്രതിഭ കണ്ടെത്തുന്നതിൽ സമാനമായ സംഭാവനയാണ് റോജർ എബർട്ട് നൽകിയത്.

ചലച്ചിത്രനിരൂപണം പ്രേക്ഷകർക്ക് നൽകുന്നത്

ശരാശരി പ്രേക്ഷകർ സിനിമയുടെ സ്ഥൂലതലത്തിലുള്ള അഭിനയം, ദൃശ്യഭംഗി, സംഗീതം തുടങ്ങിയവയെ സാമാന്യമായി മനസിലാക്കിയേക്കും. വെളിച്ച വിന്യാസം, സംവിധാന ശൈലി, ഛായാഗ്രഹണ സങ്കേതങ്ങൾ, പശ്ചാത്തല സംഗീതം, തുടങ്ങിയ ഘടകങ്ങളെ അവർ സൂക്ഷ്മമായി ശ്രദ്ധിക്കാറില്ല. എന്നാൽ സിനിമ എന്നത്, അന്തിമമായി, ഈ ഘടകങ്ങളുടെയെല്ലാം ആകെത്തുകയാണ്; അവയെല്ലാം ചേർന്നാണ് ചിത്രത്തിന്റെ ഭാവവും വൈകാരികതയും ഗുണവും നിർണ്ണയിക്കുന്നതും. പ്രേക്ഷകനു ലഭിക്കുന്ന സിനിമാനുഭവം എന്നത് ദൃശ്യബിംബങ്ങളിലൂടെയും ശബ്ദവിന്യാസത്തിലൂടെയുമാണ് സൃഷ്ടിക്കപ്പെടുന്നത് എന്നിരിക്കെ അവയെക്കുറിച്ചു പറയേണ്ടതുണ്ട്. ഇവിടെയാണ് നിരൂപകന്റെ പ്രസക്തി.

സാധാരണ പ്രേക്ഷകനെ സംബന്ധിച്ചിടത്തോളം വ്യക്തമാക്കപ്പെട്ടിട്ടില്ലാത്ത ഇത്തരം ഇടങ്ങൾ കണ്ടെത്താനുള്ള ഉപകരണമാകണം നിരൂപണം. സിനിമ എന്നത് കലയും ക്രാഫ്റ്റും ചേർന്നതാണ്. അത് ദൃശ്യ- ശ്രാവ്യ മാധ്യമം എന്ന നിലയിൽ ഒട്ടേറെ ഘടകങ്ങൾ ഉള്ളടങ്ങിയതാണ് എന്നിരിക്കെ, അവയെ കുറിച്ച് സാധാരണ പ്രേക്ഷകരുടെ അവബോധം ഉണർത്താൻ കഴിയുമ്പോഴേ നിരൂപണം അതിന്റെധർമ്മം നിർവ്വഹിക്കുന്നുള്ളൂ. എന്തുകൊണ്ടാണ് ഒരു ചിത്രത്തിൽ ക്ലോസ് അപ്പുകൾ ധാരാളമായി ഉപയോഗിക്കപ്പെട്ടത്? എന്തുകൊണ്ട് ഹാൻഡ് ഹെൽഡ് ക്യാമറ ഉപയോഗിച്ച് ചിത്രീകരിച്ചു? എന്തുകൊണ്ട് ഒരു പ്രത്യേക ആസ്പെക്റ്റ് റേഷ്യോ ഉപയോഗിച്ചു? എന്തുകൊണ്ട് പശ്ചാത്തല സംഗീതം ഏറ്റവും കുറഞ്ഞ രീതിയിൽ ഉപയോഗിച്ചു? ഈ ഘടകങ്ങൾ സിനിമയുടെ മുഴുവൻ രൂപഭാവങ്ങളെ ഏതുവിധം നിയന്ത്രിച്ചു? എവിടെ നിന്നാണ് ചിത്രത്തിന്റെ പ്രചോദനം? ചുരുങ്ങിയ സൂചനകളെങ്കിലും ഇത്തരം സവിശേഷവശങ്ങളെക്കുറിച്ച് നൽകാനാവുമ്പോഴാണ് അത് സാർഥകമായ സിനിമാനിരൂപണമായിത്തീരുന്നത്. അന്തിമവിശകലനത്തിൽ സിനിമ സൃഷ്ടിക്കുന്നത് സംവിധായകരാണ്, അഭിനേതാക്കളാണ്, എഡിറ്റർമാരും ഛായാഗ്രാഹകരും സംഗീത സൃഷ്ടാക്കളും ശബ്ദവിന്യാസകരുമാണ്; സിനിമ സൃഷ്ടിക്കുന്നത് ഇവരെയെല്ലാം ഉൾപ്പെടുന്ന ചലച്ചിത്രശിൽപ്പികളാണ്. ചലച്ചിത്രസൃഷ്ടിയെക്കുറിച്ച് കൂടി പറയുമ്പോഴാണ് നിരൂപണം സാർത്ഥകമാകുക. എന്നുവെച്ച്, നിരൂപണമാകെയും ആസ്വാദനത്തെ അലോസരപ്പെടുത്തും വിധം സിനിമാനിർമ്മാണ വിശകലനം കൊണ്ട് നിറയണം എന്നല്ല. ചലച്ചിത്രകലയുടെ ബഹുതലസ്പർശിയായ, ഒറ്റനോട്ടത്തിൽ പ്രേക്ഷക ദൃഷ്ടിയിൽ പതിയാത്ത ഘടകങ്ങളിലേക്ക് കേന്ദ്രീകരിക്കാൻ കഴിയണം എന്നേയുള്ളൂ. അതുകൊണ്ടുതന്നെ തികച്ചും ബാഹ്യമായതു മാത്രം പറയുകയും, അതതുകാലങ്ങളിൽ കയ്യടിനേടുന്ന ജനപ്രിയാഭിപ്രായങ്ങൾ ആവർത്തിക്കുകയും ചെയ്യുന്ന നിലവാരമില്ലാത്ത റിവ്യൂകൾ നിരൂപണം എന്ന പേരിന് അർഹമല്ല.

നിരൂപകർ വിമർശിക്കപ്പെടുമ്പോൾ

നിരൂപകർ സിനിമ ആസ്വദിക്കുന്നില്ലെന്നും അവർ എല്ലാറ്റിനെയും കീറിമുറിച്ച് അതിന്റെ കലാപരമായ സൗന്ദര്യത്തെ നശിപ്പിക്കുകയാണ് എന്നും അതുവഴി സിനിമയെ വെറുക്കാനാണ് അവർ പഠിപ്പിക്കുന്നത് എന്നും മറ്റൊരു മൂല്യവും സിനിമക്ക് അവർ പ്രദാനം

ചെയ്യുന്നില്ല എന്നുമുള്ള ഒരു ദോഷൈക വീക്ഷണം പുതുതലമുറ പ്രേക്ഷകരിൽ സ്വാധീനം ചെലുത്തുന്നുണ്ട്. എന്നാൽ ഇത് വസ്തുതകൾക്കു നിരക്കുന്നതല്ല. ഇതര പ്രേക്ഷകരെ പോലെ സിനിമാ നിരൂപകരും സിനിമ ആസ്വദിക്കുന്നുണ്ട്. അതിനപ്പുറം, എങ്ങനെയാണ് ആഖ്യാന ഘടന രൂപപ്പെടുത്തുന്നത്, സങ്കീർണ്ണരംഗങ്ങൾ ചിട്ടപ്പെടുത്തുന്നതെങ്ങനെ, അവ ലളിതവും സുന്ദരവും ആയി അനുഭവപ്പെടുന്നതെങ്ങനെ, ചിത്രം പങ്കുവെക്കുന്ന സാംസ്കാരിക പരിപ്രേക്ഷ്യങ്ങൾ എന്തെല്ലാമാണ് എന്നെല്ലാം അവർക്കു വിശദീകരിക്കാനാകും. ചലച്ചിത്രശിൽപ്പികളുടെ വൈയക്തികാനുഭവങ്ങളും നിലപാടുകളും ചിത്രത്തിന്റെ രൂപഭാവങ്ങളെ എങ്ങനെ നിയന്ത്രിക്കുന്നു/ സ്വാധീനിക്കുന്നു എന്നത് ഇതുമായി ബന്ധപ്പെട്ട വിഷയമാണ്. അത്തരം ധ്വനികൾ വ്യക്തമാക്കുന്നതിലൂടെ പ്രേക്ഷകരുടെ സിനിമാനുഭവത്തെ കൂടുതൽ സാന്ദ്രവും ദീപ്തവുമാക്കുകയാണ് യഥാർത്ഥത്തിൽ നിരൂപണം ചെയ്യുന്നത്. സിനിമാ നിരൂപകർ സിനിമ എന്ന കലാരൂപത്തെ നെഞ്ചേറ്റുന്ന സിനിമാ പ്രേമികൾ കൂടിയാണ്, അതുകൊണ്ടു തന്നെയാണ് അവർ പ്രസ്തുത മേഖലയിൽ ഉറച്ചു നിൽക്കുന്നത്.

ആസ്വാദകർ അന്വേഷിക്കേണ്ടത്

അറിയാവുന്ന കാര്യങ്ങളെ പുതിയൊരു വെളിച്ചത്തിൽ കാണുന്നതിൽ സർഗ്ഗാത്മകമായ ആനന്ദമുണ്ട്. അതാണ് വ്യത്യസ്ത വീക്ഷണകോണുകളിൽ കലാരൂപത്തെ സമീപിക്കുന്നതിന്റെ പ്രസക്തി. തങ്ങളുടെ നിലപാടുകളെ സാധൂകരിക്കുന്ന പക്വതയെത്താത്ത റിവ്യൂ എഴുത്തുകാരിൽ ഒതുങ്ങി നിൽക്കാതെ സിനിമയെ ആഴത്തിൽ പഠിച്ചവരുടെ നിരൂപണം വായിക്കേണ്ടതിന്റെ ആവശ്യകതയാണ് ഇത് വ്യക്തമാക്കുന്നത്. സ്വന്തം ധാരണകളോടുള്ള പക്ഷപാതിത്വം (confirmation bias) ആസ്വാദകനിലവാരത്തെ മുരടിപ്പിക്കുകയും സ്വയംനവീകരണ സാധ്യത ഇല്ലാതാക്കുകയും ചെയ്യും. കാലാതിവർത്തിയായ ചിത്രങ്ങളെയും കലാപരവും സാങ്കേതികവുമായ രംഗങ്ങളിലെ വികാസങ്ങളെയും തിരിച്ചറിയുന്നതിൽ നിന്ന് റിവ്യൂകൾ അകലം പാലിക്കുന്നു. പുതിയ കാലത്ത് നിലവാരമില്ലാത്ത 'റിവ്യൂ' വിഭവങ്ങളുടെ ആധിക്യം ആസ്വാദകന്റെ ബുദ്ധി മരവിപ്പിക്കാതിരിക്കാൻ നിലവാരമുള്ള നിരൂപണങ്ങൾ തേടിപ്പിടിക്കേണ്ടത് അനിവാര്യമാണ്. ആത്മനിഷ്ഠമായ അഭിരുചികളിൽ അഭിരമിക്കാതെ, വസ്തുനിഷ്ഠമായ വിശകലനത്തിന്റെ രീതി അവലംബിക്കുക എന്നതാണ് പ്രതിവിധി. നിങ്ങളുടെ ധാരണകളെ തൃപ്തിപ്പെടുത്തുന്ന നിരീക്ഷണങ്ങൾ

മാത്രമല്ല, അവയെ പ്രകോപിപ്പിക്കുന്നതും, ഒരുവേള, പൊളിച്ചെഴുതുന്നതു പോലും നിങ്ങളുടെ വളർച്ചക്ക് സംഗതമാണ്.

ചലച്ചിത്രനിരൂപണത്തിന്റെ രീതിശാസ്ത്രം പ്രായോഗിക മാതൃകകളെ മുൻനിർത്തി വിശദമാക്കാനാണ് ഇനി ശ്രമിക്കുന്നത്. ഇതിനായി ലോക ക്ലാസിക്ക് സിനിമകളുടെ ഗണത്തിൽപ്പെടുന്ന സിറ്റിസൺ കെയ്ൻ, റാഷമോൺ, പുതിയ നൂറ്റാണ്ടിന്റെ ക്ലാസിക്ക് എന്നു വിശേഷിപ്പിക്കാവുന്ന പാൻസ് ലാബ്രിന്ത്, സമകാലത്ത് ഏറെ ശ്രദ്ധനേടിയ മലയാളചിത്രമായ പുഴു എന്നിവയുടെ വിശകലനം അവതരിപ്പിക്കുന്നു.

സിറ്റിസൺ കെയ്ൻ (1941)

ഹോളിവുഡിന്റെ ചരിത്രത്തിൽ 'എക്കാലത്തെയും ഏറ്റവും മികച്ച സിനിമ' എന്നുപോലും വിശേഷിപ്പിക്കപ്പെട്ട ചിത്രമാണ് 1941ൽ പുറത്തിറങ്ങിയ സിറ്റിസൺ കെയ്ൻ. വാസ്തവത്തിൽ, അത്തരം പട്ടികപ്പെടുത്തൽ ചലച്ചിത്ര നിരൂപണത്തിന്റെ ഭാഗമല്ല. ചിത്രം സിനിമാ ചരിത്രത്തിൽ എങ്ങനെയാണു അടയാളപ്പെടുന്നത്, എന്താണ് മാധ്യമപരമായി അതിന്റെ സംഭാവന, പ്രേക്ഷകരെ അതെങ്ങനെ സ്വാധീനിച്ചു എന്നൊക്കെയാണ് നിരൂപകർ അന്വേഷിക്കുന്നത്. അസാധാരണമായ സാഹചര്യത്തിലാണ് ചിത്രം പിറവിയെടുത്തത്. അത് സ്റ്റുഡിയോ സമ്പ്രദായത്തിന്റെ സുവർണ്ണകാലമായിരുന്നു. എന്നിട്ടും ഹോളിവുഡിലെ അഞ്ചു സ്റ്റുഡിയോ ഭീമന്മാരിൽ ഒന്നായ ആർ.കെ.ഒ. സ്റ്റുഡിയോ അന്ന് ഇരുപത്തിമൂന്ന് വയസുമാത്രം പ്രായമുണ്ടായിരുന്ന ഓർസൺ വെൽസിനും അദ്ദേഹത്തോടൊപ്പം പ്രവർത്തിച്ച മെർക്കുറി തിയേറ്റർ ഗ്രൂപ്പിലെ കലാകാരന്മാർക്കും സമ്പൂർണ്ണ സർഗസ്വാതന്ത്ര്യം നൽകി. അത്യാവേശത്തോടെ തന്റെ കർമ്മത്തിലേക്കു ഇറങ്ങിത്തിരിച്ച വെൽസ്, ചലച്ചിത്ര നിർമ്മാണത്തിന്റെ കഴിയാവുന്നത്ര മേഖലകളിൽ വ്യാപൃതനായി: പ്രശ്തനായ തിരക്കഥാകൃത്ത് ഹെർമൻ ജെ. മാൻകിവിസിനോടൊപ്പം രചനയിൽ പങ്കാളിയായ സംവിധായകൻ, കേന്ദ്ര കഥാപാത്രമായ ചാൾസ് ഫോസ്റ്റർ കെയ്നിനെ അവതരിപ്പിക്കുകയും ചെയ്തു. മേക്കപ്പും ശരീര ഭാഷയും ഉപയോഗിച്ച് കഥാപാത്രത്തിന്റെ ഇരുപത്തിയഞ്ചാം വയസ്സുമുതൽ, പ്രായമായി-ഏകാന്തനായി മരിക്കും വരെയുള്ള ജീവിതയാത്ര വെൽസ് അവതരിപ്പിച്ചു. സിനിമാ ക്രാഫ്റ്റിന്റെ സാധ്യതകൾ ആവുന്നത്ര ഉപയോഗപ്പെടുത്തുന്നതിന്റെ ഭാഗമായി, ജോൺ ഫോർഡിന്റെ The Long Voyage Home (1940) പോലുള്ള

ക്ലാസിക്കുകളിൽ പ്രവർത്തിച്ച ഗ്രെഗ് ടോലണ്ടിനോടൊപ്പം ക്യാമറ കൊണ്ട് പരീക്ഷണങ്ങൾ നടത്തുന്നതിലും അക്കാലത്ത് ശക്തമായിക്കൊണ്ടിരുന്ന ശബ്ദസിനിമയുടെ അന്നേവരെയുള്ള നേട്ടങ്ങളെല്ലാം പ്രയോജനപ്പെടുത്തുന്നതിലും അദ്ദേഹം പ്രതിജ്ഞാബദ്ധനായിരുന്നു.

'സിറ്റിസൻ കെയ്ൻ'ഒരു ന്യൂസ് പേപ്പർ വമ്പന്റെ കഥയാണ് പറയുന്നത്: ഇന്നത്തെ സർവ്വശക്തരായ മീഡിയ വമ്പന്മാരുടെ മുൻഗാമി. സാമുവേൽ കൂൾറിജിന്റെ വിഖ്യാത കവിതയിൽ (Kubla Khan - Samuel Taylor Coleridge)നിന്നെടുത്ത 'സാനഡു' എന്ന് പേരിട്ട തന്റെ മഹാ സൗധത്തിൽ, ചുണ്ടിൽ 'റോസ് ബഡ്'' എന്ന ദുരൂഹമന്ത്രത്തോടെ അയാൾ മരിക്കുന്നു. തുടർന്ന് സുഹൃത്തും സഹ റിപ്പോർട്ടറും ആയിരുന്ന ജദെദയ ലെലാന്റ്, മാനേജർ മി. ബേൺസ്റ്റെയ്ൻ, രണ്ടാംഭാര്യ സൂസൻ അലക്സാണ്ടർ കെയ്ൻ, എതിരാളിയും കെയ്നി രാഷ്ട്രീയപദ്ധതിയുടെ അന്തകനുമായെത്തുന്ന ജെയിംസ് ഗെറ്റിസ് തുടങ്ങി അദ്ദേഹത്തെ അറിയാമായിരുന്ന ആളുകളുടെ അഭിമുഖങ്ങളിലൂടെ കഥ വെളിപ്പെടുന്നു. ഒടുവിലത്തെ ഷോട്ടിൽ, 'റോസ് ബഡ്'' എന്തായിരുന്നു എന്ന് വ്യക്തമാകുന്നു. കുട്ടിക്കാലത്ത് കുടുംബത്തിൽ നിന്നു വേർപിരിക്കപ്പെട്ട ബോർഡിംഗ് സ്കൂളിലേക്ക് കൊണ്ടുപോകപ്പെടുന്ന ഘട്ടത്തിൽ ഉപേക്ഷിക്കപ്പെട്ട 'ഹെലറ' (മഞ്ഞുപാളികളിൽ തെന്നിനീങ്ങുന്ന ഉപകരണം) ആയിരുന്നു അത്. ആർക്കും വേണ്ടാതെ എരിതീയിലേക്ക് വീഴുന്ന കെയ്നിന്റെ മറ്റു കൌതുക വസ്തുക്കളുടെ ശേഷിപ്പുകൾ പോലെ ചിമ്മിനിയിലൂടെ പുറത്തുപോകുന്ന കനത്ത പുകപടലങ്ങളിൽ അതും ഒടുങ്ങുന്നുവെന്ന് അവസാന രംഗം കൃത്യമായി സൂചിപ്പിക്കുന്നു.

മാൻകിവിസിനു നേരിട്ടറിയാമായിരുന്ന മീഡിയ ടൈക്കൂൺ വില്ല്യം റാൻഡോൾഫ് ഹേസ്റ്റിന്റെ ജീവിതം കെയ്നിന്റെ പാത്രസൃഷ്ടിയെ ഏറെ സ്വാധീനിച്ചിട്ടുണ്ട് എന്ന വിവാദം ആദ്യഘട്ടത്തിലെങ്കിലും ചിത്രത്തിന് ഗുണമല്ല ചെയ്തത്. 'ടെഡ്ടേണർ, റൂപേർട്ട് മോർഡോക്, ബിൽ ഗേറ്റ്സ് എന്നിവരെ ഒരു പ്രഹേളികയിൽ ഒന്നാക്കിയതായിരുന്നു ഹേസ്റ്റ്'' എന്നു റോജർ എബെർട്ട് നിരീക്ഷിക്കുന്നു. കാലത്തിനു മുമ്പേ നടന്ന ക്രാഫ്റ്റും ചിത്രത്തിന്റെ ജനപ്രിയതയെ ബാധിച്ചു. എന്നാൽ നിരൂപക പ്രശംസ ആവോളം നേടിയ ചിത്രം, ഹോളിവുഡ് സ്റ്റുഡിയോയിൽ നിന്ന് പുറത്തിറങ്ങിയ ഏറ്റവും രസകരവും സാങ്കേതിക മേന്മ നിറഞ്ഞതുമായ ചിത്രങ്ങളിലൊന്ന്'' എന്നു വിവരിക്കപ്പെട്ടു(Kate Cameron, New York Daily News). ചിത്രത്തിൽ ഉപയോഗിച്ച പല സാങ്കേതിക പരീക്ഷണങ്ങളും

ചലച്ചിത്ര കഥാഖ്യാന രീതിയെ മാറ്റിമറിച്ചു. അതിലധികവും ക്യാമറ ഉപയോഗിക്കുന്ന രീതിയിൽ ആയിരുന്നു. ഗ്രെഗ് ടോലാൻഡ് ഉപയോഗിച്ച ഡീപ് ഫോക്കസ് ഛായാഗ്രഹണത്തിൽ രംഗത്തുള്ളതെല്ലാം, മുൻവശമെന്നോ പിറകുവശമെന്നോ ഭേദമില്ലാതെ, ഒരേസമയം ഫോക്കസ് ചെയ്യപ്പെട്ടു. പ്രേക്ഷകർ എന്തു കാണണം എന്നു സംവിധായകൻ ഏകപക്ഷീയമായി തീരുമാനിക്കുന്നതിനു പകരം, തിയേറ്റർ അനുഭവത്തിന്റെ സാകല്യം പകരാൻ ഈ രീതിക്ക് കഴിഞ്ഞു. ഇത്തരത്തിലുള്ള ഒട്ടേറെ മുഹൂർത്തങ്ങൾ ചിത്രത്തിലുണ്ട്: കൊച്ചു കെയ്ൻ തന്റെ സ്ലെഡ്ജുമായി പുറത്തു മഞ്ഞിൽ കളിക്കുമ്പോൾ വീടിനകത്ത് മുതിർന്നവർ അവന്റെ ഭാവി നിർണ്ണയിക്കുന്ന ചർച്ചയിൽ ഏർപ്പെടുന്ന രംഗം അതിലൊന്നാണ്. ജനാലക്കു വെളിയിൽ ഒന്നുമറിയാതെ കൗമാര കൗതുകങ്ങളിൽ മുഴുകുന്ന ബാലന്റെ പ്രസരിപ്പ്, അവനു നഷ്ടപ്പെടാൻ പോകുന്ന ഗാർഹിക സൗഭാഗ്യങ്ങളുമായി നേർവിപരീതത്തിലാണ്. മറ്റൊരു രംഗത്ത് വളരെ സാധാരണമെന്ന് തോന്നിക്കുന്ന ഒരു ഹാളിൽ കെയ്ൻ പുറം തിരിഞ്ഞു നടക്കുന്നു. എന്നാൽ അങ്ങേയറ്റത്തെ വമ്പൻ ജനാലയുടെ അടുത്തേക്ക് അയാൾ നടന്നെത്താൻ എടുക്കുന്ന ചുവടുകൾ നമ്മുടെ കണക്കുകൂട്ടൽ തെറ്റിക്കുന്നു. പശ്ചാത്തലത്തിൽ അയാൾ ചെറുതായി വരുന്നു. അയാൾക്ക് തന്റെ ജീവിതത്തിനും ബിസിനസിനും മേലുള്ള നിയന്ത്രണം കുറഞ്ഞുവരുന്നതിന്റെ രൂപകമാണോ അത്? ക്യാമറാ ചലനങ്ങളും മറ്റു ഇഫെക്റ്റുകളും ചേർന്നു നമ്മെ കഥയിൽ മുഗ്ധരാക്കുകയാണ്. മറ്റൊരു സന്ദർഭത്തിൽ, കെയ്നിന്റെ സ്റ്റാഫ് ജോലി ചെയ്യുന്ന ഇടത്തിൽ, മുറിയുടെ സീലിങ്ങുകൾ വ്യക്തമായി കാണാം. ഇത് സാധാരണമല്ല. കാരണം അവിടെ, അഭിനേതാക്കളുടെ തലയ്ക്കു മുകളിലായി, വെളിച്ച- ശബ്ദസംവിധാനങ്ങൾ ഘടിപ്പിക്കുകയാണ് അന്നത്തെ ചിത്രീകരണ രീതി. വെൽസ് ഇത് സാധിക്കുന്നത് പ്രസ്തുത സംവിധാനങ്ങളെ സീലിംഗ് പ്രതീതി ജനിപ്പിക്കുന്ന മസ്ലിൻ തുണികൊണ്ടു ഭംഗിയായി മറച്ചുവെച്ചാണ്. അസാമാന്യ ആകാരത്തിലുള്ള കഥാപാത്ര ചിത്രീകരണത്തിനായി ലോ ആംഗിൾ ഷോട്ടുകൾ എടുക്കുന്നതും സാങ്കേതിക മിടുക്കിലൂടെയാണ്. CGI ഇഫെക്റ്റുകളുടെ കൃത്രിമത്വം അനുഭവപ്പെടാതെ ഇത് ചിത്രീകരിക്കുന്നത് രംഗത്തിനു മുൻവശത്തു താഴ്ത്തി കുഴിച്ച ഇടങ്ങൾ ഉപയോഗിച്ചാണ്. 'സിറ്റിസൻ കെയ്നി' ഇഫക്റ്റ് സൃഷ്ടിയുടെ കഥ സിനിമാ ചരിത്രത്തിലെ ആവേശകരമായ അദ്ധ്യായമായി ഇന്നും തുടരുന്നു.

പലപ്പോഴും ഹൃദയസ്പർശിയായ ഒരു കഥാതന്തുവാണ് പ്രേക്ഷകരെ സിനിമയോട് അടുപ്പിക്കുന്നത്. 'സിറ്റിസൻ കെയ്ൻ'അത്ര അമ്പരപ്പിക്കുന്ന കഥയൊന്നും പറയുന്നില്ല. അതീവസമ്പന്നനും ശക്തനുമായ ഒരു ന്യൂസ്പേപ്പർ ടൈക്കൂണിന്റെ ഋജുവായ കഥയാണ് ചിത്രം പറയുന്നത്. അയാളുടെ ഉയർച്ച താഴ്ച്ചയുടെയും പരിമിതികളുടെയും കഥ. സംഭാഷണങ്ങൾ പൊതുവേ വ്യക്തവും സാമാന്യ സ്വഭാവമുള്ളതും. തുടക്കത്തിൽ, മരണാനന്തര സ്മൃതിയെന്ന നിലയിൽ അവതരിപ്പിക്കപ്പെടുന്ന ന്യൂസ് റീൽ, അയാളുടെ ജീവിതത്തിന്റെ ഒരു വസ്തുനിഷ്ഠ ആകത്തുക അവതരിപ്പിക്കുന്നു. തുടർന്നാണ് ഫ്ളാഷ്ബാക്കുകളും അഭിമുഖങ്ങളും. ചിത്രത്തിന് ഒരു ചാക്രിക ഘടനയുണ്ട് എന്ന റോജർ എബെർട്ടിന്റെ നിരീക്ഷണം പ്രസക്തമാണ്. കെയ്നിന്റെ ജീവിത കാലത്തെയും ആ കാലഘട്ടത്തെയും കുറിച്ച് അയാളുടെ എതിരാളിയായിരുന്ന മറ്റൊരു മീഡിയ വമ്പൻ നിർമ്മിച്ച ന്യൂസ് റീൽ, തുടർന്നുള്ള ഭാഗങ്ങളിൽ റിപ്പോർട്ടർ റോസ് ബഡിനെ കുറിച്ച് നടത്തുന്ന അന്വേഷണങ്ങളുടെ നിർദ്ദേശക ബിന്ദു (reference point) ആയിത്തീരുന്നു. അയാളാണ് മദ്യത്തിനടിമയായ സൂസനെയും രോഗിയായ ലെലാൻഡിനെയും, സമ്പന്നനായ കൂട്ടാളിയെയും മറ്റും അഭിമുഖം ചെയ്യുന്നത്. ഈ ഘട്ടത്തിലെല്ലാം ഇതിവൃത്തം സമയതലത്തിൽ ഭൂതത്തിലേക്കും വർത്തമാനത്തിലേക്കും ചലിക്കുന്നു. ക്ലാസിക്കൽ ഹോളിവുഡിന്റെ രേഖീയ സമയദീക്ഷ(linear time) ഇവിടെ അട്ടിമറിക്കപ്പെടുന്നു.

കഥാപാത്രത്തിന്റെ വ്യക്തപരമായ ചരിത്രത്തോടൊപ്പം കാലഘട്ടത്തിന്റെ ചരിത്രവും ചിത്രം അടയാളപ്പെടുത്തുന്നു. പെന്നി പ്രസ്സിന്റെ ഉദയം (ഇക്കാര്യത്തിന് ജോസഫ് പുലിറ്റ്സറെയാണ് മാതൃകയാക്കുന്നതെന്ന് റോജർ എബർട്ട്), ഹേസ്റ്റ് പിന്തുണച്ച സ്പാനിഷ്-അമേരിക്കൻ യുദ്ധം, റേഡിയോയുടെ ആരംഭം, രാഷ്ട്രീയ സംവിധാനങ്ങളുടെ ശക്തി, ഫാഷിസത്തിന്റെ ഉയർച്ച, സെലബ്രിറ്റി ജേണലിസത്തിന്റെ വളർച്ച എന്നീ ഘടകങ്ങൾ സൂചിപ്പിക്കപ്പെടുന്നുണ്ട്. ന്യൂസ് റീൽ ഉപശീർഷകം ഇങ്ങനെ വായിക്കുന്നു: "1895 മുതൽ 1941 വരെ. ഇക്കാലമെല്ലാം അദ്ദേഹം അടയാളപ്പെടുത്തി, ഇതിൽ പലതും അദ്ദേഹം തന്നെയായിരുന്നു." ജനപ്രിയ പത്രത്തിന്റെയും പ്രസ്സിന്റെയും സ്ഥാപനം, കെയ്നിന്റെ വിവാഹം, ദുരന്ത പര്യവസായിയായ രാഷ്ട്രീയ മോഹത്തിന്റെ ആദ്യകാല വിജയങ്ങൾ, കൂടിവരുന്ന ഏകാന്തത അടയാളപ്പെടുത്തുന്ന പ്രാതൽ മോണ്ടാഷുകൾ, സൂസൻ അലക്സാണ്ടറുമായുള്ള പ്രണയം, അവശ്യം വേണ്ട സിദ്ധി

തൊട്ടുതെറിച്ചിട്ടില്ലാത്ത സൂസനെ ഓപറ ഗായികയാക്കാനുള്ള അസംബന്ധ ശ്രമങ്ങൾ, ഒടുവിൽ സാനഡുവിന്റെ ഏകാന്തതയിലേക്കുള്ള പരിണാമം എന്നതെല്ലാം ഇതിവൃത്തത്തിൽ സാന്ദ്രമായി ഘടിപ്പിച്ചിട്ടുണ്ട്. നേരത്തെ സൂചിപ്പിച്ച ഡീപ് ഫോക്കസ് രംഗത്തെ കുറിച്ച റോജർ എബെർട്ട് നടത്തുന്ന നിരീക്ഷണം ചിത്രത്തിന്റെ അർത്ഥതലങ്ങളിലേക്ക് വെളിച്ചം വീശുന്നതിൽ ഏറെ പ്രസക്തമാണ്: "ടൈക്കൂൺ തന്റെ പരിധികൾ വല്ലാതെ മറികടന്നിരിക്കുന്നു, അയാൾക്ക് തന്റെ സാമ്രാജ്യത്തിനു മേലുള്ള നിയന്ത്രണം നഷ്ടപ്പെടുകയാണ്. എല്ലാം അടിയറവെക്കുന്ന പേപ്പറുകളിൽ ഒപ്പുവെച്ച ശേഷം, അദ്ദേഹം പിന്തിരിഞ്ഞു ഷോട്ടിന്റെ പിറകിലേക്ക് നടക്കുന്നു.... കെയ്നിന്റെ പിറകിൽ ചുവരിൽ ശരാശരി വലിപ്പമുള്ള ഒരു ജനാലയുണ്ട്. എന്നാൽ അയാൾ അതിനു നേരെ നടക്കാൻ തുടങ്ങുമ്പോൾ അത് നാം കരുതിയതിലും അകലെയും ഉയരത്തിലും ആണെന്നു നാം അറിയുന്നു. ഒടുവിൽ അയാൾ അതിന്റെ കീഴ്പ്പാളിക്കു ചുവടെ നിൽക്കുന്നു, കുറിയവനും ചുരുങ്ങിപ്പോയവനുമായി. പിന്നീട് അയാൾ നമുക്ക് നേരെ നടക്കാൻ തുടങ്ങുമ്പോൾ, അയാളുടെ ആകാരം വലുതാവുന്നു. ഒരാൾ തന്റെ തന്നെ കണക്കിൽ എപ്പോഴും ഒരേ വലിപ്പമായിരിക്കും, കാരണം അയാൾ നമ്മൾ അയാളെ നോക്കിക്കാണുന്ന ഇടത്തിൽ നിൽക്കുന്നില്ലല്ലോ."

അതിവിശാലമായ (49,000 ഏക്കർ എന്നു സൂസൻ) സ്വകാര്യ എസ്റ്റേറ്റിൽ നിർമ്മിക്കപ്പെട്ട പൗരാണിക നാമമുള്ള പടുകൂറ്റൻ കോട്ടയിൽ ഏകാന്തനായി മരിക്കുന്ന ഒരാൾ എന്ന രൂപകം പ്രായേണ ഹൊറർ ഴാനറിന്റെ ഘടകമാണ്. ആദ്യ ഷോട്ടുകളിൽ ഉപയോഗിക്കപ്പെടുന്ന നിഴലും വെളിച്ചവും ഇടകലർന്ന വെളിച്ചവിന്യാസം, പ്രവേശന വിലക്കിന്റെ ബോർഡ്, ഉയർന്ന ഗേറ്റും മൃഗബിംബങ്ങളും (കുരങ്ങുകൾ, നിഴൽ രൂപമായ വലിയ പൂച്ച), നിലാവിലെന്നോണം സാനഡുവിന്റെ നിഴൽരൂപം, ബെർണാർഡ് ഹെർമൻ ഒരുക്കിയ അസുഖകരമായ പശ്ചാത്തല സംഗീതം(haunting music) തുടങ്ങിയവ പിന്നിട്ടാണ് നാം കെയ്നിനെ കാണുന്നത് എന്നതും ഈ സൂചനയെ ബലപ്പെടുത്തുന്നുണ്ട്. എന്നാൽ, കഥാപാത്രത്തിന്റെ ദുസ്സഹമായ ഏകാന്തതയുടെ ഭീകരത ദ്യോതിപ്പിക്കുക എന്നതിലപ്പുറം അത്തരം സാധ്യതകളെ ചിത്രം പിന്തുടരുന്നേയില്ല. ചാക്രിക ഘടനയുള്ള ആഖ്യാനം അതിന്റെ വൃത്തം പൂർത്തിയാക്കുമ്പോൾ, ചിത്രാന്ത്യത്തിലായി, സൂസൻ വിട്ടുപോകാനുള്ള സാഹചര്യത്തിലേക്ക് നാം എത്തിച്ചേരുമ്പോഴാണ് കെയ്നിന്റെ ഏകാന്തതയുടെ ആഴം

വ്യക്തമാകുന്നത്. പാർശ്വവല്ക്കരിക്കപ്പെട്ടവർക്കും, അവസരങ്ങൾ നിഷേധിക്കപ്പെട്ടവർക്കും ദരിദ്രർക്കും വേണ്ടി എന്നും നിലകൊള്ളും എന്നൊക്കെ നിലപാട് പറയുമായിരുന്ന കെയ്ൻ, അന്തിമ വിശകലനത്തിൽ തനിക്കുചുറ്റും ലോകം കറങ്ങണം എന്നുമാത്രമാണ് ആഗ്രഹിച്ചിരുന്നത് എന്നു തുറന്നടിച്ചാണ് സൂസൻ അയാളെ വിട്ടുപോകുന്നത്. സൂസനെ വിവാഹം കഴിക്കുംമുമ്പ്, അമേരിക്കൻ പ്രസിഡന്റിന്റെ അനന്തിരവളുമായി നടന്ന വിവാഹം വിവാഹമോചനത്തിൽ അവസാനിച്ചതും അതിൽ പിറന്ന ഏകമകനും അമ്മയും കാറപകടത്തിൽ മരിക്കുന്നതും കെയ്നിന്റെ ഏകാന്തതയുടെ തുടക്കമായി ചിത്രം സൂചിപ്പിക്കുന്നുണ്ട്. രാഷ്ട്രീയ ലക്ഷ്യങ്ങളോടെയാവാം എമിലി മൺറോ നോർട്ടനെ അയാൾ വിവാഹം ചെയ്തതെങ്കിലും അയാൾ ശരിക്കും അവരെ സ്നേഹിച്ചു തുടങ്ങിയിരുന്നു. എന്നാൽ പത്രത്തിന്റെ കാര്യത്തിലുള്ള അയാളുടെ അതിതാൽപ്പര്യം(obsession) എമിലിക്ക് താങ്ങാനാവുന്നതിലും അപ്പുറമായിരുന്നു. കുടുംബം എന്ന ഏതൊരാളുടെയും ജീവിത പദ്ധതിയോടൊപ്പം, കപ്പിനും ചുണ്ടിനുമിടയിൽ പൊലിഞ്ഞുപോകുന്ന രാഷ്ട്രീയ പദ്ധതി, ഓപറ ഗായികയുടെ വേഷത്തിൽ തികഞ്ഞ പരാജയമായ സൂസന് വേണ്ടി നിർമ്മിക്കുന്ന എങ്ങുമെത്താതെ പോകുന്ന വമ്പൻ ഓപറ ഹൗസ്, ലോകത്തെമ്പാടു നിന്നും ശേഖരിച്ച കൗതുക വസ്തുക്കളും പ്രതിമകളും നിറഞ്ഞ, ഒരിക്കലും പണിതീരാത്ത സാനഡു തുടങ്ങി താൻപോരിമയുടെ (megalomania) ചിഹ്നങ്ങളായ ഒരിക്കലും പൂർത്തിയാക്കാനാവാത്ത വമ്പൻ പദ്ധതികളുടെ പരാജയങ്ങളാണ് അയാളുടെ ജീവിതത്തിന്റെ ആകത്തുക. ഒപ്പം ചിത്രം വേറെ പലതിനെക്കുറിച്ചുമാവാം: അത് പൊയ്പ്പോയ കുട്ടിക്കാലത്തെക്കുറിച്ചാണ്, എവിടെയും തന്നെത്തന്നെ കേന്ദ്രത്തിൽ കാണാൻ ശ്രമിക്കുകയും പരാജയപ്പെടുകയും ചെയ്യുന്ന മനുഷ്യ ദൗർബല്യങ്ങളെക്കുറിച്ചാണ്, ഓർമ്മകളെക്കുറിച്ചാണ്, സമ്പത്തിനെയും അധികാരത്തെയും കുറിച്ചാണ്. 'റോസ്ബഡ്' ഒരു ഉത്തരമല്ല, മറിച്ച്, ചിത്രാന്ത്യത്തിൽ റിപ്പോർട്ടർ ജെറി തോംസൺ നിരീക്ഷിക്കുന്നതുപോലെ, ഒരാളുടെ ജീവിതമെന്ന ഒരിക്കലും വ്യക്തമാകാത്ത സമസ്യയെക്കുറിച്ച് ഒരൊറ്റയുത്തരം സാധ്യമല്ല എന്നതിന്റെ വളരെ വ്യക്തമായ ഒരു രൂപകമാണ് എന്നു വരാം.

റാഷമോൺ (1950)

1950ൽ പുറത്തിറങ്ങിയ റാഷമോൺ എന്ന ചിത്രം വെനീസ് മേളയിൽ ഗോൾഡൻ ലയൺ പുരസ്കാരം നേടിയതോടെയാണ് കുറൊസാവയുടെ പ്രതിഭയെ പാശ്ചാത്യലോകം തിരിച്ചറിഞ്ഞത്. രണ്ടാം ലോകയുദ്ധാനന്തര കാലത്തെ പ്രതികൂല സാഹചര്യത്തിലും സിനിമയെ വിനോദോപാധി എന്നതിൽ നിന്ന് ഒരു കലാമാധ്യമം എന്നതിലേക്ക് പരിവർത്തിപ്പിക്കുന്നതിൽ പങ്കുവഹിച്ച പ്രമുഖരായ ചുരുക്കം ചില ചലച്ചിത്ര ശിൽപ്പികളിൽ (auteurs) ഒരാളായിരുന്നു അകിര കുറൊസാവ. 1920-കളിലെ ഫ്രഞ്ച് അവാങ് ഗാർഡ് സിനിമയുടെ സൗന്ദര്യശാസ്ത്രവും കുട്ടിക്കാലത്ത് കണ്ട ചിത്രങ്ങളുടെ ഓർമ്മകളും അദ്ദേഹത്തെ സ്വാധീനിച്ചിരുന്നു. യുദ്ധാനന്തര ജപ്പാനിൽ അവയൊന്നും വീണ്ടും കാണാനോ ഗവേഷണം നടത്താനോ സൗകര്യമുണ്ടായിരുന്നില്ല.

അകുതഗാവയുടെ(Akutagawa Ryunosuke 1892 - 1927) രണ്ടു കഥകളെ ഉപജീവിച്ചാണ് ഹായിയൻ കാലഘട്ടത്തിന്റെ(Heian period: 794 - 1184) അന്ത്യനാളുകളുടെ പശ്ചാത്തലത്തിലുള്ള ഒരു പീരിയഡ് ഫിലിം ആയി കുറൊസാവ തന്റെ ചിത്രം ഒരുക്കിയത്. പദസംബന്ധിയായി, എട്ടാം നൂറ്റാണ്ടുമുതൽ പതിമൂന്നാം നൂറ്റാണ്ടു വരെ ക്യോടോ നഗരത്തിന്റെ കവാടത്തിൽ നിലനിന്ന പടുകൂറ്റൻ പടിപ്പുരയുടെ പേരായിരുന്നു 'റാഷമോൺ'. തന്റെ ദീർഘകാല സഹാകാരിയായിരുന്ന ഷിനോബു ഹാഷിമോടോ അകുതഗാവയുടെ 'In a Grove' എന്ന കഥയെ ആസ്പദമാക്കി എഴുതിയിരുന്ന തിരക്കഥയെ കുറൊസാവ കൂടി ചേർന്നു വികസിപ്പിക്കുകയായിരുന്നു. ഭിന്ന വീക്ഷണകോണുകളിൽ ഒരേ വസ്തുതയെ/ സംഭവത്തെ ആവിഷ്കരിക്കാൻ പാകത്തിൽ ഒരു 'ചട്ടക്കൂട് ആഖ്യാനം' (frame narrative)) രൂപപ്പെടുത്തുന്നതിന് റാഷമോൺ എന്ന കഥയും സഹായിച്ചു. പിൽക്കാലം, ജീവിതത്തിലായാലും സിനിമയിലായാലും, അത്തരം ഭിന്ന വീക്ഷണ കോണുകളിൽ വ്യത്യസ്ത വ്യാഖ്യാനത്തിനിടവരുത്തുകയും ദൃക്സാക്ഷിത്വത്തിന്റെ അപ്രമാദിത്തത്തെ ചോദ്യം ചെയ്യുകയും ചെയ്യുന്ന അവസ്ഥയെ 'റാഷമോൺ പ്രഭാവം' (Rashomon effect) എന്നു വിളിക്കപ്പെട്ടു.

കോരിച്ചൊരിയുന്ന മഴയത്താണ് ചിത്രം ആരംഭിക്കുന്നത്. ഏതാനും ലോങ്ങ് ഷോട്ടുകൾ ക്ലോസ് അപ്പുകളിലേക്ക് പോകുമ്പോൾ റാഷമോൺ ഗേറ്റിൽ ഇരിക്കുന്ന രണ്ടുപേരെ നമുക്ക് കാണാം.

പേമാരി, പ്രളയം, മഹാമാരികൾ തുടങ്ങിയവയിൽ നിന്നു രക്ഷ തേടി താൽക്കാലിക സുരക്ഷിത ഇടത്തിൽ ഒരുമിക്കുന്ന മനുഷ്യർ കഥയുടെ കെട്ടഴിക്കുക എന്നതൊരു ഡെക്കാമറോൺ സാഹചര്യ മാണ്. എന്നാൽ സ്വസ്ഥമായ കഥപറച്ചിലിലൂടെ സമയം പോക്കുക എന്ന ഒഴിവുസമയ മാനസികാവസ്ഥയിലല്ല ഇരുവരും എന്ന് ആദ്യ സംഭാഷണ ശകലം തന്നെ വ്യക്തമാക്കുന്നു. രണ്ടിൽ ഒരാളായ വിറ കുവെട്ടുകാരൻ ആവർത്തിച്ചു കൊണ്ടേയിരിക്കുന്നു: 'എനിക്ക് മനസ്സി ലാകുന്നില്ല.' കേട്ടുകൊണ്ടിരിക്കുന്ന സന്യാസിയും അയാളും വിഷയം മുമ്പേ ചർച്ച ചെയ്തിട്ടുണ്ട് എന്നു വ്യക്തം. മൂന്നാമതായി മഴയത്ത് അഭയം തേടുന്ന നാടോടിയാണ് ജിജ്ഞാസ കാണിക്കുന്നത്. സാധാരണ മനുഷ്യരുടെ പ്രതിനിധി തന്നെയായ അയാൾക്കു വേണ്ടിയാണു കഥ പറയുന്നതും. ഒരു സാമുറായ് കൊല്ലപ്പെട്ടിരിക്കുന്നു, അയാളുടെ ഭാര്യ ബലാൽക്കാരം ചെയ്യപ്പെട്ടിരിക്കുന്നു, പ്രാദേശിക കൊള്ളക്കാരനായ താജോമോറു ആണ് ഉത്തരവാദിയെന്നു സംശയിക്കപ്പെടുന്നു. വിറകു വെട്ടുകാരനും സന്യാസിയും നടത്തുന്ന വിവരണത്തിൽ കടന്നുവരുന്ന ഫ്ളാഷ്ബാക്കുകളായി കൊള്ളക്കാരൻ, ബലാൽക്കാരം ചെയ്യപ്പെ ട്ട സ്ത്രീ, വിറകുവെട്ടുകാരൻ എന്നിവർ അവർ കണ്ടതോ അഥവാ കണ്ടതായി അവർ കരുതുന്നതോ ആയ കഥകൾ പറയുന്നു. ഒരോ ഭാഷ്യവും കടുത്ത വ്യത്യാസങ്ങൾ പ്രകടിപ്പിക്കുന്നുവെങ്കിലും ആരും തങ്ങളുടെ ഗുണത്തിനു വേണ്ടി നുണ പറയുകയല്ല എന്ന് വ്യക്ത മാണ്. കാരണം മൂന്നു പേരും അവരവരെ തന്നെയാണ് കൊലക്ക് ഉത്തരവാദിയായി വിവരിക്കുന്നത്. സാമുറായിയുടെ ആത്മാവ് ആവാഹകയിലൂടെ വേറൊരു കഥയാണ് പറയുന്നത്. വാസ്തവത്തിൽ, 'റാഷമോ'ണിലെ പ്രതിഭാ വിലാസം, അതിലെ ഫ്ളാഷ്ബാക്കുകൾ ഓരോന്നും സത്യവും ഒപ്പം അസത്യവുമാണ് എന്നതാണ്. ഓരോ സാക്ഷിയും നൽകുന്നത് സംഭവിച്ചതെന്ത് എന്നതിനെ കുറിച്ചുള്ള തങ്ങളുടെ ധാരണയുടെ കൃത്യമായ വിവരണമാണ് എന്ന നിലയിൽ അവ സത്യമാണ്. എന്നാൽ, കുറോസാവ തന്റെ സംവിധാന സഹായികൾക്ക് സ്ക്രിപ്റ്റിലെ ദുരൂഹത തീർക്കാനായി വിവരിച്ചു കൊടുത്ത കാര്യങ്ങൾ അദ്ദേഹത്തിന്റെ ആത്മകഥയിൽ വിവരിക്കു ന്നത് ഇവിടെ പ്രസക്തമാണ്. അദ്ദേഹത്തിന്റെ നിരീക്ഷണങ്ങൾ പ്രകാരം, മനുഷ്യന് ഇത്തിരി അലങ്കാരം ചേർക്കാതെ തങ്ങളോടു സ്വയം സത്യസന്ധരായിരിക്കാൻ കഴിയില്ല. ആ നിലക്ക്, ഓരോരു ത്തരുടെ വിവരണത്തിലും അത്തരം കൂട്ടിച്ചേർക്കലുകൾ ഉണ്ട് എന്ന അർഥത്തിൽ അവ അസത്യവുമാണ്. "റാഷോമോണിന്റെ സന്ദേശം എന്തെന്നാൽ, നാം നേരിൽ കണ്ടു എന്ന് കരുതുന്നതിനെ പോലും

സംശയത്തോടെ കാണണം എന്നതാണ്" എന്ന് റോജർ എബർട്ട് നിരീക്ഷിക്കുന്നു. ഇത് കുറോസാവയുടെ ദർശനത്തിന്റെ ഭാഗമാണെന്ന് അദ്ദേഹത്തിന്റെ ഇതര ചിത്രങ്ങളും സാക്ഷ്യപ്പെടുത്തുന്നു.

മുപ്പതുകളിൽ ശബ്ദചിത്രങ്ങളുടെ വരവോടെ നിശബ്ദസിനിമയുടെ മാന്ത്രികത വലിയൊരളവ് നഷ്ടമായിരുന്നു എന്ന് കുറൊസാവ വിശ്വസിച്ചു. അവ തരിച്ചു പിടിക്കുക എന്നതും ചിത്രത്തിന്റെ നിർമ്മാണഘട്ടത്തിൽ അദ്ദേഹത്തിന്റെ ലക്ഷ്യമായിരുന്നു. ജാപ്പനീസ് നാടകത്തിലെ ഏറ്റവും പുരാതന കണ്ണിയായ 'നോ പ്ലേ' (Noh theatre) പാരമ്പര്യവും കുറോസാവയിലെ ചിത്രകാരന്റെ ദൃഷ്ടിയും ചിത്രത്തിൽ ഏറെ പ്രതിഫലിക്കുന്നുണ്ട്. നിശബ്ദസിനിമയുടെ പഠിതാവെന്ന നിലയിൽ, പ്രേക്ഷകർക്ക് ആഖ്യാനത്തെ കൃത്യമായും മനസ്സിലാക്കാനാകുംവിധം ഇമേജുകൾ ഒരേസമയം മനോഹരവും ആശയദ്യോതകവും(expressive) ആയിരിക്കണം എന്ന് അദ്ദേഹത്തിനു നിഷ്കർഷ ഉണ്ടായിരുന്നു. അവ ദൃശ്യപരമായി ശ്രദ്ധ പിടിച്ചു പറ്റുന്നതും(striking) വൈകാരികമായി ബാധിക്കുന്നതും(haunting) ആയിരിക്കണം. ഇതിനുള്ള ഒരു മികച്ച ഉദാഹരണം സ്ത്രീയുടെ കഥയിൽ കാണാം: ഭർത്താവ് തന്നെ തുളഞ്ഞിറങ്ങുന്ന വെറുപ്പോടെ ഇമചിമ്മാതെ നോക്കുന്ന സന്ദർഭത്തിൽ, അവർ തന്റെ മുഖം കൈവിരലുകൾ കൊണ്ട് അതീവ അവധാനതയോടെ, നാടകീയമായി മറക്കുകയും പിന്നീട് കുഴഞ്ഞുവീഴുകയും ചെയ്യുന്നു. വിറകുവെട്ടുകാരൻ വനത്തിന്റെ കൂടുതൽ ഉള്ളിലേക്ക് പോകുന്ന ലോങ്ങ് ഷോട്ടുകൾ മറ്റൊരു ഉദാഹരണമാണ്. സ്ത്രീയുടെ കഥയിൽ എന്നപോലെത്തന്നെ, ആവാഹകയിലൂടെ വെളിപ്പെടുന്ന സാമുറായിയുടെ ഭാഷ്യത്തിലും സ്വപ്നഭാവമുള്ള ആംഗ്യചലനങ്ങൾ പ്രധാനമാണ്. അതേസമയം, പിടിച്ചുപറിക്കാരൻ തജോമാറുവിന്റെ ഭാഷ്യം യഥാതഥ ചലനങ്ങളിലാണ് ഊന്നുന്നത്. കഥപറച്ചിലിനു മിക്കപ്പോഴും ഉപയോഗിക്കുന്നത് സംസാരഭാഷയെക്കാളേറെ ദൃശ്യഭാഷയെ ആണ് എന്നു പറയാം.

ചിത്രത്തിലെ ഏറ്റവും പ്രസിദ്ധമായ ഷോട്ട് ആയി കണക്കാക്കുന്ന സൂര്യാഭിമുഖ ദൃശ്യം, മനസ്സിന്റെയും ബോധത്തിന്റെയും പരിധികൾ പരീക്ഷിക്കപ്പെടുന്നതിന്റെ പ്രതീകവൽക്കരണമാണ്. കാടിന്റെ വെളിച്ചവും നിഴലും ചിത്രത്തിന്റെ മൊത്തം സാരാംശത്തെ(keynote) ധ്വനിപ്പിക്കാൻ ഉപയോഗിക്കണമെന്നു കുറൊസാവ തീരുമാനിച്ചിരുന്നു. സൂര്യനെ നേരിട്ട് ചിത്രീകരിക്കുകയെന്നത് അക്കാലത്ത് ഒരു ടാബൂ (വിലക്കപ്പെട്ടത്) ആയിരുന്നു എന്നും അതു ചെയ്യുക എന്നതായിരുന്നു തന്റെ മുന്നിലുണ്ടായിരുന്ന മാർഗ്ഗം എന്നും അദ്ദേഹം കൂട്ടിച്ചേർക്കുന്നു.

മിയഗാവ കസുവോ സുധീരമായി ആ വെല്ലുവിളി ഏറ്റെടുക്കുകയും സംവിധായക പ്രതീക്ഷ കാക്കുകയും ചെയ്തു. വെനീസ് മേളയിൽ പ്രസ്തുത രംഗം ഒരു മാസ്റ്റർപീസ് ചലച്ചിത്ര നിമിഷമായി വാഴ്ത്തപ്പെട്ടു. ആദ്യ ഭാഗത്ത് കാടിന്റെ നിഴലും വെളിച്ചവും സൃഷ്ടിക്കുന്ന അതീത തലത്തിൽ, മനുഷ്യഹൃദയത്തിനു വഴി നഷ്ടപ്പെടുന്നത് പ്രേക്ഷകന് അനുഭവ വേദ്യമാക്കാൻ ക്യാമറക്ക് കഴിഞ്ഞു. അതുപോലെത്തന്നെ, പശ്ചാത്തലസംഗീതവും ദൃശ്യബിംബങ്ങളും തമ്മിൽ താൻ ആഗ്രഹിച്ചതിലും മുകളിലെത്തിയ മേളനം സാധ്യമാക്കിയ ഫുമിയോ ഹയസാകയുടെ സംഭാവനയും കുറോസാവ എടുത്തു പറഞ്ഞിട്ടുണ്ട്. മറ്റൊരു പരീക്ഷണാത്മക രീതി, രംഗമാറ്റത്തെ പുസ്തകത്തിന്റെ പേജുകൾ മറിക്കുന്ന രീതിൽ അവതരിപ്പിക്കുന്ന, വലത്തുനിന്ന് ഇടത്തോട്ടുള്ള 'wipe' ഷോട്ട് ആണ്. പിൽക്കാലം, ജോർജ്ജ് ലൂക്കാസ് തന്റെ 'സ്റ്റാർ വാർസ്'' പരമ്പരയിൽ ഈ രീതി കൂടുതൽ ജനകീയമാക്കി.

ജലവും വെളിച്ചവും പോലുള്ള സരളമായ ഇമേജുകൾ ഉപയോഗിച്ചുസങ്കീർണ്ണമായ ദൃശ്യരൂപകങ്ങൾ സൃഷ്ടിക്കുന്ന ഛായാഗ്രഹണം ചിത്രത്തിന്റെ മുഖ്യ ആകർഷണമാണ്. ഒരൊറ്റ വാക്കോ ശാരീരിക ചലനമോ കൊണ്ട് ഒരു ഭൂപ്രകൃതിയെ ആവാഹിക്കുന്ന ജാപ്പനീസ് കവിതാ രീതി, കുറോസാവയുടെ 'സിംബലിസ്റ്റ്'' സമീപനത്തിൽ പ്രകടമാണ്. ചിത്രാരംഭത്തിലെ ശക്തമായ മഴ, സന്യാസിയെയും വിറകുവെട്ടുകാരനെയും നാടോടിയേയും റാഷമോൺ ഗേറ്റിൽ ഒരുമിപ്പിക്കുന്ന പ്രകൃതിജന്യവും മനുഷ്യസൃഷ്ടവുമായ രണ്ടുതരം ദുരന്തങ്ങളുടെ സംഗമ പ്രതിനിധാനം ആയിത്തീരുന്നു. വിഖ്യാതമായ, സൂര്യനെ അഭിമുഖീകരിച്ച ഷോട്ട് സത്യത്തെ മനസിലാക്കൽ മനുഷ്യനെ സംബന്ധിച്ച് ദുസാധ്യമാണ് എന്നതിന്റെ പ്രതീകവത്ക്കരണമാണ്. വനാന്തര രംഗങ്ങളിലെ പുള്ളിയും കുത്തും വീണതു പോലുള്ള വെളിച്ച വിന്യാസം, ആ രംഗങ്ങൾ ഓർമ്മകളുടെയും മിഥ്യകളുടെയും ഒരു രംഗപടമാണ് എന്നതിനെ സൂചിപ്പിക്കുന്നു. ഫ്ലാഷ്ബാക്ക് കുറ്റസമ്മത ഘട്ടങ്ങളിൽ നിഴലും വെളിച്ചവും അനായാസമായി പരസ്പരം മാറുന്ന രീതി, കഥപറച്ചിലിന്റെ തെറ്റിദ്ധരിപ്പിക്കുന്നതും പലപ്പോഴും അനിയതവുമായ രീതിയെ വെളിപ്പെടുത്തുന്നു. ചിത്രീകരണകാലത്ത് കാലാവസ്ഥയുടെ പ്രത്യേകതയായിരുന്ന കൊടുംചൂടിനെ സത്യത്തിന്റെ മെരുങ്ങാപ്രകൃതത്തിന്റെ പ്രതീകമായി കണ്ടെടുക്കുന്ന കുറൊസാവയുടെ പ്രതിഭ, പ്രകൃത്യുപാസനയുടെ കാൽപ്പനിക വഴികളിൽ ചുറ്റിത്തിരിയുന്നില്ല.

രണ്ടാം ലോകയുദ്ധാനന്തര ജപ്പാന്റെ തകർച്ചയും ശൈഥില്യവും എങ്ങും വ്യാപിച്ച, ശൂന്യതാ വാദത്തോളം എത്തുന്ന നൈരാശ്യവും ആത്യന്തിക സത്യം എന്നൊക്കെയുള്ള വൻവാക്കുകളെല്ലാം വീൺവാക്കുകളാണ് എന്ന ചിന്തയെ ബലപ്പെടുത്താൻ പോന്നതായിരുന്നു. എന്നാൽ, അമേരിക്കൻ അധിനിവേശത്തിൽ കീഴിലായിരുന്ന ജപ്പാനിൽ സിവിൽ സെൻസർഷിപ്പ് വിഭാഗം അടിച്ചേൽപ്പിച്ച നിയന്ത്രണങ്ങൾ, യുദ്ധത്തെയോ നാടു നേരിട്ടുവന്ന അതിന്റെ പരിണതികളെയോ കുറിച്ച് തുറന്നു പറയുക അസാധ്യമാക്കിയിരുന്നു. അതുകൊണ്ട് ചലച്ചിത്രകാരന് ഏറ്റവും ചുരുങ്ങിയ വാക്കുകളിൽ അത്തരം സൂചനകൾ ഒതുക്കേണ്ടിവന്നു. നാടോടിയുടെ വാക്കുകളിൽ നഗര കവാടത്തിനു വെളിയിൽ വീണു കിടക്കുന്ന ജഡങ്ങളെക്കുറിച്ച് പറയുന്നുണ്ട്. എങ്ങും കാണാവുന്ന തകർന്നടിഞ്ഞ മൃതഭൂമിയും നാശാവഷിഷ്ടങ്ങളും, ബോംബിംഗും യുദ്ധാനന്തര ന്യൂക്ലിയർ വിനാശകതയുടെ ഇമേജുകളെ ആവാഹിക്കുന്നു. ഒരുവേള, പാതിയും ശിഥിലമായ റാഷമോൺ കെട്ടിടം തന്നെയും ഇതേ ബിംബകൽപ്പനയുടെ തുടർച്ചയാണ് എന്നു പറയാം. പ്രായോഗികമായി, പടുകൂറ്റൻ സെറ്റിടുന്നതിന്റെ കനത്ത ബാധ്യത ഒഴിവാക്കാൻ അത് സഹായിച്ചതിനെ കുറിച്ച് കുറൊസാവ പറഞ്ഞിട്ടുണ്ട്: "തകർന്നു തുടങ്ങിയത് എന്ന ഒഴികഴിവ് ഉപയോഗിച്ച് ഞങ്ങൾ മേൽക്കൂരയുടെ പകുതിമാത്രം നിർമ്മിച്ചു, അതുകൊണ്ട് തന്നെ ഞങ്ങൾക്ക് വേണ്ടത്ര കിട്ടുകയും ചെയ്തു"(SLA- p. 181). സന്യാസിയുടെ വിശ്വാസവും നാടോടിയുടെ ശൂന്യതാവാദവും എന്ന വിപരീത ധ്രുവങ്ങൾ ചിത്രത്തിന്റെ ഹൃദയത്തിൽ സ്ഥാപിക്കുന്ന ധാർമ്മികസംവാദം ലോകയുദ്ധാനന്തര ജപ്പാന്റെ, അഥവാ യുദ്ധം അനുഭവിച്ച ലോകത്തിന്റെ തന്നെ, ആത്മീയ പ്രതിസന്ധിയെ പ്രതിനിധാനം ചെയ്തു. അകുതഗാവയുടെ 'In a Grove' ഒരു സർജ്ജന്റെ കത്തി കൊണ്ടെന്നോണം മനുഷ്യഹൃദയത്തിന്റെ ആഴങ്ങളിലേക്ക് പോവുകയും ഇരുണ്ട സങ്കീർണ്ണതകളും വിചിത്രമായ കെട്ടുപാടുകളും അവതരിപ്പിക്കുകയും ചെയ്തു. "ഹൃദയത്തിന്റെ മുൾക്കാടുകളിലേക്ക് പോകുന്നവർ കൂടുതൽ വലിയ വനങ്ങളിലേക്ക് നീങ്ങിയേക്കും എന്നതുകൊണ്ട് ഒരു വലിയ വനാന്തരത്തിലെക്കാണ് ഞാൻ പോയത്" എന്ന കുറോസാവയുടെ തുറന്നു പറച്ചിൽ, മനോവിജ്ഞാനീയ, പൗരാണിക (mythical and psycho-analytical) തലങ്ങളിൽ അദ്ദേഹത്തിന്റെ താൽപര്യം വ്യക്തമാക്കുന്നുണ്ട്. "മനുഷ്യർക്ക് തങ്ങളോടുതന്നെ തങ്ങളെക്കുറിച്ച് സത്യസന്ധരായിരിക്കാൻ കഴിയാത്തവരാണ്. അലങ്കാരം കൂടാതെ തങ്ങളെ കുറിച്ച് സംസാരിക്കാൻ അവർക്കു കഴിയില്ല. ഈ സ്ക്രിപ്റ്റ്

അത്തരം മനുഷ്യരെ ചിത്രീകരിക്കുന്നു. തങ്ങൾ ഉള്ളതിനേക്കാൾ നല്ലവരാണ് എന്ന് സ്വയം തോന്നിക്കാൻ വേണ്ട നുണകൾ കൂടാതെ അതിജീവിക്കാൻ കഴിയാത്തവർ. അസത്യത്തെ പ്രീണിപ്പിക്കാനുള്ള ഈ പങ്കിലമായ ത്വര മരണത്തിനപ്പുറവും പോകുന്നു എന്ന് അത് (സ്ക്രിപ്റ്റ്) കാണിക്കുന്നു. മരിച്ചവന് പോലും ഒരു ഇടയാളിലൂടെ സംസാരിക്കുമ്പോൾ തന്റെ നുണകളെ കയ്യൊഴിയാനാവുന്നില്ല." (SLA P: 183).

സിനിമക്ക് ബോധനമൂല്യമുണ്ട് എന്ന് കുറൊസാവ വിശ്വസിച്ചു. വ്യക്തിയെക്കുറിച്ചും സമൂഹത്തെക്കുറിച്ചും, നന്മ-തിന്മകൾ, അർഥം, അർത്ഥശൂന്യത തുടങ്ങിയ പ്രഹേളികകളെക്കുറിച്ചും ദാർശനിക ചോദ്യങ്ങൾ ഉയർത്താൻ അതിനാവും എന്ന് അദ്ദേഹം കരുതി. അത്തരം ചോദ്യങ്ങൾ കാലാതീതമാണ് എന്ന നിരീക്ഷണത്തിൽ ദസ്തയവ്സ്കിയുടെ കൃതികൾ അദ്ദേഹത്തെ ഏറെ സ്വാധീനിച്ചിരുന്നു. ദസ്തയവ്സ്കിയുടെ കഥാപാത്രങ്ങളെ പോലെ, ദൈവത്തിലും മനുഷ്യനിലുമുള്ള ആത്യന്തിക വിശ്വാസം നിലനിർത്തുന്നതിനു വേണ്ടി പൊരുതുന്ന കഥാപാത്രമാണ് 'റാഷമോണി'ലെ സന്യാസി. 'Crime and Punishment' പോലെ ഇവിടെയും ഒരൊറ്റ പ്രവൃത്തിയുടെ നൈതിക -ധാർമ്മിക തലങ്ങളാണ് പരിശോധിക്കപ്പെടുന്നത്. ഭിന്ന ഭാഷ്യങ്ങൾ വ്യത്യസ്ത നൈതിക ചോദ്യങ്ങൾ ഉന്നയിക്കുന്നു. ഉദാഹരണത്തിന്, വിറകുവെട്ടുകാരന്റെ കഥയിൽ, സാമുറായിയെ കൊല്ലാൻ കള്ളനെ പ്രേരിപ്പിക്കുന്നതിൽ സ്ത്രീയെ കുറ്റപ്പെടുത്താനാവുമോ, ശരിക്കും ആ കൊല നടത്തുന്നതിനു തജോമാറുവിനെ കുറ്റപ്പെടുത്താനാവുമോ തുടങ്ങിയ ചോദ്യങ്ങൾക്ക് ഉത്തരമില്ല. ചിത്രാന്ത്യത്തിൽ കുട്ടിയുടെ എപ്പിസോഡ് പ്രതിനിധാനം ചെയ്യുന്നതും വിധികല്പ്പന അസാധ്യമാണ് എന്നതു തന്നെയാണ്: വിറകുവെട്ടുകാരൻ സ്ത്രീയുടെ വിലയേറിയ കത്തി കവർന്നെടുത്തിരിക്കാം. എന്നാൽ അതിനയാളെ നിർബന്ധിച്ച കൊടും ദാരിദ്ര്യത്തിനിടയിലും, ആറു മക്കളുടെ പശിയടക്കാൻ പെടാപ്പാടു പെടുന്ന അയാൾ എഴാമതൊരു വയറായി കുഞ്ഞിനെ ഏറ്റെടുക്കാൻ തയ്യാറാണ്. സന്യാസിയെ സംബന്ധിച്ച് അത് മനുഷ്യനിലുള്ള വിശ്വാസം എന്ന കെടാമൂല്യത്തിന്റെ ഒരിക്കൽ കൂടിയുള്ള സംസ്ഥാപനവും.

വെനീസ് മേളയെ തുടർന്ന് ലോകമെമ്പാടും ചിത്രത്തിനു ലഭിച്ച സ്വീകാര്യതയെ അഭിനന്ദിക്കാൻ കഴിയാതെ പോയ ജാപ്പനീസ് നിരൂപകർ, 'അത് പാശ്ചാത്യർക്ക് കിഴക്കിനോടുള്ള ദുരൂഹാകർഷണം' (Oriental exoticism) മാത്രമാണ് എന്ന് വിലയിരുത്തിയത്

കുറോസാവയെ അത്ഭുതപ്പെടുത്തി. എന്തുകൊണ്ടാണ് ജപ്പാൻ ജനതയ്ക്ക് തങ്ങളിൽ വിശ്വാസമില്ലാത്തത് എന്ന് അദ്ദേഹം ചോദിച്ചു. എന്തുകൊണ്ടാവാം നിർമ്മാണഘട്ടത്തിൽ ചിത്രത്തിൽ അശേഷം താല്പര്യം കാണിക്കാതിരുന്ന സ്റ്റുഡിയോ ഉടമ, ചിത്രം ലോകശ്രദ്ധ യുടെ നെറുകെയിൽ എത്തിയപ്പോൾ മുഴുവൻ ക്രെഡിറ്റും അവകാശ പ്പെടാൻ മുന്നോട്ടു വന്നത് എന്നതിലും ഈ പാശ്ചാത്യ വിധേയത്വം തന്നെയാവും കാണാനാകുക. കുറൊസാവ ജപ്പാനിലും പുറത്തും വിമർശിക്കപ്പെട്ടിട്ടുള്ള വാദമുഖങ്ങളിൽ ചിലതിനെങ്കിലും 'റാഷ മോൺ'പോലുള്ള അദ്ദേഹത്തിന്റെ ചിത്രങ്ങൾ ന്യായമായും ഇടവരു ത്തിയിട്ടുണ്ട് എന്ന് പറയാം. ഉദാഹരണത്തിന് പുതിയ കാലത്തിന്റെ സ്ത്രീപക്ഷ നിലപാടുകളുടെ വെളിച്ചത്തിൽ, 'റാഷമോൺ'അവതരി പ്പിക്കുന്ന സ്ത്രീവീക്ഷണം ചോദ്യം ചെയ്യപ്പെടാവുന്നത് തന്നെയാണ്. 'Toxic masculinity' 'യെ സംബന്ധിച്ച ഇന്നത്തെ ചിന്തകളിൽ നിന്ന് അത്ര അകലെയല്ല സാമുറായിയോ കൊള്ളക്കാരനോ സ്ത്രീയുടെ നേരെ നടത്തുന്ന കടന്നു കയറ്റങ്ങളും അധിക്ഷേപങ്ങളും. എന്നാൽ ഇരുവരെയും കുറൊസാവ ആദർശവൽക്കരിക്കുന്നില്ല എന്ന വസ്തുത എടുത്തു പറയുകയും വേണം.

ദി പാൻസ് ലാബ്രിന്ത് (2006)

യാഥാർത്ഥ്യത്തിന്റെയും ഫാന്റസിയുടെയും ലോകങ്ങളെ ഒരു മിപ്പിക്കുകയും അതുപയോഗിച്ച് യഥാർത്ഥ ജീവിതാവസ്ഥകളുടെ സങ്കീർണ്ണതകൾ നിരീക്ഷിക്കുകയും ചെയ്യുക എന്ന സിനിമാ രീതിക്ക് ജോർജ്ജ് മിലിയെസിന്റെ A Trip to the Moon (1902), The Impossible Voyage (1904) പോലുള്ള ആദ്യകാല ചിത്രങ്ങൾ വരെ പഴക്കമുണ്ട്. എന്നും തുടർന്നുവന്നിട്ടുള്ള ഈ രീതിക്ക് ഏറ്റവും പുതിയകാലത്തും ഉദാഹരണങ്ങൾ ഏറെയുണ്ട്. Avatar പ്രകൃതി സംരക്ഷണത്തിന്റെ ആവശ്യകത ഊന്നിപ്പറഞ്ഞപ്പോൾ, The Hunger Games, റിയാലിറ്റി ടി വി, സാമ്പത്തിക അസമത്വം എന്നീ വിഷയങ്ങളുടെ ഏറ്റവും ക്രൂരമായ പരിധികൾ പരിശോധിച്ചു. മെക്സി ക്കൻ ചലച്ചിത്രകാരൻ ഗിലെർമോ ഡെൽ ടോറോയുടെ സംവിധാന ത്തിൽ 2006ൽ പുറത്തിറങ്ങിയ Pan's Labyrinth എന്ന ചിത്രം ഈ വിഭാഗത്തിൽ ഒരു മോഡേൻ ക്ലാസ്സിക് ആണ്. ഡെൽ ടോറോ തന്റെ മുൻ ചിത്രങ്ങളിലൂടെ (Cronos - 1993; The Devil's Backbone - 2001; Hellboy - 2004 etc.) ഗോഥിക് ഹൊറർ, കോമിക് ബുക്ക് ഹ്യൂമർ തുടങ്ങിയവയുടെ പ്രയോഗത്തിൽ നൈപുണ്യം തെളിയിച്ചിരുന്നു.

ഹൃദയാലുക്കളെങ്കിലും ശബളവും അതിമാനുഷഭാവങ്ങൾ ഉള്ളതുമായ കഥാപാത്രങ്ങളെ, വിശേഷിച്ചും കുട്ടികളെയും അഭൗമ കഥാപാത്രങ്ങളെയും സൃഷ്ടിക്കുന്നതിൽ അദ്ദേഹം പ്രശസ്തനാണ്.

1944 എന്ന കാലം വ്യക്തമാക്കി, സ്പാനിഷ് ആഭ്യന്തര യുദ്ധത്തിന്റെയും ജന: ഫ്രാങ്കോയുടെ സർവ്വാധിപത്യത്തിന്റെയും ഹിംസാത്മക പരിണതികളെ നിഷ്കളങ്കയായ ഒരു ബാലികയുടെ കാഴ്ച്ചപ്പാടിലൂടെ, വനാന്തരത്തിൽ അവൾ കണ്ടെത്തുന്ന ഒരു അത്ഭുതലോകത്തിന്റെ പശ്ചാത്തലത്തിൽ പാൻസ് ലാബ്രിന്ത് അവതരിപ്പിക്കുന്നു. ചിത്രത്തിൽ നിറഞ്ഞുനിൽക്കുന്ന മൗലിക ബിംബകൽപ്പനയും ഫോക്ലോർ-ഫാന്റസി പാരമ്പര്യങ്ങളും ചേർന്ന് ഒരേ സമയം അതീവ മനോഹരവും കാരുണ്യപൂർണ്ണവും ഒപ്പം ഹിംസാത്മകവും ക്രൂരവുമായ ഒരു ലോകം സൃഷ്ടിക്കുന്നു. പാതി സാഹസികയാത്രയും (fantasy adventure) പാതി രാഷ്ട്രീയചരിത്രാഖ്യാനവും (historical political drama)) ആയി സിനിമയെ രൂപപ്പെടുത്താൻ ഈ ഭിന്നധാരകളെ സംവിധായകൻ ഉപയോഗിക്കുന്നു.

ഒഫീലിയ എന്ന ഒമ്പതുവയസ്സുകാരി, ഗർഭിണിയായ അമ്മ കാർമെനോടൊപ്പം ഉൾനാടൻ സ്പെയിനിലെങ്ങോ ഉള്ള തന്റെ രണ്ടാനച്ഛന്റെ അരികിലേക്കുള്ള യാത്രയിലാണ്. വഴിയിൽ ഒരിടത്ത്, റിബൽ ഗറില്ലാ പോരാളികളെ തുടച്ചുനീക്കുക എന്ന ദൗത്യവുമായി നിലയുറപ്പിച്ച ഫാഷിസ്റ്റ് സൈന്യത്തിന്റെ പ്രവർത്തനകേന്ദ്രമുണ്ട്. ഒഫീലിയയുടെ രണ്ടാനച്ഛൻ ക്യാപ്റ്റൻ വിദാൽ പ്രസ്തുത ബ്രിഗേഡിന്റെ കമാണ്ടർ ആണ്. അയാൾ ഫാഷിസത്തിന്റെ ആൾരൂപമാണ്. ജനതയിൽ നിന്ന് സമ്പൂർണ്ണ വിധേയത്വം ആവശ്യപ്പെടുന്ന ക്യാപ്റ്റൻ, കാരുണ്യത്തെ ദൗർബല്യമായി കാണുന്നു. സർക്കാരിന് വിദൂരഭീഷണിയെങ്കിലും ആയേക്കാവുന്നവർ എന്ന് തോന്നുന്ന ആരെയും പീഡിപ്പിച്ചു കൊല്ലാൻ അയാൾക്കൊരു മടിയുമില്ല. പൊട്ടിയ ഗ്ലാസുള്ള വാച്ചിൽ നോക്കി, ഭാര്യയും വളർത്തുമകളും എത്തിച്ചേരുന്നതിൽ പതിനഞ്ചു മിനിറ്റ് വൈകിപ്പോയതിൽ അസ്വസ്ഥനാകുന്ന രീതിയിലാണ് ക്യാപ്റ്റൻ വിദാലിനെ നാം ആദ്യം കാണുന്നത്. ചിത്രത്തിലുടനീളം ഈ വാച്ച് അടയാളപ്പെടുത്തുന്ന സമയവുമായി അയാൾ ബന്ധിതനാണ്. സമയം, കൃത്യത തുടങ്ങിയ കണിശതകളിൽ ഉറഞ്ഞുപോയതാണ്/ ആവണം ഫാഷിസം എന്നത്, അതൊരിക്കലും നിതാന്തമായിക്കൂടാ എന്നതിന്റെ കൂടി പ്രകാശനമാവാം. ജനിക്കും മുമ്പേ 'അത് മകനായിരിക്കും' എന്നു ഡോക്ടറോട് ഭീഷണി

കലർന്ന സ്വരത്തിൽ തീർപ്പ പറയുന്നതിലേക്ക വരെ ആണത്ത ആഘോഷചിന്ത അയാളെ നയിക്കുന്നുണ്ട്.

ചിത്രാരംഭത്തിൽ അജ്ഞാത ആഖ്യാനസ്വരത്തിൽ അധോലോകരാജാവിന്റെ മകളായ എന്നോ കാണാതായ മോവാന രാജകുമാരിയെക്കുറിച്ച് നാം കേൾക്കുന്നു. പുസ്തകപ്പുഴുവായ ഒഫീലിയയുടെ ഇഷ്ട വായനാവിഭവം യക്ഷിക്കഥകളാണ്. അവൾക്ക് അതിനുള്ള പ്രായം കഴിഞ്ഞുവെന്നു ഗർഭാലസ്യമുള്ള അമ്മ അവളെ ഓർമ്മിപ്പിക്കുന്നുണ്ട്. മോവാനാ രാജകുമാരിയുടെ കഥ ഒഫീലിയയുടെ വായനാ ലോകത്തിലെ ഭ്രമകല്പനയാണോ, സിനിമയുടെ പ്രമേയ ലോകത്തിലെ യാഥാർത്ഥ്യമാണോ എന്ന് കൃത്യമായി പറയുക വയ്യ. വിദാലിന്റെ ക്യാമ്പിൽ നിന്ന് രക്ഷപ്പെടുന്ന ഒഫീലിയ, കാട്ടിലെ പുരാതനമായ കോട്ടയിൽ ഒരു ഭാവനാ ലോകം കണ്ടെത്തുന്നു. അവിടെ വെച്ച് അവൾ ഒരത്ഭുത ജീവിയെ കാണുന്നു. യവനപുരാണത്തിൽ Pan God എന്നും റോമൻ പുരാണങ്ങളിൽ Faunus എന്നും വിവരിക്കപ്പെട്ടിട്ടുള്ള സങ്കൽപ്പങ്ങളോട് രൂപ സാദൃശ്യമുണ്ട് ആ അത്ഭുത ജീവിക്ക്. ഒരേസമയം ഭീഷണവും ഒപ്പം മാന്ത്രികവുമായ ഈ സാന്നിധ്യം, അവളോട് പറയുന്നു: 'അവളാവാം കാണാതായ മോവാനാ രാജകുമാരി. തന്റെ ജന്മാവകാശം സ്ഥാപിച്ചു കിട്ടാൻ അവൾ മൂന്നുകാര്യങ്ങൾ സാധിക്കണം' എന്ന്. തുടർന്നങ്ങോട്ട് ചിത്രത്തിന്റെ ഗതി ഈ രണ്ടുലോകങ്ങൾക്കുമിടയിൽ മാറി മാറി ചലിക്കുന്നു. ഒഫീലിയയുടെ രോഗിണിയായ അമ്മ പ്രസവമടുക്കുന്തോറും തന്റെ രോഗത്തെ ചെറുത്തു തോൽപ്പിക്കാനുള്ള ശ്രമത്തിലാണ്. അതേസമയം, വിദാൽ റിബലുകളെ വേട്ടയാടുന്നത് തുടരുന്നു. പരിചാരിക മെഴ്സിഡസ് റിബലുകളെ സഹായിക്കുകയെന്ന അതീവ അപകടകരമായ ദൗത്യത്തിലാണ്. ഫാന്റസി ലോകത്തിൽ ഒഫീലിയ, പാൻ ആവശ്യപ്പെട്ട പ്രകാരം ഭീകര തവളയുടെ വയറ്റിൽ നിന്നും താക്കോൽ പിടിച്ചെടുക്കുകയും അതുപയോഗിച്ച് 'വിളറിയ മനുഷ്യൻ'(Pale Man) എന്ന കുട്ടികളെ തിന്നുന്ന സത്വത്തിൽ നിന്ന് കഠാര വീണ്ടെടുക്കുകയും ചെയ്യുന്നു. കുട്ടിക്കൗതുകം മൂലമുണ്ടാകുന്ന അനുസരണക്കേടിന് അവൾക്ക് അവളുടെ ജീവൻ തന്നെ വിലയായി നൽകേണ്ടി വരുമായിരുന്നു.

ആൺകുഞ്ഞിനു ജന്മം നൽകി പ്രസവത്തിൽ കാർമെൻ മരിക്കുന്നു. റിബലുകൾ സൈനിക ക്യാമ്പ് ആക്രമിക്കുകയും വിദാലിന്റെ സൈന്യം നിലംപരിശാവുകയും ചെയ്യുമ്പോൾ, പാനിന്റെ നിർദ്ദേശ പ്രകാരം കുഞ്ഞനിയനെ മോഷ്ടിച്ച് അവനുമായി ഒഫീലിയ

കോട്ടയിൽ എത്തുന്നു. ഇവിടെ ഒഫീലിയക്ക് അവസാനത്തെ തെരഞ്ഞെടുപ്പ് നടത്താനുണ്ട്: പാൻ ആവശ്യപ്പെട്ടപോലെ അനിയനെ ബലി നൽകി അവൾക്ക് രാജകുമാരിയുടെ ജന്മാവകാശം തിരിച്ചുപിടിക്കാം. അല്ലെങ്കിൽ, വില്ലനായ ക്യാപ്റ്റന് കുഞ്ഞനിയനെ വിട്ടുകൊടുക്കാം. സ്വാർത്ഥരാഹിത്യത്തിന്റെ അന്തിമമായ പ്രയോഗത്തിൽ രണ്ടിനും വിസമ്മതിക്കുന്ന ഒഫീലിയ, പകരം തന്റെ ജീവൻ ബലി നൽകുന്നു. അവളുടെ രക്തം കോട്ടയുടെ കൽപ്പടവിൽ പതിക്കവേ, അവൾ സുവർണ്ണ സിംഹാസനത്തിൽ തന്റെ അച്ഛനമ്മമാരുടെ അരികിൽ എത്തിപ്പെടുന്നു. മുറിവുണങ്ങി രാജകുമാരിയുടെ വേഷത്തിൽ അത്യുന്നതമായ സിംഹാസനത്തിനു മുന്നിൽ നിൽക്കവേ, ഇങ്ങ് ഇഹലോകത്തിൽ, മെഴ്സിഡസ് തന്റെ സഹപോരാളികളോടൊപ്പം ക്യാപ്റ്റൻ വിദാലിന്റെ ശിക്ഷ നടപ്പിലാക്കുന്നു. അയാൾ ആവശ്യപ്പെടുന്നതൊന്നും അവർ ചെയ്യില്ല. അയാളുടെ മകൻ, അയാൾ മരിച്ച സമയം പോയിട്ട് അയാളുടെ പേര് പോലും കേൾക്കില്ല. ചരിത്രത്തിൽ നിന്ന് അയാൾ നിഷ്കാസിതനാകും. ആഖ്യാനസ്വരം ഒഫീലിയയെക്കുറിച്ച് നമ്മോട് പറയുന്നു: 'അവൾ തന്റെ മറുലോകത്തിൽ എല്ലാവർക്കും പ്രിയങ്കരിയായി നൂറ്റാണ്ടുകൾ വാണു. ഈ ലോകത്ത് അവൾ വന്നുപോയതിന്റെ അടയാളങ്ങൾ, കൃത്യമായും എവിടെ നോക്കണം എന്നറിയുന്നവർക്കു മാത്രം കാണാൻ പാകത്തിൽ ഇന്നും നിലനിൽക്കുന്നു'. ആ വാക്കുകൾക്കൊപ്പം, വിടർന്നു വരുന്ന വെളുത്ത പൂവിനെ ക്യാമറ അടയാളപ്പെടുത്തുന്നു.

പാൻസ് ലാബ്രിന്ത് അതിശക്തമായ ചില വൈരുധ്യങ്ങൾ ഉൾക്കൊള്ളുന്നുണ്ട്. ഒരുതരത്തിൽ മനോഹരം, എന്നാൽ രക്തരൂക്ഷിതം, ഒരു നോക്കിൽ അരുമയായ പെൺകുട്ടിയുടെ കഥ എന്നാൽ മുതിർന്നവർക്ക് മാത്രം കാണാൻ അനുവദിക്കാവുന്ന തരം ഹിംസാത്മകത നിറഞ്ഞ ചിത്രം. ചരിത്രവും ഭ്രമാത്മക/ ഭാവനാത്മക ഫാന്റസിയും ഇഴകോർക്കുന്ന ഈ രണ്ടാറ്റങ്ങളെയും പൊരുത്തപ്പെടുത്താൻ കഴിയുമോ എന്ന അന്വേഷണമാണ് നിരൂപകനു നടത്താനുള്ളത്. ഫോക്ലോറിന്റ സമൃദ്ധമായ ഉപയോഗത്തെ ആസ്പദമാക്കി ചിത്രത്തെ സമീപിക്കുമ്പോൾ, അനിശ്ചിതത്വം നിറഞ്ഞതും പലപ്പോഴും മൃഗീയവുമായ മുതിർന്നവരുടെ ലോകത്തെ മനസ്സിലാക്കാൻ കുട്ടികൾക്ക് ലഭിക്കുന്ന ചട്ടക്കൂടാണ് മുത്തശ്ശിക്കഥകൾ എന്ന വ്യാഖ്യാനം പ്രസക്തമാണ്. ഈ അർത്ഥത്തിൽ ഫാന്റസി ലോകം യഥാർത്ഥലോകത്തെ മനസിലാക്കാൻ ഒഫീലിയയെ

സഹായിക്കുന്നു. താൻ അച്ഛൻ എന്നു വിളിക്കേണ്ട ആളുടെ നേതൃത്വത്തിൽ അരങ്ങേറുന്ന കൊടും ക്രൂരതകളുടെയും സംഘർഷങ്ങളുടെയും ലോകത്തിലേക്ക് എത്തിപ്പെടുന്ന ഒഫീലിയക്ക് അതിനെല്ലാറ്റിനുമുപരി അമ്മയുടെ അനിശ്ചിതമായ അവസ്ഥയെയും നേരിടേണ്ടതുണ്ട്. അവൾക്കു പരിചിതമായ ഏക രക്ഷാമാർഗം ഫാന്റസിയുടെ ലോകത്തേക്കു കടക്കലാണ്. ദുസഹമായ സാഹചര്യത്തിൽ അവൾക്ക് വേറെയൊന്നും ചെയ്യാനില്ല. ക്യാപ്റ്റൻ വിദാലിന്റെ രക്തദാഹിയുടേതു പോലുള്ള കോപം തുടൽപൊട്ടിക്കുന്ന രംഗങ്ങളിൽ നിന്ന് ക്യാമറ മുഖം തിരിക്കുന്നേയില്ല. വെറും സന്ദേഹത്തിന്റെ പേരിൽ ഗ്രാമീണ കർഷകയുവാവിനെ മുഖം അടിച്ചുതകർത്തു കൊല്ലുന്നതു പോലുള്ള നിരുത്തരവാദ ഹിംസ, തന്റെ സൈനികരിൽ മുറിവേൽക്കുന്നവർ ഉൾപ്പടെയുള്ള പോരാളികളെ കൊന്നു തള്ളുന്ന നിസംഗത, തുടങ്ങിയ നരാധമഭാവങ്ങൾ അയാൾ മനുഷ്യനിൽ കുറഞ്ഞ മറ്റെന്തോ ആണെന്ന പ്രതീതി ജനിപ്പിക്കുന്നു. ഈ രംഗങ്ങൾ കുഞ്ഞായ ഒഫീലിയ നേരിൽ കാണുന്നുണ്ടോ എന്ന് വ്യക്തമല്ലെങ്കിലും ക്യാപ്റ്റന്റെ കൂടെ കഴിയുക അവൾക്ക് ചകിതാനുഭവമാണ് എന്നു വ്യക്തമാണ്. അപ്പോൾ അവൾ കണ്ടുപിടിക്കുന്ന ഭാവനാ ലോകമാണോ ചിത്രത്തിലെ ഫാന്റസി ലോകം? ഫാന്റസി ലോകത്തെ വിനിമയങ്ങളിൽ നിന്ന് നേടിയെടുക്കുന്ന ധൈര്യമാണ് യാഥാർത്ഥ്യലോകത്തെ ക്രൂരതകളെ കൈകാര്യം ചെയ്യാൻ അവളെ പ്രാപ്തയാക്കുന്നത്. ഭീമൻ തവളയെയും നരഭോജിയെയും കൗശലപൂർവ്വം തോൽപ്പിച്ച അതേ കഴിവ്, തന്നെ സംരക്ഷിക്കാൻ കഴിയാത്തവരോ അഥവാ അതിനു തയ്യറില്ലാത്തവരോ ആയ മുതിർന്നവർക്കെതിരെ നിൽക്കാനും അവൾക്ക് തുണയാകുന്നു.

ഡിസ്നി കോമിക്കുകളിൽ കണ്ടിട്ടുള്ള നിരുപദ്രവ (sanitized) ഫാന്റസി ലോകത്തിന്റെ ചിത്രത്തിന് പകരം ഡെൽ ടോറോ അവതരിപ്പിക്കുന്നത് യക്ഷിക്കഥകളുടെ പ്രാകൃതമൂലങ്ങളുടെ നേർപ്പതിപ്പാണ്. ഈ ഫാന്റസി ലോകവും യഥാർത്ഥലോകത്തേക്കാൾ ഒട്ടും കാരുണ്യപൂർണ്ണമോ ശാന്തിപൂർണ്ണമോ അല്ല. ഭീമൻ തവളയും കുട്ടികളെ തിന്നുന്ന നരഭോജിയും മാത്രമല്ല, പാൻ തന്നെയും ഭാവം പകരുന്നുണ്ട്. കുഞ്ഞനിയനെ ബലിയർപ്പിക്കാൻ വിസമ്മതിക്കുന്ന ഒഫീലിയക്ക് ആ കോപം നേരിടേണ്ടി വരുന്നു. നരഭോജിയുടെ അറയിൽ കണ്ടെത്തുന്ന കുഞ്ഞുങ്ങളുടെ ഷൂസുകൾ ഹോളോകാസ്റ്റ് ചിത്രങ്ങളെ ഓർമ്മിപ്പിക്കുന്നത് യാദൃച്ഛികമല്ല. ഇവരെയൊക്കെ നേരിടുന്നതിലൂടെ ലഭിച്ച പാഠങ്ങൾ തന്നെയാണ് അന്തിമ ആത്മബലിയിലേക്ക് ഒഫീലിയയെ ഉയർത്തുന്നത്.

മറ്റൊരു തലത്തിൽ, ചിത്രം അധികാരവും അനുസരണക്കേടും എന്ന ദ്വന്ദ്വത്തെ പരിശോധിക്കുന്നതാണ്. ക്യാപ്റ്റൻ വിദാൽ, സൈനികർ, കാർമെൻ എന്നിവർ അധികാരത്തിന്റെ പ്രതിനിധാനങ്ങൾ ആണെങ്കിൽ, മെഴ്സിഡസ്, ഒഫീലിയ, റിബലുകൾ, തുടങ്ങിയവർ മറുവശത്താണ്. ഒഫീലിയ ഒരിക്കലും നിയമങ്ങളെ അനുസരിക്കുന്നില്ല. അത് അവൾ രണ്ടു ലോകത്തിലും ചെയ്യുന്നില്ല. ഒരു ഘട്ടത്തിൽ നരഭോജിയുടെ ഇരയായിപ്പോകുന്നതിന്റെ തൊട്ടടുത്തു വരെ അതവളെ എത്തിക്കുന്നുമുണ്ട്. തിന്മയായി ഫാഷിസം, നന്മയായി ചെറുത്തുനിൽപ്പ് എന്നിങ്ങനെ കണിശമായ രണ്ടു വശങ്ങളിലായി നിലയുറപ്പിക്കുന്ന ഈ ആഖ്യാനത്തിൽ പാൻ എവിടെ ഇടം പിടിക്കും? ആദ്യമൊക്കെ ഒഫീലിയക്ക് അഭയമാകുന്ന സാന്നിധ്യം, പിന്നീട് ഇടയുന്നു. വിദാൽ ആവശ്യപ്പെടുന്ന 'സമ്പൂർണ്ണ വിധേയത്വം' തന്നെയാണ് അതും ആവശ്യപ്പെടുന്നത്. അപ്പോൾ പാൻ ഒഫീലിയയുടെ ഭാവനാസൃഷ്ടി എന്നതിനപ്പുറം ചിത്രഗാത്രത്തിൽ സ്വതന്ത്ര അസ്തിത്വമുള്ള ലോകം തന്നെയാണ് എന്നും വരാം.

ചിത്രത്തിൽ ഉപയോഗിക്കുന്ന സങ്കേതങ്ങൾ പലതും ഈ കാഴ്ചപ്പാടിനെ സാധൂകരിക്കുന്നവയാണ്. ഇരുലോകങ്ങൾക്കുമിടയിൽ തടസമേതുമില്ലാതെ നീങ്ങുന്ന ക്യാമറ ഉദാഹരണം. മരങ്ങളും ചുവരുകളും ഒരു ലോകത്തിൽ നിന്ന് മറ്റൊന്നിലേക്കുള്ള wipe-cuts നെ മറച്ചു വെച്ച് ഒരൊറ്റ ഫ്രെയിമിന്റെ പ്രതീതി ജനിപ്പിക്കാൻ ഉപയോഗിക്കുന്ന ഒട്ടേറെ സന്ദർഭങ്ങൾ ഉണ്ട്. ഒരു ലോകത്തിലെ വസ്തുക്കൾ ഇതര ലോകത്തും കാണപ്പെടുന്നതിന് ഉദാഹരണമാണ് മാന്ത്രിക ചെടിയുടെ വേര് (mandrake root), മാന്ത്രിക വഴി തുറക്കാൻ ഉപയോഗിക്കുന്ന ചോക്ക് തുടങ്ങിയവ. അങ്ങനെ യഥാർത്ഥ ലോകം, ഫാന്റസി ലോകം എന്ന ആദ്യഭാഗങ്ങളിലെ വിഭജനം പിന്നെപ്പിന്നെ നേർത്തുവരുന്നു. ഈ അസ്പഷ്ടത ചിത്രം മുന്നോട്ടുവെക്കുന്ന പ്രമേയ പരിചരണത്തിൽ സുപ്രധാനമാണ്. സൈനിക ഭരണക്രമം ഉപയോഗിക്കുന്ന വ്യവസ്ഥാപിത ഹിംസയെ വിമർശിക്കുകയും അവ്യക്തതകൾ ഇല്ലാത്ത, അനുസരണക്കേടിന്റെ ലാഞ്ഛനകൾ പോലും അവസാനിച്ച 'ശുദ്ധ'മായ ലോകക്രമം എന്ന സർവ്വാധിപത്യത്തിന്റെ ബൃഹദ് ആഖ്യാനത്തെ അട്ടിമറിക്കുകയും ചെയ്യുക എന്ന ലക്ഷ്യത്തിൽ യക്ഷിക്കഥകളുടെ പതിവ് രീതിയെ ചലച്ചിത്രകാരൻ തിരസ്കരിക്കുന്നു. യാഥാർത്ഥ്യത്തിനും ഫാന്റസിക്കും ഇടയിൽ കൃത്യമായ അതിർവരമ്പുകൾ ദീക്ഷിക്കാൻ അദ്ദേഹം വിസമ്മതിക്കുന്നു. ആഖ്യാനത്തിലും സാങ്കേതികതയിലും മാസ്റ്റർപീസ്

ആയിരിക്കുമ്പോൾത്തന്നെ നമ്മെ വേട്ടയാടുന്ന ട്രാജഡിയായി ചിത്രം മാറുന്നു. അതിനു കാരണം സിനിമ ഏറ്റവും ദുരന്തപൂർണ്ണമായ മാനുഷിക വിനിമയത്തെ അടയാളപ്പെടുത്തുന്നു എന്നതാണ്. ഡെൽ ടോറോ ഒരിക്കൽ പറഞ്ഞു: 'യുദ്ധം ഏറ്റവും വലിയ അസഹിഷ്ണുതയുടെ പ്രകടനമാണ്. അതിൽ അഭിമാനിക്കാൻ ഒന്നുമില്ല. എന്റെ മനസിൽ അത് വിജയം കൊണ്ടുവരുന്നില്ല. അതിൽ വിജയികൾ ഇല്ല, നഷ്ടപ്പെടുന്നവരേയുള്ളൂ. ജീവിച്ചിരിക്കുന്ന ഇരകളും മരിച്ചുപോയ ഇരകളും മാത്രം.'

പുഴു (2022)

രത്തീന സംവിധാനം ചെയ്ത 'പുഴു'വിനെക്കുറിച്ചു പറയേണ്ട ആദ്യകാര്യം: it's a significant film എന്നതാണ്. Toxic masculinity ജാതീയത, വരേണ്യത, ഫാഷിസ്റ്റ് മനോഭാവം, പ്രയോഗം എന്നിവയിൽ എങ്ങനെയാണു കേന്ദ്രസ്ഥാനീയമായി വർത്തിക്കുന്നത് എന്ന ചോദ്യത്തെ അതിന്റെ നാനാർത്ഥത്തിൽ ഏറ്റവും ശക്തമായി ആവിഷ്കരിക്കുന്ന മലയാളചിത്രം എന്നതാണ് ആ സാംഗത്യം. ഭാരതിയെന്ന സവർണ്ണ യുവതിയും കുട്ടപ്പൻ എന്ന പുരോഗമന-ദലിത് നാടക പ്രവർത്തകനും നേരിടുന്ന സാഹചര്യം, സാമൂഹികമായ ബഹിഷ്കരണം നേരിടേണ്ടി വന്നേക്കാവുന്ന ഒന്നാണ്. ചിത്രത്തിന്റെ ശക്തിയും ഒരുവേള പരിമിതിയും ഈ സാമൂഹിക സാഹചര്യത്തെ ഏതാണ്ട് ഒരൊറ്റ വ്യക്തിയുടെ ടോക്സിക് നിലപാടുകളിലേക്ക് ചുരുക്കുന്നു എന്നതാണ്. ഇക്കാര്യം വ്യക്തമാക്കാനായി ഒരു ഉദാഹരണം എന്ന നിലയിൽ നാഗരാജ് മൻജുളെയുടെ മറാത്തി ചിത്രം Sairat ഓർമ്മിക്കാവുന്നതാണ്. രണ്ടു ചിത്രങ്ങളും കൈകാര്യം ചെയ്യുന്ന മുഖ്യപ്രമേയം ദുരഭിമാനക്കൊലയിലേക്ക് നയിക്കുന്ന കടുത്ത ജാതീയതയുടേതാണ്. സവർണ്ണ യുവതിയും ദളിത്/ മുക്കുവ യുവാവും തമ്മിലുള്ള പ്രണയവും ഒളിച്ചോട്ടവും കുടുംബത്തിലും സമൂഹത്തിലും ഉണ്ടാക്കുന്ന തിരയിളക്കങ്ങൾ വർഷങ്ങൾക്കപ്പുറവും അർച്ചനാ പാട്ടിൽ എന്ന ആർച്ചിയേയും പാർശ്യയെയും (Sairat) തേടിയെത്തുന്നു. പാട്ടീൽ കുടുംബത്തിലെ സർവ്വ സൗഭാഗ്യങ്ങൾക്കും ഇടയിൽ വളർന്ന ആർച്ചി, ബുള്ളറ്റും ട്രാക്ടറും ഓടിക്കുക മാത്രമല്ല, കുതിരസവാരി നടത്തുകയും ചെയ്യുന്ന ധീരയായ പെൺകുട്ടിയാണ്. ഇല്ലാത്ത തട്ടിക്കൊണ്ടുപോകൽ/ ബലാൽക്കാരക്കുറ്റം ആരോപിച്ച പാർശ്യയെയും സുഹൃത്തുക്കളെയും തടഞ്ഞുവെക്കുന്ന പോലീസ് സ്റ്റേഷനിൽ കൈക്കൊള്ളുന്ന അതേ ധൈര്യം തന്നെ അവരെ മർദ്ദിക്കുന്ന ഗുണ്ടകളുടെ നേരെയും

പുറത്തെടുക്കുന്ന ആർച്ചി, വേണ്ടപ്പോൾ ഒരു വെടിയുതിർക്കാനും മടിക്കുന്നില്ല. വാസ്തവത്തിൽ ചിത്രത്തിൽ കർതൃത്വസ്ഥാനത്തു വലിയൊരളവു നിലയുറപ്പിക്കുന്നത് അവളാണ്. പട്ടണത്തിലെ കഴുകൻ കണ്ണുകൾക്കു മുന്നിൽ ആർച്ചിയും തോറ്റുപോകുന്ന സന്ദർഭത്തിൽ രക്ഷകയായി എത്തുന്നതും മറ്റൊരു സ്ത്രീയാണ് എന്നതും ചിത്രത്തിന്റെ സ്ത്രീപക്ഷ വീക്ഷണത്തിൽ പ്രധാനമാണ്. തടിമിടുക്കല്ല, തന്ത്രമാണ് അവരുടെ ആയുധം എന്നതും ശ്രദ്ധേയമാണ്. അതിലൂടെ ആ ക്ലീഷേ ചോദ്യത്തെ സമർത്ഥമായി നേരിടുകയാണ് സംവിധായകൻ: സ്ത്രീ-പുരുഷ സമത്വത്തിനു വേണ്ടി മുറവിളി കൂട്ടുന്നവർ ശാരീരിക വ്യത്യാസങ്ങൾ/ കായികക്ഷമത എന്നതൊക്കെ അവഗണിക്കുന്നു എന്ന ആരോപണമാണത്. ജീവിതാവസ്ഥകളുടെ പാരുഷ്യത്തിൽ ഒരുവേള പുരുഷാഹന്തയുടെ പ്രയോഗ നികൃഷ്ടതയിലേക്ക് പാർശ്യതെന്നിപ്പോകുന്നുണ്ടെങ്കിലും അത് നീണ്ടുനിൽക്കുന്നില്ല. 'പുഴ'വിൽ എത്തുമ്പോൾ ആർച്ചിയുടെ കർതൃത്വസ്ഥാനീയത ഭാരതിയിൽ പ്രകടമല്ല. പാത്രസൃഷ്ടിയുടെ ഊന്നലിൽ സംഭവിക്കുന്ന വ്യതിയാനം ചിത്രത്തെ മൊത്തം ബാധിക്കുന്നുണ്ട്. Sairat പ്രേക്ഷകനിൽ ബാക്കിയാക്കുക വ്യക്തിനിരപേക്ഷമായ ജാതീയത എന്ന മുച്ചൂടും വേരുകളാഴ്ത്തിയ കരാളതയെ സംബന്ധിച്ച ഞെട്ടൽ ആണെങ്കിൽ, 'പുഴ'വിന് അത് സാധിക്കുന്നില്ല. മറിച്ച് അറപ്പും വെറുപ്പും തോന്നുന്ന ഒരു വ്യക്തി ഇവിടെ പ്രതിസ്ഥാനത്തു സമൂർത്ത വ്യക്തിത്വമായി വരുന്നു. Abstract ആയി നിർത്തേണ്ടതിനെ concrete ആക്കുന്നതിന്റെ ഒരു പ്രശ്നം ഇത്തരം വിഷയങ്ങളിൽ അത് നടപ്പിലാക്കുന്ന പ്രയോക്താക്കൾ തന്നെയും വ്യവസ്ഥയുടെ ഇരകൾ തന്നെയാണ് എന്ന വസ്തുതക്ക് വേണ്ടത്ര ഊന്നൽ ലഭിക്കാതെ പോകുന്നു എന്നതാണ്. സംവിധായികയുടെ വീക്ഷണം(authorial view point) എന്ന് പറയാമെങ്കിലും, ചിത്രം റിലീസായതിനു ശേഷമുള്ള സംവാദങ്ങളിൽ ഒട്ടുമുക്കാലും കേന്ദ്രകഥാപാത്രത്തെ അവതരിപ്പിച്ച അഭിനേതാവിനെ(മമ്മൂട്ടി) കുറിച്ചായത് എന്തുകൊണ്ടാണ് എന്നത് ഇതുമായി ചേർത്തുവെച്ചു കാണാവുന്നതാണ്. നാം 'ഉത്തരേന്ത്യൻ'എന്ന് പലപ്പോഴും മുദ്രകുത്താറുള്ള പൊള്ളുന്ന ഒരു വിഷയം ഇവിടെയും അതീവ അടിയന്തിര പരിഗണന അർഹിക്കും വിധം നിലനിൽക്കുന്നു എന്ന മർമ്മപ്രധാനിയായ ചർച്ചയായി ചിത്രത്തെക്കുറിച്ചുള്ള സംവാദങ്ങൾ വികസിക്കാതെ പോയത് എന്തുകൊണ്ടാണ് ?

സവർണ്ണ പുരുഷാകാര പ്രതിസന്ധി?

മുകളിൽ സൂചിപ്പിച്ച പ്രശ്നത്തിന് ഒരു കാരണമായി തോന്നുന്നത് സിനിമയുടെ ഭാഷയിൽ പുരുഷാധിപത്യം റിവേഴ്സ് ഗിയറിൽ സ്ഥാപിക്കുന്ന ചിത്രം തന്നെയായി 'പുഴ'വും മാറുന്നു എന്നതാണ്. അൾട്രാ നഗറ്റിവ് വേഷം എന്ന ഒഴിവുകഴിവിൽ ചിത്രത്തിലുടനീളം മസ്കുലിൻ ഫിഗർ തന്നെയാണ് നിറഞ്ഞുനിൽക്കുന്നത്. ഉദാഹരണത്തിലൂടെ ഇതിന്റെ പ്രശ്നം വ്യക്തമാക്കാം: പറയുന്നത് വിയറ്റ്നാം യുദ്ധത്തിന്റെ ദുഷ്ടതയാണെങ്കിലും അതും അമേരിക്കൻ മറീനുകളായി അഭിനയിക്കുന്ന ഹോളിവുഡ് താരങ്ങളുടെ കാഴ്ചപ്പാടിൽ ആയിരിക്കണമെന്നതാണ് ഹോളിവുഡ് ചടങ്ങ്. വിയറ്റ്നാമിലെ, അഥവാ സാമ്രാജ്യത്വ അധിനിവേശം നേരിടേണ്ടി വരുന്ന ഇടങ്ങളിലെ, തദ്ദേശീയരായ മനുഷ്യർ ആഖ്യാനത്തിൽ ചുരുക്കമായെങ്കിലും ഇടം പിടിക്കുമ്പോൾ പോലും ഏകസ്വര വാക്കുകളിലോ മൂളലിലും ഞരങ്ങലിലും മാത്രമോ ആശയ വിനിമയം നടത്തുന്ന, കൃത്യമായി സംവദിക്കാൻ പ്രാപ്തരല്ലാത്ത മനുഷ്യരായി അവതരിപ്പിക്കപ്പെടുന്നു, അവരുടെ ഭാഷ്യം കേൾക്കപ്പെടാതെ പോകുന്നു. വില്ലൻ കഥാപാത്രങ്ങളിലൂടെയാണെങ്കിലും അതും ഹോളിവുഡ് ഭാഷ്യം തന്നെയെന്നു ഈ ചിത്രങ്ങൾ ഉറപ്പുവരുത്തുന്നു. "കീഴാളനു സംസാരിക്കാനാകുമോ?" എന്ന വിഖ്യാതമായ ചോദ്യം (ഗായത്രി സ്പിവാക്) ഉന്നയിക്കുന്ന 'Subalternity'യെ സംബന്ധിക്കുന്ന നിർമ്മിത കൽപ്പനയാണത്.

'പുഴ'വിൽ എത്തുമ്പോൾ പ്രമേയം ആവശ്യപ്പെടുന്ന പരിചരണം നൽകുന്നതിനു പകരം താരശരീരം സിനിമയെ സ്വാധീനിച്ചുവോ? സൂചനകളിൽ ഒതുക്കാമായിരുന്ന പലതും വിശദമായി ചിത്രീകരിച്ചപ്പോൾ യഥാർത്ഥത്തിൽ വിശദാംശങ്ങൾ(detailing) ആവശ്യമായിരുന്ന പലതും അവഗണിക്കപ്പെട്ടു. ഭാരതിയും കുട്ടപ്പനും കടന്നുവന്ന ജാതീയമായ ട്രോമകൾ സൗകര്യപൂർവ്വം 'പറഞ്ഞുപോകൽ'(telling) രീതിയിൽ അവതരിപ്പിച്ച ചിത്രം താരചക്രവർത്തിയുടെ കഥാപാത്രത്തിന്റെ മലീമസ വ്യക്തിത്വത്തിന് ന്യായീകരണം നൽകും വിധം മകനുമായുള്ള വൈകാരികബന്ധമൊക്കെ വിശദമായിത്തന്നെ കാണിക്കുന്നു. കുട്ടന്റെ ഫ്ലാറ്റിനകത്തെ മടുപ്പിക്കുന്ന പട്ടാളച്ചിട്ടയും ശ്വാസം മുട്ടിക്കുന്ന 'വൃത്തിയും മെനയും' സൃഷ്ടിക്കുന്ന ചാക്രികത അതിവിശദമായി ആവർത്തിക്കുന്നുണ്ട്. ഈ അസന്തുലിതമായ ഊന്നൽ എന്തുകൊണ്ടാവാം? ഇവിടെ സംവിധായികയുടെ വിവേചനം എന്ന വിശദീകരണം അതു തീരുമാനിക്കപ്പെട്ടത് പ്രമേയത്തിന്റെ ആവശ്യകതക്ക് അനുസൃതമായല്ല എന്ന തോന്നൽ ഉണ്ടാക്കുന്നുണ്ട്. എപ്പോഴും

സവർണ്ണ പുരുഷാകാരം (upper caste male figure) തന്നെ അത് നിശ്ചയിക്കുന്നു എന്നു തോന്നാം. ജാതീയത, വരേണ്യത, വിഷലിപ്ത രക്ഷാകർതൃത്വം (toxic parenting) എന്നിങ്ങനെ അടിസ്ഥാനപരമായിത്തന്നെ പുരുഷാധികാരാധിഷ്ഠിതം (male domination) ആയ വിനിമയങ്ങളെ പുരുഷ കാഴ്ചപ്പാടുതന്നെ അടിസ്ഥാനപ്പെടുത്തി അവതരിപ്പിക്കുമ്പോൾ, പാത്രസൃഷ്ടിയിൽ പുലർത്തേണ്ട ജാഗ്രതയിൽ വിട്ടുവീഴ്ച സംഭവിക്കുന്നു. ഭാരതിയുടെ ആ ഇറങ്ങിപ്പോരൽ രംഗം നോക്കൂ. കുട്ടപ്പന്റെ കൈപിടിച്ച് തലയുയർത്തി പൊളിറ്റിക്കലി കറക്റ്റ് ആയി. പക്ഷെ അമ്മയുടെ നിസ്സഹായ വേദന കാണാൻ അവർ തീർത്തും പരാജയപ്പെടുന്നു, പകരം ഏട്ടന്റെ കരുനീക്കത്തിൽ (manipulation) വീണുപോകുന്നു. അതു സംഭവിക്കാം, പക്ഷെ ഭാരതി വളരെ ബുദ്ധിമതിയാണ്. 'നമ്മളെന്തിനാ മറ്റുള്ളവരെ മാറ്റാൻ നോക്കുന്നത്, മാറേണ്ടത് നമ്മളല്ലേ?' എന്നൊക്കെ കൃത്യമായി പ്രതികരിക്കുന്ന ആളാണ്.

'പുഴു' എന്ന ടൈറ്റിൽ സൂചിപ്പിക്കുന്ന സൂചക പാഠം കൃത്യമാണ്. പറയാൻ ശ്രമിക്കുന്നതും അതാണ്. എവിടെയാണ് ആഖ്യാനത്തിന്റെ ഊന്നൽ എന്നിടത്തേ പ്രശ്നമുള്ളൂ. കൃത്യമായും സൂചിപ്പിക്കേണ്ടിയിരുന്ന വീക്ഷണകോൺ വിട്ടുവീഴ്ച്ച ചെയ്യപ്പെട്ടോ? എന്തുകൊണ്ട്? പുഴുവിനെ കുറിച്ച് പറയുന്നതിനു പകരം പുഴു പറയുന്നത് ആയോ? ടോക്സിക് മസ്കുലിനിറ്റിയും ജാതീയത, വരേണ്യ ബോധം എന്നിവയും തമ്മിലുള്ള ബന്ധം ചിത്രം കൃത്യമായും സൂചിപ്പിക്കുന്നുണ്ട്. പക്ഷെ അവയുടെ മറുവശമായ, ചിത്രം ഉയർത്തിപ്പിടിക്കാൻ ശ്രമിക്കുന്ന വീക്ഷണ കോൺ വേണ്ടത്ര ആഴത്തിൽ പരിശോധിക്കുന്നതിലും വിശ്വസനീയമായും ത്രിമാനത്തിലും അവതരിപ്പിക്കുന്നതിലും ചിത്രം വേണ്ടത്ര വിജയിക്കുന്നില്ല. ഈ തോന്നലിന് നിദാനം പ്രധാനമായും കുട്ടപ്പന്റെ പാത്രസൃഷ്ടിയാണ്. അപ്പുണ്ണി ശശിയുടെ മികച്ച അഭിനയം ഉണ്ടായിട്ടും ആ കഥാപാത്രത്തിന്റെ അനുഭവങ്ങൾ പലപ്പോഴും ഏതാണ്ടൊരു പുസ്തക വടിവിൽ, അനുഭവം എന്നതിലേറെ 'പുനരാലോചന' (reflection) എന്ന തോന്നലാണ് സൃഷ്ടിക്കുന്നത്. അതിനു കാരണം താരമൂല്യത്തിന്റെ പ്രലോഭനം ആണെങ്കിൽ, സവർണ്ണ പുരുഷാകാര ആഘോഷം എന്ന പതിവു സിനിമാ രീതിയുടെ ചതിക്കുഴി അബോധത്തിൽ പ്രവർത്തിച്ചോ എന്നു ചോദിക്കേണ്ടി വരും. ഇത്തരമൊരു നിരീക്ഷണം പങ്കുവെക്കുമ്പോഴും ചരിത്രപരമായ വലിയ ദൗത്യം 'പുഴു' മലയാളസിനിമയിൽ നിർവഹിച്ചിട്ടുണ്ട് എന്നത് എടുത്തു പറയാതെ വയ്യ. കഥാപാത്രം ഏതായാലും, ചെയ്യുന്നത്

എന്ത് വഷളത്തം ആയാലും, അഭിനയിക്കുന്നത് താരരാജാക്കന്മാരാണോ, അതൊക്കെയും ആഘോഷിക്കപ്പെട്ടുംവിധം വേണം എന്ന രീതിയെ 'പുഴ' അടിമുടി പൊളിച്ചടുക്കിയിരിക്കുന്നു എന്നതാണത്. വെറുക്കേണ്ടതിനെ വെറുക്കാൻ താരസ്വരൂപം തടസമാകരുത് എന്ന് ഇത്രയും ശക്തമായി മലയാളസിനിമയിൽ മുമ്പാരും പറഞ്ഞിട്ടില്ല. (പട്ടേലരെയും മുരിക്കിൻ കുന്നത്ത് അഹമ്മദാജിയെയും മറക്കുന്നില്ല.)

മറ്റുള്ളവരോടുള്ള സമ്പൂർണ്ണ അനുതാപരാഹിത്യം(insensitivity) താൻ മാത്രമാണ് ശരി എന്നും തന്റെ വികാരങ്ങൾക്കപ്പുറം ഒന്നും പ്രസക്തമല്ലെന്നുമുള്ള കടുത്ത നിലപാടിന്റെ പ്രതിഫലനമാണ്. ഫാസിസ്റ്റ് മനോഭാവത്തിന്റെ ആകത്തുകയും ഒരർഥത്തിൽ ഇതാണ്: Fascism is an extreme form of self-righteousness. കുട്ടനെ ചിത്രത്തിൽ ആദ്യമായി അവതരിപ്പിക്കുന്ന രംഗം ഓർക്കുക: റിവേഴ്സ് ഗിയറിൽ വരുന്ന കാറ് ഒരു പാവം ജീവിയെ കൊന്നേക്കാമായിരുന്നു. എന്നാൽ, അക്കാര്യത്തിൽ ഒരു നിമിഷം പോലും സ്വൽപ്പമെങ്കിലും വിഷമിക്കാതെ അഥവാ അത് കാണുക പോലും ചെയ്യാതെ കാറിൽ നിന്ന് ഇറങ്ങിപ്പോകുന്ന കുട്ടൻ അയാളുടെ വ്യക്തിത്വത്തിന്റെ അടിസ്ഥാന പ്രകൃതം തന്നെയാണ് വെളിവാക്കുന്നത്. ആ റിവേഴ്സ് ഗിയറും അയാൾ അശ്രദ്ധമായി കൊല്ലാൻ തുടങ്ങിയത് നിരുപദ്രവിയായ ഒരു പട്ടിയെ ആണ് എന്നതും ചിത്രം ഉന്നയിക്കുന്ന വലിയൊരു പ്രമേയവുമായും അതിന്റെ സമകാലികതയുമായും കണ്ണി ചേരുന്നുണ്ട്. അയാൾ പ്രതിനിധാനം ചെയ്യുന്ന സാമൂഹിക വീക്ഷണം എല്ലാത്തിനെയും മനുസ്മൃതിയോളം പിറകോട്ടു കൊണ്ടുപോകാൻ ശ്രമിക്കുന്ന ഒന്നാണ്. തങ്ങൾ അപരരായി കരുതുന്ന, അന്യവൽക്കരിക്കുന്ന, ഉന്മൂലനം ചെയ്യാൻ സാമൂഹിക സാംഗത്യവും അംഗീകാരവും തേടുന്ന 'അപരനെ' കീടജന്മങ്ങളോ അധമത്വം കൽപ്പിക്കപ്പെട്ട ജീവികളോ ആയി കാണുക/ കണക്കാക്കുക എന്നത് അതേ തത്വശാസ്ത്രത്തിന്റെ ആഗോളതലത്തിൽത്തന്നെയുള്ള പ്രകൃതമാണ്. അങ്ങനെയാണ് 'ഇടനാഴിയിലെ എലികളും' 'കൂറകളും' 'ലോറിക്കടിപ്പെട്ടേക്കാവുന്ന നായ്ക്കളും' ഒക്കെയായി ജൂതരും ടുട്സികളും ഗുജറാത്ത് വംശഹത്യയിലെ ഇരകളും വിവരിക്കപ്പെട്ടത്. ഇനിയൊരു ഘട്ടത്തിൽ ആ പാവം ജീവിയെ അയാൾ കൊന്നുകളയുന്നുമുണ്ട്, ജുഗുപ്സാവഹമാംവിധം അനുതാപരഹിതനായി, തന്റെ നേരെ വന്ന വധശ്രമത്തിലെ സംശയനിവാരണത്തിനായി. പോൾ വർഗീസ് എന്ന നിസഹായനായ വൃദ്ധനെ അടിസ്ഥാനരഹിതമായ സംശയത്തിന്റെ പേരിൽ അയാളുടെ അന്ത്യത്തിലേക്ക് വലിച്ചിഴക്കുന്നതിലോ,

മുസ്ലിം വിദ്വേഷം അടിയൊഴുക്കായ പൊള്ളയായ ദേശദ്രോഹ ആരോപണത്തിലൂടെ അമീറിന്റെ കുടുംബത്തെ ഒന്നടങ്കം ദുരന്ത പ്രളയത്തിലേക്ക് എത്തിക്കുന്നതിലോ, അതൊക്കെയും തീർത്തും തെറ്റായിരുന്നു എന്ന് വ്യക്തമാകുമ്പോഴും അയാൾക്ക് പശ്ചാത്താപം ലവലേശമില്ല. അവരൊക്കെ അതൊക്കെ അർഹിക്കുന്ന കീടങ്ങൾ മാത്രമാണ് അയാൾക്ക്. അമീറിന്റെ കയ്യിൽ നിന്നു കിട്ടുന്ന തിരച്ചടിയിൽ ജീവൻ ഒടുങ്ങാൻ പോകുന്നു എന്നു തിരിച്ചറിയുമ്പോഴും 'നിന്നെയൊക്കെ ഞാൻ തീർക്കും, അതെന്റെ അവകാശമാണ്' എന്ന മട്ടാണ് അയാളുടെ ഔദ്ധത്യത്തിന്റെ ചിരി. അതേ 'അർഹതയുള്ളവൻ'(fittest) മനോഭാവം തന്നെയാണ് ജാതിചിന്തയുടെ ഏറ്റവും വൃത്തികെട്ട പ്രയോഗമായി 'കള്ളുസു കഴുകി ജീവിക്കേണ്ടവൻ'പെണ്ണുങ്ങളെ പ്രേമിക്കാൻ യോഗ്യനല്ല എന്ന വരേണ്യതയായും രൂപം മാറുന്നത്. ചാതുർവർണ്യത്തിന്റെ തത്വശാസ്ത്രത്തിനു അനുരോധമായ ഈ നിലപാട്, 'അധകൃത'നുമായുള്ള സംസർഗം പോയിട്ട് സമ്പർക്കം പോലും ഉന്നതജാതിക്കാരെ 'മലിനപ്പെടുത്തും' എന്ന ധാരണയിൽ അധിഷ്ഠിതമാണ്. ഭാരതിയുടെ ഫ്ലാറ്റിൽ നിന്ന് കൈകഴുകി ടവലിൽ കൈ തുടക്കുന്നതു പോലും കുട്ടന് അങ്ങേയറ്റം അരോചകമാണ്. ആധുനിക ജനാധിപത്യ ബോധ്യങ്ങളുടെ നേരെ എതിരറ്റത്തു നിൽക്കുന്ന ഈ ബോധം ഇന്നും പലരൂപത്തിൽ ശ്രേണീബദ്ധ വരേണ്യതയുടെ പ്രയോഗമായി നിലകൊള്ളുന്നു എന്നതിന്റെ ആൾരൂപമാണ് കുട്ടൻ. മുറിവേറ്റ മകനെ സഹായിച്ചതിന്റെ പേരിൽപോലും അമീറിനെ ചെകിട്ടത്തടിക്കാനും മാത്രം ഈ 'മലിനപ്പെടുത്തൽ'ചിന്ത അയാളെ ആവേശിച്ചിട്ടുണ്ട്. 'നമ്മുടെ കയ്യിലുള്ളത് മറ്റുള്ളവർക്ക് കൊടുക്കാം, പക്ഷെ അവർ തരുന്നത് നമുക്ക് വാങ്ങിക്കൂടാ' എന്ന ആഢ്യമന്യ മനോഭാവത്തിന്റെ പാഠം മകനു പകർന്നു കൊടുക്കുന്നതും ഇതുകൊണ്ടാണ് അയാളെ സംബന്ധിച്ച്, കുട്ടപ്പനോ, അമീറോ പ്രതിനിധാനം ചെയ്യുന്ന 'താഴെത്തട്ടിലുള്ള' മനുഷ്യർ തന്റെ 'അർഹത' സ്ഥാപിക്കാൻ ഏതു നിമിഷവും ഉന്മൂലനം ചെയ്യാവുന്ന പട്ടിക്കുട്ടികൾ മാത്രമാണ്. സമൂഹത്തിൽ ഈ ഔദ്ധത്യ മനോഭാവം എങ്ങനെ പ്രച്ഛന്നപ്പെടുന്നു എന്നതിന്റെ തെളിവാണ് സാബ്രജിസ്ട്രാർ ഓഫീസിലെ 'കാക്ക, തേങ്ങാപ്പൂൾ' കോമഡിയും 'പുരോഗമന സിങ്ക'മെന്നു കുട്ടപ്പൻ ട്രോളുന്ന വീട്ടുടമയുടെ 'കണ്ടാൽ അറിയാവുന്ന' ഉടായിപ്പ് ലക്ഷണ ശാസ്ത്രവും. ഇപ്പറഞ്ഞതിൽ രണ്ടാമത്തേതിന് ഇന്ത്യൻ അവസ്ഥയിൽ അങ്ങ് പ്രധാനമന്ത്രിയോളം ചെന്നെത്തുന്ന സമാന്തരമുണ്ട് എന്നതും ഓർമ്മിക്കാവുന്നതാണ്. ഇവിടെ രണ്ടിടത്തും തന്റെ വ്യക്തിത്വം സ്ഥാപിക്കാൻ കഴിയുന്ന

കൂട്ടപ്പനെ പക്ഷെ മറികടക്കാവുന്നതിലും അപ്പുറമാണ് കുട്ടൻ പ്രതിനിധാനം ചെയ്യുന്ന ഏറ്റവും ആഴത്തിലുള്ള, ഒട്ടും പ്രച്ഛന്നപ്പെടാത്ത യഥാർത്ഥ പ്രശ്നം. വലിയ ദൈവങ്ങൾ അരങ്ങിലെത്തുമ്പോൾ 'കൊച്ചു കാര്യങ്ങളുടെ തമ്പുരാന് '(The God of Small Things- Arundhati Roy) തോറ്റു പിൻവാങ്ങുകയേ വഴിയുള്ളൂ. അരുന്ധതി റോയിയുടെ മാസ്റ്റർപീസിൽ, വ്യവസ്ഥിതിയുടെ കാവലാളായ കോട്ടയം പോലീസിന്റെ കാര്യക്ഷമതയിലും കോമ്രേഡ് കെ.എൻ.എം. പിള്ളയെപ്പൊലുള്ളവർ വരച്ച വരക്കപ്പുറം കടക്കുന്നതിന് വിലയൊടുക്കേണ്ടി വരുന്ന വെളുത്തയെ പോലെ അയാൾ കുരുങ്ങിപ്പോയവനാണ്; കുട്ടന്റെ ഭാഷയിൽ 'നമ്മുടെ കൂട്ടക്കാർക്ക് മാത്രം' അനുവദിക്കുന്ന ഫ്ലാറ്റിൽ അയാളുടേത് ചാക്കോയുടെ പഴയ പ്ലിമത്ത് കാറിൽ കുരുങ്ങി ഫോസിലീകരിക്കപ്പെടുന്ന കിളിയുടെ ദുരന്തമാണ്. പ്രണയനിയമങ്ങളുടെ സഹസ്രാബ്ദപ്പഴമയെ ധിക്കരിക്കുന്നു എന്നത് തന്നെയാണല്ലോ ഇവിടെയും കുറ്റം.

മെക്സിക്കൻ സംവിധായകൻ ഗിലെർമോ ഡെൽ ടോറോയുടെ 'The Pan's Labyrinth' എന്ന ചിത്രത്തിൽ 'fascism perosnified' എന്നു വിവരിക്കപ്പെട്ടിട്ടുള്ള ക്യാപ്റ്റൻ വിദാൽ എന്ന കഥാപാത്രത്തെ മമ്മൂട്ടിയുടെ കുട്ടൻ എന്ന കഥാപാത്രം ഓർമ്മിപ്പിക്കുന്നുണ്ട്. അടുക്കും ചിട്ടയും എന്ന ഒഴിയാബാധ, അതേ 'toxic parenting' നിലപാടുകൾ, ഭ്രാന്തമായ താൻപോരിമ, തന്റെ സവർണ്ണ വരേണ്യതയിലുള്ള ദൃഢമായ വിശ്വാസം, ആണത്ത ആഘോഷം, അങ്ങേയറ്റത്തെ ഡംഭ് (self-righteounsess), ഇവയുടെയൊക്കെ ഇന്ത്യൻ ഭാഷ്യമായ ജാതിവെറി തുടങ്ങി ഒരു ഇന്ത്യൻ ഫാഷിസ്റ്റ് എന്തൊക്കെയാവാമോ അതെല്ലാമാണ് അയാൾ. ഡെൽ ടോറോ ചിത്രത്തിൽ, മുഖ്യ കഥാപാത്രമായ ഒഫീലിയ എന്ന ഒമ്പതു വയസ്സുകാരി തന്റെ പുതിയ വളർത്തച്ഛൻ ക്യാപ്റ്റൻ വിദാലിനെ കണ്ടുമുട്ടുന്ന രംഗം കുട്ടൻ കിച്ചുവിനെ അന്നേ ദിവസത്തെ സ്കൂൾ അനുഭവങ്ങളെക്കുറിച്ച് ചോദിച്ച് ഭേദ്യം ചെയ്യുന്ന രംഗത്തെ ഓർമ്മിപ്പിക്കുന്നു. വലതുകയ്യിൽ അടക്കിപ്പിടിച്ച ഇഷ്ടപുസ്തകങ്ങൾ ഉള്ളതുകൊണ്ട്, അവളെ സംബന്ധിച്ച് മറ്റെന്തിനെക്കാളും പ്രധാനം അവ ആയതുകൊണ്ടും, ഇടതുകൈയാണ് ഒഫീലിയ രണ്ടാനച്ഛനു നേരെ നീട്ടുന്നത്. എന്തിലും പട്ടാളച്ചിട്ടയുള്ള ക്യാപ്റ്റൻ വിദാലിനെ അത് പ്രകോപിപ്പിക്കുന്നു. കുട്ടൻ തന്റെ മകന്റെ ഇരുകൈകളും കൂട്ടിപ്പിടിക്കുന്നതിൽ അടങ്ങിയിരിക്കുന്ന ഭീഷണഭാവം അതേ മനോനിലയാണ് പ്രകടിപ്പിക്കുന്നത്. ഒഫീലിയയുടെ ചകിതാവസ്ഥയിൽ നിന്നു ഭിന്നമല്ല കിച്ചുവിന്റെ അവസ്ഥയും. രണ്ടു

കൗമാരക്കാരും അനുസരണക്കേടിന്റെ ഘട്ടത്തിലേക്ക് വൈകാതെ പ്രവേശിക്കുന്നുമുണ്ട്. എന്നാൽ, ഒഫീലിയയിൽ നിന്നു വ്യത്യസ്തമായി കിച്ചുവിന്റെ പരിണാമം സ്ഥായിയല്ല. ചിത്രാന്ത്യത്തിൽ അച്ഛനോട് അനുതാപപ്പെടുന്ന കിച്ചു, ചരിത്രത്തിന്റെ ആവർത്തനമെന്ന ദുര്യോഗം സൂചിപ്പിക്കുന്നുണ്ടോ? ഉണ്ടെങ്കിൽ അതിനെന്താവും കാരണമെന്നത്, ഇന്ത്യൻ അവസ്ഥയുമായി ചേർത്തു വെച്ച് നിരീക്ഷിക്കാനായേക്കും. ഡെൽ ടോറോയുടെ ചിത്രം, ഇത്തിരി വൈകിയാണെങ്കിലും അന്ത്യം കുറിക്കപ്പെട്ട ഒരു ഹീനമായ ചരിത്രഘട്ടത്തെയാണ് പശ്ചാത്തലമാക്കിയതെങ്കിൽ, 'പുഴ' അത്തരം ഒരു ശുഭ പര്യവസാനത്തെ പ്രതീക്ഷിക്കാനാവാത്ത, ഇനിയുമിനിയുമാവർത്തിക്കുന്ന സാമൂഹിക പരിതോവസ്ഥയെയാണ് ആവിഷ്കരിക്കുന്നത്. അവിടെ ഒരു വേള, നാളെ മകനിൽ അച്ഛന്റെ തനിയാവർത്തനം അരങ്ങേറിയേക്കാം. (1944 പശ്ചാത്തല വർഷമാക്കി 'The Pan's Labyrinth' വിഷയമാക്കിയ ജനറൽ ഫ്രാങ്കോയുടെ സർവ്വാധിപത്യം 1975ൽ അവസാനിച്ചു. ഡെൽ ടോറോ ചിത്രം പുറത്തുവരുന്ന 2006 ആകുമ്പോഴേക്കും അത് ചരിത്രമായിരുന്നു.)

സ്വത്വബോധമുള്ള ദലിത് ആക്റ്റിവിസ്റ്റ് കൂടിയായ കുട്ടപ്പൻ, കുട്ടന്റെ മലീമസ വ്യക്തിത്വത്തിന് താങ്ങാനാവാത്ത നൈതികതയുടെ പ്രതിരൂപമാണ്. 'He hath a daily beauty in his life' എന്നതിന്റെ പേരിൽ കാഷ്യോയെ സഹിക്കാനാവാത്ത ഇയാഗോയെപ്പോലെയാണ് കുട്ടൻ. മറ്റൊരു തലത്തിൽ, ഫാഷിസം അപരനെ പൊറുപ്പിക്കുന്ന സംവാദാത്മക വിനിമയമല്ല, മറിച്ച് അപരനിഗ്രഹത്തിൽ നിലയുറപ്പിക്കുന്ന സംഹാരാത്മകതയാണ്. അയാൾക്ക് കെ.പി. കുട്ടപ്പനെ ഇല്ലായ്മ ചെയ്തേ ഒക്കൂ. അരുമയായിരുന്ന അനിയത്തിയെ വകവരുത്തുമ്പോഴും അയാൾക്കു അനുഭവപ്പെടുന്ന നൈമിഷിക വേദന, കുറ്റബോധമായൊന്നും അയാളിൽ വളരുന്നില്ല: നാളെ തന്നെ കുറിച്ച് കേട്ടേക്കാവുന്നതൊന്നും വിശ്വസിക്കരുതെന്നു മകന് മുന്നിൽ പീലാത്തോസ് ചമയാൻ അയാൾക്ക് കഴിയുന്നത് ഇതുകൊണ്ടാണ്. അയാളൊരിക്കലും ഒഥെല്ലോയുടെ ദുരന്ത ഗാംഭീര്യത്തിലേക്ക് ഉയരുകയില്ല. മറുവശത്ത്, താൻ കൂടി ഇരയായിപ്പോകുന്ന അഭേദ്യമായ വിധിവിലക്കുകൾ അതിരിടുന്ന പാരമ്പര്യത്തിന്റെ കാവലാൾ എന്ന ആനുകൂല്യവും അയാൾക്കു നൽകാനാവില്ല. കാരണം, 'അഗ്നിസാക്ഷി'യിലെ ഉണ്ണി നമ്പൂതിരിയെപോലെ പാരമ്പര്യത്തിന്റെ സാത്വിക സംരക്ഷകനൊന്നുമല്ല അയാൾ. വരേണ്യതാ ജന്യമായ ഹിംസയുടെ പ്രയോഗമാണ് അയാളുടെ വഴി.

ഭാരതി: കുലസ്ത്രീ ഭാഷ്യത്തിലെ ഭ്രഷ്ട?

ഭാരതിയുടെ ദുരന്തം, ഘർ വാപസിയുമായും 'കുലസ്ത്രീ' ഭാഷ്യങ്ങളിലെ 'കാക്ക കൊത്തൽ'പരാനോയയുമായും ചേർത്തുവെച്ച് കാണാവുന്നതാണ്. ഇവിടെയെല്ലാം വിശേഷിച്ചും ജാതി ഹിന്ദു കുടുംബങ്ങളിൽ നിന്നുള്ള, ഓജസ്സും തേജസ്സുമുള്ള, സാമാന്യേന സ്വതന്ത്രവ്യക്തിത്വത്തിലേക്ക് വളരാൻ ശ്രമിക്കുന്ന പെൺകുട്ടികൾ ആണ് 'ഉടമസ്ഥത' വിട്ടുകൊടുത്തുകൂടാത്ത 'പളുങ്ക്' 'വസ്തുക്കൾ'. അവരാണ് ഇരയും 'സ്വത്തും' ആയി കണക്കാക്കപ്പെടുന്നവരും 'കുടുംബത്തിന്റെ മാനം' കാക്കേണ്ടവർ എന്ന കൊലക്കയറിൽ ബന്ധിതരും. കുട്ടൻ ബോധപൂർവ്വം അജ്ഞത നടിക്കുന്ന ചൂണ്ടയും അതാണ്. ആൺ-പെൺ അനുപാതത്തിൽ കടുത്ത പ്രതിസന്ധി നേരിടുന്ന സവർണ്ണ സമൂഹങ്ങളിൽ, ബന്ധുക്കളിലെ ആൺകുട്ടി കൊണ്ടുവന്ന പെൺകുട്ടിക്ക് കിട്ടിയ 'ആനുകൂല്യം' അനിയത്തിയെ കെട്ടിയ ദളിതന് ഒരു സാഹചര്യത്തിലും, എന്ത് ചടങ്ങു നടത്തിയാലും, സവർണ്ണ കുടുംബത്തിൽ കിട്ടാൻ പോകുന്നില്ല എന്ന വസ്തുത അയാൾ ബോധപൂർവ്വം മറച്ചു വെക്കുകയാണ്. വിഷയം അതല്ലാത്തതുകൊണ്ട് ഭാരതി ആ വാദമുഖം പിന്തുടരുന്നില്ല എന്നേയുള്ളൂ. ഓപ്പ മാനസാന്തരപ്പെട്ടേക്കും എന്ന് ഒരു നിമിഷം ആഗ്രഹിച്ചു പോകുന്നതിലെ വിഡ്ഢിത്തം, കെ.പി. യുടെ യാഥാർത്ഥ്യബോധത്തിനു മുന്നിൽ തകർന്നു പോകുന്നുണ്ട്. എങ്കിലും ഏറ്റവും കടുത്ത പേടിസ്വപ്നത്തിൽപോലും അവൾക്കു സങ്കൽപ്പിക്കാനാവാത്ത പൈശാചത്തിലൂടെയാണ് ഓപ്പ പാരമ്പര്യത്തിന്റെ കണക്കു തീർത്തത്. പാർവ്വതി തിരുവോത്തിന്റെ 'മുഖകാന്തി' മുമ്പ് സബ് രജിസ്ട്രാർ ഓഫീസിലും വാടക വീട്ടുടമയുടെ മുന്നിലും എന്നതിലേറെ ആ അന്ത്യഘട്ടത്തിലും രണ്ടു രീതിയിൽ പ്രസക്തമാകുന്നുണ്ട്. സവർണ്ണ ദുരഭിമാനക്കൊലകളിലെ ഉടമസ്ഥ മനോഭാവത്തിന്റെ അടിസ്ഥാനം പലപ്പോഴും 'സവർണ്ണ-അവർണ്ണ' നിറ സങ്കല്പങ്ങളുമായി ബന്ധപ്പെട്ടതാണ്. ബോഡി ഷെയിമിങ്ങിന്റെ പദപ്രയോഗങ്ങൾ നിരന്തരം നേരിടേണ്ടി വരിക ഇരുണ്ട നിറക്കാരാണ്. മറ്റൊരു തലത്തിൽ, അടിയേറ്റു വീഴുന്ന അനിയത്തിയുടെ മുഖം ഒരു നിമിഷം മാത്രമെങ്കിലും കുട്ടനെ വേട്ടയാടുന്നതും കുഞ്ഞനിയത്തിയോടുള്ള കഴിച്ചുമൂടിയ വാത്സല്യത്തിന്റെ ഞൊടിയിട ഉയിർപ്പിലാണ്. കൊന്നുതള്ളിയ കുട്ടപ്പന്റെ അരികിലേക്ക് അലസമായി നോക്കുന്ന കുട്ടന്, അനിയത്തി ഒരു നിമിഷം വേദനയാകുന്നുണ്ട്.

ചിത്രം ന്യൂനോക്തിയിൽ പറഞ്ഞുവെക്കുന്ന 'സസ്യാഹാരി, മാംസാഹാരി' മുൻവിധികളുടെ രാഷ്ട്രീയവും കുട്ടന്റെ വ്യക്തിത്വ

പ്രകാശനത്തിൽ പ്രസക്തമാണ്. ആക്ടിവിസ്റ്റ് പശ്ചാത്തലമുള്ള പുതുതലമുറ അപ്പുറവും ഇപ്പുറവും ഇരുന്ന തങ്ങൾക്കിഷ്ടപ്പെട്ട ഭക്ഷണം സസ്യമോ, മാംസമോ കഴിക്കുമെങ്കിലും അത്തരം 'ചോയ്സ്' അയാളുടെതല്ല. കടമ്മനിട്ടക്കവിതയിലെ ഗർഭിണിയുടെ വയറു തുരന്ന ഭ്രൂണം ഭക്ഷിക്കുന്ന 'പുല്ലതീനി'യുടെ പതിപ്പാണയാൾ. അയാൾ വകവരുത്തുമ്പോൾ അനിയത്തിയുടെ വയറ്റിൽ മറ്റൊരു ജീവന്റെ തുടിപ്പുണ്ട് എന്നത് യാദൃശ്ചികമല്ല. അതാണല്ലോ ഇനിയും കാത്തിരിക്കാൻ വയ്യ എന്ന തീരുമാനത്തിലേക്ക് അയാളെ എത്തിക്കുന്നത്. കുട്ടപ്പൻ സ്വന്തം കൈകൊണ്ടുണ്ടാക്കിയ ഭക്ഷണവിഭവങ്ങളാണ് ആഘോഷത്തോടെ, ശബ്ദമുഖരിതമായ അന്തരീക്ഷത്തിൽ എല്ലാവരും കഴിക്കുന്നത് എന്നത് ശ്രദ്ധേയമാണ്. കുട്ടന്റെ ഫ്ലാറ്റിലെ ഭക്ഷണരീതിയും അപ്പുറത്തെ മുറിയിൽ ഒരു ചെറുശബ്ദം ഉണ്ടായാൽ പോലും കേൾക്കാൻ കഴിയും വിധം 'ആചാരനിഷ്ഠയോടെ' നിശബ്ദം ഭക്ഷണം കഴിക്കുന്ന അയാളുടെ തറവാട്ടിലെ രീതിയും ജൈവികമായിത്തന്നെ വൈരുധ്യത്തിലാണ്: ഒരിടത്ത് സജീവമായ മാനുഷിക- സാമൂഹിക വിനിമയമാണ് ഭക്ഷണം കഴിക്കലെങ്കിൽ അപ്പുറത്ത് അത് ചിട്ടയൊപ്പിച്ച നിർവ്വികാര പ്രക്രിയയാണ്.

കുട്ടപ്പന്റെ നാടകം ഘടനയുമായി ബന്ധപ്പെട്ട് നൽകുന്ന സൂചനകളിൽ തുടങ്ങി അവിടെത്തന്നെ തിരിച്ചെത്തുന്ന സുഘടിതമായ രൂപം സംവിധായികയുടെ വലിയ നേട്ടം തന്നെ. കുട്ടനെ ആദ്യമായി നാം കാണുന്ന രംഗത്തിലെ അമീറിന്റെ സാനിധ്യവും അവിടെ അവന്റെ ധർമ്മവും ഈ ചാക്രികതയെ ശക്തമാക്കുന്നുണ്ട്. കുട്ടൻ അലസമായി കൊന്നുകളഞ്ഞേക്കാൻ ഇടയുണ്ടായിരുന്ന സാധുജീവിയുടെ രക്ഷകൻ ആവുന്നത് അവനാണ്. ചിത്രത്തിന്റെ കൂടുതൽ ആഴത്തിലുള്ള തലങ്ങളിൽ, ആ ജീവിക്ക് സംഭവിച്ചേക്കാമായിരുന്നത് സ്വന്തം ജീവിതത്തിൽ അനുഭവിച്ചവനും അതിനു കണക്കു ചോദിയ്ക്കാൻ പോകുന്നവനും അവനാണ്. ചിത്രത്തിൽ ഉടനീളം കാണാവുന്ന സമാന്തരങ്ങളുടെ പ്രയോഗവും ഘടനയുടെ സവിശേഷതയാണ്. ഭക്ഷണം എന്ന രൂപകവുമായി അതിന്റെ ബന്ധം നേരത്തെ സൂചിപ്പിച്ചു. കുട്ടന്റെ ഫ്ലാറ്റ്, തറവാട് എന്നിവിടങ്ങളിലെ തികച്ചും യാന്ത്രികമായ (Robotic) ജീവിതതാളം, അപരജീവിത പ്രതിനിധാനങ്ങളുടെ ഇടങ്ങളുമായി എപ്പോഴും വൈരുദ്ധ്യത്തിൽ ആണ്: കുട്ടപ്പന്റെയും ഭാരതിയുടെയും ഫ്ലാറ്റ്, അമീറിന്റെ ദരിദ്ര ഭവനം, പോൾ വർഗ്ഗീസിന്റെ മ്ലാനവും ഏകാന്തവുമായ മട തുടങ്ങിയവ ഉദാഹരണം.

'നിർദ്ദേശക' നിരൂപണത്തിന്റെ (Prescriptive criticism) അസംബന്ധം തിരിച്ചറിയുമ്പോഴും കുട്ടന്റെ അന്ത്യത്തെക്കുറിച്ച് വിയോജിപ്പുണ്ട് എന്നു പറയാതെ വയ്യ: സിനിമക്ക് ഒരന്ത്യം വേണം എന്നതൊക്കെ പഴയ രീതിയാണ്. കുട്ടന്റെ ഭൂതകാലം തന്നെയാണ് അയാളെ വേട്ടയാടുന്നതും. തക്ഷകന്റെ മെറ്റഫർ ചിത്രത്തിൽ ആദ്യമേ പറഞ്ഞുവെക്കുന്നത് ഘടനാപരമായി അതിനു ന്യായീകരണവും ആണ്. എന്നാൽ, ചിത്രം ഉന്നയിക്കുന്ന മുഖ്യവിഷയത്തിന്റെ പ്രാധാന്യം അത് കെടുത്തിക്കളയുന്നുണ്ട് എന്ന് തോന്നാൻ കാരണങ്ങളുണ്ട്. ചിത്രത്തിൽ, മുഖ്യ വിഷയം ആവിഷ്കരിക്കപ്പെടുന്നത് കുട്ടൻ എന്ന കഥാപാത്രത്തിന്റെ പ്രതീകവൽക്കരണത്തിലൂടെയാണ്. വ്യക്തിയല്ല, ഒരു വ്യവസ്ഥയാണ് തകരേണ്ടത്. വ്യക്തിയുടെ അന്ത്യത്തിലൂടെ പരിഹാരം കാണാവുന്ന പ്രശ്നമല്ല അത്. ചിത്രത്തിന്റെ മറ്റൊരു പ്രമേയ അന്തർധാരയായ ഇസ്ലാമോഫോബിയയുടെ കാര്യത്തിലും ഈ നിരീക്ഷണം ശരിയാണ്. ആ നിലക്ക്, അയാളുടെ അന്ത്യം നൽകുന്ന കനം കുറഞ്ഞ കഥാർസിസ് ഒരു വലിയ സാധ്യതയെ അട്ടിമറിക്കുന്നു. മറുത്തു പറയാൻ ഏറെ ന്യായീകരണങ്ങൾ കണ്ടേക്കാം. പക്ഷെ, 'പുഴു' ആവശ്യപ്പെടുന്നത് അടിയന്തിര പ്രാധാന്യമുള്ളപ്പോഴും പരിഹാരമെന്നത് വിദൂരസ്വപ്നം പോലുമല്ലാത്ത ഒരു open-ended അന്ത്യം ആയിരുന്നു. ചിത്രത്തിൽ ഉടനീളം പ്രകടമായ ക്രൈം ത്രില്ലർ ധാരയെ വിസ്മരിക്കുന്നില്ല; ആ ഴാനറിൽ പരിഗണിക്കുമ്പോൾ മികച്ചൊരു അന്ത്യം തന്നെയാണ് ചിത്രത്തിന് ഉള്ളതും. ഏതു കുറ്റവാളിക്കും ഒരു നാൾ തന്റെ ഭൂതകാലത്തെ നേരിടേണ്ടിവരും എന്നത് ക്രൈം ത്രില്ലർ സിനിമ എക്കാലവും ആവർത്തിച്ചിട്ടുള്ള പ്രമേയമാണ്, ക്രാഫ്റ്റ് അറിയാവുന്ന ചലച്ചിത്രസ്രഷ്ടാക്കൾ ഇനിയും അത് എത്രയോ രൂപത്തിൽ ആവർത്തിക്കുകയും ചെയ്യും. എന്നാൽ 'പുഴു'വിനെ സംബന്ധിച്ച് ഴാനർ സിനിമയുടെ തട്ടകത്തിനപ്പുറം മറ്റൊരു അപൂർവ്വ ചോയ്സ് ഉണ്ടായിരുന്നു: ഴാനറുകളെ അതിലംഘിക്കുന്ന സമകാലിക ക്ലാസിക് (genre-breaking contemporary classic) എന്ന നിലയിലേക്ക് ഉയരാനുള്ള അവസരമായിരുന്നു അത്. ചിത്രാന്ത്യത്തിലൂടെ നഷ്ടമായത് ആ സാധ്യതയാണ്.

അവലംബങ്ങൾ:

1. Film & Television Studies, Research Guides, University of Vermont, URL: https://researchguides.uvm.edu/film, Sep 15, 2017
2. Corey Fischer, 'The importance of film criticism', https://universityobserver.ie/the-importance-of-film-criticism/, Nov 17, 2015
3. Ebert, Roger. 'Citizen Kane' https://www.rogerebert.com/reviews/great-movie-citizen-kane-1941, May 24, 1998
4. Something Like an Autobiography: Akira Kurosawa P: 180-189
5. https://www.rogerebert.com/reviews/great-movie-rashomon-1950

കാണുക:

1. https://www.youtube.com/watch?v=PFqckmVn6Mk
2. https://www.youtube.com/watch?v=qk0-m_LARCY
3. https://www.youtube.com/watch?v=NqDLB3JWfds

8

ചലച്ചിത്രാസ്വാദനത്തിന്റെ സമകാലികത

മമ്മദ് മൊണ്ടാഷ്

1895ൽ രൂപമെടുത്ത ചലച്ചിത്രം എന്ന ഏറ്റവും ഇളയ കലാരൂപം അതിന്റെ ഒന്നേകാൽ നൂറ്റാണ്ട് ചരിത്രം കൊണ്ട് മനുഷ്യകുലത്തിന്റെ ജീവിതാവബോധത്തെ ആകമാനം ആഴത്തിൽ ഇളക്കിമറിച്ചിരിക്കുന്നു. മനുഷ്യർ താന്താങ്ങളെയും മറ്റു ചരാചരങ്ങളെയും നോക്കിക്കാണുന്ന രീതിയെ സിനിമ ഒന്നാകെ ഉടച്ചുവാർത്തു. ഇന്ന്, മാനവിക സംസ്കാരത്തെയാകെ പുനഃക്രമീകരിക്കാൻ പ്രാപ്തമായ വിപുലവും നൂതനവുമായ വീക്ഷണകോണുകൾ സിനിമ ലോകമാസകലം സംഭാവന നല്കുകയും അവഗണിക്കാനാവാത്തവിധം സമകാലിക ജീവിതത്തിൽ അതിന്റെ സ്വാധീനം വളർന്ന് പടരുകയും ചെയ്തിരിക്കുന്നു. ഇത്തരമൊരു ചരിത്രഘട്ടത്തിൽ ചലച്ചിത്രാസ്വാദനത്തിന്റെ വർത്തമാനവും സാധ്യതകളും അന്വേഷിക്കുകയാണിവിടെ.

'ചലച്ചിത്രാസ്വാദനം' എന്ന പദസഞ്ചയത്തിലെ രണ്ടു മൂലപദങ്ങളെയും വെവ്വേറെ എടുത്തു പരിശോധിക്കുമ്പോൾ, ചലച്ചിത്രം എന്നത് സിനിമയുടെ ഏറ്റവും പ്രാഗ് രൂപാവസ്ഥയെ കുറിക്കുന്ന നാമമാണെന്ന് കാണാം. ചരിത്രത്തിൽ, നിശ്ചല ചിത്രങ്ങൾ (still photography) മാത്രം സാധ്യമായിരുന്ന ഒരു കാലത്ത് ചലിക്കുന്ന ചിത്രങ്ങളെ സൂചിപ്പിക്കുന്ന പദം. എന്നാൽ പ്രാരംഭ ഘട്ടത്തിൽ തന്നെ ചലച്ചിത്രഗാത്രത്തിലും രൂപത്തിലും നടന്ന പല മാറ്റങ്ങളെയും ഈ പേര്

സൂചിപ്പിക്കുന്നില്ല താനും. ഉദാഹരണത്തിന്, ഛായാഗ്രഹണത്തിലും സന്നിവേശത്തിലും വന്ന പല അടിസ്ഥാന മാറ്റങ്ങളും ഈ പദം ഉൾക്കൊള്ളുന്നില്ല. കറുപ്പിലും വെളുപ്പിലും (black and white) നിന്ന് വർണ്ണത്തിലേക്കും (colour) നിശ്ശബ്ദ കാലത്ത് (silent era) നിന്ന് ശബ്ദപ്രയോഗ (talkies) ത്തിലേക്കും അതിന്റെ ആദ്യ ദശകങ്ങളിൽ തന്നെ സിനിമ ചുവടുമാറ്റി. പിന്നീട്, അതിന്റെ തന്നെ ശൈശവദശയോട് ഒരിക്കലും താരതമ്യപ്പെടുത്താനാവാത്തവിധം രൂപത്തിലും സങ്കേതത്തിലും ചലച്ചിത്രം അടിമുടി പരിണമിച്ചു. ചലച്ചിത്രം എന്ന പേര് മാത്രം ഇന്നും വലിയ മാറ്റങ്ങളില്ലാതെ നമുക്കിടയിൽ ഒതുങ്ങിക്കൂടുന്നു.

ചലച്ചിത്ര വിമർശന പദാവലിയിൽ അതിനെ കുറിക്കാനുപയോഗിക്കുന്ന ഇംഗ്ലീഷ് പദങ്ങൾ ഏതൊക്കെ എന്ന് അന്വേഷിക്കുന്നത് നന്നാവും. ചലച്ചിത്ര സംവാദങ്ങളിൽ കടന്നുവരാറുള്ള Movie, Film, Cinema എന്നിവയാണത്. ഇവ പരസ്പരം മാറി മാറി ഉപയോഗിക്കുമെങ്കിലും Film എന്ന പദത്തെ വിമർശകർ പൊതുവെ പ്രയോഗിക്കുന്നത് കലാപരമായി മികവുറ്റ ചലച്ചിത്ര സൃഷ്ടികളെ കുറിക്കാനാണ്. 'ഫിലിം' എന്നത് അനലോഗസ് ചലച്ചിത്രകാലത്തെ സെല്ലുലോയ്ഡ് നാട (strip) യിൽ നിന്നു വന്നതും movies ചലനത്തെ സൂചിപ്പിക്കുന്നതും ആകുന്നു. ചലനം എന്നു തന്നെയർത്ഥം വരുന്ന kinesis എന്ന ഗ്രീക്കുപദത്തിൽ നിന്നും ചലച്ചിത്രത്തിന്റെ ഉപജ്ഞാതാക്കളായ ലൂമിയെർ സഹോദരന്മാർ തങ്ങളുടെ പ്രദർശന ഹാളിന് പേരിടാൻ രൂപപ്പെടുത്തിയ വാക്കിൽ നിന്നുമാണ് 'സിനിമ'യുടെ ഉത്ഭവം. ഈ കലാരൂപത്തെ കുറിക്കുന്ന സൂചനാപദം ഏതു തന്നെയാണെങ്കിലും ചലനത്തെ അടിസ്ഥാന സ്വഭാവമായെടുത്ത് ഉല്പാദിപ്പിക്കപ്പെടുന്ന ദൃശ്യ-ശ്രാവ്യ കലാസൃഷ്ടികൾ സമയപരിധി, ഉള്ളടക്കം എന്നീ ഘടകങ്ങൾ കൂടി കണക്കിലെടുത്ത് സിനിമാസ്വാദനത്തിന്റെ വിശാല കുടക്കീഴിൽ പരിഗണിക്കപ്പെടുന്നു.

ആസ്വാദനം എന്നത് 'സ്വാദി'ലൂടെയും അഭി'രുചി'യിലൂടെയും കടന്ന് രസസിദ്ധാന്തത്തെ ദ്യോതിപ്പിക്കുന്നു. ഭരതമുനിയുടെ ശ്ലോകത്തെ പിൻമുറക്കാരായ സൈദ്ധാന്തികർ വ്യാഖ്യാനിച്ചതും രസാസ്വാദനത്തിലെ വ്യക്തിനിഷ്ഠമായ ആസ്വാദന തലങ്ങൾ വികസിപ്പിച്ചെടുത്തതും സൈദ്ധാന്തിക ചരിത്രമാണ്. എന്നാൽ അഭിരുചിയും ഒരു നിർമ്മിതിയാണെന്നും അതിന്റെ ചരിത്രപരവും സാംസ്കാരികവും രാഷ്ട്രീയപരവുമായ സൂക്ഷ്മതലങ്ങളെക്കുറിച്ച് തിരിച്ചറിവുണ്ടാകേണ്ടത് ആസ്വാദനം പോലെ തന്നെ ക്രിയാത്മക

ഇടപെടൽ അനിവാര്യമായ മറ്റൊരു മേഖലയാണെന്നും അറിയണം. Appreciation എന്ന ഇംഗ്ലീഷ്/ ഫ്രെഞ്ച്/ സ്പാനിഷ് പദം അതിന്റെ മൂലരൂപമായ ലാറ്റിനിൽ 'appreciare' എന്നതിന് evaluate something- വിലയിരുത്തുക- എന്ന അർത്ഥമാണ് ധ്വനിപ്പിക്കുന്നത്. അങ്ങനെ ആസ്വാദനം എന്ന പൗരസ്ത്യ പദവും appreciation എന്ന പാശ്ചാത്യ പദവും അവയോടൊപ്പം രണ്ടു സംസ്കാരങ്ങളെക്കൂടി വെളിപ്പെടുത്തുന്നുണ്ട് എന്നതാണ് വാസ്തവം.

എന്താണ് സിനിമ എന്ന അടിസ്ഥാന ചോദ്യത്തിന് അതൊരു ദൃശ്യകലാ രൂപമാണ് (visual art) എന്നതാവും ആദ്യത്തെ ലളിത ഉത്തരം. ഏതു നിർവ്വചനത്തിലും സിനിമയുടെ ദൃശ്യഘടകം ഒഴിച്ചു നിർത്താനാവില്ല. ഈ നിർവചനത്തെ അല്പം കൂടി വിശാലമാക്കിയാൽ അതൊരു ദൃശ്യ-ശ്രാവ്യ കലാരൂപമാണെന്ന് (audio visual art) വരും. എങ്കിലും, ഏഴാമത്തെ കലാരൂപം എന്ന് വിശേഷിപ്പിക്കപ്പെട്ട സിനിമ പരമ്പരാഗത ദൃശ്യകലാരൂപങ്ങളിൽ നിന്നും വിഭിന്നമാണെന്നതും അത് സദാ സ്വയം പുതുക്കിക്കൊണ്ടിരിക്കുന്ന ഒന്നാണെന്നതും ഒരു വസ്തുതയാണ്. മാത്രവുമല്ല, ദൃശ്യകലാരൂപങ്ങൾ തന്നെ കഴിഞ്ഞ ഒരു നൂറ്റാണ്ടിനിടക്ക് കൈവരിച്ച പരിണാമം തീർത്തും അതിശയിപ്പിക്കുന്നതാണ്. ഫോട്ടോഗ്രാഫിയുടെയും ഡിജിറ്റൽ യുഗത്തിന്റെയും ആവിർഭാവത്തോടെ ഇരുപതാം നൂറ്റാണ്ടിന്റെ ഉത്തരാർദ്ധത്തിൽ മനുഷ്യകുലം ദൃശ്യങ്ങളുടെ കാലത്തേക്ക്(age of visuals) പ്രവേശിച്ചു. അടിസ്ഥാനപരമായി ചലനം എന്ന മാജിക്കിനെ ആവാഹിച്ച് ആഖ്യാനത്തിന്റെ പുതുപതിപ്പുകൾ സ്ഥലബന്ധിതമായി (theatre centric) മാത്രം നിർവഹിച്ചിരുന്ന സിനിമ എന്ന കലാരൂപം കഴിഞ്ഞ ഏതാനും ദശകങ്ങൾക്കിടെ വീടുകളിലേക്കും വ്യക്തിയുടെ സ്വകാര്യ ജീവിതത്തിലേക്കും അക്ഷരാർത്ഥത്തിൽ പ്രവേശിച്ചു. വ്യക്തികേന്ദ്രീകൃതമായ ദൃശ്യകലാസ്വാദനം മാത്രമല്ല വൈദഗ്ധ്യം ആവശ്യമായിരുന്ന ഛായാഗ്രഹണവും സന്നിവേശവും പെർഫോമൻസിന് സാധ്യതയുള്ള ടിക് ടോക് പോലെയുള്ള നൂതന വ്യക്തി അധിഷ്ഠിത കലാരൂപങ്ങളും സാധാരണജീവിതത്തിന്റെ ഭാഗമായിക്കഴിഞ്ഞു. പുതിയകാലത്തെ ഇലക്ട്രോണിക്- സാമൂഹിക മാധ്യമങ്ങളും ദൃശ്യങ്ങളുടെ കുത്തൊഴുക്കിനുള്ള വഴിയൊരുക്കി. അങ്ങനെ, വർത്തമാനകാലം ദൃശ്യകാലം (visual age) ആയിത്തീർന്നു. നിക്കൊളാസ് മിർസെഫ് സൂചിപ്പിച്ചതു പോലെ നാം ദൃശ്യസംസ്കാരത്തിലേക്ക് (visual culture) എടുത്തെറിയപ്പെട്ടു. ഇത്തരമൊരു സാംസ്കാരിക സാഹചര്യത്തിൽ ഗൗരവപൂർവം പരിഗണിക്കേണ്ട ഒരു കലാരൂപമായി സിനിമ മാറുന്നുണ്ട്.

ഏകദേശം ഇതേ കാലയളവിലായി മറ്റൊരു പ്രബലമായ അടിയൊഴുക്ക് സൂക്ഷ്മതലത്തിൽ വികസിക്കുന്നുണ്ട്. ക്ഷണികമായ മനുഷ്യഭാവങ്ങളെ നിതാന്തമാക്കാൻ യുഗങ്ങളിലൂടെ മനുഷ്യർ വികസിപ്പിച്ച അക്ഷരവും അതിന്റെ സുകുമാര വികാസങ്ങളിലൊന്നായ സാഹിത്യവും കൈയാളിയിരുന്ന അതിവിപുലമായ ഇടം പതിയെ ദൃശ്യങ്ങൾ കൈയടക്കാൻ തുടങ്ങുന്നു എന്നതാണത്. നാം അനുശീലിച്ച സാംസ്കാരികത്തഴക്കങ്ങളിൽ നിന്നുള്ള ഈ വിചാരമാതൃകാ മാറ്റം (paradigm shift) പതിയെ മനുഷ്യകുലത്തിന്റെ ചിന്താരീതികളെ തന്നെ അപ്പാടെ കീഴ്മേൽ മറിക്കുന്നുണ്ട്. ഇത്തരമൊരു ചരിത്രസന്ധിയിൽ ചലച്ചിത്രാസ്വാദനത്തിൽ ഉയർത്തപ്പെടേണ്ട അടിസ്ഥാന ചോദ്യങ്ങൾ പലതാണ്. എന്താണ് സിനിമ?, സിനിമയിൽ നല്ലതും ചീത്തയും ഉണ്ടോ?, ആർട്ട് സിനിമ-മുഖ്യധാരാ സിനിമ-കച്ചവട സിനിമ എന്നീ പഴയ പദാവലികൾ ചലച്ചിത്രാസ്വാദനത്തിൽ എത്രമാത്രം പ്രസക്തമാണ്?. ഇവയോടൊപ്പം ദൃശ്യങ്ങളുടെ പ്രാധാന്യം, സിനിമയുടെ ഭാഷ, ചരിത്രം, പരിണാമം, സാങ്കേതികവികാസം തുടങ്ങിയവയിലേക്കുള്ള ആരായൽ കൂടിയാകണം ആസ്വാദനം. സിനിമയെ ക്രമാനുഗതമായി എങ്ങനെ സമീപിക്കാം, സിനിമയുടെ ബഹുമുഖങ്ങളെ എങ്ങനെയെല്ലാം വിലയിരുത്താം എന്നതും ആസ്വാദനത്തിന്റെ ഭാഗമായി കാണേണ്ടതുണ്ട്. ഈ സമീപനങ്ങൾക്കൊപ്പം ചലച്ചിത്രത്തിൽ പ്രയോഗിക്കപ്പെടുന്ന പ്രസക്ത വിമർശന പദ്ധതികൾ ഏതെന്നും അന്വേഷിക്കേണ്ടതായി വരും.

ദൃശ്യങ്ങളും സിനിമയും

നല്ല സിനിമയെന്ത് എന്ന അന്വേഷണം ദൃശ്യങ്ങളുടെ സവിശേഷതകളിലേക്കും കാണിയുടെ സാംസ്കാരിക വൈയക്തിക മണ്ഡലത്തിന്മേലുള്ള അതിന്റെ സ്വാധീനത്തിലേക്കും നമ്മെ നയിക്കും. സാംസ്കാരികോല്പന്നമായ സിനിമ പ്രാഥമികമായും 'ദൃശ്യ'ങ്ങളുടെ സംഘാതമാണ്. ദൃശ്യസംസ്കാരത്തിന്റേതായ ഈ കാലത്ത് ഇതിനെക്കുറിക്കാൻ visual എന്ന ഇംഗ്ലീഷ് പദമാണ് ഏറ്റവും വ്യാപകമായി ഉപയോഗിക്കപ്പെടുന്നത്. visual എന്നത് അടിസ്ഥാനപരമായി vision എന്നതിന്റെ നാമവിശേഷണ (adjective) രൂപമായിരുന്നു. ദൃശ്യകാലത്തിന്റെ ആവിർഭാവത്തോടെ അതൊരു നാമമായി (noun) പ്രയോഗിക്കപ്പെട്ടു തുടങ്ങി. visual ന്റെ മൂലപദമായ vision, കാഴ്ച എന്നത് പോലെ തന്നെ ഉൾക്കാഴ്ചയെയും/ദർശനത്തേയും അർത്ഥമാക്കുന്നുണ്ട്. ഇതുപോലെ, sight (കാഴ്ച) എന്ന മറ്റൊരു

ഇംഗ്ലീഷ് പദം insight എന്നാവുമ്പോൾ ഉൾക്കാഴ്ചയായി മാറുന്നു. അമൂർത്ത ചിന്ത (abstract thinking) സാധ്യമായ മനുഷ്യന്റെ അകം പുറം കാഴ്ചകളെ ബന്ധിപ്പിക്കുന്ന പ്രയോഗമായി look ഉം outlook ഉം നില കൊള്ളുന്നത് വേറൊരുദാഹരണം. ഇപ്രകാരം ഈ വാക്കുകളെല്ലാം ബാഹ്യവും ആന്തരികവുമായ യാഥാർത്ഥ്യ- ഭാവനാ ലോകങ്ങളെ ബന്ധിപ്പിക്കുന്നു. ഇതിന് സമാനമാണ് 'ദർശനം' എന്ന സംസ്കൃത പദത്തിന്റെ അർത്ഥവ്യാപ്തിയും. കാഴ്ചയെയും തത്വശാസ്ത്രത്തെയും അത് ഒന്നിപ്പിക്കുന്നുണ്ട്. ബാഹ്യമായ കാഴ്ചയാണ്/ അനുഭവങ്ങളാണ് ഒരാളുടെ ഉൾക്കാഴ്ചയെ/ദർശനത്തെ രൂപപ്പെടുത്തുന്നതെന്ന ധ്വനി ഈ വാക്-ബന്ധങ്ങളെല്ലാം വരച്ചിടുന്നു. ഹൃദയ ദ്രവീകരണശേഷിയുള്ളതും ധനാത്മക ഉൾക്കാഴ്ചക്ക്/ ദർശനത്തിന് കളമൊരുക്കുന്നതോടൊപ്പം രസത്തിലൂടെ ഒരാളിൽ വിരേചനം (catharsis) പകരുന്നതുമായ കാഴ്ചകളാണ് നല്ല ദൃശ്യങ്ങളെങ്കിൽ, ഉൾക്കാമ്പിലും കലാപരതയിലും മികവു പുലർത്തുന്ന ഇത്തരം ദൃശ്യങ്ങളുടെ ക്രിയാത്മക സംഘാതം തന്നെയായിരിക്കും നല്ല സിനിമ.

പലനിലകളിലും ജനകീയ കലാരൂപമായ ചലച്ചിത്രത്തിന്റെ കാഴ്ച മാത്രമല്ല നിർമ്മാണവും ഇന്ന് ഏറെക്കുറെ ഏവർക്കും പ്രാപ്യമായ മേഖലയായി മാറി. മാത്രവുമല്ല, സജീവകലാരൂപമായതിനാൽ കാഴ്ചയുടെ സ്വഭാവം, ഉള്ളടക്കത്തിന്റെ വൈജാത്യം, പ്രദർശനത്തിലെ പരീക്ഷണങ്ങൾ തുടങ്ങിയ മേഖലകളിൽ സിനിമ സദാ സ്വയം പുനർനിർവചിച്ചുകൊണ്ടിരിക്കുകയുമാണ്. ഈയൊരു സന്ധിയിൽ, സർഗാത്മക ബോധമുള്ള ഒരു കാണി (spectator/ viewer) സിനിമയെ എങ്ങനെ ആസ്വദിക്കും എന്നതാണ് നമ്മുടെ വിഷയം. വിതരണം, പ്രദർശനം തുടങ്ങിയവയിലെ സാമ്പ്രദായിക സ്ഥലകാല പരിമിതികളിൽ നിന്നും സിനിമ ഇതിനോടകം വിടുതൽ നേടിക്കഴിഞ്ഞു. തിയേറ്റർ/സ്ഥല കേന്ദ്രിതം (space centric) ആയിരുന്ന അവസ്ഥയിൽ നിന്നും സിനിമാകാഴ്ച മൊബൈൽ ഫോണിലൂടെയും മറ്റു വൈയക്തിക സാങ്കേതിക സംവിധാനങ്ങളിലൂടെയും തികച്ചും വ്യക്തി കേന്ദ്രീകൃതമായി തീർന്നിരിക്കുന്നു.

ഒന്നേകാൽ നൂറ്റാണ്ടിന്റെ ചരിത്രത്തിൽ സിനിമ കടന്നുവന്ന സങ്കേതങ്ങൾ കൈനെറ്റോസ്കോപ്, പ്രോജക്ടർ, ടി.വി., വിഡിയോ പ്ലെയർ, വി.എച്ച്.എസ്. (V.H.S), ഡിജിറ്റൽ രൂപം, തിരശ്ശീലയിൽ നിന്നും ടി.വി./ ലാപ് ടോപ്/ മൊബൈൽ തുടങ്ങിയവയുടെ മോണിറ്ററിലേക്കുള്ള പരിണാമം മുതലായവയാണ്. സ്ഥലബദ്ധതയിൽ

നിന്ന് കാണികേന്ദ്രീകൃതമായി ചലച്ചിത്ര പ്രക്ഷേപണ രീതിയും കാഴ്ചാരീതിയും അതിദ്രുതം മാറി. ലഭ്യതയിൽ, മുൻകാലത്തിന്റെ പരിമിതികളിൽ നിന്ന് വർത്തമാനത്തിന്റെ ധാരാളിത്തത്തിലേക്ക് കാണി മാറ്റപ്പെട്ടു. അതിനാൽ തന്നെ, സിനിമയുടെ വർത്തമാനത്തി ലേക്കുള്ള സാങ്കേതിക പരിണാമത്തെക്കുറിച്ചും അതിന്റെ അനന്തര ഫലങ്ങളെക്കുറിച്ചും ബോധമുള്ള ഇന്നത്തെ കാണിക്ക് തന്റെ കാഴ്ചാ ശീലങ്ങളെ സംബന്ധിച്ച സമയബന്ധിത പദ്ധതി ഉണ്ടായേ തീരൂ. ലഭ്യമായ ദൃശ്യകൃതികളുടെ ബാഹുല്യം കാണിയുടെ സമയപരിമിതി എന്നിവ മൂലം സമയവിനിയോഗത്തിൽ ഒരു നിലപാട് അത്യാവശ്യ മായിവരുന്നു. ലോകത്തിലെ വിവിധ ഭാഷകളിലെയും സംസ്കാരങ്ങ ളിലെയും സിനിമകളുടെ ധാരാളം ഓൺലൈൻ ഉറവുകൾ ഇന്ന് ലഭ്യമാണെന്നിരിക്കെ ഇത്തരം ഒരു പ്ലാൻ എന്തു കൊണ്ടും ഗുണം ചെയ്യും. മാത്രവുമല്ല, അതീതയാഥാർത്ഥ്യത്തിന്റെ (virtual reality) ഈ കാലത്ത് ഒരാൾ ഒരു വിച്ഛേദിത കാണി (detached viewer) ആകുന്നതിലുപരി കാഴ്ചയുടെ ഡിസൈനർ (visual designer) തന്നെ ആയി മാറുന്നുമുണ്ട്. കാഴ്ച എന്നത് അതിനാൽ തന്നെ നിഷ്കളങ്ക മായ സ്വാഭാവിക പ്രക്രിയ മാത്രമല്ലാതാവുകയും ബോധപൂർവമായ രാഷ്ട്രീയ പ്രവർത്തനമായി മാറുകയും ചെയ്യുന്നു.

അക്കാദമികമായി ചലച്ചിത്രാസ്വാദനത്തെ സമീപിക്കുന്ന ഒരാൾ അതിനോട് സമഗ്രവും (comprehensive) ബോധപൂർവ്വവും (conscious) വിമർശനാത്മകവുമായ (critical) നിലപാട് സ്വീകരി ക്കേണ്ടതുണ്ട്. സിനിമാകാഴ്ച സമഗ്രമാവുന്നതോടെ ഒരാൾക്ക് സിനിമയുടെ വൈവിധ്യത്തെ തിരിച്ചറിയാനും തന്റെ കാഴ്ചാപ്ര ക്രിയയിൽ/ശീലത്തിൽ മുഖ്യധാര ലഭ്യമാക്കുന്ന കഥാചിത്രങ്ങൾ (Features) ക്കൊപ്പം മറ്റു തരം ചലച്ചിത്ര സൃഷ്ടികളെക്കൂടി ഉൾപ്പെടു ത്താനും സാധിക്കുന്നു. ഇതോടെ ഡോക്യുമെന്ററികൾ (Documentary films), ഹ്രസ്വചിത്രങ്ങൾ (Short films), ആനിമേഷൻ (Animations) ചിത്രങ്ങൾ, പരീക്ഷണ ചിത്രങ്ങൾ (Experimentals), മ്യൂസിക് വിഡിയോകൾ (Music Videos), ആർട്ടിസ്റ്റ്സ് സിനിമകൾ (Artists Cinemas), സീരിയലുകൾ (Seriels) എന്നിവ കൂടി ഒരാളുടെ സജീവ കാഴ്ചാപദ്ധതിയുടെ ഭാഗമായിത്തീരും. ഇത് കാണിയുടെ ദൃശ്യാ നുഭവ ലോകത്തെ വിശാലമാക്കും.

ആസ്വാദനം ബോധപൂർവ്വ (conscious) പ്രക്രിയയാകുമ്പോൾ, അലസ കാഴ്ചാരീതികളിൽ നിന്ന് കാണി കുതറിമാറി താൻ എന്തു കാണുന്നു എങ്ങനെ കാണുന്നു എന്നതിനൊപ്പം കൃതിയുടെ

മറ്റു വിശദാംശങ്ങളെക്കുറിച്ച് കൂടി ജിജ്ഞാസുവായി തുടങ്ങുന്നു. ടി.വി. പരസ്യങ്ങൾക്കിടയിൽ ശകലങ്ങളായി കണ്ടിരുന്ന സിനിമാകാഴ്ചാ രീതി മാറുകയും കാഴ്ച തന്നെ ബോധപൂർവ്വമായ പ്രവർത്തനമായി ത്തീരുകയും ചെയ്യുന്നു. ഒരു സിനിമക്കായി ശരാശരി രണ്ട് മണിക്കൂർ വീതം ചിലവഴിക്കുക എന്നത് ആകെ ജീവിതത്തിൽ നിന്നുള്ള വലിയൊരു കാലയളവിനെ കവർന്നെടുക്കുന്ന പ്രക്രിയയാണെന്ന് തിരിച്ചറിഞ്ഞു തുടങ്ങുന്നു. ദിനേന മുടങ്ങാതെ ഒരു സിനിമ വീതം കാണുന്ന ഒരാൾക്ക് വർഷത്തിൽ 365 സിനിമകളേ കാണാനാവൂ എന്നതിനാലും അറുപത്തഞ്ചു വർഷത്തെ ശരാശരി മനുഷ്യായുസ്സിൽ ഒരാൾ നാല്പതു വർഷം തുടർച്ചയായി സിനിമകൾ കാണുന്നെങ്കിൽ പോലും ഏകദേശം 15,000 ചിത്രങ്ങൾ മാത്രമെ കണ്ട് തീർക്കാനാവൂ എന്നതും കാണലിന്റെ സാധ്യതകളും പരിമിതികളും കാണിയെ ബോധ്യമാക്കും. ആയതിനാൽ, സിനിമ എന്ന കലാരൂപത്തിലെ ഗുണനിലവാരമില്ലാത്ത ശകലങ്ങൾ കോമഡികൾ നേരമ്പോക്കുകൾ എന്നീ ലേബലുകളിൽ അലസദർശന ശീലമാക്കുന്നത് ജീവിതത്തെ തന്നെ ദുർവ്യയം ചെയ്യലാണ് എന്ന് വരും. പ്രേക്ഷകരെ ആകർഷി ക്കാനായി ടി.വി. ചാനലുകളും മറ്റു കാഷ്വൽ ദൃശ്യപ്രയോക്താക്കളും ചെയ്യുന്നത് ജനപ്രിയതയുടെ ചൂഷണമാണ് എന്ന് കാണാൻ തുടങ്ങും. അതോടെ ഇത്രയും സമയത്തെ എങ്ങനെ ക്രിയാത്മകമാക്കാമെന്ന ചിന്തയിൽ ലോകത്തിലെ നല്ല സിനിമകൾ അന്വേഷിക്കുവാനും ബോധപൂർവ്വം തിരഞ്ഞെടുത്ത് കാണാനും ആരംഭിക്കാവുന്നതാണ്.

ചലച്ചിത്ര കൃതികളിലെ.മേൽപ്പറഞ്ഞ വൈവിധ്യവും ബഹുസ്വര തയും മുഖ്യധാരാ കാഴ്ചക്കാർക്ക് നേരിട്ട് ലഭ്യമാകാത്തിടത്തോളം കാലം ഒരു കാണിക്ക് ഇവ കാണാനുള്ള അവസരമെന്ത് എന്ന ചോദ്യം പ്രസക്തം തന്നെയാണ്. എണ്ണമറ്റ ഒ.ടി.ടി. പ്രദർശന പ്ലാ റ്റ്ഫോമുകളും ഓൺലൈൻ ഉറവിടങ്ങളും നിലനിൽക്കുമ്പോഴും ഭാവ നാശേഷിയുള്ള ഫിലിം സൊസൈറ്റി പ്രവർത്തനം ഇന്നും ചലച്ചിത്ര ബഹുസ്വരത കാണിയിലെത്തിക്കുന്നതിൽ നീതി പുലർത്തുന്നുണ്ട് എന്നതാണ് വാസ്തവം. ചലച്ചിത്രങ്ങളുടെ തിരഞ്ഞെടുപ്പ് തീർത്തും സ്വാഭാവികമായി സംഭവിക്കുന്ന ഒരു നിഷ്കളങ്ക പ്രക്രിയയല്ല. അറിവും പരിചയവും അന്വേഷണവും ആവശ്യമുള്ള രാഷ്ട്രീയ പ്രവർത്തനമാ ണത്. ഈ അർത്ഥത്തിൽ, ഫിലിം സൊസൈറ്റി പ്രസ്ഥാനവും നല്ല കാഴ്ചാവസരങ്ങൾ കാണിക്കൊരുക്കുന്ന ഫിലിം സൊസൈറ്റികളും പ്രസക്തം തന്നെയാണ്. കാംപസ് ഫിലിം സൊസൈറ്റികളും ചലച്ചി ത്രോത്സവങ്ങളും സജീവമായ കേരളത്തിലെ കലാലയങ്ങളിൽ

പോലും ചലച്ചിത്രത്തിന്റെ തിരഞ്ഞെടുപ്പിലെ ഇത്തരം കൃത്യത ഇനിയും പാകപ്പെടേണ്ടതുണ്ട്.

വില്യം കെ. ഫെറൽ എഴുതിയതു പോലെ 'ചില സവിശേഷ സംസ്കൃതികൾ ഉല്പാദിപ്പിക്കുന്ന സാംസ്കാരിക നിർമ്മിതികളാണ് ചലച്ചിത്രങ്ങൾ' എന്ന നിലപാടിൽ സിനിമയെ സമീപിച്ചാൽ ഏതു സിനിമയും സാംസ്കാരിക വിമർശനത്തിന് വിധേയമാക്കപ്പെടാം. ചലച്ചിത്രോത്സവങ്ങളിൽ പ്രദർശിപ്പിക്കുന്ന ഗൗരവ സൃഷ്ടികൾ മാത്ര മല്ല തിയേറ്ററുകളിലും ടി. വി സ്ക്രീനിലും പൊതുവെ നേരമ്പോക്കാവുന്ന ലാഘവകൃതികളും സാംസ്കാരിക വിമർശനത്തിന് വിധേയമാകും. എല്ലാ കൃതികളിലും ഒരു മേൽക്കോയ്മാ (hegemonic) രാഷ്ട്രീയ നിലപാടുണ്ടെന്നും അത് തിരിച്ചറിയാത്തത്/വെളിപ്പെടാത്തത് കാണിയുടെ അത്തരം നിലപാടുകളോടുള്ള അബോധപൂർവ്വമായ ഐക്യപ്പെടൽ കൊണ്ടാണെന്നും നാം കാണും. അബോധ പ്രത്യയശാസ്ത്ര അന്തർധാരയെ സംബന്ധിക്കുന്ന ഇത്തരമൊരു ബോധ്യം, സദാ കണ്ടുകൊണ്ടിരിക്കുന്ന 'നിഷ്കളങ്ക' കൃതികളെയും ബദൽവായനകൾക്ക് വിധേയമാക്കാൻ കാണിയെ പ്രാപ്തമാക്കും. കൃതികൾക്കകത്തെ വിഭജിത പൗരത്വങ്ങൾ (divided citizenships), ന്യൂനപക്ഷ വിരുദ്ധത, വംശീയ മുൻവിധികൾ, സ്ത്രീവിരുദ്ധത, ഹാസ്യ ത്തിലെ രാഷ്ട്രീയം എന്നിവയെക്കുറിക്കുന്ന ബോധ്യങ്ങൾ ചലച്ചിത്ര ക്കാഴ്ചക്ക് ആഴം പകരും. തലക്കെട്ടുകൾ സിനിമകളിലേക്കുള്ള താക്കോൽ വാക്കുകളായതിനാൽ മലയാള സിനിമയുടെ മുഖമുദ്രയായ ആൺകോയ്മാ രാഷ്ട്രീയപ്രഖ്യാപനം അവയുടെ ടൈറ്റിലുകളിൽ നിന്നു തന്നെ പ്രശ്നവല്ക്കരിച്ചു തുടങ്ങാം. ഇന്ത്യൻ സമൂഹത്തിന്റെ കൂടപ്പിറപ്പായ ജാതിബോധം എപ്രകാരം സിനിമകളിൽ ഒളിച്ചു കടത്തുന്നു എന്നത് പതിയെ തെളിഞ്ഞ് വരും. മലയാള/ഇന്ത്യൻ സിനിമ ജാതി- ആൺ കോയ്മാരാഷ്ട്രീയത്തിന് എങ്ങനെയാണ് തുറന്ന വിടുപണി ചെയ്യുന്ന തെന്ന് വെളിപ്പെടും. ഇത് കാണിയിൽ വിമർശനാസ്വാദനത്തിന്റെ പുതിയ സാധ്യതകൾ തുറക്കും.

വിമർശന സമീപനത്തിന്റെ ഭാഗമായി സിനിമ കാണാനുള്ള തയ്യാറെടുപ്പെന്നോണം കാണാനുദ്ദേശിക്കുന്ന സിനിമയെക്കുറിച്ച് പ്രാരംഭ വായന നടത്താവുന്നതാണ്. ഫെയ്സ്ബുക്കിലും ബ്ലോഗുകളി ലും മറ്റു പ്രസിദ്ധീകരണങ്ങളിലും സ്ഥിരമായി ചലച്ചിത്ര കോളങ്ങളും കുറിപ്പുകളും എഴുതുന്നവരുടെ ഗുണനിലവാരമുള്ള റിവ്യൂകൾ പരിഗണിക്കാവുന്നതാണ്. സംവിധായകരുടെ ഫിലിമോഗ്രഫി പരിശോധിക്കുന്നതും അഭിനേതാക്കളും പിന്നണി പ്രവർത്തകരും

ആരെന്നന്വേഷിക്കുന്നതും നന്നാവും. അതേസമയം മുൻവിധിയോടെ കൃതിയെ സമീപിക്കാതിരിക്കലും അത്യാവശ്യമാണ്. കാണുന്ന സമയത്ത് സിനിമപൂർണമായും ശ്രദ്ധിച്ച് കാണാൻ ശ്രമിക്കുക. ഫോണിലോ മറ്റ് ഉപകരണങ്ങളിലോ തനിച്ചാണ് സിനിമാകാഴ്ചയെങ്കിൽ കാഴ്ചക്കിടെ നിർത്തൽ, പിന്നോട്ടു പോകൽ, ചില ഭാഗങ്ങൾ തിരഞ്ഞെടുത്തു കാണൽ എന്നിവ ആദ്യകാഴ്ചയിൽ ഒഴിവാക്കുക. കാണുന്ന സമയത്തുള്ള വിശാലമായ കുറിപ്പു തയ്യാറാക്കൽ അടുത്ത തവണത്തേക്ക് മാറ്റിവെക്കുക. കൃതിയെ ദൃശ്യപരമായും വൈകാരികമായും രസിച്ച് ആസ്വദിക്കാൻ ശ്രമിക്കുക.

ചലച്ചിത്രഭാഷയുടെ ആവിർഭാവം:
മൊണ്ടാഷും മീസ് -എൻ -സീനും

ആസ്വാദനത്തിന് മുതിരുന്ന ഏതൊരാൾക്കും ചലച്ചിത്രഭാഷയെപ്പറ്റി ഏറ്റവും കുറഞ്ഞ ധാരണയെങ്കിലും ഉണ്ടാവേണ്ടതുണ്ട്. സിനിമയുടെ പ്രാരംഭകാലം തൊട്ടേ ചലച്ചിത്രത്തിന്റേതായ തനതുഭാഷ രൂപപ്പെടുത്തിയെടുക്കാൻ പല പ്രതിഭകളും ശ്രമം നടത്തിയിട്ടുണ്ട്. എഡിറ്റിംഗ് സാധ്യമായതോടെ ദൃശ്യങ്ങളെ ചേർത്തുവെക്കാനുള്ള വിവിധ പരീക്ഷണങ്ങൾ ചലച്ചിത്രത്തിന്റേതായ ഭാഷ പതിയെ രൂപപ്പെടുന്നതിലേക്ക് നയിച്ചു. ഇതിൽ പ്രധാനികൾ റഷ്യൻ ചലച്ചിത്രകാരൻമാരും സൈദ്ധാന്തികരുമായ ലെവ് കുളഷോവും സെർഗി ഐസൻസ്റ്റീനുമാണ്. ഒരു നടന്റെ ഒരേ മുഖഭാവത്തെ വ്യത്യസ്ത ബിംബങ്ങളുമായി പല രീതികളിൽ സന്നിവേശിപ്പിച്ച് എങ്ങനെ പുതിയ അർത്ഥ തലങ്ങൾ ചമയ്ക്കാമെന്നന്വേഷിച്ച 'കുളഷോവ് ഇഫെക്റ്റ്'' (Kuleshov Effect) വളരെ പ്രസിദ്ധമാണ്. സൈദ്ധാന്തിക- പ്രയോക്താവായ ഐസൻസ്റ്റീൻ ആകട്ടെ ബൗദ്ധിക മൊണ്ടാഷിന്റെ (intellectual montage) ശക്തമായ രൂപം വികസിപ്പിച്ചെടുത്തു.

കല യാഥാർത്ഥ്യത്തിന്റെ പുനരുല്പാദനമല്ല എന്ന് വിശ്വസിച്ച ഐസൻസ്റ്റീനും സമകാലികരും, കലയുടെ അടിസ്ഥാനം അതിന്റെ രൂപപരമായ ഘടകമാണെന്നും അതിന്റെ അടുക്കി വെക്കലുകളിലൂടെയാണ് കലാകാരന്റെ നിർമാണപ്രക്രിയ നടക്കുന്നതെന്നും വിശ്വസിച്ചു. പരസ്പരവിരുദ്ധം പോലും ആയേക്കാവുന്ന സ്വതന്ത്ര ഷോട്ടുകളുടെ സംഘർഷണത്തിൽ നിന്നും ഉയർന്നുവരുന്ന ഒരു ആശയമാണ് മൊണ്ടാഷ് എന്നതാണ് ഐസൻസ്റ്റീന്റെ പക്ഷം. പരസ്പരബന്ധമില്ലാത്ത ദൃശ്യശകലങ്ങളെ ചേർത്തു വെച്ച് കൂടുതൽ

ഫലപ്രദവും ശക്തവുമായ പുതിയ ദൃശ്യബിംബങ്ങളെ അവർ രൂപപ്പെടുത്തി. ചലച്ചിത്രത്തിന്റെ ആദ്യകാലത്തെ പ്രമുഖ സൈദ്ധാന്തികരായ ഇവർ എഡിറ്റിംഗിന്റെ രാഷ്ട്രീയമായ ശേഷിയിൽ വിശ്വസിച്ചിരുന്നു. ഷോട്ട് എന്നത് മൊണ്ടാഷിന്റെ വെറുമൊരു ഘടകമല്ലെന്നും അത് മൊണ്ടാഷിന്റെ മർമ്മം തന്നെയാണെന്നും ഐസൻസ്റ്റീൻ സമർത്ഥിച്ചു. തന്റെ സ്ട്രൈക്ക് (1924), ബാറ്റിൽഷിപ്പ് പൊട്ടെംകിൻ (1925) എന്നീ ചിത്രങ്ങളിൽ ചിത്രസംയോജനത്തിന്റെ നൂതന രീതി തന്നെ അദ്ദേഹം പരീക്ഷിച്ചു. ഇതിന് മുമ്പ് തന്നെ 1902-ൽ ഫ്രെഞ്ചുകാരനായ ജോർജ് മെലിസ് ആദ്യത്തെ സമ്പൂർണ്ണ ഭാവനാഖ്യാനമായ എ ട്രിപ്പ് ടു ദ മൂൺ പൂർത്തിയാക്കിയിരുന്നു. ഇതിൽ അക്കാലത്തെ ശാസ്ത്രഭാവനക്കനുസൃതമായതും നാടകീയതമുറ്റിയതും സ്വപ്ന-സമാനവുമായ ദൃശ്യങ്ങളുണ്ടായിരുന്നു. സിനിമയെന്ന മാന്ത്രിക റാന്തലിന്റെ പരീക്ഷണാത്മകതയിലേക്ക് ഇതിനെയെല്ലാം അദ്ദേഹം വിജയകരമായിത്തന്നെ സന്നിവേശിപ്പിച്ചു. എന്നാൽ, റഷ്യൻ മൊണ്ടാഷ് ആകട്ടെ ചലച്ചിത്രഭാവനയെയും ഭാഷയെയും ക്രിയാത്മകമായി മാറ്റിപ്പണിതു. 1925 ലെ ബാറ്റിൽഷിപ്പ് പൊട്ടെംകിൻ അതിലെ മൊണ്ടാഷുകളുടെ പുതുമ കൊണ്ട് കൂടിയാണ് ഇന്നും നിലനില്ക്കുന്നത്. വിശേഷിച്ചും, പ്രസിദ്ധമായ ഒഡേസാ പടവുകളിലെ സീക്വൻസ്. പിന്നീട് വന്ന പല പ്രയോക്താക്കളുടെയും സ്വാധീന ശക്തിയാൽ മൊണ്ടാഷ് എന്നത് വെറുമൊരു എഡിറ്റിംഗ് രൂപം എന്നതിൽ നിന്നു മാറി സിനിമയുടെ ഭാഷ എന്ന തലത്തിലേക്ക് വികസിച്ചു. ചേർത്തുവെക്കുക എന്നർത്ഥം വരുന്ന ഫ്രെഞ്ച് ക്രിയാരൂപമായ monter ൽ നിന്നും ആവിർഭവിച്ച സാങ്കേതിക പദമായ മൊണ്ടാഷ്, വിമർശനങ്ങൾക്കിടയിലും ഇന്നും പുതിയ ദൃശ്യബിംബവും ചലച്ചിത്രഭാഷയും സൃഷ്ടിക്കുക എന്ന അടിസ്ഥാനപരവും ഒഴിച്ചു കൂടാനാവാത്തതുമായ സർഗപ്രക്രിയുടെ ഭാഗമായി തുടരുന്നു.

കലാരൂപം എന്ന നിലയിൽ പ്രാഥമികമായും രൂപപരമായ (formalistic) സമീപനമാണ് നിശബ്ദ ചലച്ചിത്രകാലം അതിന്റെ ചലച്ചിത്രസിദ്ധാന്തങ്ങളിൽ കൈക്കൊണ്ടത്. പിന്നീട്, ലോകയുദ്ധ സാഹചര്യത്തിൽ ഫ്രെഞ്ച് നവതരംഗത്തോടെ ചലച്ചിത്ര വിമർശനം ചലച്ചിത്രത്തോളം തന്നെ പ്രബലമായി. ഫ്രെഞ്ചു കാവ്യാത്മകറിയലിസത്തിന്റെ (French poetic realism) കാലത്ത് കഹേ ദ്ദ സിനിമ (Cahier du cinema) എന്ന ചലച്ചിത്ര പ്രസിദ്ധീകരണത്തിലെ പ്രസിദ്ധരായ പല വിമർശകരും പിന്നീട് ചലച്ചിത്രസംവിധായകരായി. ആ കൂട്ടത്തിലെ വിശ്രുത ചലച്ചിത്രസൈദ്ധാന്തികനാണ് ആന്ദ്രെ

ബെയ്സിൻ. ചലച്ചിത്രത്തിന് യാഥാർത്ഥ്യത്തോട് ഒരു പ്രത്യേക ഉത്തരവാദിത്തമുണ്ടെന്നും ലോകത്തെ വ്യാഖ്യാനിക്കുന്നതിലേറെ അതിനെ പകർത്തലാണ് സിനിമയുടെ ദൗത്യമെന്നും അദ്ദേഹം വിശ്വസിച്ചു. സ്ഥലകാല തുടർച്ചയെ കീറിമുറിക്കുന്ന 'ബിംബങ്ങളുടെ ചലച്ചിത്രമെന്നും', കേമറക്കു മുന്നിലെ സ്ഥലകാലോദ്ഗ്രഥനത്തെ അംഗീകരിക്കുന്ന 'യാഥാർത്ഥ്യത്തിന്റെ സിനിമ' എന്നും അദ്ദേഹം ചലച്ചിത്രങ്ങളെ രണ്ടായി തരം തിരിക്കുന്നുണ്ട്. ചലച്ചിത്രഭാഷയുടെ വികാസപ്രവർത്തനങ്ങളുടെ ഭാഗമായി യാഥാർത്ഥ്യത്തെ അതിന്റെ ത്രിമാനതലത്തിൽ കേമറയുടെ മുൻപിൽ ഒരുക്കി കാണിയിലെത്തിക്കാൻ ശ്രമിച്ചതിന്റെ ഫലമാണ് മീസ്- എൻ-സീൻ എന്ന ചലച്ചിത്ര സമീപനം. 'വേദിയിൽ സജ്ജീകരിക്കുക' എന്നർത്ഥം വരുന്ന നാടകവുമായി ബന്ധപ്പെട്ട ഫ്രെഞ്ച് പദസഞ്ചയമായ Mis-en-Scene ൽ നിന്ന് രൂപം കൊണ്ടതാണ് ഈ പ്രയോഗം. ഒരു ഫ്രെയിമിൽ എന്തെല്ലാം ഉൾക്കൊള്ളണം എന്നും എങ്ങനെയാണ് ഫ്രെയിം സജ്ജമാക്കിയിരിക്കുന്നത് എന്നും സൂചിപ്പിക്കുന്ന പദമായിട്ടാണ് ഇതിന്റെ വർത്തമാനകാല പ്രയോഗം. എഡിറ്റിംഗ് ടേബിളിലെ സാങ്കേതികമായ ഇടപെടലിനു പകരം ഫ്രെയ്മിൽ കാഴ്ചയുടെ വിശാലത സ്വാഭാവികമെന്നോണം അവതരിപ്പിക്കാനും കാണിയിൽ സ്വാധീനം തീർക്കാനും ഇതിലൂടെ ശ്രമിക്കുന്നു. ഇത്തരം ഷോട്ടുകളെ മീസ് എൻ ഷോട്ടെന്നും (Mis-en-shot) ഈ സമീപനത്തെ മീസ് എൻ സീൻ എന്നും വിളിക്കുന്നുക്യാമറാസ്ഥാനവും എഡിറ്റിംഗും ഒഴികെയുള്ള എല്ലാ സജ്ജീകരണങ്ങളും മീസ് എൻ സീനിന്റെ ഭാഗമാണ്. സിനിമകളിൽ ഫ്രെയ്മുകളിലെ മീസ് - എൻ- സീനിലെ വ്യത്യാസം പലപ്പോഴും വ്യത്യസ്ത സംവിധായകരുടെ ചലച്ചിത്ര നിലപാടുകളിലേക്കുള്ള ചൂണ്ടുപലകയാവാറുണ്ട്.

മൊണ്ടാഷിനെപ്പോലെ തന്നെ മീസ്-എൻ-സീനിന്റെ വിവിധ പ്രയോഗങ്ങൾ ചലച്ചിത്രഭാഷയുടെ ഭാഗമായിത്തീർന്നിരിക്കുന്നു. ആദ്യകാലത്തെ രൂപപരമായ നിലപാടിൽ നിന്നും ആന്ദ്രെ ബെയ്സിന്റെ കാലത്തോടെ റിയലിസത്തിലേക്ക് യൂറോപ്യൻ സിനിമാസമീപനം പൊതുവെ ചുവടുമാറ്റുന്നുണ്ട്. 'എന്താണ് സിനിമ' എന്ന ബെയ്സിന്റെ പുസ്തകം ചലച്ചിത്ര ഭാഷയുടെ അസ്തിത്വത്തെയും സമീപനങ്ങളെയും പ്രശ്നവൽക്കരിക്കുന്നുമുണ്ട്. അങ്ങനെ, ചലച്ചിത്രരംഗത്തെ സാങ്കേതിക പ്രക്രിയകളായി തുടക്കം കുറിച്ച മൊണ്ടാഷും മീസ്-എൻ-സീനും പിന്നീട് ചലച്ചിത്രഭാഷയുടെ തന്നെ അടിസ്ഥാന ഘടകങ്ങളായി മാറി. ഒന്നേകാൽ നൂറ്റാണ്ടിന്റെ

ചരിത്രത്തിൽ എഡിറ്റിംഗ്, ശബ്ദം, വർണ്ണം, ദ്വിമാനത്തിൽ നിന്നും ത്രിമാനത്തിലേക്കുള്ള പരിവർത്തനം, ഫ്രെയിമുകളിലെ പരീക്ഷണം, ചലച്ചിത്രരൂപങ്ങളുടെ മിശ്രണങ്ങൾ എന്നിവയിലൂടെ സിനിമ ഇന്നും ചലച്ചിത്രഭാഷയുടെ പൂർണത തേടിയുള്ള പ്രയാണത്തിലാണ്. ആയതിനാൽ സിനിമക്കകത്ത് ദൃശ്യങ്ങളെ ഒരുക്കിയും ചേർത്തുവെച്ചുമുള്ള ഈ ദൃശ്യഭാഷാപരിശ്രമങ്ങൾ പരിചയപ്പെടുന്നത് ആസ്വാദക നിലവാരത്തിൽ ഗുണകരമായ പങ്കുവഹിക്കും.

ചലച്ചിത്ര വായനാരീതികൾ

ചലച്ചിത്രാസ്വാദനത്തിന് മുതിരുന്ന ഒരാൾക്ക് സാഹിത്യവായനയും ചലച്ചിത്ര വായനയും തമ്മിലുള്ള അടിസ്ഥാന വ്യത്യാസത്തെക്കുറിച്ച് ബോധമുണ്ടായിരിക്കണം. സാഹിത്യം conceptual ബിംബങ്ങളുടെ സംഘാതം ആണെങ്കിൽ ചലച്ചിത്രം perceptual ബിംബങ്ങളുടെ പാക്കേജ് ആണ്. ഇതിനർത്ഥം സാഹിത്യാസ്വാദനത്തിന് ഒരാൾക്ക് കൃതിയുടെ ഭാഷ അറിയൽ അത്യാവശ്യമാണ് എന്നതാണ്. സാക്ഷരർക്കും വായനാസംസ്കാരം ഉള്ളവർക്കും മാത്രമെ ഒരു ഭാഷയിലെ സാഹിത്യകൃതി വായിക്കാനും ആസ്വദിക്കാനുമാകൂ. സാമാന്യമായിപ്പറഞ്ഞാൽ, അക്ഷരങ്ങൾ ചേർത്ത് വാക്കുകളും അതിൽ നിന്ന് വാചകങ്ങളും കോർത്തിണക്കി ലഭിക്കുന്ന ചിഹ്നങ്ങളെ (symbols) വ്യാഖ്യാനിച്ച് ആശയങ്ങളുടെ ലോകത്തിൽ ഒരാൾക്ക് വായനയിലൂടെ വിഹരിക്കാം. എന്നാൽ, ഈ അർത്ഥത്തിൽ ചലച്ചിത്രത്തിന്റെ ഭാഷക്ക് 'സാക്ഷരത' സാധാരണയായി നിർബന്ധമില്ല. മാത്രവുമല്ല, ഓരോ ദൃശ്യവും സ്വതന്ത്ര അർത്ഥം സാധ്യമായ മുഴുവാചകങ്ങൾ തന്നെയാണ്. ഈ പ്രതിരൂപാത്മകബിംബങ്ങളെ (iconic signs) നിഷ്കളങ്കമായി ചേർത്തുവെക്കുക എന്ന ലളിതദൗത്യം മാത്രമെ മൗലികമായി നിരക്ഷരർക്കാസ്വദിക്കാവുന്ന ദൃശ്യകലാരൂപം എന്ന നിലയിൽ ആദ്യകാലത്തെ ചലച്ചിത്ര പ്രേക്ഷകർക്കുണ്ടായിരുന്നുള്ളൂ. എന്നാൽ, ചലച്ചിത്ര ദൃശ്യങ്ങൾ തീർക്കുന്ന ബിംബാവലി സാങ്കേതികമാവുകയും സങ്കീർണ്ണമായിത്തീരുകയും ചെയ്ത വർത്തമാനത്തിൽ അവയെ സമീപിക്കാൻ ഒരു നിലപാടുണ്ടാവുന്നത് തീർത്തും അത്യാവശ്യമാണ്.

സിനിമയെ അപഗ്രഥനാത്മകമായി സമീപിക്കുമ്പോൾ (Analytic Approach) മൂന്ന് തരം വായനകൾ സാധ്യമാകുന്നുണ്ട്.1. വാചികാപഗ്രഥനം (Verbal Analysis). 2. ഇഴ/ ഘടനാപഗ്രഥനം (Textural Analysis). 3. ആഖ്യാനാപഗ്രഥനം (Narrative Analysis)

എന്നിവയാണത്. വർത്തമാന ചലച്ചിത്ര ഗാത്രം തന്നെ ദൃശ്യഭാഷക്കൊപ്പം പ്രധാനമായും സംസാരഭാഷയുടെ കൂടി മിശ്രണമാകയാൽ, ഒരു ചലച്ചിത്ര കൃതിയിലെ തലക്കെട്ട്, പ്രത്യേക വാക്കുകൾ, പേരുകൾ, സവിശേഷ ഭാഷാപ്രയോഗങ്ങൾ എന്നിവ കാണിക്ക് അപഗ്രഥിക്കാവുന്നതാണ്. ഏതു ചലച്ചിത്ര കൃതിയും ഇതിന് ഉദാഹരണമാക്കാവുന്നതുമാണ്. ഷാജി കൈലാസ് സംവിധാനം ചെയ്ത ദ കിംഗ് (1995) എന്ന മലയാള സിനിമയുടെ തലക്കെട്ടും സിനിമാപ്രമേയവുമായുള്ള വൈരുധ്യം ഉദാഹരണം. ജയൻ കെ. ചെറിയാൻ സംവിധാനം ചെയ്ത ക ബോഡിസ്കെയ്പ്സ് (2018), ടി വി.ചന്ദ്രന്റെ കഥാവശേഷൻ (2004), അടൂരിന്റെ എലിപ്പത്തായം (1981) തുടങ്ങിയവയുടെ തലക്കെട്ടുകളെപ്പോലെ തന്നെ ചലച്ചിത്രത്തിനകത്തെ വ്യവഹാരഭാഷയെയും ഈ തരത്തിൽ അപഗ്രഥിക്കാവുന്നതാണ്. മണിലാൽ സംവിധാനം ചെയ്ത പ്രണയത്തിൽ ഒരുവൾ വാഴ്ത്തപ്പെട്ടും വിധം (2010) എന്ന ഹ്രസ്വചിത്രത്തിൽ വാചികാപഗ്രഥനത്തിന്റെ സാധ്യതകൾ ധാരാളമുണ്ട്. ഏതൊരു സിനിമയും ഒരു ഭാഷാവിദ്യാർത്ഥിക്ക് മുന്നിൽ ഇത്തരം അപഗ്രഥനത്തിന്റെ വിശാല വാതായനങ്ങൾ തുറന്നിടും.

ഘടനാപഗ്രഥനം/ ഇഴയപഗ്രഥനം (Textural Analysis) എന്നത് ചലച്ചിത്രത്തിന്റെ ഘടന, ഗാത്രം എന്നിവയുമായി ബന്ധപ്പെട്ട അപഗ്രഥന രീതിയാണ്. ഇതിൽ സിനിമയുടെ വർണവിന്യാസം (colour tone), കറുപ്പ് വെളുപ്പ് പ്രയോഗം, വർണ്ണത്തിന്റെ കറുപ്പും വെളുപ്പുമായുള്ള ഇടകലർത്തൽ, ശബ്ദവിന്യാസത്തിലെ വ്യത്യാസം എന്നിവ പഠിക്കാവുന്നതാണ്. വർണ്ണസിനിമയിലെ കറുപ്പ്-വെളുപ്പ് പ്രയോഗരീതിയുടെ പരീക്ഷണാത്മകത മിഷെൽ ഹസനാവിഷസിന്റെ ദി ആർട്ടിസ്റ്റ് (2011), ഗീതാഞ്ജലി റാവുവിന്റെ ആനിമേഷൻ ചിത്രം ദ പ്രിന്റഡ് റെയിൻബോ (2006), പരീക്ഷണ ഡോക്യുമെന്ററി ചായ് (2013), ഷാജി എൻ. കരുണിന്റെ സ്വം (1994) എന്നിവയിലെല്ലാം ശ്രദ്ധേയമായ നിലയിൽ കാണാം. ഓഡിയോ ട്രാക്കിലെ പരീക്ഷണം ശ്രദ്ധേയമായ രീതിയിൽ ചെയ്ത മലയാള ചിത്രമാണ് ഷെറി സംവിധാനം ചെയ്ത ആദിമധ്യാന്തം (2011), ബധിരനായ നായകബാലന്റെ ശ്രവണസഹായിയാണ് കാണിയുടെയും കേൾവി തീരുമാനിക്കുന്നത്. കഥാപാത്രം ശ്രവണസഹായി ചെവിയിൽ വെക്കുന്നത് വരെ തുടക്കത്തിൽ കുറെ സമയത്തേക്ക് സിനിമയിൽ ശബ്ദങ്ങളൊന്നുമില്ല തന്നെ. ഇത്തരം അപഗ്രഥനങ്ങൾ സിനിമയിലെ സംസാരഭാഷക്കപ്പുറമുള്ള ഘടനയും ആഖ്യാനക്രമവും വെളിവാക്കുന്നു.

മൂന്നാമത്തെ സമീപനമായ ആഖ്യാനാപഗ്രഥനം (Narrative Analysis) ചലച്ചിത്ര കൃതിയിലെ ആഖ്യാനരീതികളെ അന്വേഷിക്കുന്നു. ചലച്ചിത്ര ആഖ്യാനങ്ങൾ പ്രധാനമായും രേഖീയം (linear narrative) അ-രേഖീയം (non-linear narrative) എന്നിവയാണ്. മനുഷ്യഭാവനയുടെ വികാസത്തിനും മനുഷ്യാവസ്ഥയുടെ സങ്കീർണതകൾക്കും അനുസൃതമായി ആഖ്യാനത്തിലെ പുതുരീതികൾ സജീവമാവുകയാണ്. മലയാളത്തിൽ കെ ജി ജോർജിന്റെ യവനിക (1982), അടൂരിന്റെ അനന്തരം (1987), ടി.വി.ചന്ദ്രന്റെ ഡാനി (2001), മുതലായവ ഈ തരത്തിൽ അപഗ്രഥിക്കാവുന്നതാണ്. എന്നാൽ, ആഖ്യാനത്തിന്റെ രീതികളെ മുഴുവൻ മാറ്റിമറിക്കുന്ന ഇറാൻ സംവിധായകൻ അബ്ബാസ് കിയറോസ്തമിയുടെ ഷിറിൻ (2008) ആണ് ഇതിനുള്ള ഏറ്റവും മികച്ച മാതൃക. ഈ ചലച്ചിത്രത്തിലെ കഥാപാത്രങ്ങളെല്ലാം തന്നെ പന്ത്രണ്ടാം നൂറ്റാണ്ടിലെ ഷിറിൻ എന്ന വീരനായികയുടെ അസ്തിത്വ വിഹ്വലതകൾ പ്രമേയമായ സിനിമ കാണുന്ന വർത്തമാനകാല ഇറാനിലെ വനിതാകാണികളാണ്. ഇവരുടെ ക്ലോസപ്പ് ദൃശ്യങ്ങളിലൂടെ കാണിയെ ചലച്ചിത്രപ്രമേയത്തിന്റെ കേന്ദ്രബിന്ദുവാക്കുന്നുണ്ട് ഈ സിനിമ. യഥാർത്ഥ കാണി സിനിമയിലെ കഥാപാത്രമായ കാണികൾ കാണുന്ന സിനിമയുടെ ഒരു ദൃശ്യം പോലും കാണുന്നില്ല. കേൾക്കുന്നതാകട്ടെ, കഥാപാത്രങ്ങളായ കാണികൾ കാണുന്നുവെന്ന് സിനിമ സൂചിപ്പിക്കുന്ന 'ഷിറിൻ' സിനിമയുടെ ശബ്ദരേഖയും. ഇങ്ങനെ, സാമ്പ്രദായിക ആഖ്യാനഘടനയെ അടിമുടി സിനിമാറ്റിക് ആയി അട്ടിമറിച്ച് പുതുമ തീർക്കുന്നുണ്ട് ഈ ചിത്രം. ഇത്തരത്തിൽ ചലച്ചിത്രങ്ങളെ സമീപിക്കുമ്പോൾ ഏതെങ്കിലും ഒരു വായനാ രീതിയോ അല്ലെങ്കിൽ ഇവയുടെ മിശ്രണമോ ഏതു സിനിമക്കും പ്രയോഗിക്കാമെന്ന് വരുന്നു

സിനിമയും പ്രത്യയശാസ്ത്രവും

സാങ്കേതിക കലാരൂപമെന്നപോലെ സാംസ്കാരികോൽപ്പന്നവുമായ സിനിമയിൽ ഒളിഞ്ഞും തെളിഞ്ഞും സന്നിഹിതമാകുന്ന പ്രത്യയശാസ്ത്രങ്ങൾ വിശകലനം ചെയ്യപ്പെടേണ്ടതുണ്ട്. വിശ്വാസ സംഹിതകൾ, മൂല്യങ്ങൾ, അഭിപ്രായങ്ങൾ എന്നീ രൂപങ്ങളിൽ മനുഷ്യർക്കിടയിൽ നിലനില്ക്കുന്ന പ്രത്യയശാസ്ത്രങ്ങളാണ് വാസ്തവത്തിൽ ജീവിതത്തിന്റെയെന്ന പോലെ സിനിമയുടെയും രാഷ്ട്രീയ നിലപാടുകളെ നിർണ്ണയിക്കുന്നത്. ഗോപ്യമെങ്കിലും സിനിമയിൽ സജീവ സാന്നിദ്ധ്യമായ പ്രത്യയശാസ്ത്രങ്ങൾ ചലച്ചിത്രത്തിനകത്തെ

വ്യക്തികളുടെയും ഗ്രൂപ്പുകളുടെയും ആശയപ്രപഞ്ചത്തെയും പ്രവൃത്തികളെയും രൂപപ്പെടുത്തുന്നു. ഒരാളുടെ വ്യക്തിത്വം, സ്വഭാവം, സാമൂഹിക സാഹചര്യം, എന്നിവയിലെ സാധാരണത്വം അസാധാരണത്വം (ab/normalcy) തുടങ്ങിയ വിശേഷണങ്ങളെ നിർവചിക്കുന്നതിൽ പ്രത്യയശാസ്ത്രങ്ങൾ നിശ്ശബ്ദമായ പങ്കുവഹിക്കുന്നു. വ്യക്തികൾ തമ്മിലുള്ളതും വ്യക്തിയും സംസ്കാരവും/സമൂഹവും തമ്മിലുള്ളതുമായ ബന്ധങ്ങളെ നിർവ്വചിക്കുന്നതോടൊപ്പം ലിംഗഭേദം, ലൈംഗികത, വിശ്വാസം, ഭരണകൂടം, തുടങ്ങിയവയെല്ലാം പ്രത്യയശാസ്ത്ര സ്വാധീനത്തിൽ വരുന്നു. സമൂഹത്തിലെ ഒരു വിഭാഗത്തിന്റെ അധീശത്വവും മറ്റൊരു വിഭാഗത്തിന്റെ കീഴാളത്തവും അംഗീകരിക്കുവാൻ കാണിയിൽ ഇവ അബോധ ഹേതുവാകുന്നു.

സംസ്കാരത്തിലെ പ്രത്യയശാസ്ത്രം സംവിധായകനിലൂടെയും എഴുത്തുകാരനിലൂടെയുമെല്ലാം സിനിമയിൽ സന്നിഹിതമാകുന്നു. ഇത് സിനിമയുടെ അബോധമായി പ്രവർത്തിക്കുന്നു. 1950'കളിലെ ഹോളിവുഡ് ചിത്രങ്ങൾ 'അമേരിക്കൻ സ്വപ്നം' എന്ന മുതലാളിത്ത നിലപാടിനെ അക്കാലത്തെ സിനിമകളിൽ സ്വാംശീകരിച്ചത് അനിയന്ത്രിതമായി വ്യക്തിത്വവാദത്തെ പിന്തുണച്ചും മുതലാളിത്തത്തെ ന്യായീകരിച്ചുമാണ്. ജനപ്രിയ മുഖ്യധാരാസിനിമകൾ വ്യവസ്ഥയുടെ പ്രശ്നങ്ങൾക്ക് നായക/വ്യക്തി കേന്ദ്രീകൃതമായ പരിഹാരങ്ങൾ നിർദ്ദേശിക്കുന്നതിനൊപ്പം യഥാസ്ഥിതി (status quo) നിലനിറുത്തുന്നതിനെ യുക്തിസഹമാക്കുന്നു. പ്രത്യയശാസ്ത്രത്തിന്റെ സാന്നിധ്യം സിനിമ അടയാളപ്പെടുത്തുന്നത് ചലച്ചിത്രങ്ങളുടെ ആഖ്യാനത്തിനകത്തും, ദൃശ്യശൈലി, ശബ്ദ രൂപണം, എന്നീ മേഖലകളിലൂടെയുമാണ്. പ്രത്യയശാസ്ത്ര വിമർശനം നടത്തുന്നവർ പ്രമുഖ സാംസ്കാരിക നിലപാടുകളെ അപഗ്രഥിക്കുക മാത്രമല്ല, വിമതലോക/ജീവിത വീക്ഷണങ്ങളെ അടയാളപ്പെടുത്തുക കൂടി ചെയ്യുന്നുണ്ട്.

വിവിധ തലങ്ങളിലേക്ക് പടർന്നു വികസിച്ച മാർക്സിസ്റ്റ് വിമർശന സിദ്ധാന്തമാണ് വാസ്തവത്തിൽ പ്രത്യയശാസ്ത്രം എന്ന സംജ്ഞയെ സാംസ്കാരിക മണ്ഡലത്തിലേക്ക് സംഭാവന ചെയ്തത്. മാർക്സിസ്റ്റ് ചിന്താപദ്ധതി പ്രകാരം ഒരു കാലഘട്ടത്തിലെ അധീശ പ്രത്യയശാസ്ത്രമാണ് ആ കാലഘട്ടത്തിലെ സാമ്പത്തിക ഘടനകളെയും തൽഫലമായുണ്ടാകുന്ന വർഗബന്ധങ്ങളെയും വർഗതാൽപ്പര്യങ്ങളെയും നിർണ്ണയിക്കുന്നത്. പ്രത്യയശാസ്ത്രത്തെ സാമൂഹിക സാമ്പത്തിക ഘടനയുടെ ഫലമായുണ്ടാകുന്ന ഉപരിഘടനയോട് മാർക്സ് താരതമ്യം ചെയ്തിട്ടുണ്ട്. മാർക്സിസ്റ്റ് വിമർശകർ ഏതൊരു ചരിത്രഘട്ടത്തിലെയും

കൃതിയെ പരിഗണിക്കുന്നത് ആ കാലഘട്ടത്തിന്റെ സവിശേഷ സാമ്പത്തിക പ്രത്യയശാസ്ത്ര നിർണ്ണയങ്ങളുടെ ഉല്പന്നമായിട്ടാണ്. പ്രത്യയശാസ്ത്രത്തെ മൃദുവായിസമീപിച്ച ഹങ്ഗേറിയൻ വിമർശകനായ ജോർജ് ലൂകാച്ചും, ഇതിനോടു വിയോജിച്ച ഫ്രാങ്ക്ഫർട്ട് വിമർശന സ്കൂളും ഈ സിദ്ധാന്തത്തിന്റെ അതിരുകളെ വിപുലമാക്കി. വാൾട്ടർ ബെൻയാമീന്റെ കലാ ഉൽപാദനത്തിലെ ഭൗതിക സാഹചര്യങ്ങളുടെ മാറ്റങ്ങളെ കുറിക്കുന്ന 'The Work of Art in the Age of Mechanical Reproduction' എന്ന ലേഖനം ഈ സന്ദർഭത്തിൽ പരാമർശിക്കപ്പെടേണ്ടതാണ്.

തിയഡോർ അഡോണോയും, മാക്സ് ഹോർഖെയ്മറും ഇരുപതാം നൂറ്റാണ്ടിന്റെ സാംസ്കാരിക വ്യവസായത്തിന്റെ (culture industry) പ്രതിനിധാനമായി ക്ളാസ്സിക്കൽ ഹോളിവുഡിനെ അവതരിപ്പിച്ചു. ഇത് ചലച്ചിത്രത്തിന്റേയടക്കം ചരക്കുവൽക്കരണത്തിനും യാഥാസ്ഥിതികതക്കും ഹേതുവായിത്തീരുന്നു എന്നവർ വാദിച്ചു. എന്നാൽ 1960'കളോടെ ലൂയി അൽത്തൂസർ ഘടനാവാദത്തിന്റെ പരിസരത്തിൽ സാമൂഹ്യഘടനയെ പുനർവായിച്ചു. സാമൂഹികാസമത്വങ്ങൾ നേടുകയും നിലനിറുത്തുകയും ചെയ്യുന്ന പ്രത്യയശാസ്ത്ര ഭരണകൂട ഉപകരണങ്ങൾ (Ideological State Apparatuses) എന്നദ്ദേഹം വിളിക്കുന്ന സ്ഥാപനങ്ങളിലൊന്നായിട്ടാണ് അൽത്തുസർ സിനിമയെ സമീപിച്ചത്. ഉള്ളടക്കം, നിർമ്മാണം, വിതരണം, ഉപഭോഗം തുടങ്ങിയ മേഖലകളെ അടിസ്ഥാനപ്പെടുത്തിയുള്ള ആധുനിക മാർക്സിസ്റ്റ് പഠനരീതി ചലച്ചിത്ര സമീപനങ്ങളെ മാറ്റിമറിച്ചു.

ജീൻ ലൂയി ബോഡ്രി, ജീൻ ലൂയി കൊമോളി എന്നിവരുടെ നേതൃത്വത്തിൽ സിനിമാഹാളും മറ്റു ചലച്ചിത്രോപകരണങ്ങളും ചേർത്ത് 'ചലച്ചിത്രോപകരണം' (cinematic apparatus) എന്ന ആശയത്തിലൂടെ ചലച്ചിത്ര കാഴ്ച എങ്ങനെ കാണിയിൽ ഒരു സ്വതന്ത്ര കർതൃത്വ (autonomous subject) വിചാരം തീർക്കുന്നുവെന്ന് അവതരിപ്പിച്ചു. താരപ്രഭാവവും താരാരാധനയും ആരാധക കേന്ദ്രിത (fan centric) പഠനങ്ങളും സിനിമാക്കാഴ്ചയുടെ അതിരുകളെ പുനർനിർവചിച്ചു. സ്റ്റുവർട്ട് ഹാൾ, ഡിക് ഹെബ്ഡിജ്, ജാക്വലീൻ ബോബോ, ഏഞ്ജെലാ മാക്റോബി എന്നിവരുടെ സമീപനത്തോടെ കാണി ഒരു നിർജ്ജീവ സ്വീകർത്താവ് എന്നതിൽ നിന്നും മാറി സിനിമയുടെ അർത്ഥോല്പാദനത്തിലെ സജീവ പങ്കാളിയായി വായിക്കപ്പെട്ടു. ഒരാൾ ഒരു കൃതിയെ പ്രത്യയശാസ്ത്ര വെളിച്ചത്തിൽ

അപഗ്രഥിക്കുമ്പോൾ വായിക്കുന്നവരുടെ രാഷ്ട്രീയം കൂടി ഊന്നുന്നതാവും/ കലരുന്നതാവും ആ വായനയെന്ന് വെളിവാക്കപ്പെട്ടു.

1970'കൾ തൊട്ട് വർഗം, ലിംഗഭേദം, ലൈംഗിക ബഹുസ്വരതകൾ, ദേശീയ സ്വത്വങ്ങൾ, അംഗപരിമിതി തുടങ്ങിയ വ്യത്യസ്ത പരിഗണനകൾ കൂടി പ്രത്യയശാസ്ത്ര ചർച്ചാ വിഷയമായി. ചലച്ചിത്ര കൃതി തന്നെ വ്യത്യസ്ത പ്രത്യയശാസ്ത്രങ്ങളെ പ്രതിനിധീകരിക്കുന്നത് തിരിച്ചറിയപ്പെട്ടു തുടങ്ങി. ഇത്തരം പ്രത്യയശാസ്ത്ര സമീപനങ്ങളുടെ ഭാഗമായി സ്ത്രീപക്ഷം, ലിംഗഭേദത്തിലെ ബഹുസ്വരത, വിഭിന്നലൈംഗികതകൾക്കുള്ള അംഗീകാരവും ഇടവും, അംഗപരിമിതരെ സംബന്ധിച്ച ജനാധിപത്യപരവും സമതുലിതവുമായ നിലപാട്, സമീപനം എന്നിവ സിനിമകൾക്കകത്തും പുറത്തും പ്രബലമായി. അങ്ങനെ, തികച്ചും നിഷ്കളങ്കമായ ഭൂതകാലത്ത് നിന്നും സിനിമയും അതിന്റെ ആസ്വാദനവും വിമർശനവും അന്വേഷണത്തിന്റെയും അപഗ്രഥനത്തിന്റെയും പുതുവഴികളിൽ പ്രവേശിച്ചു.

സിനിമയും സിദ്ധാന്തങ്ങളും

പുതിയ കാലത്തിന്റെ ചലച്ചിത്ര സമീപനം സമകാലത്തെ പ്രബലങ്ങളായ ചില ചിന്താപദ്ധതികളെ ചലച്ചിത്രവായനകളിൽ പ്രയോഗവൽക്കരിക്കുന്നുണ്ട്.

1. ചിഹ്നശാസ്ത്ര ചലച്ചിത്ര സിദ്ധാന്തം (Semiotic film theory): ചലച്ചിത്രത്തെ മൊത്തത്തിൽ ഒരു ചിഹ്നവ്യവസ്ഥയായും (sign system) അതിലെ ഭാഷയും ദൃശ്യങ്ങളും കഥാപാത്രങ്ങളുമെല്ലാം ചിഹ്നവ്യവസ്ഥയിലെ സൂചകങ്ങളായും (signifiers) പരിഗണിക്കപ്പെടുന്നു. ചിഹ്നവിജ്ഞാനീയ (semiotic) രംഗത്തെ പ്രമുഖരായ ചാൾസ് സാൻഡേർസ് പെയെഴ്സ്, റോളാങ് ബാർത്, ക്രിസ്റ്റ്യൻ മെറ്റ്സ് തുടങ്ങിയവരുടെ പഠനങ്ങളുടെ വെളിച്ചത്തിൽ ഏതുസിനിമയെയും ഈ രീതിയിൽ വായിക്കാവുന്നതാണ്. ക്രിസ്റ്റ്യൻ മെറ്റ്സ് 1974 ലെ തന്റെ Film Language എന്ന പുസ്തകത്തിൽ ചലച്ചിത്രം ഒരു ഭാഷയാണോ എന്ന ചോദ്യത്തിനുത്തരമായി ഐസൻസ്റ്റീനും കുളഷോവും അതെയെന്ന ഉത്തരം മുന്നോട്ട് വെച്ചത് ചൂണ്ടിക്കാണിക്കുന്നുണ്ട്. ഘടനാനന്തരവാദ ഭാഷാശാസ്ത്രത്തിന്റെ (post structuralist linguistics) ചുവടുപിടിച്ച് അദ്ദേഹം ചലച്ചിത്രഭാഷയും വ്യവഹാര ഭാഷയും തമ്മിലുള്ള സാമ്യതയും അന്തരവും പുറത്ത് കൊണ്ടു വരികയും ഷോട്ടിന് വാക്കിനോടല്ല വാക്യശകലത്തോടോ

വാചകത്തോട് തന്നെയോ ആണ് സാമ്യം എന്ന് സമർത്ഥിക്കു ന്നുമുണ്ട്. സിനിമ ഒരു ഭാഷയാണെങ്കിലും ഒരു ഭാഷാ വ്യവസ്ഥ (language system) അല്ലെന്ന് തന്റെ പുസ്തകത്തിലൂടെ അദ്ദേഹം സിദ്ധാന്തിക്കുന്നു. വാക്കുകളും ഷോട്ടും തമ്മിലുള്ള വ്യത്യാസമായി ഇവയുടെ സൂചക (signifier) സൂചിത (signified) ബന്ധം വാക്കുക ളിൽ സ്വേച്ഛാപരവും (arbitrary) ദൃശ്യബിംബങ്ങളിൽ പ്രചോദിത വുമാണെന്ന് (motivated) പറയുന്നു. ഭാഷയിൽ നിയതാർത്ഥവും (denotation) പ്രതീതിനിഷ്ഠാർത്ഥവും (connotation) വ്യത്യസ്ത തലങ്ങളിൽ പ്രവർത്തിക്കുമ്പോൾ ദൃശ്യകലയായ സിനിമയിൽ ഇത് ഒരുമിച്ച് സാധ്യമാവുന്നു. വിവിധതരം കോഡുകളിലൂടെ ചലച്ചിത്രഭാഷ കാണികളോടു സംവദിക്കുന്നു. എന്നാൽ പീറ്റർ വോളൻ ക്രിസ്റ്റ്യൻ മെറ്റ്സിന്റെ ഈ നിലപാടുകളോട് ചാൾസ് സാൻഡേഴ്സ് പെയെഴ്സിന്റെ ചിഹ്നസിദ്ധാന്തത്തിന്റെ തന്നെ അടിസ്ഥാനത്തിൽ പിന്നീട് വിയോജിക്കുന്നുണ്ട്.

2. പ്രതിനിധാന സിദ്ധാന്തം (Representation theory): പ്രതിനി ധാന സിദ്ധാന്തം പ്രാഥമികമായും ഭാഷാശാസ്ത്ര മേഖലയുമായി ബന്ധപ്പെട്ടാണ് വികസിച്ചുവന്നത്. ദൃശ്യസൂചകങ്ങൾക്ക് പരാമർ ശിക്കപ്പെട്ട വസ്തുക്കൾ, സംഭവങ്ങൾ, വ്യക്തികൾ തുടങ്ങിയവയു മായി ചില രൂപസാമ്യങ്ങളുള്ളതിനാൽ അവ പ്രതിരൂപാത്മക സൂചകങ്ങൾ(iconic signs)എന്നാണ് അറിയപ്പെടുന്നത്. ഒരു സാംസ്കാരിക വലയത്തി(cultural circuit)നകത്ത് പ്രതിനിധാനം (ദൃശ്യ) ഭാഷയെയും അർത്ഥത്തെയും സംസ്കാരവുമായി ബന്ധി പ്പിക്കുന്നു. ക്രിയാത്മകാവിഷ്കാരമായ ചലച്ചിത്രം അതിന്റെ ബിം ബാവലിയിലൂടെ തിരഞ്ഞെടുത്തവതരിപ്പിക്കുന്നത് യാഥാർത്ഥ്യ ലോകത്തെ സംബന്ധിക്കുന്ന അവബോധവും പ്രതിനിധാനവു മാണ്. ഇത്തരം പ്രതിനിധാനത്തിലൂടെ സാമൂഹ്യലോകത്തെ പുനരവതരിപ്പിച്ചുകൊണ്ടാണ് സിനിമ ഇത് സാധ്യമാക്കുന്നത്. എന്നാൽ, ജെ.ജെ. റിവിയേറി നിരീക്ഷിച്ച പോലെ 'യാഥാർത്ഥ്യ ത്തിന്റെ ലളിത പ്രതിനിധാനമോ അല്ലെങ്കിൽ കപടയാഥാർത്ഥ്യ ത്തിന്റെ ശുദ്ധ സാങ്കല്പിക സൃഷ്ടിയോ അല്ല അത് '(Film is not a simple representation of reality, nor is it a pure fictitious creation of a pseudo-reality). പ്രതിനിധാനത്തിന് ഏകമാന മായ ഒരു രീതിയില്ല. യാഥാർത്ഥ്യത്തിന്റെ ബഹുമുഖ പതിപ്പു കളെ ചലച്ചിത്രസ്രഷ്ടാവിന്റെ കാഴ്ചപ്പാടിനനുസൃതമായി തിര ഞ്ഞെടുക്കുകയും വ്യാഖ്യാനിക്കുകയും ചെയ്യുന്നു. ഇതിനിടയിൽ

യാഥാർത്ഥ്യം-ബോധപൂർവ്വമോ അല്ലാതെയോ- ചിലപ്പോൾ വളച്ചൊടിക്കപ്പെടുന്നു. ഏറ്റവും കൗതുകകരമായ വസ്തുത എല്ലാ പ്രതിനിധാനങ്ങളും തെറ്റായപ്രതിനിധാനങ്ങളാണ് എന്നതാണ് (every representation is a misrepresentation).

3. അനുകല്പന സിദ്ധാന്തം (Adaptation theory): സിനിമക്ക് മറ്റു സാഹിത്യരൂപങ്ങളായ നോവൽ, നാടകം, ചെറുകഥ, ആത്മകഥ, കവിതകൾ തുടങ്ങിയവയുമായി പല തലങ്ങളിൽ സാമ്യതകളും പുനരവതരണ സാധ്യതകളും നിലനില്ക്കുന്നതിനാൽ സിനിമാചരിത്രത്തിന്റെ പ്രാരംഭകാലം തൊട്ടേ അനുകല്പനം (adaptation) വിവിധ രൂപങ്ങളിൽ നിലനിന്നിരുന്നു. ഇവയെല്ലാം ആഖ്യാനത്തിന്റെ (narrative) ഒരു തലം പങ്കുവെക്കുന്നതിനാലും കഥപറച്ചിലും കഥാപാത്രാവതരണവും പൊതുഘടകമായി ഉണ്ട് എന്നതിനാലും അനുകല്പനയുമായി ബന്ധപ്പെട്ട ആലോചകനകൾ ചലച്ചിത്രഭാവനകളിൽ സദാ സജീവമായിരുന്നു. മാക്സിംഗോർക്കിയുടെ 1906 ലെ നോവലായ 'അമ്മ'യെ അടിസ്ഥാനമാക്കി സെവ്ലോദ് പുഡോവ്കിൻ സംവിധാനം ചെയ്ത അതേ പേരിലുള്ള 1926 ലെ ചിത്രം ഉദാഹരണം. ഇരുപതാം നൂറ്റാണ്ടിലെ ഏറ്റവും പ്രബലമായ ആഖ്യാനരൂപമായി മാറിയ സിനിമയുടെ അനുബന്ധമേഖലകളിൽ അനുകല്പിതങ്ങളുടെ മൂലകൃതിയോടുള്ള മൂലാനുസാരിത്വം (fidelity) ആയിരുന്നു ആദ്യ കാലത്തെ പ്രധാന ചർച്ചാ വിഷയം. പിന്നീട് ഓരോ അനുകല്പിത കൃതിയും സ്വതന്ത്ര കൃതിയായിത്തന്നെ പരിഗണിക്കപ്പെടാൻ തുടങ്ങി. ഉത്തരാധുനിക കാലത്തെ പാഠാന്തരബന്ധം (intertextuality) പരിവർത്തിത കൃതിയുടെ കുറ് ഏകമാനതയിൽ നിന്നും മാറ്റുകയും കൃതികളുടെ വിപുല സാധ്യതകളെ മുന്നോട്ടു വെക്കുകയും ചെയ്യുന്നു. ഇപ്പോൾ, അനുകല്പിത കൃതികളെ തന്നെ തനതു സൃഷ്ടിയായി പരിഗണിക്കുന്ന അവസ്ഥയുണ്ട്.

4. മാനസികാപഗ്രഥന ചലച്ചിത്ര സിദ്ധാന്തം (Psychoanalytical film theory): 1970 കളോടെ മാനസികാപഗ്രഥന സിദ്ധാന്തവും വിമർശനവും ചലച്ചിത്ര പഠനമേഖലയിൽ ശ്രദ്ധ നേടിത്തുടങ്ങി. ഫ്രോയിഡ് തുടക്കമിടുകയും ലകാൻ വികസിപ്പിക്കുകയും ചെയ്ത മാനസികാപഗ്രഥന സമീപനത്തിനൊപ്പം ഈ ചലച്ചിത്ര വിമർശന രീതിശാസ്ത്രവും ഉയർന്നു വന്നു. മാനസികാപഗ്രഥന സിദ്ധാന്തങ്ങൾക്കനുസൃതമായി കൃതിക്കകത്തെ അടക്കിവെച്ച അർത്ഥങ്ങളെ ചികയുന്നതിന് പകരം എപ്രകാരമാണ് കാണിയും

തിരശ്ശീലയും തമ്മിലുള്ള ബന്ധമെന്നും എങ്ങനെ സിനിമാസങ്കേതം കാണിയെ രൂപീകരിക്കുന്നുവെന്നും അന്വേഷിച്ചു തുടങ്ങി. അബോധത്തെ സംബന്ധിച്ച ഫ്രോയ്ഡിയൻ സിദ്ധാന്തത്തിൽ നിന്നും പ്രചോദനമുൾക്കൊണ്ട് ലൂയി ബോഡ്രി 'സിനിമാറ്റിക് ആപരേയ്റ്റസ്' (cinematic apparatus) എന്ന തന്റെ ആശയം വികസിപ്പിച്ചു. ഇതനുസരിച്ച് ചലച്ചിത്ര കാഴ്ചാനുഭവം ഒരു സ്വപ്ന സമാനപ്രവൃത്തിയായി വായിക്കപ്പെട്ടു. ക്രിസ്റ്റ്യൻ മെറ്റ്സ് ആകട്ടെ, ഴാക് ലകാന്റെ 'അബോധം ഭാഷപോലെ രൂപപ്പെട്ടിരിക്കുന്നു' എന്ന ആശയവുമായി ബന്ധപ്പെടുത്തി സിനിമയെ ഘടനാവാദ ഭാഷാശാസ്ത്രവുമായി ചേർത്ത് വെക്കുന്ന 'ഇമാജിനെറി സിഗ്നിഫൈയർ' മുന്നോട്ട് വെച്ചു. പിന്നീട്, ലകാന്റെ വിമർശനപദാവലിയിലെ കണ്ണാടി ഘട്ടം (mirror stage) ചലച്ചിത്രവുമായി (mirror-cinema) താരതമ്യപ്പെടുത്തി. ഒളിച്ചുനോട്ടക്കാരനായ (voyeur) കാണി ബിംബങ്ങളുടെ യാഥാർത്ഥ്യമില്ലായ്മയെ സംബന്ധിച്ച് ബോധ്യമുള്ളയാളാണെന്ന് സ്ഥാപിക്കപ്പെട്ടു. ലോറ മൾവിയെ പോലെ പ്രമുഖർ മനശ്ശാസ്ത്രപരവും പ്രത്യയശാസ്ത്രപരവുമായ വീക്ഷണകോണുകളിൽ അർത്ഥോല്പാദക കർതൃത്വമായി കാണിയെ അടയാളപ്പെടുത്തി. മാനസികാപഗ്രഥന ചലച്ചിത്ര സിദ്ധാന്തങ്ങൾ സ്ത്രീപക്ഷ ചലച്ചിത്ര സമീപനങ്ങളുടെ വളർച്ചക്ക് ആക്കം കൂട്ടി.

5. സ്ത്രീപക്ഷ ചലച്ചിത്ര സിദ്ധാന്തം (Feministic film theory): ചലച്ചിത്ര രംഗത്തെ സ്ത്രീപ്രതിനിധാനങ്ങളുടെ പാർശ്വവൽകൃത സ്വഭാവത്തെയും പിതൃഅധികാര സമൂഹത്തിന്റെ സത്രീവിരുദ്ധ നിലപാടുകളോടുള്ള ന്യായീകരണത്തെയും ചോദ്യം ചെയ്തു കൊണ്ടാണ് സ്ത്രീപക്ഷ ചലച്ചിത്ര സിദ്ധാന്തങ്ങളുടെ വളർച്ച. മുഖ്യധാരാ സിനിമകളുടെ അപഗ്രഥനത്തിലൂടെ ലോറ മൾവി സിനിമയിലെ കർതൃരഹിത സ്ത്രീശരീരത്തെ ആൺകാഴ്ചയുടെ ലക്ഷ്യമായും, കാണിയുടെ നോട്ടത്തെ ആൺനോട്ടമായും പ്രശ്നവൽക്കരിച്ചു. കൂടാതെ, ഈ പൊസിഷനിംഗിൽ എങ്ങനെയാണ് പിതൃ അധികാരം അതിന്റെ ആജ്ഞകൾ നടപ്പിലാക്കുന്നതെന്ന്, ഹോളിവുഡ് സിനിമയിലെ ആഖ്യാന വീക്ഷണകോണിനെ അടിസ്ഥാനമാക്കി സമർത്ഥിച്ചു. മാനസികാപഗ്രഥന സിദ്ധാന്തത്തിന്റെ വെളിച്ചത്തിൽ സിനിമാകാഴ്ച കാണിയിൽ എങ്ങനെ സ്വാധീനം ചെലുത്തുന്നു എന്നതിനെ രണ്ട് ചോദനകളിലാണ് മൾവി സ്ഥാപിക്കുന്നത്. ഒന്നാമത്തേത് മറ്റുള്ളവരെ വസ്തുവായിക്കാണുന്ന, വിധേയരാക്കുന്ന

നോട്ടത്തിന്റെ സന്തോഷത്തിലാണ്. രണ്ടാമത്തെ സന്തോഷത്തിന്റെ ഉറവിടമാകട്ടെ, ഒരാൾ തന്റെ മാനസിക വികാസഘട്ടമായ കണ്ണാടി ഘട്ടത്തി (mirror stage) ലേക്ക് പിന്നാക്കം പോകുന്നതിന്റെയാണ്. ഒരു ശിശു കണ്ണാടി ഘട്ടത്തിൽ സ്വയം (തെറ്റായി) തിരിച്ചറിയുന്നതിന്റെ ആവർത്തനം പോലെ കാണിയും സ്വയം അബദ്ധ ധാരണയിലേക്ക് (mis-cognition) പോകുന്നതാണ് ഇത്. മൾവിക്കു ശേഷം വന്ന ഒരു കൂട്ടം സ്ത്രീ സൈദ്ധാന്തികർ പല രീതികളിൽ യോജിപ്പും വിയോജിപ്പും പ്രകടിപ്പിച്ചെങ്കിലും മൾവി മുന്നോട്ട് വെച്ച കാണിയുടെ ഒരേ സമയമുള്ള വൈരുധ്യാത്മകമായ സ്വത്വനഷ്ടത്തെയും സ്വത്വപ്രബലീകരണത്തെയും തള്ളിക്കളയുന്നില്ല. ഇവരിൽ പലരും പിന്നീട് പെൺകാണിയുടെ ആസ്വാദനത്തെ വിശദമാക്കാൻ മൾവിയുടെ സിദ്ധാന്തം പ്രാപ്തമല്ലെന്ന വാദം ഉയർത്തിയെങ്കിലും പിതൃഅധികാര പ്രത്യയശാസ്ത്രത്തെ അപനിർമ്മിക്കുന്ന സ്ത്രീപക്ഷ സിനിമ എന്ന സങ്കല്പനം മുന്നോട്ടു വെക്കാൻ അവർക്കായി.

6. ഉത്തരാധുനികതാ സിദ്ധാന്തം (Postmodern film theory): ദൃശ്യങ്ങളുടെ ആധിക്യമാണ് ഉത്തരാധുനിക കാലത്തിന്റെ മുഖമുദ്ര. അനുകരണം (simulation) അടയാളമാവുന്ന ഈ കാലത്ത് കമ്പ്യൂട്ടർ ഉല്പാദിത ബിംബങ്ങൾ അരങ്ങ് വാഴുന്നു. ആധുനികതയുടെ ഏകാത്മകതക്കു പകരം ഉത്തരാധുനികതയിൽ ബഹുസ്വരത (polyphony) നിറയുന്നു. ഇക്കാലത്തിന്റെ സാംസ്കാരികാവസ്ഥ യാഥാർത്ഥ്യത്തിനു പകരം അതിയാഥാർത്ഥ്യത്തിന്റെ (hyper-reality) സാന്നിദ്ധ്യമാണ്. ഉത്തരാധുനികതയുടെ ലക്ഷണങ്ങളായ ബൃഹദ് ആഖ്യാനങ്ങളുടെ തിരസ്കാരം, വിരോധാഭാസത്തിന്റെ (irony) ധാരാളിത്തം, അയഞ്ഞ സ്വത്വ സങ്കൽപ്പം, പാഠാന്തരീയത (intertextuality), ബിംബങ്ങളെ അവയുടെ യാഥാർത്ഥ്യത്തിൽ നിന്നും പിരിക്കൽ തുടങ്ങിയവ സിനിമയിലും പ്രസക്തമാണ്. ഇവിടെ കോപ്പിയും ഒറിജിനലും തമ്മിൽ അതിരുകൾ ഇല്ലാതാവുന്നു. ബിംബങ്ങൾ ഒന്നിന്റെയും പ്രതിനിധാനമല്ലെന്നും മറിച്ച് നമ്മുടെ വൈവിധ്യമാർന്ന കാഴ്ചപ്പാടുകളുടെയും അതിന്റെ ആവിഷ്കാരത്തിന്റെയും സൂചകമാണെന്നും ദെല്യൂസ് വിശദീകരിക്കുന്നു. ഇത് ബിംബങ്ങളുടെ പിന്നിലെ സൂചിതത്തിന്റെ അഭാവത്തിലേക്ക് വിരൽ ചൂണ്ടുന്നു. ബിംബങ്ങൾ തന്നെ വസ്തുക്കളാണെന്ന് വരുന്നു. ദെല്യൂസിന്റെ അഭിപ്രായത്തിൽ പ്രാഥമികമായും രണ്ട് പ്രശ്ങ്ങളെയാണ് സിനിമ കൈകാര്യം ചെയ്യുന്നത്- ചലനവും

കാലവും. സിനിമ അദ്ദേഹത്തിന് ആഖ്യാനത്തിനകത്ത് ക്ര മീകരിക്കപ്പെട്ട കഥപറയാനുള്ള ഒരു മാധ്യമമോ അല്ലെങ്കിൽ ഭൗതികമായി വിരുദ്ധ മൊണ്ടാഷുകളുടെ സംഘാതമോ അല്ല. മറിച്ച്, തനതുശൈലിയിൽ കാലത്തെയും ചലനത്തെയും ദർശ നവൽക്കരിക്കുന്ന, ആധുനിക തത്വശാസ്ത്രത്തോട് ബന്ധമുള്ള ഒന്നാണത്. ബൈനറികൾ തകർന്ന് പലമയും ബഹുസ്വരതയും പ്രബലമാകുന്ന ഈ കാലത്തെ സിനിമ അതിന്റേതായ തത്വ ശാസ്ത്രങ്ങളും ഉല്പാദിപ്പിച്ചു കൊണ്ടിരിക്കുന്നു. കൂട്ടിച്ചേർക്കലുകളും സംശ്ലേഷണങ്ങളും മിശ്രണങ്ങളും ഈ കാലത്തെ സിനിമകളുടെ സവിശേഷതകളാകുന്നു. ഏതൊരു കൃതിയും ചോദ്യംചെയ്യപ്പെ ടാനാവാത്ത വിശുദ്ധ പശുവാണെന്ന നിലപാടിനെ ഉത്തരാധു നികത നിരാകരിക്കുന്നു.

ഇത്തരം സിദ്ധാന്തങ്ങളെല്ലാം സിനിമകളെ സാരവത്തായി സമീ പിക്കുവാനുള്ള ഒരു നിലപാടുതറ കാണിക്ക് നല്കുന്നു. ഈ സിദ്ധാ ന്തങ്ങളോടുള്ള സമീപനങ്ങളിലൂടെയും വായനയിലൂടെയും അലസ സമീപനത്തിനു പകരം ലക്ഷ്യബോധമുള്ള ഒരു ചലച്ചിത്രക്കാഴ്ച രൂപപ്പെടുത്താം.

സിനിമാ ജേണലിന്റെ പ്രസക്തി

ചലച്ചിത്രപഠനത്തിന്റെ ഭാഗമായി ആസ്വാദനം തുടങ്ങുന്ന ഒരാൾക്ക് ഫിലിം ഡയറി/ജേണൽ സൂക്ഷിക്കാവുന്നതാണ്. ഇതിന് പ്രാഥമികമായും രണ്ട് ഉദ്ദേശ്യങ്ങളാണുള്ളത്. ഒന്നാമതായി, കാണുന്ന സിനിമ അതിന്റെ പ്രസക്തമായ മുഴുവൻ വിശദാംശങ്ങളും ചേർത്ത് തീയതി സഹിതം എഴുതി വെക്കുന്നത് പിന്നീട് ഒരാളിലെ തന്നെ കാണിയുടെ നിലവാരത്തെ വിലയിരുത്താനും ആസ്വാദന ത്തിന്റെ വളർച്ചയെയും പരിണാമത്തെയും വിമർശനാത്മകമായി സമീപിക്കുവാനും അവരെ പ്രാപ്തമാക്കും. കാണുന്ന സിനിമകൾക്ക് മാർക്കിടുന്ന രീതികൂടി ശീലമാക്കുന്നത് ആസ്വാദനത്തിന്റെ ആഴംകൂ ട്ടാൻ സഹായിക്കും. ബോധപൂർവ്വം കാഴ്ച ആരംഭിക്കുന്ന ഒരാളുടെ സിനിമകളോടുള്ള നിലപാട് ക്രമീകരിക്കാനും ഇതുവഴി കഴിയും.

കാണുന്ന സിനിമയുടെ വിശദാംശങ്ങൾക്കു ശേഷം ഒരു പാര ഗ്രാഫിലെങ്കിലും ആസ്വാദനക്കുറിപ്പ് തയ്യാറാക്കുന്നതും നന്നാവും. പിന്നീട് സിനിമക്ക് മാർക്കിടുമ്പോൾ ഏതൊക്കെ വാല്യു പോയിന്റു കൾക്കാണ് മാർക്ക് എന്നത് നിശ്ചയിക്കാം. കഥാപാത്ര നിർമ്മിതി,

ആഖ്യാന ശൈലി, ഛായാഗ്രഹണം, സന്നിവേശം, സംഗീതം, സിനിമാറ്റിക് സ്വഭാവം എന്നിവക്ക് മാർക്ക് നല്കാവുന്നതാണ്. ഈ മൂല്യഘടകങ്ങൾ ഓരോ കാണിയുടെയും താല്പര്യങ്ങൾക്കനുസരിച്ച് മാറാവുന്നതാണ്. ഓരോ പോയിന്റിനും പത്തോ ഇരുപതോ മാർക്കുകൾ നിശ്ചയിക്കുമ്പോൾ പ്രധാനഘടകങ്ങൾക്ക് കൂടുതൽ മാർക്ക് എന്ന രീതി പ്രയോഗിക്കാം. ആകെ മാർക്ക് നൂറിൽ ആക്കി, ഓരോ ഘടകത്തിനും എന്ത് കൊണ്ട് പ്രസ്തുത മാർക്ക് നല്കുന്നു എന്ന് സൂചിപ്പിക്കാവുന്നതുമാണ്. ബൃഹത്തായ മൂല്യഘടകങ്ങൾക്കു പകരം കൃത്യവും സൂക്ഷ്മവുമായ ചെറുഘടകങ്ങളെ ഉപയോഗിക്കുക. ഉദാഹരണത്തിന് സിനിമയിലെ ഹാസ്യം എന്നോ രാഷ്ട്രീയം എന്നോ പറയുന്നതിന് പകരം ജാതീയഹാസ്യം എന്നോ സിനിമയിലെ സ്ത്രീ രാഷ്ട്രീയം/ അടുക്കള രാഷ്ട്രീയം എന്നോ ആക്കാവുന്നതാണ്. നൂറിൽ നല്കുന്ന മാർക്കുകൾക്കൊപ്പം വളരെ നല്ലത്, നല്ലത്, ശരാശരി, ശരാശരിക്കു താഴെ എന്നു കൂടി രേഖപ്പെടുത്താം. ഒന്നിൽ കൂടുതൽ തവണ കാണുമ്പോൾ അത് രേഖപ്പെടുത്തുന്നതും ഓരോ തവണയും മാർക്ക് നല്കുന്നതും നന്നാവും. ഇത്തരത്തിൽ ഒരു രജിസ്റ്റർ തീർച്ചയായും ഒരാളുടെ ആസ്വാദന പ്രക്രിയക്ക് പ്രോത്സാഹനമാകും. ദൃശ്യബിംബങ്ങളുടെ ഈ മഹാമാരിക്കാലത്ത് ആസ്വാദനത്തോടൊപ്പം ബോധവും ഉത്തരവാദിത്തവുമുള്ള കാണിയായിത്തീരാനുള്ള ശ്രമം ചലച്ചിത്ര വിദ്യാർത്ഥികളിൽ നിന്നും ഉണ്ടാവേണ്ടതുണ്ട്.

ഫിലിം സൊസൈറ്റി പ്രസ്ഥാനവും ചലച്ചിത്രമേളകളും

ചലച്ചിത്ര വിതരണവും മേളകൾ തന്നെയും ഓൺലൈൻ വേദികളിൽ സാധ്യമായ ഇക്കാലത്തും ആസ്വാദനത്തെ വലിയ പരിധിവരെ പരിമിതപ്പെടുത്തുന്ന പ്രധാന ഘടകം വിവിധയിനം സിനിമകളുടെ ലഭ്യതയുടെ പ്രശ്നമാണ്. ഓൺലൈനിൽ കാഴ്ചയുടെ പുതുസാധ്യതകൾ തുറക്കപ്പെട്ടുമ്പോഴും അവയുടെ ഗുണനിലവാരവും, കഥാചിത്രങ്ങളുടെ മാത്രം ലഭ്യതയും ആധിക്യവും പുതുമുറക്കാരായ കാണികളെ അങ്കലാപ്പിലാക്കും. ഓൺലൈനിലെ മുഴുവൻ സിനിമകളും ഗുണനിലവാര തരംതിരിവോ ഏതെങ്കിലും രീതിയിലുള്ള വിദഗ്ധമാർക്കിങ്ങോ ഇല്ലാതെ കാണുക എന്നത് അശാസ്ത്രീയവും അസംബന്ധവുമായിത്തീരും. മാത്രമല്ല, ഡോക്യുമെന്ററികൾ, പരീക്ഷണാത്മക കൃതികൾ തുടങ്ങി സൗന്ദര്യപരമായും രാഷ്ട്രീയമായും സമകാലികമായതും സൂക്ഷ്മതയുള്ളതുമായ നല്ല കൃതികൾ പലപ്പോഴും ഈ രീതിയിലൊന്നും കാണിക്ക് ലഭ്യവുമാവുകയുമില്ല. ഇതിനെ

മറികടക്കാനുള്ള വഴികളിലൊന്ന് തുടർച്ചയായി ചലച്ചിത്രമേളകളിൽ പങ്കെടുക്കുക എന്നതു തന്നെയാണ്. ആളോഹരി ചലച്ചിത്രമേളയുടെ എണ്ണത്തിൽ ഒരു പക്ഷേ ലോകത്ത് തന്നെ മുൻപന്തിയിലുള്ള കേരളത്തിലെ മേളകൾ തുടക്കക്കാരായ ആസ്വാദകരെ രൂപപ്പെടുത്തിയെടുക്കുന്നതിൽ അവഗണിക്കാനാവാത്ത പങ്കാണ് വഹിക്കുന്നത്. കേരള ചലച്ചിത്ര അക്കാദമിയുടെ നേതൃത്വത്തിൽ നടത്തുന്ന അന്താരാഷ്ട്ര ചലച്ചിത്ര മേളയായ ഐ. എഫ്. എഫ്. കെ.(IFFK), പരിമിതികളുണ്ടെങ്കിലും പലനിലകളിലും തനതു സ്വഭാവം നിലനിറുത്തുന്നുണ്ട്. അക്കാദമിയുടെ തന്നെ ഡോക്യുമെന്ററി- ഹ്രസ്വചിത്ര മേളയായ ഐ. ഡി. എസ്. എഫ്. എഫ്. കെ.(IDSFFK) എന്തുകൊണ്ടും മികച്ച മേള തന്നെയാണ്. ഏഷ്യ, ആഫ്രിക്ക, ലാറ്റിൻ അമേരിക്ക തുടങ്ങിയ രാജ്യങ്ങളിൽ നിന്നുള്ള തിരഞ്ഞെടുത്ത സിനിമകൾക്ക് മത്സരം ഒരുക്കുന്നതിനൊപ്പം, ഐ. എഫ്. എഫ്. കെ., ഗുണനിലവാരമുള്ള ലോകസിനിമകളുടെ പ്രദർശനവും ദേശീയ/മലയാള സിനിമകളുടെ പാക്കേജുകളും അവതരിപ്പിക്കുന്നു. ഐ. ഡി. എസ്. എഫ്. എഫ്. കെ. ആകട്ടെ, ഡിജിറ്റൽ കാലത്തെ സിനിമയുടെ ബഹുസ്വരതയും ആക്റ്റിവിസവും കാണികളിലെത്തിക്കുന്നു. കേരളത്തിൽ അങ്ങോളമിങ്ങോളമുള്ള നൂറിലധികം വരുന്ന ഫിലിം സൊസൈറ്റികളുടെ പ്രാദേശിക/ഓൺലൈൻ മേളകൾ അവയുടെ തനിമയാർന്ന സാംസ്കാരിക നിലപാടുകൾ കൊണ്ടും സക്രിയമായ സാമൂഹിക ഇടപെടലുകൾ കൊണ്ടും എടുത്തു പറയേണ്ടവ തന്നെയാണ്. ഈ സൊസൈറ്റികളുടെ കേരളത്തിലെ സംഘടിത നേതൃരൂപമായ ഫെഡറേഷൻ ഓഫ് ഫിലിം സൊസൈറ്റീസ് ഓഫ് ഇന്ത്യ (FFSI), കേരളം നടത്തുന്ന 'സൈൻസ് അന്താരാഷ്ട്ര ഡോക്യുമെന്ററി- ഹ്രസ്വ ചലച്ചിത്രമേള' ഇത്തരത്തിലെ ഇന്ത്യയിലെ തന്നെ ആദ്യത്തെ, ഒന്നാംകിട മേളകളിലൊന്നാണ്. ഇങ്ങനെ, ഐ. ഡി. എസ്. എഫ്. എഫ്. കെ. (IDSFFK) യും സൈൻസ് (SIGNS) മേളയും ഡോക്യുമെന്ററികൾ, ഹ്രസ്വചിത്രങ്ങൾ, മ്യൂസിക് വീഡിയോകൾ, ആനിമേഷനുകൾ, ക്യാംപസ് ചിത്രങ്ങൾ തുടങ്ങിയ സമകാല പ്രസക്തിയുള്ള പ്രാന്തവൽക്കരിക്കപ്പെട്ട സിനിമാരൂപങ്ങളെ പ്രേക്ഷകരിലെത്തിക്കുന്നു.

ചലച്ചിത്രമെന്ന കലാരൂപത്തിന്റെ വൈവിധ്യമനുഭവിക്കുന്നതിനും ഗുണനിലവാരമുള്ള ലോകസിനിമയുടെ കാഴ്ച ഉറപ്പാക്കുന്നതിനും നാട്ടിൻപുറങ്ങളിൽ/ക്യാമ്പസുകളിൽ ഫിലിം സൊസൈറ്റികൾ രൂപീകരിച്ച് എഫ്. എഫ്.എസ്.ഐ. (FFSI) യിൽ അഫിലിയേറ്റ്

ചെയ്ത് സ്ക്രീനിംഗുകളും സംവാദങ്ങളും സംഘടിപ്പിക്കാവുന്നതാണ്. ദൃശ്യ സംസ്കാരത്തിന്റെ ഇക്കാലത്ത് കാമ്പസുകളിൽ നല്ലസിനിമ പൂത്തുലയുന്നതും പുതുതലമുറ ചലച്ചിത്രത്തിന്റെ തിരഞ്ഞെടുപ്പിലും ആസ്വാദനത്തിലും മികവ് നേടുന്നതും ഒരു ജനത എന്നനിലക്കുള്ള നമ്മുടെ സാംസ്കാരിക മുന്നേറ്റത്തിന്റെ സൂചകം തന്നെയാവും. വിവേകപൂർണമായ സമീപനത്തിലൂടെയും തിരഞ്ഞെടുപ്പിലൂടെയും സിനിമയുടെ ചരിത്രം, പരിണാമം, സാങ്കേതികവികാസം, രാഷ്ട്രീയം, സാംസ്കാരിക പ്രതിഫലനങ്ങൾ എന്നിവയെക്കുറിച്ച് ബോധ്യപ്പെടുന്നത് ഒരാളെ ആസ്വാദനത്തിന്റെ കുടുസ്സായ വൈയക്തിക തലത്തിൽ നിന്നും വിശാല മാനവീയതയുടെ വിപുല മാനങ്ങളിലേക്കു നയിക്കും. ഇത് ചലച്ചിത്രം എന്ന സമകാല കലയെ ഏറ്റവും ഉദാത്തമായ രീതിയിൽ ആസ്വദിക്കുന്ന കാണികളുടെ തലമുറ രൂപപ്പെടാൻ വഴിയൊരുക്കും.

ഗ്രന്ഥസൂചിക:

1. താക്കോൽ വാക്കുകൾ: വിചാര മാതൃകകൾ, കേരളീയ നോട്ടങ്ങൾ, അജു കെ. നാരായണൻ. ഭൂമിമലയാളം. 2017.
2. സിനിമയും പ്രത്യയശാസ്ത്രവും, വി. കെ. ജോസഫ്. സാംസ്കാരിക വകുപ്പ്, കേരള സർക്കാർ, 1997.
3. Beginning Film Studies, Andrew Dix. Viva Books, New Delhi. 2014.
4. Critical Visions in Film Theory Classic and Contemporary Readings, Timothy Corrigan, Patricia White & Meta Mazaj. Bedford, St. Martin's, Boston New York. 2011
5. Film: A Critical Introduction, Maria Pramaggiore & Tom Wallis. Pearson, Boston. 2008.
6. Film Theory: An Introduction through the Senses, Thomas Elsaessar, Malte Hagener. Routledge., New York & London. 2010
7. Film Theory: An Introduction, Robert Stam. Blackwell Publishers. Oxford, UK. 2000.
8. How to Read a Film: The World of Movies, Media, and Multimedia Language, History, Theory. James Monaco. Oxford University Press. New Yok. 2000.

9. Looking at Movies: An Introduction to Film, Richard Barsam & Dave Monahan, W.W. Norton & Company, New York & London, 2016.
10. Practices of Looking: An Introduction to Visual Culture, Marita Sturken & Lisa Cartwright. Oxford University Press. New York. 2018.
11. Reading Cinema: Theories and Techniques, Arya Ayyappan& Rajeshwari Ashok. Bloomsbury Publishing India Pvt Ltd, 2017
12. Representation: Cultural representations and Signifying Practices. Ed. Stuart Hall. Sage Publication. London. 1997.
13. The Film experience: An Introduction, Timothy Corrigan& Patricia White, Bedford, St. Martin's. Boston New York, 2012.
14. The Visual culture Reader, ed. Nicholas Mirzoeff. Routledge. London 7 New York. 2002.

9
സിനിമയും സാഹിത്യവും
ഡോ. സെബാസ്റ്റ്യൻ കെ. ആന്റണി

1895 ഡിസംബർ-28ന് ലൂമിയർ സഹോദരന്മാർ പാരീസിലെ ഗ്രാൻഡ് കഫേയിൽ ചലിക്കുന്ന ചിത്രങ്ങൾ പ്രദർശിപ്പിച്ചപ്പോൾ അത്ഭുതകരമായ ശാസ്ത്രീയ കണ്ടുപിടുത്തത്തിനാണ് പ്രേക്ഷകർ സാക്ഷ്യം വഹിച്ചത്. മഹത്തായ ഒരു കലയുടെ തുടക്കമാണതെന്ന് ആരും കരുതിയില്ല. ചലിക്കുന്ന ചിത്രങ്ങളോട് ജനങ്ങൾക്കുള്ള താല്ക്കാലിക കൗതുകം ശമിക്കുന്നതോടെ അതിന്റെ പ്രസക്തി നഷ്ടപ്പെടുമെന്നാണ് ലൂമിയർ സഹോദരന്മാർപോലും കരുതിയത്. എന്നാൽ വളരെക്കുറഞ്ഞ കാലയളവുകൊണ്ടുതന്നെ അതു വളർന്നു വികസിച്ച് ഇരുപതാംനൂറ്റാണ്ടിലെ സുപ്രധാന കലയായി മാറി. ശാസ്ത്രത്തിന്റെ പുതിയ സങ്കേതങ്ങളോടൊപ്പം ഇതരകലകളെയൊക്കെ സ്വാംശീകരിച്ചുകൊണ്ടാണ് സിനിമ വളർച്ചയുടെ പടവുകൾ കയറിയത്. നാടകം, ചിത്രകല, പ്രതിമാശില്പം, വാസ്തുവിദ്യ, കായികാധ്വാനം ഇവയെയൊക്കെ ഒരുപോലെ കൂട്ടിച്ചേർക്കാൻ സിനിമയ്ക്കു കഴിയുമെന്ന് ആദ്യകാല ചലച്ചിത്രകാരൻ ജോർജ് മെലിയസ് പറയുന്നുണ്ട്(1). നോവലുകളുടെ ചലച്ചിത്രാവിഷ്കാരത്തെക്കുറിച്ചുണ്ടായ ആദ്യ പഠനഗ്രന്ഥത്തിൽ ജോർജ് ബ്ലൂസ്റ്റൺ സിനിമയ്ക്ക് മറ്റു കലകളോടുള്ള ബന്ധം ഇപ്രകാരം വിശദമാക്കുന്നു:

"നാടകം പോലെ പ്രേക്ഷകസമൂഹത്തിനു മുന്നിൽ അവതരിപ്പിക്കുന്ന ദൃശ്യശ്രാവ്യ മാധ്യമമാണ് സിനിമ. ബാലേ പോലെ ചലനത്തെയും സംഗീതത്തെയും അത് ആശ്രയിക്കുന്നു. നോവൽപോലെ സംഘർഷപരമ്പരകളിലൂടെ കഥാപാത്രങ്ങളെ ചിത്രീകരിച്ചുകൊണ്ട്

ആഖ്യാനം നടത്തുന്നു. പെയിന്റിംഗ് പോലെ വെളിച്ചത്തെയും നിഴലിനെയും വർണത്തെയും സംയോജിപ്പിക്കുന്നു"(2).

മറ്റു കലകളോടുള്ള ഈ അടുപ്പം മൂലം വിവിധകലകളുടെ ചേരുവയാണ് സിനിമയെന്ന തെറ്റിദ്ധാരണ പോലും പ്രചരിക്കുകയുണ്ടായി. മുതിർന്നവരുടെ പെരുമാറ്റങ്ങളും സ്വഭാവരീതികളുമൊക്കെ അനുകരിച്ചാണല്ലോ കുട്ടികൾ വളർന്നു വല്യതാകുന്നത്. അതുപോലെ, ദീർഘകാല ചരിത്രമുള്ള കലകളുടെ സ്വഭാവങ്ങൾ സ്വാംശീകരിച്ചു കൊണ്ട് വളർന്ന സിനിമ തനതായ ഭാഷയും വ്യാകരണവുമുള്ള കലയായി പരിണമിക്കുകയാണുണ്ടായത്. എന്താണ് സിനിമ എന്ന് വിവരിക്കുമ്പോൾ പ്രശസ്ത ചലച്ചിത്രകാരൻ അകിരാ കുറോസാവ ഇക്കാര്യം വെളിപ്പെടുത്തുന്നുണ്ട്.

"സിനിമയ്ക്ക് മറ്റനേകം കലകളുമായി അടുപ്പമുണ്ട്. സിനിമയ്ക്ക് സാഹിത്യത്തിന്റെ സ്വഭാവസവിശേഷതകളുണ്ട്. നാടകത്തിന്റെ ഗുണങ്ങളുണ്ട്. ദാർശനികതയുടെ ഒരു വശമുണ്ട്. ചിത്രകലയുടെയും ശില്പകലയുടെയും സംഗീതത്തിന്റെയുമൊക്കെ സ്വഭാവങ്ങളുണ്ട്. എങ്കിലും അന്തിമവിശകലനത്തിൽ സിനിമ സിനിമ തന്നെയാണ്"(3).

വളർച്ചയുടെ ആദ്യനാളുകളിൽ സിനിമ സ്വീകരിച്ചത് അരങ്ങിന്റെ ഭാഷയാണ്. കഥാപാത്രങ്ങളെ നാടകവേദിയിലെന്നപോലെ അണിനിരത്തി നിശ്ചിത അകലത്തിൽ സ്ഥാപിച്ച ക്യാമറയിൽ പകർത്തുകയായിരുന്നു ആദ്യകാല രീതി. കഥാപാത്രങ്ങൾ രംഗത്തു വരുന്നതും തിരികെ പോകുന്നതുമൊക്കെ നാടകത്തിന്റെ രീതിയിൽ ത്തന്നെയായിരുന്നു. നാടകത്തിലെപ്പോലെ രംഗം തുടർച്ചയായി ചിത്രീകരിച്ച് അവതരിപ്പിക്കുകയും ചെയ്തു പോന്നു. അക്കാലത്തെ സിനിമയെക്കുറിച്ച് റഷ്യൻ ചലച്ചിത്രകാരനും സൈദ്ധാന്തികനുമായ പുഡോവ്കിൻ ഇപ്രകാരം പറയുന്നു:

"ഒരു നാടകം അവതരിപ്പിച്ചത് ക്യാമറയിൽ പകർത്തി തിരശീലയിൽ പ്രദർശിപ്പിക്കുന്നു. അഭിനേതാക്കളുടെ വാക്കുകൾ മാത്രമില്ല, അതായിരുന്നു ആദ്യകാലത്ത് സിനിമ"(4)

ഇങ്ങനെ അരങ്ങിന്റെ ഭാഷ പിന്തുടർന്നുകൊണ്ടുമാത്രം സിനിമയ്ക്ക് മുന്നോട്ടുപോകാനാവില്ലെന്ന് മനസിലാക്കിയ സംവിധായകർ വ്യത്യസ്തമായ ആവിഷ്കാരമാർഗങ്ങൾ കണ്ടെത്താൻ ശ്രമിച്ചു. നാടകത്തിലെപോലെ നീണ്ട രംഗങ്ങളിൽ സംഭവങ്ങൾ ആവിഷ്കരിക്കുന്നതിനുപകരം അവയെ ഷോട്ടുകളായി വിഭജിച്ച് ചിത്രീകരിക്കാനും അത്തരം ഷോട്ടുകൾ ആവശ്യാനുസരണം സന്നിവേശിപ്പിക്കാനും

ുടങ്ങി. ക്യാമറയ്ക്ക് മുന്നിലുള്ള മുഴുവൻ കാര്യങ്ങളും പകർത്താതെ ആവശ്യമുള്ളവ മാത്രം ചിത്രീകരിച്ചുതുടങ്ങി. വിഭിന്ന സ്ഥലകാലങ്ങളിൽ ചിത്രീകരിച്ച ദൃശ്യങ്ങൾ ഇടകലർത്തി കാണിച്ചുതുടങ്ങി. അങ്ങനെ സിനിമയുടെ സങ്കേതങ്ങൾ ഉരുത്തിരിഞ്ഞുവന്നു. നാടകവേദിയെ അനുകരിക്കാതെ സിനിമയ്ക്കു മുന്നോട്ടുപോകാമെന്ന സ്ഥിതി കൈവന്നു. ക്രമേണ അരങ്ങിന്റെ അതിരുവിട്ട സ്വാധീനത്തിൽ നിന്ന് സിനിമ അകന്നു.

സിനിമയുടെ വികാസപരിണാമങ്ങളിൽ ഏറ്റവുമധികം സ്വാധീനം ചെലുത്തിയത് സാഹിത്യമാണ്. സാഹിത്യത്തോടുള്ള സിനിമയുടെ അടുപ്പം പ്രധാനമായും മൂന്നുതരത്തിലാണ്.

ഒന്ന്: സിനിമയെ രൂപപ്പെടുത്തിയ സങ്കേതങ്ങളിൽ പലതും സാഹിത്യത്തിൽ നിന്ന് കടന്നുവന്നവയാണ്.

രണ്ട്: ആഖ്യാനത്തിന്റെ കാര്യത്തിൽ സാഹിത്യത്തോട് സിനിമ ഏറെ അടുപ്പം പുലർത്തുന്നു.

മൂന്ന്: പ്രമേയത്തിനു വേണ്ടി സിനിമ വലിയ തോതിൽ സാഹിത്യത്തെ ആശ്രയിക്കുന്നു.

നോവലിന്റെ ആഖ്യാനസങ്കേതങ്ങൾ സിനിമയെ ഏറെ സ്വാധീനിച്ചിട്ടുണ്ടെന്നും തന്മൂലം നോവലിനോട് സിനിമ രക്തബന്ധം പുലർത്തുന്നുവെന്നും നീൽ സിൻയാർഡ് പറയുന്നു. (5) സിനിമയിലെ ക്രോസ്സ്കട്ടിംഗിനു മുന്നോടിയെന്നപോലെ ‘മദാംബോവറി’യിൽ ഫ്ളോബേർ ചിത്രീകരിച്ച അങ്ങാടിരംഗം, ‘ഹാർട്ട് ഓഫ് ഡാർക്നെസ്സി’ൽ ജോസഫ് കോൺറാഡ് ആവിഷ്കരിച്ച മിന്നിമറയുന്ന ഫ്ലാഷ്ബാക്കുകൾ, ‘എ പോർട്രെയിറ്റ് ഓഫ് ദ ആർട്ടിസ്റ്റ് ആസ് എ യങ് മാൻ ‘എന്ന നോവലിന്റെ ആദ്യ അധ്യായത്തിൽ ജെയിംസ് ജോയ്സ് ആവിഷ്കരിക്കുന്ന സ്ഥലകാലങ്ങളിലെ സ്വതന്ത്രചലനങ്ങൾ ഇവയൊക്കെ ഉദാഹരണങ്ങളായി അദ്ദേഹം എടുത്തുകാട്ടുന്നു.

പ്രശസ്ത ചലച്ചിത്രകാരനും സൈദ്ധാന്തികനുമായ ഐസൻസ്റ്റീൻ സിനിമയുടെ സാഹിത്യബന്ധത്തെക്കുറിച്ച് സവിസ്തരം പ്രതിപാദിക്കുന്നുണ്ട്. എഡിസന്റെയോ കൂട്ടാളികളുടെയോ കണ്ടുപിടുത്തങ്ങളിൽനിന്ന് പെട്ടെന്ന് പൊട്ടിമുളച്ചതല്ല സിനിമയെന്നും ദീർഘകാല പാരമ്പര്യമുള്ള സാഹിത്യസംസ്കാരത്തിന്റെ അടിത്തറയിൽ നിന്ന് രൂപം കൊണ്ടതാണെന്നും അദ്ദേഹം പ്രസ്താവിച്ചു (6). ടോൾസ്റ്റോയ്, മോപ്പസാങ്, മാക്സിം ഗോർക്കി, ഫ്ളോബേർ, പുഷ്കിൻ, മയക്കോവ്സ്കി, വാൾട്ട് വിറ്റ്മാൻ, ചാൾസ് ഡിക്കൻസ് എന്നിവരുടെയൊക്കെ

കൃതികളിൽനിന്ന് ചലച്ചിത്രസങ്കേതങ്ങളുടെ പൂർവമാതൃകകൾ അദ്ദേഹം എടുത്തുകാട്ടുകയും ചെയ്തു.

സിനിമ കഥാഖ്യാനത്തിലേക്കു കടന്ന ആദ്യനാളുകളിൽ വിപ്ലവകരമായ പരീക്ഷണങ്ങളിലൂടെ ചലച്ചിത്രത്തിന്റേതായ സങ്കേതങ്ങൾ കണ്ടെത്തിയത് അമേരിക്കൻ ചലച്ചിത്രകാരൻ ഡി. ഡബ്ല്യൂ. ഗ്രിഫിത്താണ്. ക്ലോസപ്പ്, ഡിസ്സോൾവ്, ഫ്ളാഷ്ബാക്ക്, മൊണ്ടാഷ് തുടങ്ങി സിനിമയിൽ ഇന്നു കാണുന്ന സങ്കേതങ്ങളിൽ പലതും സർഗാത്മകമായി ആവിഷ്കരിച്ചുകൊണ്ട് സിനിമയുടെ വളർച്ചയ്ക്ക് അദ്ദേഹം വഴിയൊരുക്കി. ഗ്രിഫിത്തിന്റെ ഈ സർഗാത്മക പരീക്ഷണങ്ങൾക്കു പ്രേരകമായത് ചാൾസ് ഡിക്കൻസിന്റെ രചനകളാണെന്ന് 'ഡിക്കൻസും ഗ്രിഫിത്തും ഇന്നത്തെ സിനിമയും' എന്ന ലേഖനത്തിൽ അനേകം ഉദാഹരണങ്ങളിലൂടെ ഐസൻസ്റ്റീൻ സമർത്ഥിക്കുന്നു. ഡിക്കൻസിന്റെ കൃതികളിലുടനീളം ഒളിഞ്ഞിരിക്കുന്ന ചലച്ചിത്ര സങ്കേതങ്ങൾ വിശദമായി അദ്ദേഹം വെളിപ്പെടുത്തുന്നു. അവ ഗ്രിഫിത്തിലൂടെ സിനിമയിൽ കടന്നുവന്നത് ചൂണ്ടിക്കാട്ടുകയും ചെയ്യുന്നു. (7)

ചലച്ചിത്രകലയിൽ നിർണായകമായ സ്വാധീനം ചെലുത്തിയ 'മൊണ്ടാഷ് സിദ്ധാന്തം' ഐസൻസ്റ്റീൻ ആവിഷ്കരിച്ചതും സാഹിത്യത്തിൽനിന്ന് പ്രചോദനം ഉൾക്കൊണ്ടാണ്. ജാപ്പനീസ് ചിത്രലിപിയിൽ

കണ്ണ് + വെള്ളം =കരച്ചിൽ

കിളി + വായ് = പാട്ട്

പട്ടി + വായ് = കുര

ഹൃദയം + കത്തി = ദുഃഖം

എന്നിങ്ങനെയാണ് അർത്ഥം. സിനിമയിൽ ഷോട്ടുകൾ തമ്മിൽ കൂട്ടിച്ചേരുമ്പോൾ ഇതുതന്നെയാണ് സംഭവിക്കുന്നതെന്ന് അദ്ദേഹം സമർത്ഥിച്ചു. സാഹിത്യത്തിൽ രണ്ടുവാക്കുകൾ ചേരുമ്പോൾ മൂന്നാമതൊരർത്ഥം ഉണ്ടാകുന്നതുപോലെ സിനിമയിൽ 'എ' എന്ന ദൃശ്യവും 'ബി' എന്ന മറ്റൊരു ദൃശ്യവും കൂട്ടിച്ചേരുമ്പോൾ ഉണ്ടാകുന്ന സംഘർഷത്തിൽനിന്ന് 'എ+ബി' സ്ഥൂപകരം 'സി' എന്ന ഭിന്നമായ അർത്ഥം സംജാതമാകുന്നു. സാഹിത്യത്തിലെ വാക്കുകൾക്കു തുല്യമായി സിനിമയിലെ ഷോട്ടുകളെ അദ്ദേഹം കാണുന്നു. വാക്കുകൾ ചേർന്ന് വാക്യങ്ങളും, വാക്യങ്ങൾ ചേർന്ന് ഖണ്ഡികകളും ഉണ്ടാകുന്നതുപോലെ ഷോട്ടുകൾ ചേർന്ന് സീനും, സീനുകൾ കൂട്ടിച്ചേർന്ന്

സീക്വൻസുകളും ഉണ്ടാകുന്നു. ചുരുക്കത്തിൽ വാക്ക്=ഷോട്ട്, വാചകം=സീൻ, ഖണ്ഡിക= സീക്വൻസ് എന്നിങ്ങനെ സാഹിത്യവും സിനിമയും തമ്മിൽ ഒരു സമവാക്യം തന്നെ രൂപമെടുത്തു.

പിൽക്കാലത്ത് സിനിമയിൽ മൊണ്ടാഷിനുള്ള പ്രാധാന്യം നഷ്ടപ്പെട്ടതോടെ സാഹിത്യവും സിനിമയും തമ്മിലുള്ള ഈ സമവാക്യം തകർന്നു. ദൃശ്യങ്ങളുടെ സംഘർഷാത്മകമായ കൂടിച്ചേരലാണ് സിനിമയുടെ കാതൽ എന്ന വാദം തിരുത്തിക്കുറിച്ചുകൊണ്ട്, ഷോട്ടുകൾ മുറിക്കാതെ ക്രിയ വികസിക്കാൻ അനുവദിക്കുന്നതാണു ചലച്ചിത്രസ്വഭാവത്തിന് ചേർന്നതെന്ന് ആന്ദ്രേ ബസീൻ സമർത്ഥിച്ചു. മൊണ്ടാഷിനു പ്രാധാന്യം നൽകാതെ, ക്യാമറാ ചലനങ്ങളിലൂടെയും മറ്റു ചലച്ചിത്രചിഹ്നങ്ങളിലൂടെയും ആവിഷ്കാരം നിർവഹിക്കുന്ന സിനിമകൾ ഇതിനു കരുത്തുപകർന്നു. അതോടെ വാക്കും ഷോട്ടും തമ്മിലുണ്ടായിരുന്ന സമവാക്യം പൊളിച്ചെഴുതപ്പെട്ടു. വാക്കിനെന്നല്ല, വാചകത്തിനോ ഖണ്ഡികയ്ക്കോ പോലും അപ്പുറമാണ് ഷോട്ട് എന്ന് തെളിഞ്ഞു. അലക്സാണ്ടർ സൊക്കുറോവിന്റെ 'റഷ്യൻ പേടകം', സെബാസ്റ്റ്യൻ ഷിപ്പറിന്റെ 'വിക്ടോറിയ' എന്നീ ചിത്രങ്ങളൊക്കെ ഒറ്റ ഷോട്ടിൽ ചിത്രീകരിച്ചവയാണ്. ഒരു വാക്ക് മാത്രമുള്ള സാഹിത്യകൃതിയെ കുറിച്ച് സങ്കല്പിക്കാനാകുമോ?

സിനിമയുടെ വളർച്ചക്കിടയിൽ സാഹിത്യത്തോട് അത് പലതരത്തിൽ അടുപ്പം പുലർത്തി. ആഖ്യാനത്തിന്റെ കാര്യത്തിൽ സാഹിത്യത്തോട് ആത്മബന്ധം തന്നെ അത് സ്ഥാപിച്ചു. ഇതര കലകളിൽ സിനിമയെ ഏറ്റവുമധികം സ്വാധീനിച്ചത് സാഹിത്യമാണെന്ന് ജോയ് ഗ്ലൾഡ് ബോയം പറയുന്നത് അതുകൊണ്ടാണ്.

"സിനിമ ദൃശ്യാത്മകതയിൽ ചിത്രകലയുമായും ചലനാത്മകതയിൽ നൃത്തവുമായും വൈകാരിക പ്രഭാവത്തിൽ സംഗീതവുമായും നിർവഹണത്തിലും പ്രദർശനത്തിലും നാടകവുമായും സാങ്കേതികാടിസ്ഥാനത്തിൽ വാസ്തുശില്പവുമായും ബന്ധപ്പെടുന്നു. എന്നാൽ ഇതിവൃത്തം, കഥാപാത്രങ്ങൾ, പശ്ചാത്തലസൃഷ്ടി, സംഭാഷണം, ബിംബകല്പന, സ്ഥലകാലങ്ങൾ മാറ്റിമറിച്ചുള്ള പ്രമേയാവിഷ്കാരണരീതി എന്നിങ്ങനെ അതിന്റെ കലാത്മകതയിൽ സിനിമയ്ക്ക് ഏറ്റവും അധികം ബന്ധം സാഹിത്യത്തോടാണ്."(8)

കാലത്തെയും മനുഷ്യമനസിനെയും ആവിഷ്കരിക്കുന്നതിൽ നോവലിസ്റ്റുകൾ നടത്തിയ പരീക്ഷണങ്ങൾ സിനിമയെയും ഏറെ സ്വാധീനിച്ചു. പ്രമേയത്തിനു വേണ്ടി സാഹിത്യകൃതികളെ വലിയ

തോതിൽ ആശ്രയിക്കുന്നതും സിനിമയുടെ സാഹിത്യ ബന്ധത്തിന് ശക്തി പകർന്നു.

സാഹിത്യവുമായുള്ള അടുപ്പംകൊണ്ട് സിനിമയ്ക്ക് ഏറെ പ്രയോജനങ്ങളുണ്ടായെങ്കിലും ചില ദോഷങ്ങൾക്കും ഇതു കാരണമായി. സാഹിത്യത്തിന്റെ ചിട്ടവട്ടങ്ങൾക്കൊപ്പിച്ച് സിനിമ സൃഷ്ടിക്കുന്ന ഒരു രീതി നിലവിൽ വന്നു എന്നതായിരുന്നു പ്രധാനദോഷം. സാഹിത്യമൂല്യങ്ങൾക്കനുസരിച്ച് സിനിമയെ വിലയിരുത്തുന്ന പ്രവണതയും സംജാതമായി. സാഹിത്യകൃതിപോലെ സിനിമയെ വിലയിരുത്തുന്ന പ്രവണതയെ പ്രശസ്ത ചലച്ചിത്രകാരൻ ഇംഗ്മാർ ബർഗ്മാൻ രൂക്ഷമായി എതിർക്കുകയുണ്ടായി.(9)

മലയാളസിനിമയുടെ വസന്തകാലമെന്ന് നിരൂപകർ വിശേഷിപ്പിക്കുന്ന അറുപതുകളിലെ സിനിമകൾ പലപ്പോഴും പുകഴ്ത്തപ്പെട്ടത് സാഹിത്യമേന്മയുടെ അടിസ്ഥാനത്തിലായിരുന്നു. നമ്മുടെ സിനിമയിൽ പ്രബലമായിരുന്ന സാഹിത്യസ്വാധീനത്തിനെതിരെയുള്ള കലാപം കൂടിയായിരുന്നു എഴുപതുകളിൽ ആവിർഭവിച്ച നവസിനിമാപ്രസ്ഥാനം. ഫ്രാൻസിലെ പ്രശസ്ത സംവിധായകർക്കും തിരക്കഥാരചയിതാക്കൾക്കുമെതിരെ 1954ൽ ത്രൂഫോ നടത്തിയ വിമർശനം പ്രസിദ്ധമാണ്. അവരുടെ സിനിമകളിൽ സാഹിത്യമൂല്യം നിറഞ്ഞുനിൽക്കുന്നു എന്നതായിരുന്നു അദ്ദേഹത്തിന്റെ എതിർപ്പിനു കാരണം. കന്നട സിനിമയിലെ സാഹിത്യസ്വാധീനത്തിനെതിരേ 1987ൽ ഗിരീഷ് കാസറവള്ളിയും ഇത്തരം വിമർശനം ഉന്നയിക്കുകയുണ്ടായി.(10) ഫ്രഞ്ചു നവതരംഗത്തിന്റെ ആവിർഭാവത്തോടെ സാഹിത്യവിമുക്തമായ സിനിമ എന്ന സങ്കൽപ്പത്തിനു പ്രധാന്യം ലഭിച്ചു. സാഹിത്യത്തിന്റെ വഴികൾ വെടിഞ്ഞ് സിനിമയുടെ ചിഹ്നവ്യവസ്ഥകളിലൂടെയായിരിക്കണം ചലച്ചിത്രവായന നടത്തേണ്ടതെന്ന ചിന്ത പ്രബലമായി. ക്രമേണ, സാഹിത്യത്തിന്റെ അതിരുവിട്ട സ്വാധീനത്തിൽനിന്നു കുറേയൊക്കെ പുറത്തുചാടാൻ സിനിമയ്ക്കു കഴിഞ്ഞു. എന്നാൽ അനുരൂപണത്തിന്റെ മേഖലയിൽ സാഹിത്യത്തോടുള്ള ബന്ധം സിനിമ ഇന്നും തുടരുന്നു.

അനുരൂപണം

അഡാപ്റ്റേഷൻ എന്ന ഇംഗ്ലീഷ് പദത്തിനു സമാനമായിട്ടാണ് അനുരൂപണം എന്നിവിടെ പ്രയോഗിക്കുന്നത്. അനുവർത്തനം, അനുകല്പനം എന്നീ പദങ്ങളും ഇതേ അർത്ഥത്തിൽ പ്രയോഗിച്ചു

കാണുന്നുണ്ട്. (11) ഏതെങ്കിലും കലാസൃഷ്ടിയോ അതിന്റെ ഭാഗങ്ങളോ സ്വീകരിച്ച് പുതിയ കലാസൃഷ്ടിക്കു രൂപം നൽകുന്ന പ്രക്രിയയാണ് അനുരൂപണം. ഒരു മാധ്യമത്തിൽ നിന്ന് മറ്റൊരു മാധ്യമത്തിലേക്കുള്ള പൊളിച്ചെഴുത്താണിത്. ഈ പ്രക്രിയയിൽനിന്ന് രൂപം കൊള്ളുന്ന സൃഷ്ടിയെ സൂചിപ്പിക്കാനും അനുരൂപണം എന്ന പദം ഉപയോഗിക്കുന്നു.

പുരാണേതിഹാസങ്ങളിൽനിന്ന് കാവ്യങ്ങളും നാടകങ്ങളും നോവലുകളും പ്രതിമാശില്പങ്ങളുമൊക്കെ ഉണ്ടാകുന്നു; കാവ്യത്തിൽ നിന്ന് നൃത്തശില്പങ്ങളും ചിത്രകലകളുമൊക്കെ രൂപം കൊള്ളുന്നു; നോവലിൽ നിന്ന് കഥാപ്രസംഗങ്ങളും നാടകങ്ങളും ഉണ്ടാകുന്നു- ഇവയൊക്കെ അനുരൂപണങ്ങളാണ്. നോവൽ, കഥ, നാടകം, കവിത, ജീവചരിത്രം, സ്മരണകൾ, ഡയറിക്കുറിപ്പുകൾ, വീഡിയോ ഗെയിമുകൾ ഇത്തരം പലവിധ ഉറവിടങ്ങളിൽ നിന്ന് സിനിമകൾ രൂപമെടുക്കുന്നുണ്ട്. ചിലപ്പോൾ ഒന്നിലധികം കൃതികൾ സ്വീകരിച്ചുവെന്നും വരാം. അകിരാ കുറോസാവയുടെ 'റാഷൊമോൺ' എന്ന സിനിമയ്ക്കാധാരം അകുതഗാവയുടെ 'ഒരു ഉപവനത്തിൽ', 'റാഷൊമോൺ' എന്നീ കഥകളാണ്. സി. വി. ശ്രീരാമന്റെ 'പൊന്തൻ മാട്', 'ശീമത്തമ്പുരാൻ' എന്നീ കഥകളിൽനിന്നാണ് ടി.വി. ചന്ദ്രൻ 'പൊന്തൻമാട്' എന്ന സിനിമ സൃഷ്ടിച്ചത്. കൃതികളിൽ നിന്ന് കഥാപാത്രങ്ങളെ മാത്രം സ്വീകരിച്ചും സിനിമകൾ സൃഷ്ടിക്കാറുണ്ട്. ഡ്രാക്കുള, ടാർസൻ, ഷെർലക് ഹോംസ്, ജയിംസ് ബോണ്ട് എന്നിവർ കഥാപാത്രങ്ങളായി ഇത്തരം ധാരാളം ചലച്ചിത്രാനുരൂപണങ്ങളുണ്ട്.

സാഹിത്യത്തിലും ചിത്രകലയിലുമൊക്കെ അനുരൂപണം പണ്ടുതന്നെ നിലവിലുള്ളതാണ്. ഷേക്സ്പിയറുടെ ഒട്ടുമിക്ക നാടകങ്ങളുടെയും ഇതിവൃത്തങ്ങൾ പൂർവസൃഷ്ടികളിൽനിന്നു സ്വീകരിച്ചവയാണ്. പുരാണേതിഹാസങ്ങളെ അടിസ്ഥാനമാക്കിയാണ് നമ്മുടെ ക്ലാസ്സിക്ക് കൃതികളൊക്കെ രൂപംകൊണ്ടത്. കാളിദാസൻ, ഭാസൻ, എഴുത്തച്ഛൻ, ചെറുശ്ശേരി, കുഞ്ചൻനമ്പ്യാർ, ഉണ്ണായിവാര്യർ എന്നിവരുടെയൊക്കെ കൃതികൾ ഇതിനുദാഹരണങ്ങളാണ്. പത്തൊമ്പതാം നൂറ്റാണ്ടിന്റെ അന്ത്യത്തിൽ സിനിമ രൂപമെടുത്തപ്പോൾ അനേകം എഴുത്തുകാരുടെ പ്രതിഭാസ്പർശമേറ്റ് നൂറ്റാണ്ടുകൾ പിന്നിട്ട സാഹിത്യം കലാസാമ്രാജ്യത്തിന്റെ ഉന്നതമണ്ഡലത്തിൽ പ്രതിഷ്ഠിക്കപ്പെട്ടിരുന്നു. അവ തുറന്നിട്ട വൈവിധ്യ വൈചിത്ര്യങ്ങളാർന്ന

പ്രമേയങ്ങളുടെയും കഥാപാത്രങ്ങളുടെയും ലോകം സിനിമക്കാരെ ആകർഷിച്ചതിൽ അത്ഭുതമില്ല.

സിനിമയുടെ ആദ്യനാളുകളിൽ, കഥാഖ്യാനത്തിലേക്കു കടക്കുന്നതിനു മുമ്പുതന്നെ സിനിമക്കാർ സാഹിത്യത്തിലേക്കു ശ്രദ്ധ തിരിച്ചു. നോവൽ ഭാഗങ്ങളുടെ നാടകാവതരണങ്ങൾ ക്യാമറയിൽ പകർത്തി പ്രദർശിപ്പിക്കുകയായിരുന്നു ആദ്യരീതി. 1896ൽ ജോർജ് ദ്യു മാരിയറിന്റെ 'ട്രിൽബി' എന്ന നോവലിന്റെ നാടകാവതരണത്തിലെ രണ്ടു രംഗങ്ങൾ എഡിസൺ ഒരു മിനിറ്റിലൊതുങ്ങുന്ന ചിത്രങ്ങളായി പ്രദർശിപ്പിക്കുകയുണ്ടായി. അക്കാലത്തുതന്നെ വാഷിംഗ്ടൺ ഇർവിംഗ്സിന്റെ 'റിപ്വാൻവിങ്കിൾ' എന്ന കഥയുടെ നാടകാവതരണത്തിലെ ചില ഭാഗങ്ങൾ വില്യം കെന്നഡി ലാറി ഡിക്സൺ ഓരോ മിനിറ്റിൽ താഴെയുള്ള ചിത്രങ്ങളായി പ്രദർശിപ്പിച്ചു. 1897-ൽ ലൂമിയർ സഹോദരന്മാർ പ്രദർശിപ്പിച്ച 'വിക്തർ യൂഗോ ആൻഡ് ദ മെയ്ൻ ക്യാരക്റ്റേഴ്സ് ഓഫ് ദ മിസറബിൾസ്' എന്ന ചിത്രത്തിൽ വിക്തർ യൂഗോയെയും 'പാവങ്ങൾ' എന്ന നോവലിലെ പ്രധാന കഥാപാത്രങ്ങളെയും ഒരു നടൻ ഒരു മിനിറ്റിനുള്ളിൽ മാറിമാറി അവതരിപ്പിക്കുന്നതുകാണാം. 1897-ൽ എഡിസൺ കമ്പനി പ്രദർശിപ്പിച്ച 'ദ ഹോറിറ്റ്സ് പാഷൻപ്ലേ'യിലൂടെ ക്രിസ്തുവിന്റെ കഥ സിനിമയിൽ അവതരിപ്പിക്കപ്പെട്ടു. അതേവർഷം ജോർജ് മെലിയസ് നിർമ്മിച്ച ഫോസ്റ്റ് ആൻഡ് മാർഗറേറ്റ് എന്ന ചിത്രത്തിലൂടെ ഗെയ്ഥേയുടെ കൃതിയും സിനിമയിലെത്തി. ബൈബിൾ ആധാരമാക്കി 1898-ൽ 'ദ ടെംപ്റ്റേഷൻ ഓഫ് സെന്റ് ആന്റണി' എന്ന ചിത്രവും ജോർജ് മെലിയസ് പ്രദർശിപ്പിച്ചു.

ഒരു റീൽ ചിത്രങ്ങൾ നിലവിൽ വന്നതോടെ സാഹിത്യകൃതികൾ കൂടുതലായി സിനിമയിലേക്കു കടന്നുവരാൻ തുടങ്ങി. 1899ൽ ജോർജ് മെലിയസ് നിർമ്മിച്ച ആറു മിനിറ്റ് ദൈർഘ്യമുള്ള 'സിൻഡ്രെല' പുറത്തുവന്നു. അതേവർഷം തന്നെ ഷേക്സ്പിയർ നാടകത്തിൽ നിന്ന് വില്യം കെന്നഡി ലാറി ഡിക്സൺ 'കിംഗ് ജോൺ' നിർമ്മിച്ചു. അഞ്ചു മിനിറ്റ് ആയിരുന്നു ചിത്രത്തിന്റെ ദൈർഘ്യം. 1901-ൽ ചാൾസ് ഡിക്കൻസിന്റെ 'ക്രിസ്മസ് കരോൾ' എന്ന നോവലിനെ ആധാരമാക്കി വാൾട്ടർ ആർ. ബൂത്ത് 'സ്ക്രൂജ് അഥവാ മാർലിയുടെ പ്രേതം' എന്ന ചിത്രം നിർമ്മിച്ചു.അഞ്ചു മിനിറ്റ് നീളമുള്ള ഈ ചിത്രത്തിൽ പന്ത്രണ്ടുരംഗങ്ങളുണ്ടായിരുന്നു. 1902-ൽ ജോർജ് മെലിയസിന്റെ പ്രശസ്ത ചിത്രമായ 'ട്രിപ് റ്റു ദ മൂൺ' പുറത്തുവന്നു. ഷൂൾസ് വെർണയുടെ 'ഫ്രം ദ എർത്ത് റ്റു ദ മൂൺ' എന്ന നോവലിനോട് ഈ ചിത്രത്തിന്

അടുപ്പമുണ്ട്. അതേ കാലത്തുതന്നെ ജോനാഥൻ സ്വിഫ്റ്റിന്റെ 'ഗള്ളിവേഴ്സ് ട്രാവൽസ്'' എന്ന നോവലിനെ അടിസ്ഥാനമാക്കി അഞ്ചു മിനിറ്റ് ചിത്രവും ജോർജ് മെലിയസ് നിർമ്മിച്ചു. ഫെർഡിനന്റ് സെക്കയുടെ 'സാംസൺ ആൻഡ് ദലീലയും' ആ വർഷം പുറത്തുവന്നു. 1903ൽ ദാനിയേൽ ഡീഫോയുടെ 'റോബിൻസൺ ക്രൂസോ' ജോർജ് മെലിയസ് സിനിമയാക്കി. ലൂയിസ് കാരളിന്റെ 'ആലീസ് ഇൻ വണ്ടർ ലാന്റ്'' എന്ന നോവൽ സെസിൽ ഹെപ്വർത്തും ഹാരിയറ്റ് ബീച് സ്റ്റോവിന്റെ 'അങ്കിൾ ടോംസ് കാബിൻ' എന്ന നോവൽ എഡ്വിൻ. എസ്. പോർട്ടറും ആ വർഷം സിനിമയിൽ ആവിഷ്കരിച്ചു. ഇങ്ങനെ ധാരാളം സാഹിത്യ കൃതികൾ അക്കാലത്ത് സിനിമയിലെത്തി. ഓരോ കൃതിയുടെയും തീരെ ചെറിയ ഭാഗം മാത്രമാണ് ഈ സിനിമകളിൽ ആവിഷ്കരിച്ചിരിക്കുന്നത്. അതുകൊണ്ട്, അവയെ അനുരൂപണങ്ങളായി പരിഗണിക്കാനാവില്ലെന്ന് അഭിപ്രായപ്പെട്ടുന്നവരുമുണ്ട്.(12)

മുഴുനീള ചിത്രങ്ങൾ പുറത്തിറങ്ങാൻ തുടങ്ങിയതോടെ അനുരൂപണങ്ങളോട് സിനിമക്കാർക്കുള്ള താൽപര്യം ഏറി. ആദ്യ മുഴുനീള ചിത്രമെന്നു കരുതപ്പെടുന്നത് 1906-ൽ ആസ്ട്രേലിയയിൽ പുറത്തിറങ്ങിയ 'ദ സ്റ്റോറി ഓഫ് ദ കില്ലിംഗ് ഗാങ്'' ആണ്. ചാൾസ് ടെയ്റ്റ് സംവിധാനം ചെയ്ത ഈ ഒരു മണിക്കൂർ ചിത്രം ആർനോൾഡ് ഡെൻഹാമിന്റെ 'ദ കെല്ലിഗാങ്'' എന്ന നാടകത്തിന്റെ അനുരൂപണമായിരുന്നു. 1907-ൽ ഫ്രാൻസിൽ നിർമ്മിക്കപ്പെട്ട 'ദ പ്രോഡിഗൽ സൺ' യൂറോപ്പിലെ ആദ്യ മുഴുനീളചിത്രമാണ്. തൊണ്ണൂറ് മിനിറ്റ് നീളമുള്ള ഈ ചിത്രം സ്വന്തം നാടകത്തിൽനിന്ന് മിഷേൽ കാർ സൃഷ്ടിച്ചതാണ്. 1909-ൽ സ്റ്റുവേർട്ട് ബ്ലാക്ക്ടൺ സംവിധാനം ചെയ്ത 'ഒലിവർ ട്വിസ്റ്റാണ്'' അമേരിക്കയിലെ ആദ്യ മുഴുനീളചിത്രം. ചാൾസ് ഡിക്കൻസിന്റെ നോവലായിരുന്നു ചിത്രത്തിനാധാരം. അതേവർഷംതന്നെ വിക്ടർ യൂഗോയുടെ പാവങ്ങൾ എന്ന നോവലും ബൈബിളിൽ നിന്ന് മോശയുടെ കഥയും അദ്ദേഹം സിനിമയാക്കി. 1911-ൽ ഫ്രാൻസിസ്കോ ബർത്തോലിനി, അഡോൾഫ് പാദോവൻ, ഗിസപ്പെ ലിഗുറോ എന്നിവർ ചേർന്ന് സംവിധാനം ചെയ്ത 'ഡാന്റേസ് ഇൻഫെർണോ' ഇറ്റലിയിലെ ആദ്യ മുഴുനീള ചിത്രമാണ്. ഡാന്റേയുടെ 'ഡിവൈൻ കോമഡി'യായിരുന്നു ചിത്രത്തിനാധാരം.

സാഹിത്യകൃതികളിൽ നിന്ന് സിനിമ സൃഷ്ടിക്കുന്നതിനുവേണ്ടി 1908ൽ ഫ്രാൻസിൽ ഒരു കമ്പനി രൂപമെടുക്കുകയുണ്ടായി- 'സൊസൈറ്റി ഫിലിം ദ ആർട്ട്''. വിക്ടർ യൂഗോ, ടോൾസ്റ്റോയ്,

ബൽസാക്ക്, ചാൾസ് ഡിക്കൻസ് എന്നിവരുടെയൊക്കെ കൃതികൾ ആധാരമാക്കി അവർ സിനിമകൾ നിർമ്മിച്ചു. ചലച്ചിത്രസങ്കേതങ്ങളുടെ പിതാവെന്ന വിശേഷിപ്പിക്കപ്പെടുന്ന ഗ്രിഫിത്ത് നോവൽ, നാടകം, കവിത എന്നിങ്ങനെ വിവിധ സാഹിത്യവിഭാഗങ്ങളിൽപ്പെടുന്ന കൃതികൾ സിനിമയാക്കുകയുണ്ടായി.'ബർത്ത് ഓഫ് എ നേഷൻ' എന്ന പ്രശസ്തമായ ചിത്രം അദ്ദേഹം സൃഷ്ടിച്ചത് തോമസ് ഡിക്സൺന്റെ 'ദ ക്ലാൻസ്മാൻ' എന്ന നോവലിൽ നിന്നാണ്. ടോൾസ്റ്റോയ്, ടെന്നിസൺ, ബ്രൗണിംഗ്, ഡിക്കൻസ് എന്നിവരുടെയൊക്കെ കൃതികളിൽനിന്ന് സിനിമകൾ സൃഷ്ടിച്ചുകൊണ്ട് അനുരൂപണത്തിന് അദ്ദേഹം കരുത്തുപകർന്നു.

നിശബ്ദസിനിമയുടെ കാലത്ത് അനുരൂപണത്തിന് പ്രേരകമായ ഘടകങ്ങൾ പലതായിരുന്നു.

ഒന്ന്: സംഭാഷണമില്ലാതെയാണ് അക്കാലത്ത് ചലച്ചിത്രാഖ്യാനം നടത്തിയിരുന്നത്. സുപരിചിതമായ പ്രമേയങ്ങൾ സിനിമയിൽ ആവിഷ്കരിക്കുകയാണെങ്കിൽ സംഭാഷണമില്ലാതെ തന്നെ കാര്യങ്ങൾ ഗ്രഹിക്കാൻ പ്രേക്ഷകർക്ക് കഴിയും. അതിനുള്ള മാർഗം പ്രശസ്ത സാഹിത്യകൃതികൾ സിനിമയാക്കുക എന്നതായിരുന്നു.

രണ്ട്: വിലകുറഞ്ഞ നേരമ്പോക്കായിട്ടാണ് ജനങ്ങൾ ആദ്യകാലത്ത് സിനിമയെ കണ്ടിരുന്നത്. പ്രശസ്ത സാഹിത്യകൃതികൾ ആധാരമാക്കി സിനിമകളെടുക്കുമ്പോൾ കൃതികളുടെ മഹത്ത്വം സിനിമയ്ക്കും കൈവരുമെന്ന് നിർമ്മാതാക്കൾ കരുതി.

മൂന്ന്: സിനിമയ്ക്കുവേണ്ടി പുതിയ പ്രമേയങ്ങൾ കണ്ടെത്തുന്നതിനു പകരം സാഹിത്യകൃതികളുടെ പ്രമേയങ്ങൾ സ്വീകരിക്കുന്നത് എളുപ്പമാർഗമായി സിനിമക്കാർ കണ്ടു.

നാല്: സാഹിത്യകൃതി സിനിമയാക്കുമ്പോൾ കൃതിയുടെ വായനക്കാർ അതു കാണാനെത്തുമെന്നും അങ്ങനെ സാമ്പത്തികലാഭം നേടാമെന്നും സിനിമക്കാർ കരുതി.

ഇങ്ങനെ പലവിധ കാരണങ്ങളാൽ സാഹിത്യകൃതി സിനിമയാക്കുന്ന പ്രവണത ശക്തമായി. വെറൈറ്റി മാസിക 1932-ൽ നടത്തിയ കണക്കെടുപ്പനുസരിച്ച് നിശബ്ദ സിനിമയുടെ കാലഘട്ടത്തിൽ ഏറ്റവുമധികം സാമ്പത്തികലാഭം നേടിയ പതിനഞ്ച് സിനിമകൾ താഴെ ചേർക്കുന്നവയാണ്.

നമ്പർ	സിനിമ	വർഷം	സംവിധാനം
1	ബർത്ത് ഓഫ് എ നേഷൻ	1915	ഡി. ഡബ്ല്യു. ഗ്രിഫിത്ത്
2	ദി ബിഗ് പരേഡ്	1925	കിംഗ് വിഡോർ, ജോർജ് ഹിൽ
3	ബെൻഹർ	1925	ഫ്രെഡ് നിബ്ലോ
4	വേ ഡൗൺ ഈസ്റ്റ്	1920	ഡി. ഡബ്ല്യു. ഗ്രിഫിത്ത്
5	ഗോൾഡ് റഷ്	1925	ചാർളി ചാപ്ലിൻ
6	ഫോർ ഹോഴ്സ് മെൻ	1921	റെക്സ് ഇൻഗ്രാം
7	സർക്കസ്	1928	ചാർളി ചാപ്ലിൻ
8	കവേർഡ് വാഗൺ	1923	ജയിംസ് ക്രൂസ്
9	ഹഞ്ച്ബാക്ക് ഒഫ് നോത്രദാം	1923	വാലസ് വോർസ്ലി
10	ടെൻ കമാൻഡ്മെന്റ് സ്	1925	സെസിൽ ബി. ഡിമില്ലെ
11	ഓർഫൻ ഓഫ് ദ സ്റ്റോം	1921	ഡി. ഡബ്ല്യു. ഗ്രിഫിത്ത്
12	ഹെവൻസ് സെയ്ക്ക്	1926	സാം ടെയ്ലർ
13	സെവൻത് ഹെവൻ	1927	ഫ്രാങ്ക് ബോർസേജ്
14	വാട് പ്രൈസ് ഗ്ലോറി	1926	റൗൾ വാൽഷ്
15	എബീസ് ഐറിഷ് റോസ്	1928	വിക്ടർ ഫ്ലെമിങ്ങ്

ഇവയിൽ പന്ത്രണ്ടും അനുരൂപണങ്ങളാണ്.(ഗോൾഡ് റഷ്, സർക്കസ്, ഫൊർ ഹെവൻസ് സെയ്ക്ക് എന്നീ ചിത്രങ്ങൾ ഒഴികെയുള്ളവ) സിനിമാരംഗത്ത് ഇരുപത്തഞ്ചുവർഷത്തിലധികം പ്രവർത്തിക്കുന്ന ഇരുന്നൂറുപേരെ പങ്കെടുപ്പിച്ചുകൊണ്ട് 'ഡെയ് ലി വെറൈറ്റി' 1950ൽ നടത്തിയ അഭിപ്രായ വോട്ടെടുപ്പിൽ ഏറ്റവും മികച്ച നിശബ്ദചി ത്രമായി തെരഞ്ഞെടുക്കപ്പെട്ടത് ബെർത്ത് ഓഫ് എ നേഷൻ ആണ്. ഏറ്റവും മികച്ച ശബ്ദചിത്രം 'ഗോൺ വിത് ദ വിൻഡ്'മായിരുന്നു. ഇവ രണ്ടും അനുരൂപണങ്ങളാണ്.

ചലച്ചിത്രാനുരൂപണം ശക്തമായതോടെ ചില വിമർശനങ്ങളും ഇതിനെതിരെ ഉയരുകയുണ്ടായി. അമേരിക്കൻ കവിയും ആദ്യകാല ചലച്ചിത്ര സൈദ്ധാന്തികനുമായ വേച്ചെൽ ലിൻഡ്സി സാഹിത്യത്തോടും നാടകവേദിയോടും സിനിമ പുലർത്തുന്ന അടുപ്പത്തിനെതിരെ 1915 ൽ എഴുതുകയുണ്ടായി.(13) സിനിമയുടേതായ ഒരു ഭാഷ രൂപം കൊള്ളുന്നതിന് ഈ ബന്ധം തടസം സൃഷ്ടിക്കുമെന്നായിരുന്നു അദ്ദേഹത്തിന്റെ ആശങ്ക. ചലച്ചിത്രമാധ്യമത്തിന്റെ തനിമയ്ക്കു വിരുദ്ധമാണ് അനുരൂപണമെന്ന് അദ്ദേഹം വാദിച്ചു. സാഹിത്യവും സിനിമയും തമ്മിലുള്ള കൂട്ടുകെട്ട് അസ്വാഭാവികവും ഇരു മാധ്യമങ്ങൾക്കും ദോഷകരവുമാണെന്നും വെർജീനിയ വൂൾഫ് എഴുതി.

(14) കേവല വിനോദം ലക്ഷ്യമാക്കി തിയേറ്ററിലെത്തുന്ന പ്രേക്ഷ കരെ ആകർഷിക്കുന്നതിനുവേണ്ടി പ്രശസ്ത സാഹിത്യകൃതികൾ പരുവപ്പെടുത്തുന്ന ഹോളിവുഡ് അനുരൂപണരീതി സഹിത്യത്തിനു ദോഷകരമാണെന്നായിരുന്നു വൂൾഫിന്റെ പക്ഷം. സാഹിത്യബന്ധം സിനിമയുടെ വളർച്ചയ്ക്കും ഗുണകരമല്ലെന്ന് അവർ അഭിപ്രായപ്പെട്ടു. സാഹിത്യമൂല്യങ്ങൾ സിനിമയിൽ അധീശത്വം പുലർത്തുന്നതും എഴു ത്തുകാരുടെ സൃഷ്ടികളായി സിനിമകൾ മാറുന്നതും ഫ്രഞ്ച് നവതരംഗ സംവിധായകരുടെ എതിർപ്പിനു കാരണമായി.(15) സാഹിത്യകൃതി കളോടു നീതി പുലർത്താനുള്ള സിനിമക്കാരുടെ വ്യഗ്രതയ്ക്കെതിരെ അലൻ റെനെയും ഗൊദാർദ്ദും രൂക്ഷമായി പ്രതികരിച്ചു. 'നോവലിനെ ആധാരമാക്കി സിനിമ ചിത്രീകരിക്കാൻ ഞാൻ ഇഷ്ടപ്പെടുന്നില്ല. കാരണം, ഭക്ഷണം വീണ്ടും ചൂടാക്കുന്നതുപോലെയാണത്.' (16) എന്നാണ് അലൻ റെനെ പറഞ്ഞത്. സാഹിത്യം സിനിമയാക്കാ നുള്ള എളുപ്പരീതി കൃതിയുടെ ഓരോ പുറവും ക്യാമറയിൽ ചിത്രീക രിക്കുകയാണെന്ന് ഗൊദാർദ്ദും പരിഹസിച്ചു.(17)

പ്രശസ്ത സംവിധായകരും എഴുത്തുകാരുമൊക്കെ പ്രതികൂല നിലപാടുകൾ കൈക്കൊണ്ടെങ്കിലും അനുരൂപണത്തോട് സിനിമ ക്കാർക്കുള്ള താല്പര്യം നാൾക്കുനാൾ വർദ്ധിക്കുകയാണുണ്ടായത്. പാവങ്ങൾ, യുദ്ധവും സമാധാനവും, അന്നാകരിനീന, കുറ്റവും ശിക്ഷയും, കാരമസോവ് സഹോദരന്മാർ, മോബിഡിക്ക്, യുളീസ്സസ്, വുതറിംഗ് ഹൈറ്റ്സ് എന്നിങ്ങനെ വിശ്വോത്തര സാഹിത്യകൃതിക ളൊക്കെ സിനിമയിലേക്കു കടന്നുവന്നു. പല കൃതികൾക്കും അനേകം ചലച്ചിത്രാവിഷ്കാരങ്ങളുണ്ടായി. ഷേക്സ്പിയർ കൃതികളെ ആധാരമാ ക്കി ഇരുന്നൂറ്റി തൊണ്ണൂറിലധികം സിനിമകളുണ്ടായി. ഹാംലറ്റിനു മാത്രം അമ്പതിലേറെ ചലച്ചിത്രരൂപങ്ങളുണ്ട്. വിക്ടർ യൂഗോയുടെ പാവങ്ങൾ 1897-നും 2012-നുമിടയിൽ അമ്പത്തിനാല് തവണയും ദസ്തേയ്‌വ്സ്കിയുടെ കുറ്റവും ശിക്ഷയും 1909-നും 2015-നുമിടയിൽ മുപ്പത്തിയേഴ് തവണയും ടോൾസ്റ്റോയിയുടെ അന്നാകരിനീന 1911-നും 2016-നുമിടയിൽ ഇരുപത്തിയാറ് തവണയും ഡിക്കൻസി ന്റെ ക്രിസ്മസ് കരോൾ 1901-നും 2009-നുമിടയിൽ നാല്പത്തഞ്ചുതവ ണയും സിനിമയാക്കപ്പെട്ടു. പ്രശസ്ത കഥാപാത്രങ്ങളെ കേന്ദ്രീകരിച്ചും അനേകം സിനിമകളുണ്ടായി. ഡ്രാക്കുള 121 സിനിമകളിലും ടാർസൻ 108 സിനിമകളിലും ഫ്രാങ്കൻസ്റ്റീൻ 102 സിനിമകളിലും കഥാപാത്ര ങ്ങളായി കടന്നു വന്നു.

ഹോളിവുഡിൽ വൻ സാമ്പത്തികലാഭം നേടിയ സിനിമകളിൽ

അനുരൂപണങ്ങൾ മുമ്പന്തിയിലാണ്. ഓസ്കാർ അവാർഡുകളുടെ കാര്യത്തിലും അനുരൂപണങ്ങൾ മുന്നിട്ടുനിൽക്കുന്നു. 2019 വരെ തൊണ്ണൂറ്റിയൊന്ന് അവാർഡുകൾ പ്രഖ്യാപിച്ചതിൽ അറുപത്തിരണ്ടുതവണയും മികച്ച ചിത്രമായി തെരഞ്ഞെടുക്കപ്പെട്ടത് അനുരൂപണങ്ങളാണ്. മികച്ച ചിത്രം, സംവിധായകൻ, തിരക്കഥ, നടൻ, നടി എന്നീ പ്രധാനപ്പെട്ട അഞ്ചു പുരസ്കാരങ്ങളും ഒരുമിച്ചുനേടാൻ ഇതുവരെ കഴിഞ്ഞിട്ടുള്ളത് മൂന്നു സിനിമകൾക്കാണ്. അവ മൂന്നും സാഹിത്യകൃതികളിൽ നിന്ന് സൃഷ്ടിക്കപ്പെട്ടവയാണ്.

ഒന്ന്: ഇറ്റ് ഹാപ്പെൻഡ് വൺ നൈറ്റ് (1934)/സംവിധാനം: ഫ്രാങ്ക് കാപ്ര അവലംബം: സാമുവൽ ഹോപ്കിൻസ് ആഡംസിന്റെ 'നൈറ്റ് ബസ്' എന്ന കഥ.

രണ്ട്: വൺ ഫ്ലൂ ഓവർ ദ കുക്കൂസ് നെസ്റ്റ് (1975)/സംവിധാനം: മിലോസ് ഫോർമാൻ/അവലംബം: കെൻ കെസിയുടെ നോവൽ

മൂന്ന്: ദ സൈലൻസ് ഓഫ് ദ ലാമ്പ്സ് (1991)/സംവിധാനം: ജോനാതൻ ഡെമെ/അവലംബം: തോമസ് ഹാരിസിന്റെ നോവൽ

ടെലിവിഷന്റെയും മറ്റും പ്രചാരത്തോടെ ചലച്ചിത്രവ്യവസായം പ്രതിസന്ധി നേരിട്ടപ്പോൾ ജനങ്ങളെ പ്രദർശനശാലകളിലേക്കു തിരികെ കൊണ്ടുവരാൻ ഹോളിവുഡ് സിനിമക്കാർ സ്വീകരിച്ച പ്രധാന മാർഗം, വ്യത്യസ്തവും പുതുമ നിറഞ്ഞതുമായ പ്രമേയങ്ങളുള്ള സാഹിത്യകൃതികൾ സിനിമയാക്കുക എന്നതായിരുന്നു. 'ലോർഡ് ഓഫ് ദ റിംഗ്സ്', 'ഹാരി പോട്ടർ', 'ഡാവിഞ്ചികോഡ്', 'റ്റൈ്വലൈറ്റ്', എന്നിവയൊക്കെ ഉദാഹരണങ്ങളാണ്. അവയൊക്കെ ഏറെ ജനപ്രീതി നേടുകയും ചെയ്തു. സിനിമാചരിത്രത്തിൽ ഏറ്റവുമധികം സാമ്പത്തിക നേട്ടമുണ്ടാക്കിയ ചിത്രങ്ങളുടെ പട്ടികയിൽ ഒന്നാം സ്ഥാനത്തുള്ള 'അവഞ്ചേഴ്സ്: എൻഡ് ഗെയിം' (2019) മാർവലിന്റെ കോമിക്ക് പുസ്തകങ്ങളുടെ അനുരൂപണമാണ്. 2019-ൽ ഏറെ സാമ്പത്തിക നേട്ടം കൈവരിച്ച 'ജോക്കർ', 'സ്പൈഡർമാൻ: ഫാർ ഫ്രം ഹോം', 'ക്യാപ്റ്റൻ മാർവൽ' എന്നീ ചിത്രങ്ങളും കോമിക്ക് പുസ്തകങ്ങളിൽ നിന്ന് കടന്നുവന്നവയാണ്. 'ജോക്കർ' 2019-ലെ വെനീസ് ഫിലിം ഫെസ്റ്റിവലിൽ 'ഗോൾഡൻ ലയൺ' പുരസ്കാരം നേടുകയും ചെയ്തു.

സിനിമാചരിത്രത്തിലെ നാഴികക്കല്ലുകളെന്ന് വിശേഷിപ്പിക്കപ്പെടുന്ന അനേക ചിത്രങ്ങൾ സാഹിത്യകൃതികളെ ആധാരമാക്കിയവയാണെന്നത് അനുരൂപണത്തിന്റെ പ്രാമാണ്യത്തെ എടുത്തുകാട്ടുന്നു.

നിശബ്ദ കാലഘട്ടത്തിലെ സുപ്രധാന ചിത്രമായ ബർത്ത് ഓഫ് എ നേഷൻ (ഗ്രിഫിത്ത്), റഷ്യൻ സിനിമക്കു മഹത്വം പകർന്ന മദർ (പുഡോവ്കിൻ), ജർമ്മൻ എക്സ്പ്രഷണിസ്റ്റ് സിനിമയുടെ ശക്തി വെളിപ്പെടുത്തിയ ഫോസ്റ്റ്, നൊസ്ഫെറാതു (എഫ്. ഡബ്ല്യു. മുർനോ), ഇറ്റാലിയൻ നിയോറിയലിസം ലോകസിനിമയ്ക്കു നൽകിയ വിലപ്പെട്ട സംഭാവനയെന്നു പുകഴ്ത്തപ്പെടുന്ന ബൈസിക്കിൾ തീവ്സ് (വിറ്റോറിയോ ഡെസീക്ക), ലോകനിലവാരത്തിലേക്ക് ഇന്ത്യൻ സിനിമയെ ഉയർത്തിയ പഥേർ പാഞ്ചാലി (സത്യജിത് റായ്), ജാപ്പനീസ് സിനിമയെ ലോകശ്രദ്ധയിലേക്കു കൊണ്ടുവന്ന റാഷൊമോൺ (അകിര കുറോസാവ), പോളണ്ടിലെ സിനിമക്ക് കീർത്തി പകർന്ന ആഷസ് ആൻഡ് ഡയമണ്ട്സ് (ആന്ദ്രേ വൈദ), സിനിമയിലെ കാലസങ്കല്പത്തിൽ വിപ്ലവം സൃഷ്ടിച്ച ഫ്രഞ്ച് ചിത്രം ലാസ്റ്റ് ഇയർ അറ്റ് മാരിയൻബാദ് (അലൻ റെനെ) ഇവയൊക്കെ ഉദാഹരണങ്ങളാണ്.

സാഹിത്യകൃതികളിൽ നിന്ന് അവിസ്മരണീയ സിനിമകൾ സൃഷ്ടിച്ച വിശ്വോത്തര സംവിധായകരെകുറിച്ചും ഇവിടെ പരാമർശി ക്കേണ്ടതുണ്ട്. അകിരാ കുറോസാവ, സത്യജിത് റായ്, പാസൊലീനി, ആൽഫ്രഡ് ഹിച്ച്കോക്ക് എന്നിവർ ഇക്കൂട്ടത്തിൽ സവിശേഷ പ്രാധാന്യമർഹിക്കുന്നു. അനുരൂപണങ്ങൾക്ക് ഏറെ പ്രാധാന്യം നൽകിയ സംവിധായകരാണ് ഇവരൊക്കെ. കുറോസാവയുടെ മുപ്പത്തിയൊന്നു സിനിമകളിൽ പതിനാറെണ്ണം അനുരൂപണങ്ങ ളാണ്. അകുതഗാവയുടെ ഒരു ഉപവനത്തിൽ, റാഷോമോൺ എന്നീ കഥകൾ ആധാരമാക്കിയ റാഷമോൺ, ഷേക്സ്പിയർ കൃതികളിൽ നിന്നുള്ള ത്രോൺ ഓഫ് ബ്ലഡ് (മാക്ബെത്), റാൻ (കിംഗ് ലിയർ), ദ ബാഡ് സ്ലീപ് വെൽ (ഹാംലറ്റ്), ദസ്തേയ്വ്സ്കിയുടെ നോവലിന്റെ അനുരൂപണമായ ഇഡിയറ്റ്, മാക്സിം ഗോർക്കിയുടെ നോവൽ ആധാ രമാക്കിയ ദ ലോവർ ഡെപ്ത്സ് എന്നിവയൊക്കെ അദ്ദേഹത്തിന്റെ വിലപ്പെട്ട സംഭാവനകളാണ്.

അനുരൂപണത്തിന്റെ വ്യത്യസ്ത മുഖങ്ങളാണ് ഹിച്ച്കോക്കിന്റെയും പാസൊലിനിയുടെയും സിനിമകളിൽ കാണുന്നത്. അത്രയൊന്നും അറിയപ്പെടാത്ത നാടകങ്ങളും നോവലുകളുമാണ് സിനിമയ്ക്കുവേണ്ടി ഹിച്ച്കോക്ക് കൂടുതലായും സ്വീകരിച്ചത്. എന്നാൽ അവയിൽനിന്ന് സസ്പെൻസും ഭീതിയും നിറഞ്ഞ, തന്റേതായ ഒരു സിനിമാപ്രപഞ്ചം അദ്ദേഹം സൃഷ്ടിച്ചു. ഇതിൽനിന്നു വ്യത്യസ്തമായി, വിശ്വവിഖ്യാത മായ കൃതികളിലേക്ക് പാസൊലീനി കടന്നുചെന്നു.

ദ ഗോസ്പൽ അക്കോഡിംഗ് ടു മാത്യു (ബൈബിൾ) ദ ഡെക്കാമെറോൺ (ബോക്കാച്ചിയോ കഥകൾ) ദ കാന്റർബെറി ടെയ്ൽസ് (ചോസർ കഥകൾ) ഈഡിപ്പസ് റെക്സ് (സോഫോക്ലീസിന്റെ നാടകങ്ങൾ) മീഡിയ (യൂറിപ്പിഡീസിന്റെ നാടകം) അറേബ്യൻ നൈറ്റ്സ് (ആയിരത്തൊന്ന് രാവുകൾ) 120 ഡെയ്സ് ഓഫ് സോദോം (മാർക്വിസ് ഡി സാദേയുടെ കൃതി)

ഇവയൊക്കെ പാസൊലീനിയുടെ വിഖ്യാത സിനിമകളാണ്. അനുരൂപണത്തിന് ഏറെ പ്രാധാന്യം നൽകുകയും അതിൽ തികഞ്ഞ വൈദഗ്ധ്യം പ്രകടിപ്പിക്കുകയും ചെയ്ത സംവിധായകനാണ് സത്യജിത് റായ്. അദ്ദേഹത്തിന്റെ ഇരുപത്തൊമ്പത് മുഴുനീള സിനിമകളിൽ ഇരുപത്തിനാലെണ്ണം സാഹിത്യകൃതികളെ ആധാരമാക്കിയവയാണ്.

അനുരൂപണത്തിന്റെ പ്രയോഗരീതികൾ ഒരു മാധ്യമത്തിൽ ആവിഷ്കരിച്ചത് മറ്റൊരു മാധ്യമത്തിലേക്ക് ഉടച്ചുവാർക്കുകയാണ് അനുരൂപണത്തിൽ സംഭവിക്കുന്നത്. ഓരോ മാധ്യമത്തിനും അതിന്റേതായ സാധ്യതകളും പരിമിതികളുമുണ്ട്. തന്മൂലം ഒരു മാധ്യമത്തിൽ ആവിഷ്കരിച്ചിരിക്കുന്ന കാര്യം അതേപടി മറ്റൊരു മാധ്യമത്തിൽ ആവിഷ്കരിക്കാനാവില്ല. നാടകത്തിൽ നിന്നു കഥകളിയും സിനിമയിൽ നിന്നു നാടകവും നോവലിൽ നിന്നു സംഗീതശില്പവുമൊക്കെ സൃഷ്ടിക്കുമ്പോൾ എന്തെന്തു പരിണാമങ്ങൾ സംഭവിക്കുമെന്നു സങ്കൽപ്പിച്ചു നോക്കുക! സാഹിത്യകൃതി സിനിമയാകുമ്പോഴും ഇത്തരം പരിണാമങ്ങൾ സംഭവിക്കുന്നു.

സിനിമയുടെയും സാഹിത്യത്തിന്റെയും ചിഹ്നവ്യവസ്ഥയിലുള്ള വ്യത്യസ്തതകൾ ചലച്ചിത്രാനുരൂപണത്തിൽ നിർണ്ണായക ഘടകമാണ്. സാഹിത്യകൃതി വാക്കുകളാൽ വിരചിതമാകുന്നു; സിനിമ ദൃശ്യങ്ങളാലും. ഇരു മാധ്യമങ്ങളുടെയും വ്യത്യസ്തത ഇവിടെ തുടങ്ങുന്നു. റൊളാങ് ബാർത്ത്, മിഷേൽ ഫൂക്കോ, ജെ. ഹില്ലിസ് മില്ലർ, ഡബ്ള്യൂ. ജെ. റ്റി. മിച്ചൽ, ജോർജ്ജ് ബ്ലൂസ്റ്റൺ, ഡഡ്ലി ആൻഡ്രൂ എന്നിവരൊക്കെ വാക്കും ദൃശ്യവും തമ്മിലുള്ള അടിസ്ഥാനപരമായ ഭിന്നത ചൂണ്ടിക്കാട്ടുന്നുണ്ട്. (18) വാക്കിനും ദൃശ്യത്തിനും വ്യത്യസ്തമായ സ്വഭാവവും ധർമ്മവുമാണുള്ളത്. വാക്കും അർത്ഥവും (സൂചകവും സൂചിതവും) തമ്മിലുള്ള ബന്ധം തീർത്തും സാങ്കേതികമാണ്. വാക്കിൽ അർത്ഥം കുടികൊള്ളുന്നില്ല. ഉദാഹരണത്തിന് 'വിളക്ക്' എന്ന വാക്കു കേൾക്കുമ്പോൾ ഒരു തിരിയോ പലതിരികളോ ഉള്ളതും വെളിച്ചം കിട്ടുന്നതിനു കത്തിക്കുന്നതുമായ ഒരു വസ്തുവിന്റെ ചിത്രം

നമ്മുടെ മനസ്സിൽ തെളിയുന്നത് ഭാഷാ പ്രയോഗത്തിൽ നിലനിൽക്കു ന്ന ധാരണ പ്രകാരം മാത്രമാണ്. 'വിളക്ക്' എന്നു വായിക്കുമ്പോൾ ഓരോരുത്തരും അവരവരുടെ സങ്കൽപ്പത്തിന് അനുസൃതമായ വിളക്കിന്റെ ചിത്രമാണ് മനസ്സിൽ പ്രതിഷ്ഠിക്കുന്നത്. എന്നാൽ സിനിമയിൽ എല്ലാവരും കാണുന്നത് ഒരേ 'വിളക്കാ'ണ്. ദൃശ്യത്തി ന്റെ ഈ പരിമിതിയെ സിനിമ മറികടക്കുന്നത് തനതായ ചിഹ്നവ്യ വസ്ഥയിലൂടെയാണ്. വിളക്കിന്റെ ദൃശ്യം ചിത്രീകരിക്കുന്ന അകലവും കോണും, അതിൽ ക്രമീകരിച്ചിരിക്കുന്ന നിഴലും വെളിച്ചവും, ദൃശ്യ ത്തോടൊപ്പം മുഴങ്ങുന്ന സംഗീതം, ദൃശ്യത്തിലെ മറ്റു വസ്തുകൾ, അതിനു മുൻപും പിൻപും വരുന്ന ദൃശ്യങ്ങൾ, ഇവയൊക്കെ വിളക്കി ന്റെ ദൃശ്യത്തിനു ഭിന്ന അർത്ഥതലങ്ങൾ പകരുന്നു. എങ്കിലും ചലച്ചി ത്രാനുരൂപണങ്ങളിലെ കഥാപാത്രസൃഷ്ടിയിൽ ദൃശ്യങ്ങളുടെ ഈ പരിമിതി തെളിഞ്ഞു കാണാൻ പറ്റും. ഖസാക്കിന്റെ ഇതിഹാസം വായിക്കുമ്പോൾ നായകനായ രവിയെക്കുറിച്ച് ഓരോരുത്തർക്കും ഓരോ തരത്തിലുള്ള സങ്കല്പം ആയിരിക്കും. എന്നാൽ അതു സിനി മയാകുമ്പോൾ വായനക്കാർ നെയ്തെടുക്കുന്ന സങ്കല്പങ്ങൾ ഇല്ലാതാ വുകയും ഏതെങ്കിലും നടന്റെ രൂപത്തിൽ രവി പരിമിതപ്പെടുകയും ചെയ്യും. ഏകാന്തതയുടെ നൂറു വർഷങ്ങൾ സിനിമയാക്കുന്നതിലുള്ള തന്റെ എതിർപ്പിന്റെ കാരണം മാർകേസ് വെളിപ്പെടുത്തുന്നത് നോക്കുക: "ഏകാന്തതയുടെ നൂറു വർഷങ്ങൾ' തങ്ങളുടെ കുടുംബ കഥയാണെന്ന് പലരും കത്തുകളിൽ എഴുതിയിട്ടുണ്ട്. നോവലിലെ കഥാപാത്രങ്ങൾ ഓരോ വായനക്കാരിലും വ്യത്യസ്ത സങ്കല്പങ്ങളാണ് സൃഷ്ടിക്കുന്നത്. ഉർസുലയെ അമ്മയായോ സഹോദരിയായോ അമ്മാ യിയായോ അവർ കരുതുന്നുണ്ടാവാം. തിരശ്ശീലയിൽ വരുമ്പോൾ ഓരോ കഥാപാത്രത്തിനും നിശ്ചിതരൂപമേ ഉണ്ടാവൂ. ഒരു കാരണവ ശാലും വായനക്കാരന്റെ സങ്കല്പം തകർക്കുക എന്ന അപകടം ഞാൻ ഏറ്റെടുക്കില്ല. ഉർസുലയെ അവർ സോഫിയാ ലോറനുപകരം സ്വന്തം അമ്മായിയായി കണ്ടുകൊള്ളട്ടെ". (19)

എല്ലാ സാഹിത്യപ്രയോഗങ്ങളും സിനിമയുടെ ചിഹ്നവ്യവസ്ഥയ്ക്കു വഴങ്ങുന്നതാവണമെന്നില്ല.

"മൃതിയുടെ മുലപ്പാൽ കുടിച്ചു ചില്ലകൾ പടർന്നു തിടംവെച്ചു." "പഥികന്റെ കാൽവിരലിലെ വ്രണം നൊന്തു." "നട്ടുച്ചയുടെ മോഹാലസ്യം." "ജന്മാന്തരങ്ങളുടെ ഇളവെയിൽ." ഖസാക്കിന്റെ ഇതിഹാസത്തിലെ ഈ പ്രയോഗങ്ങൾ എങ്ങനെ സിനിമയിൽ ആവിഷ്കരിക്കും? 'ക്രോധത്തിന്റെ മുന്തിരിപ്പഴങ്ങൾ' 'കാലത്തിന്റെ

ചിറകുവച്ച രഥം' 'ശാപത്തിന്റെ മുന്തിരിത്തോട്ടം' ഇത്തരം സാഹിത്യ പ്രയോഗങ്ങളുടെയൊക്കെ വായനാനുഭവം സിനിമയുടെ ദൃശ്യാവിഷ്കാരത്തിൽ പകരാനാവില്ല. സിനിമയിൽ രൂപകങ്ങൾക്കു തീരെ കുറഞ്ഞ പങ്കേ വഹിക്കാനുള്ളൂ എന്ന വസ്തുതയാണു സിനിമയെ സാഹിത്യത്തിൽ നിന്നു ഭിന്നമാക്കുന്നതെന്ന് ചലച്ചിത്രകാരനും കവിയുമായ പാസൊലീനി വ്യക്തമാക്കുന്നുണ്ട്.(20)

സാഹിത്യത്തിന്റെയും സിനിമയുടെയും വായനാരീതികളും വ്യത്യസ്തമാണ്. ഇടയ്ക്കുവെച്ച് വായന നിർത്തിവെക്കാം. വായിച്ച കാര്യങ്ങളെപ്പറ്റി ചിന്തയിൽ മുഴുകാം. ആവശ്യമെന്ന് തോന്നുന്ന ഭാഗം വീണ്ടും വായിക്കാം. സിനിമ കാണുമ്പോൾ ഇതൊന്നും പറ്റില്ല. നിശ്ചിതസമയത്ത് തുടർച്ചയായിരുന്നു കാണുകയാണ്. തന്മൂലം, സാഹിത്യകൃതിക്ക് എത്ര ദൈർഘ്യമേറിയാലും പ്രശ്നമില്ല. സിനിമയുടെ ദൈർഘ്യത്തിനാകട്ടെ ഒരു പരിധിയുണ്ട്. ടോൾസ്റ്റോയിയുടെ യുദ്ധവും സമാധാനവും, വിക്തർ യൂഗോയുടെ പാവങ്ങൾ എന്നിവയിലെപോലെ എണ്ണമറ്റ കഥാപാത്രങ്ങളും ഉപകഥകളും ഉൾക്കൊള്ളുന്ന പരപ്പാർന്ന പ്രമേയം ചലച്ചിത്രസ്വഭാവത്തിന് ചേർന്നതല്ല. ഡോക്ടർ ഷിവാഗോ എന്ന നോവലിന്റെ അംശങ്ങൾ വിട്ടുകളയാതെ തിരക്കഥ എഴുതിയാൽ അത് അറുപതു മണിക്കൂർ നീണ്ടുനിൽക്കുന്ന ചലച്ചിത്രമാകുമെന്ന് എം.ടി വാസുദേവൻ നായർ ചൂണ്ടിക്കാട്ടുന്നുണ്ട്.(21)

കഥാപാത്രത്തിന്റെ മാനസികാവസ്ഥ ആലങ്കാരികമായി വർണ്ണിക്കാൻ എഴുത്തുകാർക്കു കഴിയും. സിനിമക്കാർക്കാകട്ടെ ഇക്കാര്യത്തിൽ മറ്റുവഴികൾ തേടേണ്ടിവരും. 'അയാൾ സ്നേഹത്തിനു വേണ്ടി ദാഹിക്കുന്നവനാണ്'' എന്ന് സാഹിത്യത്തിൽ എളുപ്പത്തിൽ പറഞ്ഞുപോകാം. സിനിമയിലാകട്ടെ, ആരെക്കൊണ്ടെങ്കിലും അങ്ങനെ പറയിക്കുന്നത് കൊണ്ടായില്ല. ഉചിതമായ ചെയ്തികളിലൂടെ ആ അവസ്ഥ വെളിപ്പെടുത്താൻ പറ്റണം. അടൂർ ഗോപാലകൃഷ്ണൻ പറയുന്നു: 'അയാൾ ഒരു നല്ല മനുഷ്യനാണ്'' എന്ന് എഴുത്തുകാരന് കഥാപാത്രത്തെ എളുപ്പത്തിൽ പരിചയപ്പെടുത്തി അടുത്ത പരിപാടിയിലേക്ക് കടക്കാം. ഈ കഥാപാത്രത്തെ ഒരു നല്ല മനുഷ്യനാക്കിയെടുക്കണമെങ്കിൽ ചലച്ചിത്രകാരൻ ശരിക്കും തലയറഞ്ഞു പണിയണം. അതിനുള്ള പ്രതിഭയോ പ്രതിബദ്ധതയോ ഇല്ലാത്ത സിനിമക്കാരൻ എളുപ്പവഴിക്കു നാലഞ്ചു കഥാപാത്രങ്ങളെക്കൊണ്ട് തുടരെ പറയിപ്പിക്കും- അയാൾ ഒരു നല്ല മനുഷ്യനാണ്, നല്ലൊരു മനുഷ്യനാണ് അയാൾ- പതിവനുസരിച്ച് വാചികാഭിനയം മാത്രം

ശ്രദ്ധിച്ചിരിക്കുന്ന പ്രേക്ഷകന് അനുമതി എന്നുള്ളത് വേറൊരു വസ്തുത.(22)

ബാഹ്യലോകം പോലെ ആന്തരികലോകത്തെ യഥേഷ്ടം ആവിഷ്കരിക്കുന്നതിനു സാഹിത്യത്തിനുള്ള സിദ്ധി മറ്റൊരു മാധ്യമത്തിനുമില്ല. സിനിമ ബാഹ്യയാഥാർഥ്യങ്ങളുടെ കലയാണെന്നും ആന്തരികജീവിതം ചിത്രീകരിക്കാൻ അതിനു കെൽപ്പില്ലെന്നുമാണ് കരുതപ്പെട്ടിരുന്നത്. മാനസികവ്യാപാരങ്ങൾ ആവിഷ്കരിക്കുന്ന കാര്യത്തിൽ സിനിമയ്ക്കുള്ള പരിമിതിയെ കുറിച്ച് ജോർജ് ബ്ലൂസ്റ്റൺ പറയുന്നുണ്ട്. ഓർമ്മ, കിനാവ്, ചിന്ത ഇവയൊക്കെ സിനിമയിൽ സമർഥമായി ആവിഷ്ക്കരിക്കാനാവില്ലെന്ന് അദ്ദേഹം പ്രസ്താവിക്കുന്നു. എന്നാൽ മനുഷ്യ മനസ്സിന്റെ ഉള്ളറകളിലേക്ക് കടന്നുചെന്ന് ആന്തരിക സംഘർഷങ്ങൾ ശക്തമായി ആവിഷ്കരിക്കാൻ സിനിമയ്ക്കു കഴിയുമെന്നതിന്റെ ഉത്തമോദാഹരണങ്ങളാണ് ബർഗ്മാന്റെയും തർക്കോവ്സ്കിയുടെയുമൊക്കെ സിനിമകൾ. കാലത്തെ സ്വേച്ഛാനുസരണം ആവിഷ്കരിക്കുന്ന കാര്യത്തിലും സാഹിത്യത്തിന്റെ അടുത്തെത്താൻ മറ്റൊരു കലയ്ക്കും കെൽപ്പില്ല. സിനിമ എപ്പോഴും വർത്തമാനകാലാനുഭവമാണ് സൃഷ്ടിക്കുന്നതെന്നും ഭൂതകാല സംഭവങ്ങൾ പോലും വർത്തമാനകാലാനുഭവമാണ് പ്രേക്ഷകരിൽ ഉളവാക്കുന്നതെന്നും പറയാറുണ്ട്. എന്നാൽ കാലത്തെ മാറ്റിമറിക്കാനുള്ള സാഹിത്യത്തിന്റെ സിദ്ധി ഒരു പരിധിവരെ സ്വന്തമാക്കാൻ സിനിമയ്ക്ക് കഴിഞ്ഞിട്ടുണ്ട്. ഭൂത-വർത്തമാനകാലങ്ങളുടെ അതിർവരമ്പുകൾ ലംഘിച്ചുകൊണ്ട് കാലത്തിലൂടെ പിന്നോട്ടും മുന്നോട്ടും പായുന്ന മനസിന്റെ വിഹ്വലതകൾ കാട്ടിത്തരുന്ന അലൻ റെനയുടെ 'ഹിരോഷിമ മോൺ അമൂർ' ഇതിനു തെളിവാണ്.

സിനിമയിൽ ഒരൊറ്റ ദൃശ്യത്തിൽ കാര്യങ്ങൾ ഒരുമിച്ചുകൊണ്ടുവരുന്നതിനു സമാനമായി സാഹിത്യത്തിൽ ഒന്നും തന്നെയില്ലെന്നു മൊണ്ടാഷ് സിദ്ധാന്തത്തിന്റെ വിമർശകനായ ചാൾസ് ബാർ പറയുന്നു. (23) 'പൂച്ച പായയിൽ ഇരുന്നു'എന്നത് സിനിമയിലാകുമ്പോൾ പൂച്ചയും പായയും ഇരിക്കലും എല്ലാമൊരുമിച്ച് ഒരേ സമയം അവതരിപ്പിക്കാൻ സിനിമക്കുള്ള ശേഷി സാഹിത്യത്തിൽ നിന്നു സിനിമയെ വ്യത്യസ്തമാക്കുന്നുവെന്ന് അദ്ദേഹം പറയുന്നു. സാഹിത്യകൃതിയിൽ കാര്യങ്ങൾ ഒന്നിനുപിറകെ ഒന്നായി വിവരിക്കാനേ കഴിയൂ. എന്നാൽ സിനിമയിൽ ഒരേ സമയത്തുതന്നെ പല കാര്യങ്ങൾ ആവിഷ്കരിക്കാൻ കഴിയും. 'റിയർ വിൻഡോ' എന്ന സിനിമയുടെ തുടക്കത്തിൽ കഥാനായകനൊപ്പം അയാളുടെ

മുറിയിലെ വസ്തുക്കൾ ക്യാമറ ചലനത്തിലൂടെ ഹിച്ച്കോക്ക് കാട്ടിത്തരുന്നുണ്ട്. കസേരയിൽ ചാരി കിടക്കുന്ന കഥാനായകന്റെ പ്ലാസ്റ്ററിട്ട കാല്, മേശപ്പുറത്ത് പൊട്ടിത്തകർന്നു കിടക്കുന്ന ക്യാമറ, തലകുത്തി മറിയുന്ന ഒരു കാറിന്റെയും കാറോട്ട മത്സരത്തിന്റെയും ഫോട്ടോകൾ, ഒരു സ്ത്രീയുടെ ഫോട്ടോയുടെ നെഗറ്റീവ്, ആ ഫോട്ടോ മുഖചിത്രമായുള്ള മാസിക, അടുക്കി വെച്ചിരിക്കുന്ന മാസികകൾ ഇവയൊക്കെ ക്യാമറയുടെ ചലനത്തിലൂടെ ദൃശ്യമാകുന്നു. കഥാനായകന്റെ ഇപ്പോഴത്തെ അവസ്ഥ, അയാളുടെ ജോലി, അയാൾക്കുണ്ടായ അപകടം തുടങ്ങി സർവ്വകാര്യങ്ങളും സംഭാഷണമൊന്നുമില്ലാതെ ഒറ്റ ദൃശ്യത്തിലൂടെ ഇവിടെ വ്യക്തമാകുന്നു.

സാഹിത്യകൃതിയിൽ അനേകപുറങ്ങളിൽ വിവരിക്കുന്ന കാര്യങ്ങൾ ഇങ്ങനെ നിമിഷനേരം കൊണ്ടു വെളിപ്പെടുത്താൻ സിനിമക്കു കഴിയും. മാർഗരറ്റ് മിച്ചലിന്റെ ഗോൺ വിത് ദ വിൻഡ് എന്ന നോവലിന്റെ തുടക്കത്തിൽ നൂറ്റി ഇരുപത്തിയേഴ് പുറങ്ങളിൽ വിവരിക്കുന്ന കാര്യങ്ങൾ മുപ്പതു മിനിറ്റിൽ താഴെയായി സിനിമയിൽ ചിത്രീകരിച്ചിരിക്കുന്നത് ഒരുദാഹരണമാണ്. സാഹിത്യത്തിന് ഒരൊറ്റ ആവിഷ്കരണ സാമഗ്രിയേയുള്ളു -ലിഖിതപദം. സിനിമയ്ക്കാകട്ടെ ചുരുങ്ങിയത് നാലു വഴികളെങ്കിലുമുണ്ട്. ചലിക്കുന്ന ദൃശ്യങ്ങൾ, സംഭാഷണഭാഷ, സംഗീത ശബ്ദങ്ങൾ, ലിഖിത വസ്തുക്കൾ. ഇങ്ങനെ നോക്കുമ്പോൾ ആവിഷ്കരണ സാമഗ്രികളുടെ കാര്യത്തിൽ സാഹിത്യത്തെ അപേക്ഷിച്ച് സിനിമ മുന്നിലാണെന്ന് റോബർട്ട് സ്റ്റാം പറയുന്നു. (24)

സാഹിത്യം വാക്കുകളാലും സിനിമ ദൃശ്യങ്ങളാലും രചിക്കപ്പെടുന്നുവെന്ന് മുമ്പ് പറഞ്ഞു. വാക്കുകൾ ആശയവിനിമയത്തിനു വേണ്ടി നിരന്തരം ഉപയോഗിക്കുന്നവയും നിഘണ്ടുവിൽ ഏറെക്കുറേ ക്രമീകരിച്ചിട്ടുള്ളവയുമാണ്. വലിപ്പിൽ ക്രമീകരിച്ചിട്ടുള്ള വസ്തുക്കൾ എന്നപോലെ വാക്കുകളെടുത്ത് തങ്ങളുടെതായ രീതികളിൽ ഉപയോഗിക്കുകയാണ് എഴുത്തുകാർ ചെയ്യുന്നത്. ആശയവിനിമയത്തിനു വേണ്ടി നിത്യം ഉപയോഗിക്കുന്നവയല്ല ദൃശ്യങ്ങൾ. ദൃശ്യങ്ങളുടെ നിഘണ്ടുവുമില്ല. വാക്കുകളെപ്പോലെ എടുത്തുപയോഗിക്കാൻ പാകത്തിൽ ദൃശ്യങ്ങൾ നിലവിലില്ലെന്ന് ചുരുക്കം. സാഹിത്യരചനയിൽ എഴുത്തുകാർ വാക്കുകൾ ഉപയോഗിക്കുമ്പോൾ ചലച്ചിത്രരചനയിൽ സിനിമക്കാർ ദൃശ്യങ്ങൾ കണ്ടെത്തുകയാണ് ചെയ്യുന്നതെന്ന് പാസൊലീനി പറയാൻ കാരണമിതാണ്. (25) ചലച്ചിത്രരചയിതാക്കൾക്ക് നിഘണ്ടുവില്ല, അനന്തമായ സാധ്യതകളുണ്ടെന്ന് അദ്ദേഹം

പറയുന്നു. ഉദാഹരണത്തിന്, 'അയാൾ അവനെ തല്ലി' എന്ന വാക്യം സിനിമയാക്കുമ്പോൾ എന്തു സംഭവിക്കുമെന്ന് നോക്കാം. കഥാപാത്രങ്ങളുടെ രൂപം-പ്രായം-വേഷം-ശരീരഭാഷ-മുഖഭാവങ്ങൾ, ക്രിയ നടക്കുന്ന സമയം, പശ്ചാത്തലം, ദൃശ്യം ചിത്രീകരിക്കുന്ന ക്യാമറയുടെ കോൺ, ക്യാമറയുടെ ചലനം, ലെൻസിന്റെ സവിശേഷത, ക്രമീകരിച്ചിരിക്കുന്ന നിഴലും വെളിച്ചവും, ദൃശ്യത്തിന്റെ ദൈർഘ്യം, അതോടൊപ്പമുള്ള സംഗീതം, പശ്ചാത്തല ശബ്ദങ്ങൾ ഇവയൊക്കെ ചലച്ചിത്രരചയിതാവ് കണ്ടെത്തേണ്ടിയിരിക്കുന്നു. ഇവയിലേതെങ്കിലും ഒന്നു മാറുമ്പോൾ ദൃശ്യത്തിനും മാറ്റം സംഭവിക്കുന്നു. ലളിതമായ ഒരു വാക്യത്തിന്റെ ദൃശ്യാവിഷ്കരണത്തിൽപോലും ആയിരക്കണക്കിനു സാധ്യതകളാണുള്ളതെന്ന് ഇതു വ്യക്തമാക്കുന്നു.

സാഹിത്യത്തിൽനിന്നു സിനിമയെ വ്യത്യസ്തമാക്കുന്ന ഒരു ഘടകമാണ് മനുഷ്യശരീരത്തിനു സിനിമയിൽ ലഭിക്കുന്ന പ്രാധാന്യം. വിശ്വസിനിമയിലെ അവിസ്മരണീയ കലാസൃഷ്ടികളൊക്കെ മുഖഭാവദൃശ്യങ്ങളുടെ ശക്തി വിളിച്ചറിയിക്കുന്നവയാണ്. നിശബ്ദസിനിമ ലോകസിനിമയ്ക്കു നൽകിയ മഹത്തായ സംഭാവനയായി വിശേഷിപ്പിക്കപ്പെടുന്ന 'പാഷൻ ഓഫ് ജോൺ ഓഫ് ആർക്ക്' ഉത്തമോദാഹരണമാണ്. അടിമത്തത്തിന്റെ നരകയാതനകളിൽനിന്ന് ഫ്രഞ്ചുജനതയെ മോചിപ്പിക്കുന്നതിനായി ധീരോദാത്തമായ പോരാട്ടം നയിച്ച ജോൺ എന്ന വീരപുത്രിയെ ദുർമന്ത്രവാദിനിയായും പിശാചിന്റെ അവതാരമായും മുദ്രകുത്തി സഭാകോടതി കുറ്റവിചാരണ ചെയ്യുകയും പീഡിപ്പിക്കുകയും ജീവനോടെ ദഹിപ്പിക്കുകയും ചെയ്യുന്നതാണ് സിനിമയുടെ പ്രമേയം. സംഭാഷണമില്ലാതെ ആവിഷ്കരിക്കാൻ അസാധ്യമെന്നു പറയാവുന്ന പ്രമേയം മുഖ്യമായും മുഖഭാവദൃശ്യങ്ങളിലൂടെ ആണ് ആഖ്യാനം ചെയ്തിരിക്കുന്നത്. സഭാമേലധികാരികളും വിധികർത്താക്കളും നടത്തുന്ന പരിഹാസങ്ങളും ആക്ഷേപങ്ങളും പീഡനങ്ങളും അവയ്ക്ക് വിധേയമാകുന്ന ജോനിന്റെ ദാരുണാവസ്ഥകളും മുഖഭാവദൃശ്യങ്ങളിലൂടെ വെളിപ്പെടുത്തുന്ന ഈ ചിത്രം 'മനുഷ്യമുഖങ്ങളുടെ ഡോക്യുമെന്ററി' എന്നും വിശേഷിപ്പിക്കപ്പെടുന്നു. വിശ്വപ്രശസ്ത ചലച്ചിത്രകാരനായ ബർഗ്മാൻ 'മുഖങ്ങളുടെ ചലച്ചിത്രകാരൻ' എന്നു വിശേഷിപ്പിക്കപ്പെടാറുണ്ട്. മനുഷ്യമുഖങ്ങൾക്ക് സിനിമയിലുള്ള പ്രാധാന്യത്തെക്കുറിച്ചു അദ്ദേഹം പറയുന്നു.

"സിനിമയിൽ നമ്മുടെ ജോലി തുടങ്ങുന്നത് മനുഷ്യമുഖങ്ങളിൽ നിന്നാണെന്നു മറന്നുപോകുന്ന സംവിധായകരുണ്ട്. മൊണ്ടാഷിന്റെ സൗന്ദര്യശാസ്ത്രത്തിൽ നമുക്ക് പൂർണ്ണമായും മുഴുകാം. നമുക്ക് ചുറ്റുമുള്ള

വസ്തുക്കളെയും ജീവിതത്തെയും അത്ഭുതകരമായ താളത്തിൽ സമന്വയിപ്പിക്കാം. പ്രകൃതി സൗന്ദര്യത്തിൽ മുഴുകാം. എങ്കിലും സിനിമയുടെ വ്യതിരിക്തമായ മേന്മ കുടികൊള്ളുന്നത് മനുഷ്യമുഖത്തോടുള്ള അതിന്റെ സമീപനത്തിലാണ്."(26)

സിനിമയും സാഹിത്യവും തീർത്തും വ്യത്യസ്തമായ സ്വഭാവധർമ്മങ്ങൾ പുലർത്തുന്ന മാധ്യമങ്ങളാണെന്ന് ഇതിൽ നിന്നും വ്യക്തമാകുന്നു. അതുകൊണ്ടു തന്നെ സാഹിത്യകൃതിയിൽ ആവിഷ്കരിച്ചിരിക്കുന്ന കാര്യങ്ങൾ അതേപടി സിനിമയിൽ ചിത്രീകരിക്കാനാവില്ല. മാധ്യമത്തിനനുസൃതമായ പൊളിച്ചെഴുത്ത് അനുരൂപണങ്ങളിൽ അനിവാര്യമായി മാറുന്നു. മൂലകൃതിയിലെ ചില ഭാഗങ്ങൾ അപ്പാടെ ഒഴിവാക്കുന്നു. ചില ഭാഗങ്ങൾ പരിഷ്കരിക്കുന്നു. ചിലതു കൂട്ടിച്ചേർക്കുന്നു. കഥാപാത്രങ്ങളുടെ എണ്ണം കുറയുന്നു. മൂലകൃതിയിൽ ഇല്ലാത്ത കഥാപാത്രങ്ങൾ പുതുതായി പ്രത്യക്ഷപ്പെടുന്നു. ഇതൊക്കെ കണ്ടിട്ട് സാഹിത്യകൃതിയെ മാറ്റി മറിച്ചെന്നു പരാതിപ്പെട്ടിട്ടു കാര്യമില്ല. മൂലകൃതിയോട് അങ്ങേയറ്റം വിശ്വസ്തത പുലർത്താൻ ശ്രമിക്കുന്ന സിനിമകളിൽ പോലും ഇത്തരം ഉടച്ചുവാർക്കലുകളുണ്ടാവും. അല്ലാതെ സിനിമ രചിക്കാൻ ഒരേയൊരു മാർഗമേയുള്ളൂ- ഗൊദാർദ് ചൂണ്ടിക്കാട്ടുന്നതുപോലെ, «നോവലിന്റെ ഓരോ പുറവും ക്യാമറയിൽ ചിത്രീകരിച്ചു കാട്ടുക.(27)

മാധ്യമസ്വഭാവങ്ങൾക്ക് അനുസൃതമായ പൊളിച്ചെഴുത്തു മാത്രമാണ് അനുരൂപണം പ്രകടിപ്പിക്കുന്നതെങ്കിൽ അവിടെ മാധ്യമപരാവർത്തനം മാത്രമാണ് സംഭവിക്കുക. ചലച്ചിത്രരചയിതാവിന്റെ കാഴ്ചപ്പാട്, അനുരൂപണത്തിന്റെ ലക്ഷ്യം എന്നിവയ്ക്ക് ഇവിടെ പ്രസക്തിയേറുന്നു.

മുപ്പതുകളിലും നാല്പതുകളിലുമുണ്ടായ അനുരൂപണ സിനിമകൾ പലതും മൂലകൃതിയുടെ പുറംചട്ടയോ ഏതാനും പുറങ്ങളോ അതിലെ വരികളോ കാട്ടിക്കൊണ്ടാണ് തുടങ്ങിയിരുന്നത്. സാഹിത്യകൃതിയോടുള്ള വിധേയത്വം നേരിട്ട് പ്രകടിപ്പിക്കുകയായിരുന്നു ഇവയൊക്കെ. ഇത്തരം പ്രവണതകൾ ഇന്ന് വിരളമാണ്. എങ്കിലും അനുരൂപണ സിനിമകളുടെ പ്രധാനദൗത്യം മൂലകൃതിയോട് വിശ്വസ്തത പുലർത്തുകയാണെന്ന ചിന്ത ഇക്കാലത്തും പ്രബലമാണ്. തൊണ്ണൂറുകളിൽ പുറത്തിറങ്ങിയ ചില സിനിമകളുടെ പേരുകൾ ശ്രദ്ധിക്കുക:

ബ്രാം സ്റ്റോക്കേഴ്സ് ഡ്രാക്കുള, എമിലി ബ്രോണ്ടീസ്

വുതറിംഗ് ഹൈറ്റ്സ്, മേരി ഷെല്ലീസ് ഫ്രാങ്കൻസ്റ്റീൻ, ഷേക്സ്പിയേഴ്സ് റോമിയോ & ജൂലിയറ്റ്.

സാഹിത്യകൃതിയോടുള്ള ആദരവും വിധേയത്വവും അതിനോട് വിശ്വസ്തത പുലർത്താൻ ഉള്ള വെമ്പലുമൊക്കെയാണ് ഇവിടെ പ്രകടമാകുന്നത്. ഇത്തരം സമീപനത്തിന്റെ ഫലമായി ഉണ്ടാകുന്ന സിനിമകൾ മൂലകൃതികളുടെ തനിയാവർത്തനങ്ങളായി തീരുന്നു. സാഹിത്യകൃതിയുടെ പകർപ്പെടുക്കാനുള്ള ഇത്തരം ശ്രമങ്ങൾ കണ്ടിട്ടാണ് "ഭക്ഷണം വീണ്ടും ചൂടാക്കുന്നതു പോലെയാണ് അനുരൂപണങ്ങൾ"(28) എന്ന് അലൻ റെനെ അഭിപ്രായപ്പെട്ടത്. അനുരൂപണ പഠനങ്ങൾ പലപ്പോഴും വിശ്വസ്തതാ ചർച്ചകൾക്ക് ചുറ്റും വട്ടംകറങ്ങുന്നതായിട്ടാണ് കണ്ടുവരുന്നത്. സാഹിത്യകൃതിയോടു നീതിപുലർത്തിയില്ലെന്നും അതിനെ വളച്ചൊടിച്ചെന്നുമൊക്കെയുള്ള പരാതികളുമായി എഴുത്തുകാർ രംഗത്ത് വരുന്നതും നാം കാണുന്നു. മൂലകൃതിയോടുള്ള വിശ്വസ്തതയെക്കുറിച്ച് ചിന്തിക്കുമ്പോൾ അനേക പ്രശ്നങ്ങൾ ഉയരുന്നുണ്ട്. ചങ്ങമ്പുഴയുടെ മനസ്വിനി എന്ന കവിതയുടെ കഥാംശം അപ്പാടെ സിനിമയിൽ പകർത്തുന്നു എന്നു സങ്കൽപ്പിക്കുക! ആ കഥാംശം മാത്രമാണോ മനസ്വിനി എന്ന കവിത? കൃതിയുടെ ആത്മാവിനോട് അനുരൂപണങ്ങൾ നീതിപുലർത്തണമെന്ന് വാദിക്കുന്നവരുണ്ട്. കൃതിയുടെ ആത്മാവ് ഏതാണ്? അത് ആരു തീരുമാനിക്കും?

എഴുത്തുകാരന്റെ മരണത്തെക്കുറിച്ച് റൊളാങ് ബാർത്ത് പറഞ്ഞ കാര്യങ്ങൾ അനുരൂപണ പഠനത്തിലും ഏറെ പ്രസക്തമാണ്. ഒരു കൃതി വായിക്കുമ്പോൾ എഴുത്തുകാരന്റെ മരണം സംഭവിക്കുകയും വായനക്കാരൻ എന്ന രചയിതാവ് ജനിക്കുകയും ചെയ്യുന്നുവെന്ന് അദ്ദേഹം പറയുന്നു.(29) ഒരാൾ ഒരു കൃതി വായിക്കുന്നത് അയാളുടെ ജീവിതാനുഭവങ്ങളുടെയും ദർശനങ്ങളുടെയും പ്രത്യയശാസ്ത്ര നിലപാടുകളുടെയും വായന സംസ്കാരത്തിന്റെയുമൊക്കെ വെളിച്ചത്തിലാണ്. അതിനനുസൃതമായ ഒരു പാഠം ആ വായനയിൽ നിന്ന് രൂപം കൊള്ളുന്നു. എയും ബിയും ഒരേ കൃതി വായിക്കുമ്പോൾ വ്യത്യസ്തമായ രണ്ടു പാഠങ്ങളാണ് ഉണ്ടാകുന്നത്. ഇങ്ങനെ ഒരു കൃതിയിൽ നിന്ന് അനന്തമായ പാഠങ്ങൾ രൂപമെടുക്കുന്നു. ചലച്ചിത്രാനുരൂപണത്തിന് അടിസ്ഥാനമായി വർത്തിക്കുന്നത് ചലച്ചിത്ര രചയിതാവിന്റെ വായനയിൽ നിന്ന് രൂപംകൊള്ളുന്ന പാഠമാണ്. സാഹിത്യകൃതിയുടെ രചനാവേളയിൽ താനുദ്ദേശിച്ച കാര്യങ്ങൾ എന്തൊക്കെയാണെന്ന് വെളിപ്പെടുത്തിക്കൊണ്ട് അപ്രകാരം തന്നെ

എല്ലാവരും തന്റെ കൃതി വായിക്കണമെന്ന് ശാഠ്യം പിടിക്കാൻ എഴുത്തുകാരനാവുമോ?

സാഹിത്യകൃതികളിൽ നിന്ന് അവിസ്മരണീയമായ സിനിമകൾ സൃഷ്ടിച്ച സത്യജിത് റായ്, കുറോസാവ, അന്റോണിയോണി, ത്രൂഫോ, ഫെല്ലിനി, പാസൊലീനി, ഹിച്ച്കോക്ക് തുടങ്ങിയവരൊക്കെ എഴുത്തുകാരുടെ വരികൾ പിന്തുടരുകയല്ല ചെയ്തത്. പ്രമേയം ആരുടേതുമായിക്കൊള്ളട്ടെ, സ്വന്തം ചിന്തയും കാഴ്ചപ്പാടും പ്രകടമാക്കുന്ന ചലച്ചിത്രാവിഷ്കാരങ്ങളാണ് ഇവരുടെ അനുരൂപണങ്ങൾ. ഷെയ്ക്സ്പിയറുടെ മാക്ബെത് നാടകത്തെ ജാപ്പനീസ് പാരമ്പര്യത്തിലേക്ക് കൊണ്ടുവന്ന് ഉടച്ചുവാർത്ത് കുറോസാവ സൃഷ്ടിച്ച 'ത്രോൺ ഓഫ് ബ്ലഡ്' മികച്ച ദൃഷ്ടാന്തമാണ്. അകുതഗാവയുടെ രണ്ടു കഥകളിൽ നിന്നാണ് പ്രശസ്തമായ റാഷൊമോൺ എന്ന സിനിമ കുറോസാവ രചിച്ചത്. മുപ്പത്തിയഞ്ചാം വയസ്സിൽ ആത്മഹത്യചെയ്ത അകുതഗാവയുടെ കഥകളിൽ നിറഞ്ഞുനിൽക്കുന്നത് പ്രത്യാശയുടെ നേരിയ കിരണം പോലുമില്ലാത്ത ജീവിതനിരാശതയുടെ കൂരിരുട്ടാണ്. സിനിമയാകട്ടെ, മനുഷ്യത്വത്തിലുള്ള വിശ്വാസം ഉയർത്തിപ്പിടിച്ചുകൊണ്ട് പ്രത്യാശയിൽ അവസാനിക്കുന്നു. അങ്ങനെ സിനിമയുടെ ദർശനം തന്നെ കഥകളിൽനിന്ന് വ്യത്യസ്തമാകുന്നു.

ഹെൻറിക് ഇബ്സന്റെ ജനശത്രു എന്ന നാടകത്തെ ആധാരമാക്കി സത്യജിത്റായ് സൃഷ്ടിച്ച 'ഗണശത്രു' മറ്റൊരുദാഹരണമാണ്. സത്യം വിളിച്ചുപറഞ്ഞതിന്റെ പേരിൽ ക്രൂരമായി വേട്ടയാടപ്പെട്ടുന്ന ഡോ. സ്റ്റോക്ക്മാനെയാണ് നാടകത്തിൽ നാം കാണുന്നത്. സമൂഹത്തെ നാശത്തിലേക്ക് നയിക്കുന്ന മാരകമായ വിപത്ത് തുറന്നുകാട്ടാൻ ശ്രമിച്ചപ്പോൾ അദ്ദേഹത്തോടൊപ്പം നിന്നവരൊക്കെ സ്വാർത്ഥ ചിന്തയാലും അധികാരത്തോടുള്ള വിധേയത്വത്താലും പിന്നീട് അദ്ദേഹത്തിനെതിരെ തിരിയുന്നു. മനുഷ്യസ്നേഹിയെന്ന് വാഴ്ത്തിയവർതന്നെ ഒടുവിൽ അദ്ദേഹത്തെ ജനശത്രുവായി പ്രഖ്യാപിക്കുന്നു. അദ്ദേഹത്തിന്റെ വീടിനു കല്ലെറിയുന്നു. എന്നാൽ പീഡനങ്ങളിൽ തളരാതെ സത്യത്തിന്റെ പക്ഷത്ത് ഉറച്ചുനിന്നുകൊണ്ട് ധീരതയോടെ അദ്ദേഹം മുന്നോട്ടു പോകുന്നു. ജനമെറിഞ്ഞ കല്ലുകൾ ശേഖരിച്ചുകൊണ്ട് അദ്ദേഹം ഭാര്യയോട് പറയുന്നു: "എന്റെ മക്കൾക്കു ഞാൻ നൽകുന്ന ഏറ്റവും വലിയ സമ്പാദ്യം ഈ കല്ലുകളാണ്."ഒപ്പം മറ്റൊരു കണ്ടുപിടുത്തവും അദ്ദേഹം നടത്തി: "ഒറ്റയ്ക്കു നിൽക്കുന്ന മനുഷ്യനാണ് ഈ ലോകത്തിൽ വച്ച് ഏറ്റവും ശക്തൻ". ഇബ്സന്റെ നാടകം വ്യക്തിവാദത്തെയാണ് ഉയർത്തിപ്പിടിക്കുന്നത്. എന്നാൽ,

ജനാധിപത്യവാദിയായ സത്യജിത് റായ് വ്യക്തിവാദത്തെ പ്രോത്സാഹിപ്പിക്കുന്നില്ല. അമ്പലത്തിലെ മലിനജലത്തെ കുറിച്ച് ഡോക്ടർ എഴുതിയ കാര്യങ്ങൾ ലോകത്തെ അറിയിക്കുന്നതിനുള്ള തയ്യാറെടുപ്പുമായി രണ്ടു ചെറുപ്പക്കാർ ഒടുവിൽ അദ്ദേഹത്തെ സമീപിക്കുന്നു. ഡോക്ടറിന് അഭിവാദ്യങ്ങൾ അർപ്പിച്ചുകൊണ്ട് ജനക്കൂട്ടത്തിന്റെ ശബ്ദം പുറത്തു നിന്നു മുഴങ്ങുകയും ചെയ്യുന്നു. അങ്ങനെ ജനപിന്തുണ ഡോക്ടറെ തേടിയെത്തുന്നു. ഒടുവിൽ അദ്ദേഹം പ്രഖ്യാപിക്കുന്നു "ഞാനൊറ്റയ്ക്കല്ല".

സാറ്റിറിക്കോൺ എന്ന കൃതിയെ അടിസ്ഥാനമാക്കി ഫെല്ലിനി സൃഷ്ടിച്ച സിനിമയുടെ പേര് 'ഫെല്ലിനി സാറ്റിറിക്കോൺ' എന്നാണ്. ജാക്വിസ് കാസനോവയുടെ ഓർമ്മക്കുറിപ്പുകൾ എന്ന കൃതിയെ ആധാരമാക്കിയ സിനിമയുടെ പേര് 'ഫെല്ലിനീസ് കാസനോവ' എന്നുമാണ്. എഴുത്തുകാരുടേതല്ല, ചലച്ചിത്രകാരന്റെ സൃഷ്ടികളാണിവയെന്ന് തലക്കെട്ടിലെ ഈ മാറ്റം വ്യക്തമാക്കുന്നു. ത്രൂഫോയുമായി നടത്തിയ പ്രശസ്തമായ സംഭാഷണത്തിൽ ഹിച്ച്കോക്ക് പറയുന്നു: "സാഹിത്യകൃതിയുടെ അടിസ്ഥാനാശയം എനിക്കിഷ്ടമായെങ്കിൽ ഞാൻ ആ പുസ്തകത്തെ പൂർണ്ണമായി വിസ്മരിക്കുകയും ചലച്ചിത്രാവിഷ്കാരം ആരംഭിക്കുകയും ചെയ്യും. ഇന്നെനിക്ക് 'പക്ഷികൾ' എന്ന സിനിമയ്ക്ക് ആധാരമായ കൃതിയെക്കുറിച്ച് നിങ്ങളോട് പറയാനാവില്ല. കാരണം, ഞാനൊരു തവണയേ അത് വായിച്ചിട്ടുള്ളൂ. അതും തിടുക്കത്തിൽ".(30) ഇവിടെ ചലച്ചിത്രസൃഷ്ടിക്കുള്ള അസംസ്കൃതവസ്തു മാത്രമാണ് സാഹിത്യകൃതി. അതിനെ സർഗസൃഷ്ടിക്കുവേണ്ടി ചലചിത്ര രചയിതാവ് ഉപയോഗിക്കുന്നു എന്ന് മാത്രം. വിശ്വചലച്ചിത്രവേദിയിൽ സ്ഥിരപ്രതിഷ്ഠ നേടിയ അനുരൂപണങ്ങളൊക്കെ ഇപ്രകാരം രൂപം കൊണ്ടിട്ടുള്ളവയാണ്. അല്ലാതെ, അവയൊന്നും എഴുത്തുകാരുടെ കാൽപ്പാടുകൾ പിന്തുടർന്നവയല്ല.

സാഹിത്യകൃതിയുടെ വായനയിൽ നിന്നു രൂപം കൊള്ളുന്ന പാഠത്തെ സാർഥകമായ ചലച്ചിത്രചിഹ്നങ്ങളിലൂടെ ആവിഷ്കരിക്കുമ്പോളാണ് അനുരൂപണം മികവുറ്റതാകുന്നത്. അതുകൊണ്ടുതന്നെ ചലച്ചിത്ര രചയിതാവ് കണ്ടെത്തുന്ന ഭാഷ അനുരൂപണപ്രക്രിയയിൽ സുപ്രധാന പങ്കു വഹിക്കുന്നു. ചില ഉദാഹരണങ്ങൾ പരിശോധിക്കാം. ചാരുലതയുടെ ജീവിതാവസ്ഥ സത്യജിത് റായ് ആവിഷ്കരിച്ചിരിക്കുന്നത് കാണുക. ചിത്രം ആരംഭിക്കുന്നത് തുവാലയിൽ 'ബി' എന്ന അക്ഷരത്തിന് (ഭർത്താവിന്റെ പേരിന്റെ ആദ്യാക്ഷരം) ചുറ്റും പൂക്കൾ തുന്നിച്ചേർക്കുന്ന ചാരുലതയുടെ ദൃശ്യത്തിലാണ്. തുന്നൽ

കഴിയുമ്പോൾ ഘടികാരത്തിൽ നാല് മണി മുഴങ്ങുന്നു. ഭൂപതിക്ക് ചായ കൊടുക്കാൻ അവൾ ഭൃത്യനോട് വിളിച്ച് പറയുന്നു. ഇനി എന്തു ചെയ്യും? മുറിയിൽ ചുറ്റിനടക്കുന്ന അവൾ കിടക്കയിലുള്ള പുസ്തകം കൈയിലെടുത്ത് മറിച്ചുനോക്കുന്നു. അതു വായിച്ചു കഴിഞ്ഞതാണ്. മറ്റൊരു മുറിയിലേക്കു നടന്ന് പുസ്തക ഷെൽഫിൽ പരതുന്നു. ബങ്കിം... ബങ്കിം എന്നു മൂളിക്കൊണ്ട് കപാൽ കുണ്ഡല എന്ന പുസ്തകമെടുത്ത് മറിച്ചുനോക്കുന്നു. പുറത്തുനിന്നു മുഴങ്ങുന്ന ശബ്ദം കേട്ട് വരാന്തയിലെത്തി ജനാല തുറന്നുനോക്കുന്നു. കുരങ്ങുകളിക്കാരനാണ്. മുറിയിൽ ച്ചെന്ന് തന്റെ 'ഓപ്പറാ ഗ്ലാസെ'ടുത്ത് വേഗം വന്ന് കുരങ്ങുകളി കൗതുകത്തോടെ നോക്കി നിൽക്കുന്നു. അയാൾ പോയപ്പോൾ മറ്റൊരു ശബ്ദം കേട്ട് അടുത്ത ജനാല തുറന്നു നോക്കുന്നു. പല്ലക്കുമേന്തി വരുന്നവരാണ്. അവർക്കെതിരെ നടന്നുവരുന്ന തടിച്ച മനുഷ്യനെ കൗതുകത്തോടെ നോക്കുന്നു. അയാൾ പോകുന്നതനുസരിച്ച് ജനാലകൾ ഓരോന്നായി തുറന്ന് ഓപ്പറാഗ്ലാസ്സിലൂടെ പിന്തുടരുന്നു. അയാൾ ദൃഷ്ടിയിൽ നിന്നു മാഞ്ഞതോടെ ജനാല താഴ്ത്തി നിരാശതയോടെ മുറിയിൽ കടന്ന് എന്തുചെയ്യണമെന്നറിയാതെ ചുറ്റിക്കറങ്ങുന്നു. ഒടുവിൽ, പിയാനോ വായിക്കാനാരംഭിക്കുന്നു. പെട്ടെന്ന് ഭർത്താവിന്റെ കാലൊച്ച കേട്ട് വരാന്തയിലെത്തി അയാളുടെ പോക്ക് നോക്കിനിൽക്കുന്നു. മുറിയിലേക്കു കയറിപ്പോയ ഭൂപതി ഒരു പുസ്തകം മറിച്ചു നോക്കിക്കൊണ്ട് തിരികെവരുന്നു. അവളുടെ അടുത്തെത്തിയ അയാൾ ഒന്നുനിന്ന് പുസ്തകത്തിലെ ഏതോ ഭാഗം ശ്രദ്ധിക്കുന്നു. വീണ്ടും നടക്കുന്നു. ചാരുലതയുടെ സാന്നിധ്യം അയാൾ അറിയുന്നതേയില്ല. തന്നെ കാണാതെ നടന്നുപോകുന്ന ഭർത്താവിനെ അവൾ നിരാശതയോടെയും വിഷമത്തോടെയും നോക്കി നിൽക്കുന്നു. പെട്ടെന്ന് ഓപ്പറാഗ്ലാസെടുത്ത് അയാളുടെ പോക്ക് വീക്ഷിക്കുന്നു. ഭൂപതി നടന്നുമറയുന്ന ദൃശ്യം ഓപ്പറാഗ്ലാസിന്റെ വീക്ഷണകോണിൽ. പശ്ചാത്തലത്തിൽ കുരങ്ങുകളിയുടെ ശബ്ദം. ഭർത്താവ് കുരങ്ങുകളിക്കാരനെപ്പോലെ ഒരു കാഴ്ചവസ്തു മാത്രമാണ് എന്ന ചാരുലതയുടെ തിരിച്ചറിവിൽ രംഗം അവസാനിക്കുന്നു. ചാരുലത അനുഭവിക്കുന്ന തീവ്രമായ ഏകാന്തത, വിരസത, അന്യവത്ക്കരണം, അവളുടെ മനസു കാണാൻ ശ്രമിക്കാതെ ജീവിക്കുന്ന ഭർത്താവിന്റെ അവഗണന. അയാളോട് അവൾക്കു തോന്നുന്ന നീരസം ഇങ്ങനെ അവളുടെ ജീവിതാവസ്ഥയെക്കുറിച്ചുള്ള പൂർണമായ ചിത്രം ചലച്ചിത്രകലയുടെ സാധ്യതകൾ പരമാവധി ഉപയോഗിച്ച് റായ് ആവിഷ്ക്കരിച്ചിരിക്കുന്നു. വാക്കുകൾ ഉപയോഗിക്കാതെയുള്ള ആഖ്യാനമാണിവിടെ കാണുന്നത് ഒൻപതര മിനിറ്റ് ദൈർഘ്യമുള്ള

ഈ സീനിൽ, ഭൂപതിക്ക് ചായ കൊടുക്കാൻ ചാരുലത ഭൃത്യനോടു വിളിച്ചു പറയുന്നതു മാത്രമാണ് ആകെയുള്ള വാക്കുകൾ കഥാനായികയുടെ ജീവിതാവസ്ഥയോടൊപ്പം ചലച്ചിത്രകലയുടെ ശക്തിയും സൗന്ദര്യവും അപാരമായി ഇവിടെ വെളിപ്പെടുന്നു.

ആൽഫ്രഡ് ഹിച്ച്കോക്കിന്റെ സൈക്കോ എന്ന സിനിമയിലെ ഒരു രംഗം നോക്കുക: ഷവറിനു കീഴിൽ കുളിച്ചുകൊണ്ടിരിക്കുന്ന സ്ത്രീയെ ഒരാൾ കൊലപ്പെടുത്തുന്നതാണു രംഗം. നാല്പത്തിയഞ്ചു സെക്കന്റ് നേരം മാത്രം നീളമുള്ള ഈ രംഗം അമ്പത്തിരണ്ടു ഷോട്ടുകളിലൂടെയാണ് ഹിച്ച്കോക്ക് ചിത്രീകരിച്ചിരിക്കുന്നത്. ഷവറിനുകീഴിൽ കുളിക്കുന്ന സ്ത്രീ, വെള്ളം ചീറ്റുന്ന ഷവർ, സോപ്പുതേക്കുന്ന സ്ത്രീ, കുളിമുറിയിലെ കർട്ടനു പിന്നിലെത്തുന്ന അവ്യക്ത രൂപം, കർട്ടൻ നീക്കി കത്തി വീശുന്ന കൈകൾ, നിലവിളിക്കുന്ന സ്ത്രീ, ആഞ്ഞുവീശുന്ന കത്തി, തടയാൻ ശ്രമിക്കുന്ന സ്ത്രീ, ഭിത്തിയിലൂടെ താഴേക്കു തെന്നി വരുന്ന സ്ത്രീയുടെ കൈപ്പത്തി, കർട്ടനിൽ അള്ളിപ്പിടിക്കുന്ന കൈ, പൊട്ടിവീഴുന്ന കർട്ടൻ, തറയിലൂടെ ഒഴുകുന്ന രക്തവും വെള്ളവും, മരിച്ചുകിടക്കുന്ന സ്ത്രീ, വെള്ളം ചീറ്റുന്ന ഷവർ - ഇങ്ങനെ ഒറ്റയൊറ്റ ഷോട്ടുകളിലൂടെയുള്ള ആഖ്യാനം പ്രേക്ഷകരിൽ പിരിമുറുക്കവും നടുക്കവും ഉളവാക്കുന്നു.

പഥേർ പാഞ്ചാലിയിൽ ദുർഗയുടെ മരണം സത്യജിത് റായ് ആവിഷകരിച്ചിരിക്കുന്നത് മറ്റൊരുദാഹരണമാണ്. പനി പിടിച്ചു കിടക്കുന്ന ദുർഗയുടെ നെറ്റിയിൽ സർവജയ തുണി നനച്ചിടുന്നു. മുറിയിൽ ഒരു മൺവിളക്കിന്റെ വെളിച്ചം. അത്യന്തം പരവശയും ക്ഷീണിതയുമായ സർവജയ ഉറക്കം തൂങ്ങുന്നു. ശക്തിയായ കാറ്റിൽ വാതിലുകൾ ഇളകുന്ന ശബ്ദം കേട്ട് അവൾ ഞെട്ടിയുണരുന്നു. ജനൽ മറച്ചിരിക്കുന്ന ചാക്കുവിരി കാറ്റത്തുലയുന്നു. വിളക്കിന്റെ നാളം ആടിയുലയുന്നു. മുറിയ്ക്കകത്തെ ഗണപതിവിഗ്രഹം കാറ്റിൽ ഇളകുന്നു. കാറ്റ് കൂടുതൽ ശക്തമാകുന്നു. ഇടിവെട്ടും മഴയും. വാതിലിന്റെ സാക്ഷയും ജനൽ വിരിപ്പും ഇളകിവീഴാറായിരിക്കുന്നു. സർവജയ ഉത്കണ്ഠാകുലയാകുന്നു. പനി മൂർച്ഛിച്ച് ദുർഗ മുഖം ചലിപ്പിക്കുന്നു. ഇടിമിന്നൽ. ജനൽ മറച്ചിരിക്കുന്ന ചാക്ക് കാറ്റിൽ പറക്കുന്നു. മഴത്തുള്ളികൾ മുറിയിലേക്ക് വീശിയടിക്കുന്നു. സർവജയ ചാക്കുമറ വീണ്ടും കെട്ടിവെയ്ക്കുന്നു. പെട്ടെന്ന് സാക്ഷ തകർന്ന് വാതിലുകൾ തുറന്നടയുന്നു. സർവജയ ഒരു വലിയ പെട്ടി വലിച്ചു കൊണ്ടുവന്ന് വാതിൽ ചേർത്തുവയ്ക്കുന്നു. ഇടിവെട്ട്, മിന്നൽ, കാറ്റ്, മഴ, ദുർഗ്ഗ അത്യന്തം അവശയായി അമ്മയെ വിളിക്കുന്നു. അമ്മ സ്വന്തം ശരീരം കൊണ്ട് അവളെ പൊതിയുന്നു.

ഇടിമിന്നലിന്റെ വെളിച്ചത്തിൽ ഗണപതിവിഗ്രഹം ഉലഞ്ഞാടുന്നു. ഇവിടെ പ്രകൃതിയുടെ സംഹാരതാണ്ഡവമാണ് നാം കാണുന്നത്. ഇടിയും മിന്നലും കാറ്റും മഴയും സാക്ഷ തകർന്ന് പൊളിയുന്ന വാതിലുകളും ഇളകി വീഴുന്ന ജനലിന്റെ ചാക്കുമറയും ഉലയുന്ന ഗണപതി വിഗ്രഹവും എല്ലാം ചേർന്ന് ദുർഗ്ഗയുടെ മരണത്തെ അതി തീവ്രമായ അനുഭവമാക്കി മാറ്റുന്നു.

ഇപ്രകാരം ചലച്ചിത്രചിഹ്നങ്ങളെ സമർത്ഥമായി ഉപയോഗിച്ചി ട്ടുള്ളവയാണ് വിശ്വസിനിമയിലെ ശ്രദ്ധേയമായ അനുരൂപണങ്ങ ളൊക്കെ. അനുരൂപണത്തെക്കുറിച്ചുള്ള പഠനത്തിൽ സിനിമയുടെ സാങ്കേതിക വളർച്ചയും പ്രത്യേകം കണക്കിലെടുക്കേണ്ടതാണ്. ചിത്രങ്ങൾ വരച്ചു ചേർത്ത കർട്ടനു മുന്നിൽ കഥാപാത്രങ്ങളെ അണി നിരത്തി നിശ്ചലമായ ക്യാമറ നിശ്ചിത അകലത്തിൽ ഉറപ്പിച്ച് ഒറ്റ റീലിൽ സാഹിത്യകൃതിയെ ആധാരമാക്കി ചിത്രീകരിക്കുന്ന ശബ്ദമി ല്ലാത്ത സിനിമയും അതേ കൃതിയെ അടിസ്ഥാനമാക്കി ഇക്കാലത്ത് സൃഷ്ടിക്കുന്ന സിനിമയും തമ്മിലുള്ള വ്യത്യാസം പറഞ്ഞറിയിക്കേ ണ്ടതില്ലല്ലോ! സിനിമാരംഗത്തു നിലനിൽക്കുന്ന പ്രവണതകളും അനുരൂപണ പ്രക്രിയയിൽ നിർണായക പങ്കു വഹിക്കുന്നുണ്ട്. അറുപതുകളിലെയും എഴുപതുകളിലെയും മലയാള സിനിമകളെ താരതമ്യം ചെയ്താൽ അതാതുകാലത്ത് സിനിമാരംഗത്തു നിലവി ലിരുന്ന പ്രവണതകൾക്കനുസരിച്ചുള്ള വ്യത്യാസങ്ങൾ കണ്ടെത്താൻ കഴിയും. മുറപ്പെണ്ണ് എന്ന സിനിമയെക്കുറിച്ച് തിരക്കഥാകൃത്തായ എം. ടി. വാസുദേവൻനായർ പറയുന്നു: «ഇന്നു തിരിഞ്ഞുനോക്കു മ്പോൾ മുറപ്പെണ്ണ് വളരെ സംഭാഷണപ്രധാനമാണ്. നാടകവേദി യുടെ പ്രകടമായ സ്വാധീനം അന്നത്തെ സിനിമകളിലുണ്ടായിരുന്നു. ജീവിതനൗകയൊക്കെ വന്ന കാലത്ത് കോളേജ് വിദ്യാർത്ഥികൾ തിക്കുറിശ്ശിയുടെ നീണ്ട നീണ്ട അടുക്കും പിടിയായിട്ടുള്ള സംഭാഷ ണങ്ങൾ കാണാതെ പഠിച്ചു പറയുമായിരുന്നു. സിനിമയ്ക്കുതൊരലങ്കാ രമായിട്ടാണ് അന്നു കണ്ടിരുന്നത്. തിയേറ്ററിന്റെ ആ സ്വാധീനം മുറപ്പെണ്ണിലും കാണാം. ഇപ്പോഴാണ് അതു സിനിമയാക്കുന്നതെ ങ്കിൽ അതിന്റെ മൂന്നിലൊന്നു സംഭാഷണം മാത്രമേ ഉപയോഗിക്കൂ. അന്നത്തെ രീതി അതായിരുന്നു. നമുക്കും അത്രയ്ക്കേ ധാരണകളുമുള്ളൂ.» (31)

വാണിജ്യ താല്പര്യങ്ങളാണു സിനിമാരംഗത്തു നിലനിൽക്കു ന്നതെങ്കിൽ അതിന്റെ സ്വാധീനം അനുരൂപണങ്ങളിലും പ്രതി ഫലിക്കുക സ്വഭാവികമാണ്. ഹോളിവുഡ് സിനിമയിലെ മിക്ക

അനുരൂപണങ്ങളും ഇതിനു തെളിവാണ്. സാഹിത്യകൃതിയിൽനിന്നു മാറ്റങ്ങൾ വരുത്തുന്നതുപോലും പ്രേക്ഷകരെ ആകർഷിക്കുന്നതിനുവേണ്ടിയായിരുന്നു. ഹോളിവുഡ് സിനിമയിലെ അനുരൂപണങ്ങളെക്കുറിച്ചുള്ള പഠനത്തിൽ 'ജിം ഹിറ്റ്' പറയുന്നു: "സാഹിത്യകൃതികളിലെ ചില ഭാഗങ്ങൾ ചിലപ്പോൾ ഒഴിവാക്കും. മറ്റു ചിലപ്പോൾ ചിലതു കൂട്ടിചേർക്കും. ചിലപ്പോൾ കൃതിയുടെ തലക്കെട്ടു മാറ്റും. മറ്റുചിലപ്പോൾ തലക്കെട്ടു നിലനിർത്തി മറ്റുള്ളവയെല്ലാം തള്ളിക്കളയും. സിനിമ പണം കൊയ്യുമോ? അതുമാത്രമായിരുന്നു സ്റ്റുഡിയോകളുടെ ചോദ്യം. സാഹിത്യകൃതികളിൽ മാറ്റം വരുത്തുന്നത് പോലും പലപ്പോഴും ഈ താല്പര്യത്തിനനുസരിച്ചായിരുന്നു. ദുരന്തത്തിൽ കലാശിക്കുന്ന സാഹിത്യകൃതികൾ സിനിമയിൽ ശുഭപര്യവസായിയായി മാറി. പരാജയപ്പെടുന്ന പ്രേമബന്ധങ്ങൾ സിനിമയിൽ വിജയത്തിലെത്തി. നോവലിൽ മരിക്കുന്ന നായകന്മാർ സിനിമയിൽ ജീവിതവിജയം നേടുന്നവരായി." (32)

ഓരോ രാജ്യത്തും നിലനിൽക്കുന്ന സെൻസറിംഗ് നിയമങ്ങൾക്കനുസരിച്ചും അനുരൂപണങ്ങൾക്ക് മാറ്റമുണ്ടാകും. ഡെക്കാമെറോൺ കഥകളും കാന്റർബെറി കഥകളും ആയിരത്തൊന്ന് രാവുകളുമൊക്കെ പാസൊലീനി സിനിമയിൽ ആവിഷ്കരിച്ചിട്ടുണ്ട്. അത്തരത്തിൽ സിനിമ ചിത്രീകരിക്കാൻ ഇന്ത്യയിലെ സെൻസർ നിയമങ്ങൾ അനുവദിക്കുന്നില്ല.

സാമൂഹികമാറ്റങ്ങളും അനുരൂപണങ്ങളുടെ സ്വഭാവത്തെ സ്വാധീനിക്കാറുണ്ട്. നിർമ്മാല്യം എന്ന സിനിമയുടെ അന്ത്യത്തിൽ ഭഗവതീവിഗ്രഹത്തിന്മേൽ വെളിച്ചപ്പാട് ആഞ്ഞു തുപ്പുന്നതും ഒടിഞ്ഞ വാളുകൊണ്ട് കരിങ്കല്ലിൽ ആഞ്ഞുവെട്ടുന്നതും കേരളത്തിന്റെ ഇന്നത്തെ സാമൂഹികാവസ്ഥയിൽ ചിത്രീകരിക്കാൻ പ്രയാസമാണ്.

ചലച്ചിത്രരംഗത്ത് പല കാലഘട്ടങ്ങളിലായുണ്ടായ ഭാവുകത്വ വ്യതിയാനങ്ങൾ, സാങ്കേതികവിദ്യയിലുണ്ടാകുന്ന മാറ്റങ്ങൾ, ദൃശ്യഭാഷയുടെ നവീകരണം, സാമൂഹികപരിവർത്തനങ്ങൾ, സാംസ്കാരികബോധ്യങ്ങളിൽ വരുന്ന പരിണാമം തുടങ്ങിയവയെല്ലാം

അനുരൂപണത്തെക്കുറിച്ചുള്ള സങ്കല്പനങ്ങളെ സ്വാധീനിക്കുന്നു.

റഫറൻസ്

1. Keith Cohen, Film and Fiction/The Dynamics of Exchange, Yale University Press, 1979, P. 2.
2. George Bluestone, Novels into film, University of California Press, Berkeley, Landon, 1957, P.VII
3. Akira Kurosawa, Something like an Autobiography, Vintage Books, New York, 1983, P.191
4. പുഡോവ്കിൻ, ഫിലിം ടെക്നിക്ക്, അമച്വർ മൂവിമേക്കേഴ്സ്, കോട്ടയം, 1987, പു. 64
5. Neil Sinyard, Filming Literature: The Art of Screen Adaptation. Croom Helm, London 1986, P. VIII.
6. Sergie Eisenstein, Film Form: Essays in Film Theory and The Film sense Meridian Books, New York, 1963, P. 233.
7. Sergie Eisenstein, 1963, P. 195-P.233.
8. Joy Gould Boyum, Double Exposure: Fiction into Film, Seagull Books, Calcutta, 1989, P.34.
9. Ingmar Bergman, An Artists journey on stage, on screen, in print (Ed) Roger W.Oliver. Arcade publishing inc. Newyork 1995.P.8.
10. Girish Kasaravalli, On Direction: Indian Cinema, Directorate of Film Festivals, India, 1987, P.45-49.
11. മൂലകൃതിയാണ് പ്രധാനപ്പെട്ടതെന്നും അതിനെ പിന്തുടരുകയാണ് അഡാപ്റ്റേഷന്റെ ധർമ്മമെന്നും അർത്ഥമുളവാക്കുന്ന അനുവർത്തനം, അനുകല്പനം എന്നീ പദങ്ങൾക്കു പകരം അനുരൂപണം എന്നിവിടെ പ്രയോഗിക്കുന്നു.
12. Robert stam and Alessandra Raengo, A companion to Literature and Film Blackwell publishing 2006.p.128.
13. Judith Buchanan. "Literary Adaptation in the Silent Era'. A companion to literature, Film, And Adaptation. Ed. Deborah Cartmell. Wiley – Blackwell, 2012, P.24.
14. Boyum, 1989, P.14.

15. Boyum, 1989, P.14

16. Boyum, 1989, P.14

17. Boyum, 1989, P.14

18. Robert Stam and Alessandra Raengo, 2006. P.1.

19. ഗബ്രിയേൽ ഗാർസ്യ മാർകേസ്, ഒരു കൂടിക്കാഴ്ച, ശിഖാ പബ്ലിഷേഴ്സ്, ഗുരുവായൂർ. 1983, പു. 15

20. ഐ. ഷണ്മുഖദാസ്, സിനിമയുടെ വഴിയിൽ, ഓഗസ്റ്റ് ബുക്സ്, തൃശ്ശൂർ. 1990, പു. 43

21. എം. ടി. വാസുദേവൻ നായർ, എം. ടിയുടെ തിരക്കഥകൾ, ഡി. സി. ബുക്സ്, കോട്ടയം. 1996, പു. 9

22. അടൂർ ഗോപാലകൃഷ്ണൻ, സിനിമാനുഭവം, മാതൃഭൂമി ബുക്സ്, കോഴിക്കോട്. 2004, പു. 18

23. Charles Barr, Cinema scope: Before and After, Film Theory and criticism Ed. Gerald Mast/Marshall cohen, Oxford University Press, New York. 1974.P. 120.

24. Robert stam, Beyond fidelity: 'The dialogics of adaptation' in Film adaptation. Ed. James Naremore. Athlone, London 2000.P.68.

25. Pier Paolo Pasolini, The Cinema of Poetry, Movies and methods. Vo.1.Ed. Bill Nichols.P.

26. Oliver, Rojer 1995 p.18.

27. Boyum,1989,P.14

28. Boyum, 1989,P.14

29. Richard Appignanesi, introducing Postmodernism, Icon Books, Cambridge. 1995 P.74.

30. Francois Truffaut, Hitchcock, Simon And Schuster, New York, 1958.P.73.

31. ജോൺ പോൾ, എം. ടി ഒരനുയാത്ര, കേരള സംസ്ഥാന ചലച്ചിത്ര അക്കാദമി, തിരുവനന്തപുരം 2000, പു. 32

32. Jim Hitt. Words and Shadows: Literature on the screen. A citadel press book 1992 P.2.

ബയോഡാറ്റ

ഡോ. എസ്. ഗോപു

എം. ആർ. സുകുമാരപിള്ളയുടെയും എസ്. ഉമയമ്മയുടെയും മകനായി 1980ൽ ജനനം. മലപ്പുറം ജില്ലയിലെ ചെമ്പ്രശ്ശേരി സ്വദേശി. കാലിക്കറ്റ് സർവകലാശാലയിൽ നിന്ന് ഒന്നാംറാങ്കോടെ മലയാളത്തിൽ ബിരുദാനന്തര ബിരുദം. 'രാഷ്ട്രീയപ്രമേയങ്ങൾ മലയാളസാഹിത്യത്തിലും സിനിമയിലും' എന്ന വിഷയത്തിൽ നടത്തിയ പഠനത്തിന് കേരള സർവകലാശാലയിൽ നിന്ന് ഗവേഷണബിരുദം. ബുഷ് വെടിയേറ്റു മരിക്കുമ്പോൾ(കവിതാ സമാഹാരം), കാഴ്ചയുടെ പ്രതിമുഖങ്ങൾ (ചലച്ചിത്രപഠനം-എഡി: ഡോ. എസ്. സഞ്ജയ്യൊപ്പം), വാക്ക് ദൃശ്യം രാഷ്ട്രീയം, സിനിമയുടെ കുറ്റാന്വേഷണ പാഠങ്ങൾ എന്നീ പുസ്തകങ്ങൾ പ്രസിദ്ധീകരിച്ചു. ജേഷ്ഠൻ സുമോദിനൊപ്പം 'അവൻ' എന്ന ചിത്രത്തിന്റെ തിരക്കഥയും കേരളത്തിലെ ആദ്യ സ്കൂൾ സിനിമയായ 'ല.സാ.ഗു'വിന്റെ രചനയും സംവിധാനവും നിർവഹിച്ചു. 'റൂം നമ്പർ മൂന്ന്'' എന്ന ഹ്രസ്വചിത്രത്തിന്റെ തിരക്കഥയിലൂടെ 2007-ലെ ജീവൻ ടി.വി-അറ്റ്ലസ് പുരസ്കാരം നേടി. കാലിക്കറ്റ് സർവകലാശാലയിൽ റിസർച്ച് ഗൈഡ്. നിലമ്പൂർ ഗവ.കോളേജിൽ മലയാളവിഭാഗം അദ്ധ്യാപകൻ.

ഭാര്യ: അഞ്ജു, മക്കൾ: ഹൃദയ് കൃഷ്ണ, നയൻ കൃഷ്ണ.

വിലാസം: 'സമന്വയ', ചെമ്പ്രശ്ശേരി (തപാൽ), പാണ്ടിക്കാട് (വഴി), മലപ്പുറം– 676521, ഫോൺ: 9745 868 276,

ഇ- മെയിൽ: sgopu2020@gmail.com

ഡോ.എസ്. സഞ്ജയ്

ആലപ്പുഴ ജില്ലയിലെ വെൺമണിയിൽ ജനിച്ചു. അച്ഛൻ: എം. എൻ സുകുമാരൻ. അമ്മ: എൻ. വിമല. എം.ടി ഹൈസ്കൂൾ വെൺമണി, എൻ.എസ്.എസ് കോളേജ്, എസ്.ബി കോളേജ് ചങ്ങനാശ്ശേരി, എം.ജി. യൂണിവേഴ്സിറ്റി സ്കൂൾ ഓഫ് ലെറ്റേഴ്സ്, ഭാരതീയവിദ്യാ ഭവൻ കോട്ടയം പ്രാദേശികകേന്ദ്രം എന്നിവിടങ്ങളിൽ വിദ്യാഭ്യാസം. 'പി.യുടെകവിത: അനുഭവവും ആഖ്യാനവും' എന്ന വിഷയത്തിൽ കോഴിക്കോട് സർവകലാശാലയിൽ നിന്ന് ഗവേഷണബിരുദം. പത്രപ്രവർത്തനത്തിൽ പോസ്റ്റ്ഗ്രാജ്വേറ്റ് ഡിപ്ലോമ. 1990 മുതൽ ആനുകാലികങ്ങളിൽ കവിത എഴുതുന്നു. ഭൂമിശാസ്ത്രം അറിയാത്തവർക്ക്, അറം എന്നീ കവിതാസമാഹാരങ്ങളും കണ്ണാടിയും കാവ്യദേവതയും എന്ന കവിതാപഠനവും പ്രസിദ്ധീകരിച്ചു. ഡോ. എസ്. ഗോപുവിനൊപ്പം കാഴ്ചയുടെ പ്രതിമുഖങ്ങൾ (ചലച്ചിത്രപഠനം) എഡിറ്റ് ചെയ്തു. കാലിക്കറ്റ് സർവകലാശാല സെനറ്റ്, പി.ജി ബോർഡ് അംഗമായിരുന്നു. എ. കെ. ജി. സി. ടി സംസ്ഥാന കമ്മിറ്റിയംഗവും പുരോഗമന കലാസാഹിത്യസംഘം സംസ്ഥാന കൗൺസിൽ അംഗവുമാണ്. നിലമ്പൂർ ഗവ. കോളേജിൽ മലയാളവിഭാഗം അദ്ധ്യക്ഷൻ.

കൂട്ടുകാരി: നിഷ കൊറ്റാലിൽ (അധ്യാപിക,ആർ.എം.എച്ച്. എസ്. എസ്, മേലാറ്റൂർ) മക്കൾ: നന്ദകിഷോർ.എസ്, ശ്രീനന്ദന. എസ്

വിലാസം:
'മുരിങ്ങിനേത്ത്', മേലാറ്റൂർ തപാൽ, മലപ്പുറം
ഇ- മെയിൽ: marku.sanju@gmail.com
ഫോൺ: 9447761696

ഡോ. ഡൊമിനിക് ജെ. കാട്ടൂർ

ഇടുക്കി ജില്ലയിലെ ചോറ്റുപാറസ്വദേശി. അധ്യാപകനും ചലച്ചിത്രപ്രവർത്തകനുമാണ്. കടമ്മനിട്ടക്കവിതകളെ ആസ്പദമാക്കിയുള്ള പഠനത്തിന് മധുര കാമരാജ് സർവ്വകലാശാലയിൽ നിന്ന് എം.ഫില്ലും 'ചെറുകഥയും തിരക്കഥയും' എന്ന വിഷയത്തെ അടിസ്ഥാനമാക്കിയുള്ള ഗവേഷണത്തിന് കേരള സർവ്വകലാശാലയിൽ നിന്ന് പി.എച്ച്.ഡിയും. ദൃശ്യശ്രാവ്യമാധ്യമങ്ങളിൽ ദീർഘകാലം പ്രവർത്തിച്ചു. 'തിരക്കഥ സിനിമയുടെ ദൃശ്യപ്രകാരം' എന്ന ഗ്രന്ഥത്തിന് 2011-ലെ ഫിലിം ക്രിട്ടിക്സ് സ്പെഷ്യൽ ജൂറി പുരസ്കാരം ലഭിച്ചു. 2010-ൽ എഴുതിയ 'ഒറ്റയ്ക്കൊരു പെൺകുട്ടി' എന്ന ഹ്രസ്വചിത്രത്തിന്റെ

തിരക്കഥയ്ക്ക് മികച്ച തിരക്കഥാകൃത്തിനുള്ള ഫിലിം ക്രിട്ടിക്സ് അവാർഡ് നേടി. 2009, 2010, 2012 വർഷങ്ങളിൽ മികച്ച ഡോക്യുമെന്ററി നരേറ്റർക്കുള്ള ചിൽഡ്രൻസ് ഫിലിം ഫെസ്റ്റിവൽ അവാർഡ് ലഭിച്ചു. സ്വാതന്ത്ര്യസമരം ആസ്പദമാക്കി ഒരു ഡോക്യുമെന്ററി സീരീസ് നിർമ്മിച്ചുവരുന്നു. ഈ സീരിസിൽ രചനയും നിർമ്മാണവും നിർവഹിച്ച 'മൗനത്തിന്റെ നിലവിളി' എന്ന ഡോക്യുമെന്ററിക്ക് 2011-ലെ കേരള സംസ്ഥാന ടെലിവിഷൻ അവാർഡും സി. ഐ. ഇ. റ്റി. ദേശീയ പുരസ്കാരവും ലഭിച്ചു. 2014-ൽ രചനയും നിർമ്മാണവും നിർവ്വഹിച്ച 'മലബാർ കലാപം' സി.ഐ.ഇ.റ്റി. ദേശീയ പുരസ്കാരം നേടി. ജാലിയൻവാലാ ബാഗ് ഒരു ഓർമ്മപ്പെടുത്തൽ, ഒരു പിടി ഉപ്പ് തുടങ്ങിയ ഡോക്യുമെന്ററികളും ഈ പരമ്പരയിൽ നിർമ്മിച്ചു. ചലച്ചിത്ര ലേഖനങ്ങളും നിരൂപണങ്ങളും പ്രസിദ്ധീകരിച്ചുവരുന്നു. 2006 മുതൽ ഗവണ്മെന്റ് കോളേജ് അധ്യാപകനും റിസർച്ച് ഗൈഡുമാണ്. കട്ടപ്പന ഗവ. കോളേജ്, പാലക്കാട് ഗവ. വിക്ടോറിയ കോളേജ്, തിരുവനന്തപുരം വിമൻസ് കോളേജ്, പട്ടാമ്പി സംസ്കൃത കോളേജ്, നെടുമങ്ങാട് ഗവ. കോളേജ് എന്നിവിടങ്ങളിൽ പഠിപ്പിച്ചു. ഇപ്പോൾ തിരുവനന്തപുരം യൂണിവേഴ്സിറ്റി കോളേജ് മലയാള വിഭാഗത്തിൽ അസ്സോസിയേറ്റ് പ്രൊഫസർ.

വിലാസം: കാട്ടൂർ വീട്, പിടാരം, പെരുകാവ് പി.ഒ., തിരുവനന്തപുരം- 695573, ഫോൺ: 9447228952, ഇ-മെയിൽ: djkattoor@gmail.com

ഡോ. ടി. ജിതേഷ്

പാലക്കാട്, കട്ടുക്കാംകുന്നത്ത് 1974-ൽ ജനനം. അച്ഛൻ ടി. തങ്കപ്പൻ, അമ്മ സി. വി. ചിന്നമ്മ. മലയാളത്തിലും ഭാഷാശാസ്ത്രത്തിലും ബിരുദാനന്തരബിരുദം, അധ്യാപകബിരുദം, മലയാളചലച്ചിത്രഭാഷ എന്ന വിഷയത്തിൽ ഡോക്ടറേറ്റ്. കൃതികൾ: ചലച്ചിത്രത്തിന്റെ ആഖ്യാനകം, സിനിമയുടെ വ്യാകരണം, ചലച്ചിത്രസിദ്ധാന്തങ്ങൾ, ആഖ്യാനശാസ്ത്രം, എഡി. കഥയുടെ കാഴ്ചവട്ടങ്ങൾ, കഥയുടെ പ്രകാശവർഷങ്ങൾ, പെണ്ണെഴുത്തിലെ പൊരുൾ, കഥയുടെ ശബ്ദസഞ്ചാരങ്ങൾ, മലയാള നോവലിലെ ഭാവുകത്വനിർമ്മിതികൾ, കഥയുടെ സാന്ദ്രധ്വനികൾ, ലാവണ്യ സംസ്കൃതിയുടെ മൗലികപാഠങ്ങൾ, കഥയുടെ സ്പർശവേഗങ്ങൾ, നോവൽ: അനുഭവസാക്ഷ്യവും സജ്ജീകരണവും. യു. ജി. സി മേജർ റിസർച്ച് പ്രൊജക്ട് oncepoloj (The Emergence and Aspects of Gen-narratives (Generative

Narrative): Special Reference to Malayalam and Tamil Visual Media), ഐ.സി.എസ്.എസ്.ആർ മേജർ റിസർച്ച് പ്രൊജക്ട് ഫെലോഷിപ്പ് (Social Linguistic Aspects of Movies: A Study based on Contemporary Malayalam Movies)

ഭാര്യ: പി. അനുപമ, മകൾ: അനികസാന്ദ്ര

വിലാസം: മലയാളവിഭാഗം, മധുര കാമരാജ് സർവകലാശാല, മധുര - 625021 ഫോൺ: 9025782282, ഇമെയിൽ: githesht@gmail.com

ജിതിൻ കെ.സി

ഫിലിം സൊസൈറ്റി പ്രവർത്തകൻ, ചലച്ചിത്ര നിരൂപകൻ. ഡെക്കലോഗ് ഫിലിം സൊസൈറ്റി, ഡയലോഗ് ഫിലിം സൊസൈറ്റി എന്നീ പ്രസ്ഥാനങ്ങളിൽ പ്രവർത്തിക്കുന്നു. കേരള രാജ്യാന്തര ചലച്ചിത്രോത്സവത്തിന്റെ ഫെസ്റ്റിവൽ ബുക്ക് പത്രാധിപ സമിതി അംഗമായിരുന്നു. ഫിലിം സൊസൈറ്റി ഫെഡറേഷൻ കേരള ഘടകം പ്രസിദ്ധീകരിക്കുന്ന ദൃശ്യതാളം മാസികയുടെ പത്രാധിപ സമിതി അംഗം. 2020ലെ കേരള സംസ്ഥാന ടെലിവിഷൻ പുരസ്കാരത്തിൽ മികച്ച ലേഖനത്തിനുള്ള പുരസ്കാരം, 2021 ലെ മികച്ച ചലച്ചിത്ര ലേഖനത്തിനുള്ള കേരള സംസ്ഥാന ചലച്ചിത്ര പുരസ്കാരം എന്നിവ ലഭിച്ചു

ഡോ.സ്റ്റാലിൻ ദാസ് പടിഞ്ഞാറെ പുരക്കൽ

ചലച്ചിത്ര നിരൂപകൻ. 'ശാരീരിക- മാനസിക വൈകല്യങ്ങളുടെ ആവിഷ്കരണം മലയാളസാഹിത്യത്തിലും സിനിമയിലും' എന്ന വിഷയത്തിൽ നടത്തിയ പഠനത്തിന് കേരള സർവകലാശാലയിൽ നിന്ന് ഗവേഷണബിരുദം. സംസ്കാര പാഠങ്ങൾ, ജനപ്രിയ സിനിമ - വിചാരങ്ങളും വിനിമയങ്ങളും എന്നീ പുസ്തകങ്ങൾ എഡിറ്റു ചെയ്തു. കാലിക്കറ്റ് സർവകലാശാലയിൽ റിസർച്ച് ഗൈഡ്. കോഴിക്കോട് ഗവ. ആർട്സ് & സയൻസ് കോളേജ് മലയാളവിഭാഗത്തിൽ അസോസിയറ്റ് പ്രൊഫസർ.

ഫസൽ റഹ്മാൻ

ചലച്ചിത്ര നിരൂപകൻ, ഫിലിം സൊസൈറ്റി പ്രവർത്തകൻ. മലപ്പുറം ജില്ലയിൽ പെരിന്തൽമണ്ണക്കടുത്തു വലമ്പൂർ ഗ്രാമത്തിൽ പരേതനായ പുന്നാക്കാട്ടു കുഴി കുഞ്ഞിമൊയ്ദു, പരേതയായ ഉള്ളാട്ടിൽ ആയിഷ

എന്നിവരുടെ മകനായി 1960 മെയ് 26 ന ജനനം. മലപ്പുറം ഗവണ്മെന്റ്കോളേജ്, പാലക്കാട് വിക്ടോറിയ കോളേജ് എന്നിവിടങ്ങളിൽ വിദ്യാഭ്യാസം. ഇംഗ്ലീഷ് സാഹിത്യത്തിൽ ബിരുദാനന്തര ബിരുദം.

പ്രസിദ്ധീകരിച്ച കൃതികൾ: പ്രളയദിനങ്ങൾ ബാക്കിവെച്ചത് (കവിത), തനിച്ചായിപ്പോയ കവിതകൾ (കവിത), കഥകൊണ്ടു നേരിട്ട യുദ്ധങ്ങൾ (നോവൽ പഠനം), ആഖ്യാനങ്ങളുടെ ആഫ്രിക്കൻ ഭൂപടം (പഠനം), പ്രതിബിംബങ്ങൾ പറഞ്ഞുവെക്കുന്നത് (സിനിമാ പഠനം), അബ്ദുൽ റസാഖ് ഗുർനായുടെ നോവലുകൾ (പഠനം), ആഖ്യാനങ്ങളുടെ ഭൂഖണ്ഡങ്ങൾ-അമ്പതു ലോകനോവലുകൾ (പഠനം).

വിലാസം: 'ഒലീവിയ', 107/മരിങ്ങത്ത്, അങ്ങാടിപ്പുറം (തപാൽ), പെരിന്തൽമണ്ണ (വഴി), മലപ്പുറം- 679 321

ഇ- മെയിൽ: pkfrahman@gmail.com, ഫോൺ: 9496031372

മമ്മദ് മൊണ്ടാഷ്

ചലച്ചിത്ര നിരൂപകൻ. ഫിലിം സൊസൈറ്റി പ്രവർത്തകൻ. മഞ്ചേരി മൊണ്ടാഷ് മൂവി ക്ലബ്ബിന്റെ സ്ഥാപക സെക്രട്ടറി. ചെണ്ട മാഗസിൻ മുംബൈ, ലിറ്റിൽ മാസിക എന്നീ പ്രസിദ്ധീകരണങ്ങളിൽ ചലച്ചിത്ര സംബന്ധിയായ പംക്തി കൈകാര്യം ചെയ്തിരുന്നു. IFFK, IDSFFK, SIGNS, TIFF എന്നിവയുടെ ഡെയ്‌ലി ബുള്ളറ്റിൻ എഡിറ്റോറിയൽ ബോർഡ് അംഗമായി പ്രവർത്തിച്ചു. ഈ മേളകളുടെ ഓപ്പൺ ഫോറം മോഡറേറ്ററായിരുന്നു. 'കനൽ പഥങ്ങൾ,' 'ഗെയ്സ്' എന്നീ ഡോക്യുമെന്ററികൾ സംവിധാനം ചെയ്തു. കാലിക്കറ്റ് സർവകലാശാലയിൽ ചലച്ചിത്ര ഗവേഷകൻ. മലപ്പുറം ഗവണ്മെന്റ് കോളേജിലെ ഇംഗ്ലീഷ് വിഭാഗം അദ്ധ്യാപകൻ.

വിലാസം: ഇഗ്ലൂ, തച്ചുണ്ണി, കാരകുന്ന്, മലപ്പുറം - 676 123

ഡോ. സെബാസ്റ്റ്യൻ കെ. ആന്റണി

ചങ്ങനാശ്ശേരി കാട്ടടി കുടുംബാംഗം. ജനനം: 1958 ഡിസംബർ 6. എസ്. ബി. കോളജിൽ നിന്ന് മലയാളഭാഷയിലും സാഹിത്യത്തിലും എം. എ. ബിരുദം. കേരള സർവകലാശാലയിൽ നിന്ന് എം. ഫിൽ. മഹാത്മാഗാന്ധി സർവകലാശാലയിൽ നിന്ന് പി. എച്ച്. ഡി. വിദ്യാർത്ഥിയായിരുന്ന കാലത്ത് കേരളത്തിലെ ആദ്യ ക്യാമ്പസ് സിനിമ 'ഇര' സംവിധാനം ചെയ്തു. സിനിമയെയും സാഹിത്യത്തെയും കുറിച്ച് നിരവധി ലേഖനങ്ങൾ പ്രസിദ്ധീകരിച്ചു. 'ക്ലാസ്സിക്കുകളുടെ ലോകം' എന്ന പംക്തി സമകാലിക മലയാളം വാരികയിൽ ദീർഘകാലം

എഴുതി. പുസ്തകങ്ങൾ: 'വാക്കും ദൃശ്യവും', 'സിനിമയും സാഹിത്യവും'. മഹാത്മാഗാന്ധി സർവകലാശാലയിൽ ഏറെക്കാലം പാഠപുസ്തകമായിരുന്നു 'വാക്കും ദൃശ്യവും'. എറണാകുളം സെന്റ് ആൽബെർട്സ് കോളജിൽ മലയാളവിഭാഗം മേധാവിയായിരുന്നു.

ഭാര്യ: രജി, മക്കൾ:ജെറിൻ, ജിനിൽ

മരുമക്കൾ: ഐവി, ആശ

വിലാസം: കാട്ടടി, കാവുംഭാഗം, തിരുവല്ല.

ഫോൺ: 9447209580

www.ingramcontent.com/pod-product-compliance
Lightning Source LLC
LaVergne TN
LVHW090310051026
849518LV00005B/1719
* 9 7 8 9 3 5 5 1 7 7 9 6 4 *